பிரிவோம் சந்திப்போம்

இரு பாகங்களும்

கிழக்கு பதிப்பக வெளியீடுகளாக சுஜாதாவின் புத்தகங்கள்

மீண்டும் ஜீனோ
நிறமற்ற வானவில்
நில்லுங்கள் ராஜாவே
தீண்டும் இன்பம்
ஆஸ்டின் இல்லம்
அனிதாவின் காதல்கள்
நைலான் கயிறு
24 ரூபாய் தீவு
அனிதா இளம் மனைவி
கொலை அரங்கம்
கமிஷனருக்கு கடிதம்
அப்ஸரா
பாரதி இருந்த வீடு
மெரீனா
ஆர்யபட்டா
என் இனிய இயந்திரா
காயத்ரி
ப்ரியா
தங்க முடிச்சு
எதையும் ஒருமுறை
ஊஞ்சல்
ஓரிரவில் ஒரு ரயிலில்
மீண்டும் ஒரு குற்றம்
விக்ரம்
நில், கவனி, தாக்கு!
வாய்மையே சில சமயம் வெல்லும்
ஆ..!
வசந்த காலக் குற்றங்கள்
சிவந்த கைகள்
ஒரே ஒரு துரோகம்
இன்னும் ஒரு பெண்
6961
ஜோதி
மாயா
ரோஜா
ஓடாதே
மேற்கே ஒரு குற்றம்
விபரீதக் கோட்பாடு
ஐந்தாவது அத்தியாயம்
மலை மாளிகை
விடிவதற்குள் வா
மூன்று நாள் சொர்க்கம்
பத்து செகண்ட் முத்தம்
கம்ப்யூட்டர் கிராமம்
இளமையில் கொல்
மேகத்தை துரத்தியவன்
ஒரு நடுப்பகல் மரணம்
நகரம்
இதன் பெயரும் கொலை
மண்மகன்
தப்பித்தால் தப்பில்லை
விழுந்த நட்சத்திரம்
முதல் நாடகம்
ஆட்டக்காரன்
ஜன்னல் மலர்
என்றாவது ஒரு நாள்
வைரங்கள்
மேலும் ஒரு குற்றம்
சொர்க்கத் தீவு
கனவுத் தொழிற்சாலை
ஆயிரத்தில் இருவர்
பதினாலு நாட்கள்
உள்ளம் துறந்தவன்
பிரிவோம் சந்திப்போம்
கரையெல்லாம் செண்பகப்பூ
இரண்டாவது காதல் கதை
நிர்வாண நகரம்
குருபிரசாதின் கடைசி தினம்
இருள் வரும் நேரம்
திசை கண்டேன் வான் கண்டேன்
ஆழ்வார்கள் - ஓர் எளிய அறிமுகம்
தேடாதே
விருப்பமில்லாத் திருப்பங்கள்
விரும்பிச் சொன்ன பொய்கள்
கை
ஆதலினால் காதல் செய்வீர்
நூற்றாண்டின் இறுதியில் சில சிந்தனைகள்
அப்பா, அன்புள்ள அப்பா
மிஸ். தமிழ்த்தாயே, நமஸ்காரம்!
சிறு சிறுகதைகள்
வாரம் ஒரு பாசுரம்
வானத்தில் ஒரு மௌனத்தாரகை
கடவுள் வந்திருந்தார்
அனுமதி
ஓலைப் பட்டாசு
சேகர், சிங்கமய்யங்கார் பேரன்
கம்ப்யூட்டரே ஒரு கதை சொல்லு
டாக்டர் நரேந்திரனின் வினோத வழக்கு
நிஜத்தைத் தேடி
பாதி ராஜ்யம்
சில வித்தியாசங்கள்

பிரிவோம் சந்திப்போம்

இரு பாகங்களும்

சுஜாதா

கிழக்கு

பிரிவோம் சந்திப்போம்
Pirivom Sandhippom
by Sujatha
Sujatha Rangarajan ©

Kizhakku First Edition: December 2010
368 Pages
Printed in India.

ISBN 978-81-8493-614-8
Title No. Kizhakku 595

Kizhakku Pathippagam
177/103, First Floor,
Ambal's Building, Lloyds Road,
Royapettah, Chennai 600 014.
Ph: +91-44-4200-9601
Email : support@nhm.in
Website : www.nhm.in

Cover Image : Shutterstock

Kizhakku Pathippagam is an imprint of New Horizon Media Private Limited

This book is sold subject to the condition that it shall not, by way of trade or otherwise, be lent, resold, hired out, or otherwise circulated without the publisher's prior written consent in any form of binding or cover other than that in which it is published and without a similar condition including this the rights under copyright reserved above, no part of this publication may be reproduced, stored in or introduced into a retrieval system, or transmitted in any form or by any means (electronic, mechanical, photocopying, recording or otherwise), without the prior written permission of both the copyright owner and the above-mentioned publisher of this book.

ரகுபதி ஓர் இஞ்ச் உயரத்தில் மிதந்து
சென்று வீட்டுக்கு வந்தான்.
மதுமிதாவைத் திறந்து முகத்தில்
மதுமிதாவை இறைத்துக் கொண்டு,
மதுமிதா போட்டுக் கழுவிக்கொண்டு,
மதுமிதாவால் துடைத்துக்கொண்டு,
மதுமிதாவைத் திறந்து மதுமிதாவைப்
படித்தான்.

1

I love you sometimes foolishly and at those moments I do not understand that I could not, would not, and should not be so absorbing a thought for you as you are for me.

- ஒரு பிரெஞ்சு காதல் கடிதத்திலிருந்து

திருநெல்வேலி ஜங்‌ஷனில் அந்த ரயில் வண்டி தன் எக்ஸ்பிரஸ் ஸ்தானத்தை இழந்து மூன்று பெட்டிகளுக்குக் குறைக்கப்பட்டுக் கடைசி பிளாட்பாரத்தில் புறக்கணிக்கப்பட்டது. ரகுபதி எதிரே இருந்த பெரியவரிடம், 'ஐயா! கொஞ்சம் இந்தப் பெட்டியைப் பாத்துக்கிறீங்களா? காப்பி சாப்பிட்டுட்டு வந்துர்றேன்' என்றான்.

'தாராளமாப் போயிட்டு சீக்கிரம் வாங்க. வண்டி புறப்பட்டுறப் போவுது!'

'இந்த வண்டி லேசில புறப்படாதுங்க, ரெண்டு மணி நேரம் ஆகும். இன்ஜின் தேடிக்கிட்டு இருப்பாங்க.' பெரியவர் சிரிக்கவில்லை. 'அம்பாசமுத்திரத்தில் நிக்குமுங்களா?'

'நிக்கும், நான் அங்கதானே இறங்கறேன்!'

'அம்பாசமுத்திரத்தில் எங்கே?'

'நான் பஸ் புடிச்சு பாவநாசம் போறங்க.'

'பாவநாசத்தில் எங்க?'

'அங்கிருந்து அப்பர் டாம் போகணுங்க. எங்கப்பாரு அங்க ப்ராஜக்டில் இன்ஜினியரா இருக்காரு.'

'பேரு?'

'கோவிந்தராஜ்.'

'உங்களுக்கு டவுன்ல போத்தி ஓட்டல் இருக்குதா?'

'சேச்சே! நாங்கள்ளாம் மதுரைங்க.'

'மதுரைல எங்க?'

'உன் தலை மேல' என்று சொல்லும்வகைக்கு எரிச்சல் வந்தது. பெரியவர் ராத்திரி பூரா வாணியம்பாடி விபத்தில் தான் தப்பித்ததைப் பற்றி உரத்த குரலில் பேசி கம்பார்ட்மெண்ட் முழுவதையும் விழிப்பில் வைத்திருந்தார். விபத்தில் போயிருக்க வேண்டும் என்று அநியாயமாக நினைத்தான். பெட்டியை விட்டு வெளியே வந்தான். மழை பெய்ததில் பிளாட்பாரம் நனைந்திருந்தது. வானத்தில் கந்தலாக மேகங்கள் மிச்சமிருந்தன. மேம்பாலத்தில் இருபது வயது மதிக்கத்தக்க இளைஞன் அணுகி, 'பிரதர் என்கிட்ட ஃபோர் அணாஸ் இருக்கு. இன்னும் ஃபோர் அணாஸ் கிடைச்சா ஒரு காப்பி சாப்பிடுவேன்' என்றான். தன் சொந்தப் பிரச்னையை அன்னியோன்னிய நண்பனிடம் பேசுவது போலத் தான் இருந்தது அவன் தொனி.

'பிரதர்! உனக்கும் எனக்கும் அதிக வித்தியாசமில்லை. எனக்கும் வேலை யில்லைதான். நீ மேம்பாலத்துக்கு வந்துட்ட, என்னை மேம்பாலத்துக்கு வர எங்கப்பா விட மாட்டாரு!' நாலணா கொடுத்துவிட்டு ஜங்ஷனுக்கு வெளியே வந்தான். கடைக்காரன் முகம் தெரியாமல் வாரப் பத்திரிகைகள் மறைத் திருந்தன. ஒரே சிகரெட் வாங்கி பைக்குள் பத்திரப்படுத்திக்கொண்டான். இரைச்சலாகி இருந்த ஓட்டலுக்குள் சென்று காது குத்தின பித்தளை டம்ளரில் காப்பி சாப்பிட்டான். பசித்தால் அம்பையில் டிபன் சாப்பிட்டுக் கொள்ளலாம்.

இன்டர்வியூவின் நினைவு வந்தது. Why do we use AM for video in TV?

ச்சே! பேண்ட்விட்த்! என்ன சுலபமாகப் பதில் சொல்ல வேண்டியது! சட்டென்று சொல்ல முடியாமல் தயங்கி, அவர்கள் மௌனமாகத் தன் முகத்தையே பார்த்துக்கொண்டு காத்திருக்க....

'ஆல் ரைட், யூ மே கோ!' நிச்சயம் கிடைக்காது! ரகுபதிக்குப் பொதுவாக ஓர் ஆத்திரம் வந்து பக்கத்தில் கிடந்த நிரம்பியிருந்த குப்பைத் தொட்டி ஒன்றை உதைத்தான். பி.இ. பாஸ் பண்ணினாலும் வேலை கிடைக்கும் நிச்சயம் இல்லை. அதற்குப் பின்னும் பரீட்சை, பி.எச்.இ.எல் பரீட்சை, பி.இ.எல் பரீட்சை, என்.டி.பி.சி பரீட்சை! பரீட்சை எழுதியே செத்துச் சுண்ணாம்பாகிப் போய், அப்புறம் அந்தக் கட்டத்தைத் தாண்டி, அசுரனின் உசிர் நிலை கிடைத்ததுபோல இண்டர்வியூ கால் வந்து, கடைசியில் பேண்ட்விட்த் என்கிற ஒரு வார்த்தை பதில் அவன் வாழ்க்கையையே திசை திருப்புகிறது. மற்றொரு கதவு மூடப்படுகிறது!

பெரியவர் அவன் பெட்டிமேல் கைவைத்துக்கொண்டு பத்திரமாகத்தான் பார்த்துக்கொண்டிருந்தார். அவர் பார்வையிலிருந்து விலகி சிகரெட் பிடித்தான். மேலே போனால் அதிகம் சிகரெட் பிடிக்க முடியாது. ஒரு நாளைக்கு இரண்டு மூன்றுதான் முடியும். அப்பாவுக்குத் தெரிந்துதான் இருக்க

வேண்டும். வேலை கிடைக்கும்வரையாவது சிகரெட் பற்ற வைக்கும் ஒவ்வொரு சமயமும் குற்ற உணர்ச்சி தோன்றும். இது நான் சம்பாதித்த காசில்லை!

வேலை! வேலை! வேலை மாலை அணிந்ததும் உலகமே அவனைப் பார்த்துப் புன்னகைக்கிறது. ஹாலுக்கு வரவேற்கிறது. பெண்ணைக் கல்யாணத்துக்குக் கொடுக்க இசைகிறது.

அம்பையில் இறங்கினதும் பஸ் ஸ்டாண்டுக்கு நடந்தான். அப்பர் டாம் போகும் பஸ் வாசலில் கூட்டம் அதிகமிருந்தது. கண்டக்டர் தனிப்பட்ட முறையில் வெளியே டிக்கெட் கொடுத்துக் கொண்டிருக்க, 'ஐயா, ஒரு விக்ரமசிங்கபுரம்!' 'ஒரு பாபநாசம்!' என்று பல குரல்கள் கெஞ்சலில் கண்டக்டர், 'இது பாருங்க, அப்பர் டாம் டிய்ட்டு யாராவது இருக்குதா?'

'இதோ' என்று பாய்ந்தான் ரகுபதி. ஒரு நிமிஷம் வேலை கிடைத்துவிட்ட மாதிரி சந்தோஷமாக இருந்தது. அவனுக்கு. 'அண்ணாச்சி, அம்பாசமுத்திரத் துல எவ்வளவுங்க ஜிடி?' என்று டிரைவரைப் பார்த்துக் கண்டக்டர் கேட்க, கட்டபொம்மனாகப் பெயர் மாறினாலும் பழைய டி.வி.எஸ் சம்பிரதாயங்கள் இன்னும் இருப்பதும் தூரப் பிரயாணிகளுக்கு ஒரு நியாயம் இருப்பதும் அவனுக்கு சந்தோஷமாக இருந்தது. இந்த கண்டக்டரைப் பற்றி டயரியில் எழுதவேண்டும். நிரம்பி வழிந்த பஸ்ஸில் திருநெல்வேலி இயங்கியது.

'என்னவே, பாத்துக்கிட்டு நிக்கயளே, போவட்டும்!'

'ஏன் போட்டுத் தொண்டையைத் தீட்டுதே, டயம் இருக்கில்லை?'

'என்னடே, ஒன்னை ஆசுத்திரிலே வெச்சுப் பாத்தனே?'

எல்லாவற்றையும் அங்க வெச்சு, இங்க வெச்சுப் பார்க்கும் இந்தத் தமிழ் அவனுக்குப் பல தருணங்களில் புரியாது. இருந்தும் தாமிரபரணியைப்போல ஒரு களங்கமற்ற தன்மை எல்லார் சகவாசத்திலும் இருக்கிறது. பஸ் புறப்படுவது அவன் எதிர்காலத்தைப்போலத் தீர்மானமில்லாமல் இருந்தது. அப்பா இருக்கிறவரைக்கும் கவலையில்லை. 'டியர் சார்' என்று டைப் அடித்த விண்ணப்பங்களாக மற்றொரு நம்பிக்கையைப் பற்றிக்கொண்டு காலம் தாழ்த்தலாம். என்றாவது ஒரு நாள், யாராவது ஏமாந்து வேலை கொடுக்காமலா இருக்கப் போகிறார்கள்?

'மிஸ்டர் ரகுபதி, இந்த பென்சிலை வைத்துக்கொண்டு அந்த மூலை நேர் கோணமா என்று கண்டுபிடிக்க முடியுமா பாருங்கள்!'

யோசனை, தவிப்பு! 'ஐம் ஸாரி சார், ஐம் அனேபிள் டு ஆன்ஸர் தட்!'

'போங்கடா பொங்கிப் பசங்களா' என்று பதில் அளித்திருக்க வேண்டும்.

பஸ் புறப்பட்டு விக்கிரமசிங்கபுரம்வரை கூட்டம் அம்மியது. ஹார்வி மில்ஸ் தொழிலாளர்கள் எம்.ஜி.ஆர் க்யூவில் நின்று கொண்டிருந்தார்கள். இ.எஸ்.ஐ. டிஸ்பென்சரி இடம் மாறியிருந்தது. தாமிரபரணி நதி தெரிந்தது. மழை நிரம்பிச்

சலசலத்தது. பாவநாசத்தில் குரங்குகள் மாறவில்லை. மீன்களுக்குப் பொரி அள்ளிப் போடுபவர்களும் அகஸ்தியர் காலத்திலிருந்து மாறவில்லை. மலை தெரிந்தது. பச்சைப் போர்வையில் பாதை வெட்டப்பட்டு மோகனமாகப் பள்ளத்தாக்கை அங்கங்கே காட்டிக்கொண்டு பஸ் ஊர்ந்தது. பவர் ஹவுஸ் தெரிந்தது. அருகே புதிய கட்டடம் பாதி வளர்ந்திருந்தது. பெரிய பைப் குழாய்கள் ஜப்பானிய இன்ஜினியர்கள் வருகைக்காகக் காத்திருந்தன. வெள்ளித் தகடு போல டைவர்ஷன் வியரில் தண்ணீர் ததும்பிக் கொண்டிருந்தது

இறங்கி, பெட்டியை எடுத்துக்கொண்டு நடந்தான். சரியும் பாதையில் அஸ்பெஸ்டாஸ் வீட்டுக் கூரைகள் தெரிந்தன. கல்யாண ரிசப்ஷன் போல லேசாகத் தூறல் தெளித்தது. டென்னிஸ் கோர்ட் மௌனமாக இருந்தது. பிராஜக்ட் ஆபீசரின் வீடு தனியாக உயர்ந்து தெரிந்தது. மரக்கிளைகளுக்கு இடையில் நதி மறுபடி தெரிந்தது. அப்பா இந்நேரம் சைட்டிலிருந்து வந்திருப் பார். முதல் கேள்வி, 'என்ன ஆச்சு இன்டர்வ்யூ?' கேட்டுத்தான் ஆகவேண்டும். அவர் அப்பா இல்லையா? மனைவியை இழந்தும் கல்யாணம் பண்ணிக் கொள்ளாமல் தன் ஒரே மகனுக்குத் தியாகம் செய்து படிக்க வைத்தவர் இல்லையா? தன்னைப் போல் மற்றொரு இன்ஜினியர் உருவாகவேண்டும் என்று ஆசைப்படுகிறவர் இல்லையா? இன்ஜினியராகி, கல்யாணம் செய்து கொண்டு இன்னொரு இன்ஜினியரைப் பெற்றெடுத்து...

வீட்டுக் கதவு பூட்டியிருந்தது. சன்னல்மேல் எடுப்பு சாப்பாட்டு டிபன் காரியர் வைத்திருந்தது. அதை இங்கேயே திறந்து சாப்பிட்டுவிடலாம்போலப் பசித்தது. ரகுபதி காத்திருந்தான். பக்கத்துவீட்டு ஓவர்சியர் தன் தோட்டக் கொத்தலிலிருந்து நிமிர்ந்து, 'இப்பத்தான் வரியா?' என்றார்.

'ஆமாங்க!'

'வேலை கிடைச்சுடுத்தா?'

'அதுக்குள்ளே தெரியாது!'

'நான் சொன்னேனே காஸட், வாங்கிண்டு வந்தியா?'

'ஓ ஸாரி, மறந்துட்டேன் மாமா!'

உடனே அவனை விரோத லிஸ்டில் சேர்த்துவிட்டு தோட்டக் கொத்தலுக்கு மீண்டார். அப்பா எப்போதும்போல காக்கி அரை டிராயரும் பனியனும் ஸோலா தொப்பியும் அணிந்து தெருக்கோடியில் தெரிந்தார். இவனைப் பார்த்ததும் வேகமாக நடந்து வந்தார். பத்து கஜத்திலேயே புன்னகைத்தார். பதில் புன்னகையில் வேலை கிடைத்துவிட்டது என்கிற செய்தியை எதிர்பார்த்தார்போலும்.

'ரெண்டு மணி பஸ்ஸில வந்த இல்லை? கீழ இருந்து நீ இறங்கியதை நான் பார்த்துக்கிட்டே இருந்தேன். ஜீப்பு வெளியே போயிருந்தது. படியேறி வந்தேன்.'

‘பசிக்குதப்பா!’

‘ரெண்டு சாப்பாடு கொண்டு வந்திருப்பா. வா, சாப்பிடலாம்!’

அப்பா அந்தக் கேள்வியை இன்னும் கேட்காதது அவனுக்குத் தவிப்பாக இருந்தது. சாப்பிட்டுவிட்டுக் கேட்பார்.

மேஜைமேல் மௌனமாக இலை விரிக்கப்பட்டு அவனுக்கு அவரே பரிவுடன் பரிமாறினார்.

‘யு லுக் டயர்ட் ரகு!’

‘இண்டர்வ்யூ சரியாச் செய்யலைப்பா!’

‘பரவாயில்லை, நெக்ஸ்ட் டைம்.’

‘இதோட மூணாச்சு’

‘பரவாயில்லை, அடுத்த முறை நல்லாச் செய்’

‘எனக்கு பயமா இருக்கப்பா!’

‘என்ன பயம்?’

‘வேலை கிடைக்காமலேயே இருந்துறப் போவுதோன்னு...’

‘ஐம் பிரிப்பார்ட் ஃபர் தட் ஆல்ஸோ.’

‘ஐம் நாட்!’ என்று அழுத்தமாகச் சொன்னான்.

‘சாப்பிடு முதல்ல.’

‘என்ன, இந்தத் தடவையும் கிடைக்கலை போலிருக்கே?’ என்று பக்கத்து வீட்டுக்காரர் ஸ்வாதீனமாக உள்ளே நுழைந்தார்.

‘ஆமா, நீங்க ஆசீர்வாதம் பண்ணி அனுப்பிச்சிங்க இல்லை!’ என்று அப்பா சிரித்தார்.

‘காம்பெட்டிஷன் சக்ஸஸ்னு பத்திரிகை ஒண்ணு வரது! அதில இண்டர்வ்யூவைப் பத்தி நேக்கெல்லாம் போட்டிருப்பான். என் சித்தி பையன் அதைப் படிச்சுட்டுத்தான்...’

‘ஸ்வாமி!’ அவர் பெயர் ஸ்வாமிநாதன். ‘இதெல்லாம் பத்தி சாயங்காலம் பேசலாமே, இப்ப சாப்டுட்டு இருக்கம்.’

‘காஸட் வாங்கிண்டு வரலையா?’

‘இல்லை சார், டைம் இல்லை.’

‘அப்ப அந்த ட்வென்டிஃபைவ் ரூப்பீஸை...’

‘சாப்பிட்டதும் தந்துர்றேன்.’

‘அவசரமில்லை’ என்று சொன்னார்.

அவர் போனதும் தந்தை மகனைப் பார்த்துச் சிரித்தார். அந்தச் சிரிப்பில் அவர்கள் இருவருக்கும் இடையில் ஒரு சினேகிதம், ஒரு கம்யூனிகேஷன் இருந்தது. ரகுபதிக்கு மனசு லேசாகி விட்டது.

'மத்தியானம் தூங்கு, சாயங்காலம் வாக் போ, டென்னிஸ் போ. ஒரு தம் அடிச்சுட்டு வா' என்று அவனைப் பார்த்துக் கண் சிமிட்டினார்.

'இல்லப்பா... நான் இப்பல்லாம்...'

'அநாவசியத்துக்குப் பொய் சொல்லாதே, நான் உன்னைப் பார்த்திருக்கேன் ரகு! என்னை அப்பான்னு பெடஸ்டல்ல எல்லாம் வெக்காதே. ட்ரீட் மி ஆஸ் எ ஃப்ரண்ட். எல்லாத்தையும் எடுத்து க்ளீன் பண்ணிடறியா? எனக்கு மறுபடி அவசரமா பிராஜக்ட் ஆபீஸுக்குப் போகணும். புதுசா சீஃப் வந்திருக்கார். வேளைக்கு வந்துர்றார்.'

'அவர் எப்படிப்பா?'

'வந்து ஒரு வாரம்தானே ஆயிருக்கு! சுயரூபம் தெரிய இன்னும் ஒரு மாசம் ஆகும். வரேன். அநாவசியத்துக்கு ஒர்ரி பண்ணிக்காதே, ஏதாவது படி. சப்ஜக்ட் படிக்கணும்னு அவசியமில்லை, புதுசா ஒரு ராபின்ஸ் நாவல் வெச்சுருக்கேன். ஸிஸ்ஸில்ஸ் வித் செக்ஸ்!'

அவர் போனதும் புன்னகைத்துக்கொண்டான். உள்ளுக்குள் ஏமாற்றம். இருந்தாலும் அப்பா அதைச் சாமர்த்தியமாக மறைக்கிறார். டிராயரைப் போட்டுக்கொண்டு தொப்பியை மாட்டிக்கொண்டு வேடிக்கையாக நடந்துபோகும் அவரைப் பார்த்துச் சற்றே பரிதாபப்பட்டான். பதினான்கு வருஷமாக மனைவி இல்லாமல் எனக்காகவே என்று இவருக்கு வாழ்க்கையில் என்னைத் தவிர என்ன நம்பிக்கை இருக்க முடியும்? எப்போதாவது வேலை கிடைத்து மணம் புரிந்துகொண்டு பேரப்பிள்ளையை மடியில் வைத்து... கேட்டுவிடவேண்டும் ஒரு நாள். அம்மாவின் படத்தை பெட்ரூமில் வைத்திருந்தார். சின்னதாக, இயல்பாக எடுத்த படம். ஹால் பூரா பெரிசா மாட்டி வெள்ளிக்கிழமை மாலை போடும் பிசினஸ் இவரிடம் இல்லை. இறந்த தினம் இந்துவில் வருஷா வருஷம் விளம்பரம் கொடுத்து,

'டியர் சரஸ்வதி, நீ என்னை விட்டு இந்த நாள் போய் பதினான்கு வருஷங்கள் ஆனாலும் என் மனத்தில் எப்போதும் இருக்கிறாய்! உன் ஞாபகத்துடன் கோவிந்தராஜன் - ரகுபதி, எப்போதும் துக்கத்தில் இருக்கும்...'

இந்த நான்சென்ஸ் எல்லாம் கிடையாது. யோசித்துப் பார்த்தால் அம்மாவைப் பற்றி இவனிடம் அதிகம் பேசியது இல்லை. எப்போதாவது அவள் என்று குறிப்பிட்டு சில சின்ன சம்பவங்களைச் சொல்லுவார்.

மத்தியானம் கொஞ்ச நேரம் தூங்கிவிட்டு, முகம் கழுவிக்கொண்டு பேண்ட் மாற்றிக்கொண்டு, கதவைப் பூட்டிவிட்டு, பக்கத்து வீட்டு ஸ்வாமியிடம் சாவி கொடுத்துவிட்டு, 'அந்த இருபத்தஞ்சு...', மெல்ல டென்னிஸ் கோர்ட்டை நோக்கி நடந்தான். புதுசா வயசான அம்மாள் நீலப் புடைவையும் கான்வாஸ்

ஷூவுமாக மார்க்கருடன் ஆடிக் கொண்டிருந்தாள். 'தம்பி, வந்துட்டிங்களா?' என்று மார்க்கர் கத்தினார்.

இன்று டென்னிஸ் வேண்டாம். நடக்கலாம். மலைப் பிரதேசத்தில் காட்டின் விளிம்பில் அவனுக்கு என்று பிரத்தியேக ராச்சியம் இருக்கிறது. அங்கே போய் புத்தகம் படிக்கலாம். பறவைகளைக் கேட்கலாம். நதியோடு சல்லாபிக்கலாம். டயரி எழுதலாம். ஒரே ஒரு சிகரெட் பிடிக்கலாம்.

'இன்று மறுபடி பாபநாசம் திரும்பி வந்தேன். அப்பாவுக்கு ஏமாற்றமில்லை. ஏமாற்றம் எனக்குத்தான். மிகுந்த ஏ... அப்பாவுடன் பேசினால் சமாதானம். பல துர்ப்பாக்கியங்களுக்கு இடையில் ஒரு பாக்கியம் அப்பா. ஒரு பென்சிலை வைத்துக் கொண்டு சுவர் மூலை நேர் கோணமா என்று எப்படிக் கண்டு பிடிப்பது என்பதை இந்த பிராஜக்டில் உள்ள அத்தனை இன்ஜினியர்களையும் கேட்கப்போகிறேன். போக வர மொத்தம் செலவு நூற்றி அறுபது. ரயில் கட்டணம் மட்டும் திருப்பிக் கொடுத்தார்கள்.'

மரத்தடியில் உட்கார்ந்திருந்தான். லேசாகக் காற்று வீச, மெல்ல வார்த்தை இல்லாமல் மெட்டை மட்டும் பாட ஆரம்பித்தான். தனக்குள் கொஞ்சநேரம் பேசிக்கொண்டான். 'உனக்குத் தெரியுமாடா ஆன்ஸர்? கேக்கறியே கேள்வி! நான் கேக்கறேன் பதில் சொல்லு. ஒரு பேண்ட் பாஸ் ஃபில்டர் எடுத்துக்க...'

அவன் டயரியின் மேல் மிதந்து ஒரு மலர் வந்து விழுந்தது.

தலையை தூக்கி மேலே பார்த்தான்.

அந்த பெண் மரக்கிளையில் காலை ஆட்டிக்கொண்டு உட்கார்ந்திருந்தாள்.

அந்தப் பெண் அந்த மரத்தில் அச்சமில்லாமல் உட்கார்ந்திருந்தாள். அதிக உயரமில்லாமல் இருந்தாலும், அந்தத் தினுசில் ஒரு பெண்ணைப் பார்ப்பது ரகுபதிக்குச் சற்றுப் புதுசாகத்தான் இருந்தது. சட்டென்று அவள் குதித்து இறங்கி அவனைப் பார்த்துக்கொண்டே பின்வாங்கினாள். அவனை நேராகத் தயக்கமில்லாமல் பார்த்தாள். பார்வையில் பயமும் சற்றுக் குறும்பும் இருந்தது. ‘சுதா, சுதா!’ என்று கூப்பிட்டாள். இன்னமும் ரகுபதியைப் பார்த்துக் கொண்டுதான் இருந்தாள். சற்று நேரத்தில் பக்கவாட்டிலிருந்து ஒரு பையன் அவளுடைய பதினைந்து வயது இரண்டாம் பதிப்புபோல் வந்து ‘என்ன மது?’ என்றான். அந்தப் பெண் ரகுபதியைக் காட்டித் தாழ்வாகப் பேசினாள். அந்தப் பையன் இப்போது ரகுபதியைப் பார்த்துச் சிரித்தான்.

ரகுபதிக்குக் கோபம் வந்து, ‘கெட் அவுட்!’ என்றான். அவர்கள் சிரித்துக்கொண்டே ஓடிப்போனார்கள்.

வெட்கமாயிருந்தது. அவர்கள் தன்னைப் பார்த்துச் சிரித்ததில் ஏளனம் இருந்தது. சற்றே திமிரும் பெரிய வீட்டுப் பிள்ளைகளின் கர்வமும் இருந்தது. அந்தப் பெண் சற்று ஆச்சரியமாகத்தான் தோன்றினாள். அவளை அவன் பார்த்ததில்லை. எதற்குச் சிரித்தாள்? நான் எனக்குள் பேசிக்கொண்டது அவளுக்குச் சிரிப்பாக இருந்திருக்கவேண்டும். ரகுபதி தனக்குள் பேசிக் கொள்ளும்போது நாடகம்போல் நடித்துக்கொண்டே எதிரே இருக்கும் ரகுபதியுடன் பேசுவான். அதுதான் சிரித்திருக்கிறாள். இல்லை, தன் தோற்றத்தில் சிரிக்கவேண்டிய அம்சம் ஏதாவது இருந்ததா? பாண்டுக்கு பட்டன் எல்லாம் சரியாகத்தான் இருக்கிறதே? முகத்தில் பவுடர் ஏதாவது திட்டுத்திட்டாகத் தெரிகிறதா?

ரகுபதிக்கு எங்கேயாவது கண்ணாடியில் பார்த்துக்கொள்ள வேண்டும் போலத் தோன்றியது. தூரத்தில் சரிவில் ஆறு தெரிந்தது. ஓலைப் பழுப்பாக இருக்கிறது. அதில் முகம் தெரியாது. புதுசாக மழை வந்த களிப்பில் ஆறு குதூகலத்துடன்

துள்ளிக்கொண்டிருந்தது. அந்தப் பெண்ணைப்போல். அவள் சிரிப்புக்கு அதன் சமீபத்திய இலக்கான என்னை மறந்துவிட்ட ரீதியில் ஒரு மணியோசைத் துல்லியம் இருந்தது. அந்த பெண் யார்? மது... சுதா...

மனது கலைந்துவிட்டதால் அந்த இடத்தில் இனி இருக்க விருப்பம் இல்லாமல் என்ன செய்யலாம் என்று யோசித்தான். ஒரு சிகரெட் பிடித்து விட்டு வரலாம். பலசரக்குக் கடையில் இவன் வந்து சேர்ந்துவிட்டதைச் சொல்லிவைக்க வேண்டும். விக்கிரமசிங்கபுரத்துக்குப் போய் இவனுக்கு என்று பிரத்யேகமாக ஃபில்டர் சிகரெட் வாங்கி வைப்பான். கடினமான பாறைப் பாதையைக் கடந்து ரோட்டுக்கு வந்தான். கடைசி பஸ் புழுதி தொடரச் சென்றுகொண்டிருந்தது. பள்ளிக்கூடப் பையன்கள், விட்டால் போதும் என்று இரைச்சலுடன், மணி அடித்த உடனே ஓடிக்கொண்டிருந்தார்கள். அங்கிருந்த மலைச் சரிவில் டென்னிஸ் கோர்ட் தெரிந்தது. அந்த அம்மாள் இன்னும் மார்க்கருடன் ஆடிக்கொண்டிருப்பது தெரிந்தது.

'எப்ப வந்திய தம்பி?'

திரும்பிப் பார்த்தான். தபால்காரர்! இவர் என்னவோ பிள்ளை... பேர் சட்டென்று ஞாபகம் வரவில்லை!

'மத்தியானந்தாங்க!'

'உத்தியோகம் கிடைச்சுருச்சா?'

'எங்கங்க, இனிமே உங்களை எதிர்பார்த்துக்கிட்டு இருக்கறதுதான் உத்தியோகம்!' என்று சிரித்தான்

'ஏன் அப்படி சொல்லுறியே? நீங்க பெரிய படிப்பு படிச்சிருக்கிறதாச் சொன்னாக. இன்ஜினியருன்னு சொன்னாக... விர்த்தியா வேலை கிடைக்கும்ல?'

'கிடைக்கணும்! கிடைக்கணும்!' என்று புழுதி ஓய ஒதுங்கி இருந்துவிட்டுச் சாலையைக் கடந்து டென்னிஸ் கோர்ட்டை நோக்கி நடந்தான்.

'ஆடர் வந்தா ஒரு நிமிட்ல எங்கையாலயே கொடுக்கேன்' என்று தபால்காரர் சொல்லிவிட்டுச் சென்றார்

சரிவில் குறுக்கே இறங்கி டென்னிஸை வந்தடைந்தான். அந்த அம்மாள் மார்க்கருடன் ஆடிக்கொண்டிருந்தாள். மார்க்கர் அவர்களுடன் ரொம்பப் பொறுமையுடன் ஆடிக்கொண்டிருப்பது தெரிந்தது. ரகுபதி போனவுடன் 'வாங்க தம்பி, ஆடறியளா?' என்றான்.

'இல்லை. ராக்கெட் கொண்டு வரலை முனுசாமி. அம்மா யாரு?' என்று தாழ்ந்த குரலில் கேட்டான். அம்மாள் தன் முகத்தைத் துண்டு போட்டுத் துடைத்துக்கொண்டிருந்தாள்.

'ஆபீசர் ஒய்ப்புங்க. புதுசாக் கத்துகிறாக. எல்லா பாலும் பாணதீர்த்தம் போய் வுளுது. கோர்ட்டுக்கு உள்ளாரவே அடிக்கலை.'

இப்போது அந்த அம்மாள் அவர்கள் அருகில் வந்து புன்னகைத்தாள். இவளை எங்கோ பார்த்திருக்கிறோம் என்று ரகுபதிக்குத் தோன்றியது.

'முனுசாமி, யார் இது?' - உச்சரிப்பில் பட்டணம் தெரிந்தது.

'இவுக இன்ஜினியரு கோவிந்தராசன் மகனுங்கம்மா...'

'அப்படியா? ப்ளீஸ்டு டு மீட் யூ! ஐம் மிஸஸ் கோபிநாத்.'

ரகுபதி மையமாகச் சிரித்தான்.

'ஐயா நல்லா ஆடுவாங்கம்மா... இவுககிட்ட சொல்லிக்கிடலாம் நீங்க' என்றான் கழன்றுகொள்ளும் விருப்பத்துடன்.

'அப்படியா? எனக்குச் சொல்லித்தரும் பொறுமை இருக்குமா இவருக்கு?'

'முதல்லேயே கோர்ட்டுக்கு வராதீங்க. வால் ப்ராக்டிஸ் பண்ணுங்க.'

'வால் ப்ராக்டிஸா?'

'உங்க வீடு எங்க இருக்கு?'

இந்தக் கேள்வி இருவருக்கும் ஆச்சரியத்தை அளித்தது.

'எங்க வீடு தெரியாதா உங்களுக்கு?'

'ஸாரி! தெரியாது.'

'கோபிநாத் யாருன்னு தெரியாது?'

'ஓ எஸ், ஸாரி! மிஸ்டர் கோபிநாத் புதுசா வந்திருக்கிற ப்ராஜக்ட் ஆபீசர்! ஸாரி ஸாரி! அப்பா அவரைப் பத்திச் சொல்லியிருக்கார். உங்க வீடு எங்க இருக்குன்னு நிச்சயம் எனக்குத் தெரியும்' என்று தனியாக ராஜாங்கமாக நின்றுகொண்டிருந்த - இங்கிருந்தே தெரிந்த - வீட்டைக் காட்டினான். 'அங்க ஏதாவது சமமா சுவர் இருந்தா அதுக்கு எதிரே நின்னுக்கிட்டு முதல்ல ப்ராக்டிஸ் பண்ணா, பால் கண்ட்ரோல் வரும்.'

'விஷயம் தெரிஞ்சவர் போல இருக்கே... எங்கே மார்க்கர்கூட ஆடுங்க பார்க்கலாம்!'

'வாங்க!' என்றான் மார்க்கர். அவனுக்கு சாயங்கால சாராயத்துக்கு வேளை ஆகிவிட்டது. இங்கிருந்து மலைப்பக்கம் போய் கீற்றுக் கொட்டகையில் நான்கு போட்டுவிட்டு ராத்திரி ஒன்பது மணிக்கு காம்ப் பூரா கேட்கும்படி யாரையோ திட்டிக்கொண்டே வருவான்.

மார்க்கருடன் ஆடும்போது அந்தப் பெண்ணும் பையனும் திரும்பி கோர்ட்டுக்குள் வருவதைப் பார்த்தான். 'மது! எங்க போயிட்ட கண்ணு?'

'ஹைக்கிங் போயிருந்தோம் மம்மி!' என்றான் பையன். ரகுபதியைப் பார்த்ததும், 'மது, இதப் பாரு!' என்றான். இருவரும் இப்போது ரகுபதியைப்

பார்த்து தமக்குள் பேசிக்கொண்டு சிரித்தார்கள். ரகுபதிக்கு ஆட்டத்தைக் கவனிக்க முடியவில்லை. அவ்வப்போது அவர்களைப் பார்க்கிறபோது அவர்கள், மேலும் ரகசியமாகச் சிரித்துகொள்வது தெரிந்தது. கோபம் வந்தது. சற்றுநேரம் அம்மாள் அவன் ஆட்டத்தைப் பார்த்துக் கொண்டிருந்துவிட்டு, 'நல்லா ஆடறீங்க! இனிமே நீங்கதான் எனக்கு வாத்தியாரு. உங்க பேரு?'

'ரகுபதி!' என்றான் கோர்ட்டைவிட்டு வெளியே வந்து.

களுக் என்று சிரிப்பு!

'என்ன மது? எதுக்குச் சிரிக்கிறீங்க?'

'ஒண்ணும் இல்லையம்மா.'

'நாளைக்கு வரீங்களா? நீங்க படிக்கிறீங்களா?'

'படிப்பு முடிஞ்சுருச்சு...'

களுக்!

'என்ன படிச்சிருக்கீங்க?'

'இன்ஜினியரிங்'

களுக்!

'வேலைல இருக்கீங்களா?'

'இல்லை, அப்ளை பண்ணியிருக்கன்.'

இப்போது அந்தப் பெண் தன் தம்பியைப் பார்த்துக்கொண்டு குலுங்கிக் குலுங்கிச் சிரித்தாள்.

'என்ன மது? எதுக்காக ரெண்டு பேரும் சிரிக்கிறீங்க?'

'இவங்க யாரு? என்றான்.

'என் ஸன், டாட்டர். இவ பேரு மதுமிதா... இவன் சுதாகர்...'

இப்போது அவர்கள் சிரிப்பை அடக்க முடியாமல் கோர்ட்டுக்கு ஓரமாக கறுப்புத் தட்டியின் அருகில் சென்று இரண்டு கைகளாலும் வாயைப் பொத்திக்கொண்டு சிரித்தார்கள்.

'என்ன மது, எதுக்கு இப்படிச் சிரிக்கறே?'

'என்னைப் பார்த்துச் சிரிக்கிறாங்க.'

'உங்களைப் பார்த்தா? வாட்ஸ் இட் மது?'

'அப்படி நாகரிகம் இல்லாம வளர்த்திருக்கீங்க...' என்று சொல்லிவிட்டு விரைவாக நடந்து சென்றான்.

கோர்ட்டைவிட்டு வெளியே வரும்போது, 'மது! ஸ்டாப் இட் திஸ் மொமெண்ட்! அப்பாகிட்டச் சொல்லட்டுமா?' என்று தாயின் அதட்டல் கேட்டும் அந்தப் பெண்ணின் சிரிப்பொலி தொடர்ந்து கேட்டது.

ரகுபதிக்குக் கோபம், அழுகை, எரிச்சல் எல்லாம் வர வேகமாக வீட்டை நோக்கி நடந்தான். பணக்காரர்கள், திமிர் பிடித்தவர்கள். ஒரு கணம் இரண்டு பேரையும் கழுத்தை நெரித்துக் கொல்ல வேண்டும்போல இருந்தது. அப்பாவிடம் சொல்லவேண்டும். அந்த கர்வம் எல்லாம் அவர்களோடு இருக்கவேண்டும். வேலை கிடைத்து ப்ராஜெக்டைவிட்டுப் போவதற்குள் ஒருநாள் இவர்களை நோக்கி ஓர் அரைச் செங்கல்லை வீசிவிட்டுத்தான் போக வேண்டும்... பாத்ரூமுக்குப் போய் முகம் கழுவிக் கொள்ளும்போது தனக்குள் காரசாரமாகப் பேசிக்கொண்டான். 'நீ ப்ராஜக்ட் ஆபீசர் மகளா இருந்தா எனக்கு என்னடி?' சமையல் அறைக்குள் சப்தம் கேட்க, பேசுவதை நிறுத்திவிட்டான். 'அப்பா!' என்றான்.

'அப்பா இல்லை!' என்று ஒரு பெண் குரல் கேட்டது.

சமையல் அறையிலிருந்து அந்தப் பெண் வந்தாள். பாவாடை தாவணியுடன் பதினெட்டு வயது மதிக்கத்தக்கவளாக இருந்தாள். 'நீ யாரு' என்று கேட்டான் ரகுபதி.

'நீங்க யாரு!' என்றாள் அவள்.

'ரகுபதி...'

'மாமாவோட பையனா?' என்றாள் ரகுபதி. அவளை நேராகப் பார்க்காமல் 'ஆமா' என்றான்.

'நான் தருமு மாமி பொண்ணு. அம்மா சமைக்க வர முடியலை... உடம்பு சரியில்லை. அதுக்காக என்னை அனுப்பிச்சா.' நடையில் ஒரு குழந்தை தவழ்ந்துகொண்டிருந்தது.

'யார்து குழந்தை?'

'எம்புள்ளை மாமா! டேய் சேகர்! மாமா பாருடா!' குழந்தை நாள் பூரா தரையில் புரண்டதுபோல் அழுக்காக ரகுபதியைப் பார்த்து ங் என்றது. அரைஞாண் கயிற்றில் தாயத்து கட்டி இருந்தது. ரகுபதி இப்போது அந்தப் பெண்ணைப் பார்த்தான். அவளே குழந்தை போலத்தான் இருந்தாள், 'எல்லாம் பண்ணி அடுப்படிலே மூடி வெச்சுட்டேன் மாமா! அப்பா வரதுக்கு நாழியாகும்னா ரசத்தைச் சூடு பண்ணிக்கோங்கோ. வாடா சேகர்!' என்று அதை ஒரு கையால் எடுத்துக்கொண்டு போகிற வழியெல்லாம் முத்தம் கொடுத்துக்கொண்டே போனாள். ரகுபதி முகம் கழுவிக் கொண்டு ரேடியோவை இயக்கிக் குறிக்கோள் இல்லாமல் சிற்றலையில் நிரடினான். 'ஏய் துத்து' என்று அழுத்தமாக சைனா கேட்டது. மாவத்தன்பட்டி கிருஷ்ணன், சரஸ்வதி ஆகியோர் முரட்டுக்காளை படத்தில் ஷைலஜாவை விரும்பிக் கேட்டிருக்க அவள், 'மாலை மச்சான், ஆசை வெச்சான், வரலாமா தொடலாமா' என்றாள். அப்பாவின் புத்தகங்களை மேய்ந்தான். வேதாந்தத்தின் கூடவே ராபின்ஸனும்

இருந்தது. சிரித்துக் கொண்டான். அப்பாவுக்கு எதிலும் அதிக நம்பிக்கை கிடையாது. சின்மயானந்தா கேட்டு விட்டு ஐ.வி.சசி படத்துக்குப் போவார். இரண்டுக்கும் அவருக்கு முரண்பாடே கிடையாது. ஒருநாள் அவரைக் கேட்டு விடவேண்டும்... மது-சுதா! ஏதாவது ஒரு விதத்தில் அவர்களைப் பழி தீர்க்கவேண்டும். மறுபடி ஊமைக் கோபம் ததும்பியது.

என்னைப் பார்த்தால் எல்லாருக்கும் சிரிப்பாக இருக்கிறது. 'கேலி பண்ணு' என்று நெற்றியில் எழுதி ஒட்டியிருக்கிறது. 'உறவில் கலப்பதும் பிரிவில் தவிப்பதும் ஒரே நிலவு' என்று ரேடியோ சிலோன் அடுத்த பாட்டில் சொல்லிக்கொண்டிருக்க, ரகுபதி தனக்குள் பேசிக்கொண்டான்

இது பேச்சுக்கூட இல்லை. ஒருவிதமான வால்டர் மிட்டித்தனம், ஒவ்வொரு நாளும் ஒவ்வொரு விதமாகத் தன்னை நினைத்துக் கொள்வான். இந்த முறை பியார்ன் போர்குடன் கடுமையான போட்டியாக டென்னிஸ் ஆடி விட்டு டை-பிரேக்கர் வரை வந்து போர்க்கின் சர்வீஸை உடைத்து ஜெயித்ததும் போர்க் நேராகப் பாய்ந்துவந்து கைகுலுக்கி 'வெல்டன் ரகு' என்று சொல்லிவிட்டு, கடுமையான முகத்துடன் கோர்ட்டை விட்டு வெளியே போக, பார்வையாளர் மத்தியில் மதுவும் சுதாவும் ஆ என்று வாயைப் பிளந்துகொண்டு பார்த்துக் கொண்டிருந்துவிட்டு அவனை மொய்த்த கூட்டத்தின் ஃப்ளாஷ் பல்பு மினுக்கலின் மத்தியில் திணறிக்கொண்டு வந்து, அந்த மது கண்ணில் நீர் பொங்க 'மிஸ்டர் ரகு, உங்க திறமையைப் புரிஞ்சுக்காம அன்னிக்கு சிரிச்சதுக்கு அவமானப்படறேன். ஸாரி ஸாரி ஸாரி!'

'யாருடா ஸாரி?' என்று அப்பா நுழைய வெட்கத்துடன் தன் கனவை ரத்து செய்துவிட்டு மையமாகச் சிரித்தான். 'ரேடியோவை நிறுத்து, எனக்கு தமிழ் சினிமாப் பாட்டு கேட்டா கான்ஸ்டிபேஷன் வந்துரும். என்ன, ஏதாவது சாப்டியா?'

'இல்லைப்பா, நீங்க வந்ததும் சாப்ட்டுக்கலாம்னு காத்திருக்கேன்.'

'சமையக்கார அம்மா வந்திருந்தாளா?'

'இல்லை ஒரு பொண்ணு. அந்தம்மாவுக்கு உடம்பு சரியில்லையாம்'

'ஓ, ஜெயந்தி வந்திருந்ததா!'

'இந்த வயசில கைல குழந்தை!'

'அது மட்டும் இல்லை. புருஷன்கூட வாழ்ந்து அவன் துரத்திவிட்டும் ஆச்சு.'

சமையல் பாத்திரங்களைத் திறந்து ஆராய்ந்தார். 'கொஞ்சம் உப்பை அள்ளிப் போடும். எங்க எங்க போயிருந்தே? சொல்லு.'

'எங்கயும் இல்லையப்பா. காட்டில கொஞ்சம் அலைஞ்சேன். டென்னிஸ் கோர்ட்டுக்குப் போயிருந்தேன்.'

'எங்க பாஸ் மனைவியைப் பார்த்தியா?'

'பாத்தேன்பா.'

'எப்படி டென்னிஸ் ஆடறாங்க அம்மா?'

'இப்பத்தான் கத்துக்கறாங்க, உங்க பாஸ் பொண்ணையும் பையனையும் பார்த்தேன்.'

'மதுமிதா, சுதாகர்! சார்மிங், இல்லை?'

'எனக்கு அவங்களைப் பிடிக்கலை, எப்பப் பார்த்தாலும் இளிச்சுக்கிட்டு... ஐ டோன்ட் லைக் தெம்.'

'அழகான பொண்ணு.'

'கொஞ்சங்கூட பண்பே இல்லை.'

'உன்னைப் பார்த்துச் சிரிச்சாங்களா?'

'ஆமாம்பா...'

'உன்னைப் பார்த்துச் சிரிக்கறதுக்கு என்ன இருக்கு?'

'எனக்குப் புரியலை, விட்டுத் தள்ளுங்க.'

'அவங்களைப் பொருத்தவரையிலும் இந்தப் பிரதேசத்துக்கு பிராஜக்ட் ஆபீசர்தான் ராஜா மாதிரி. அதனால் கொஞ்சம் கர்வம் இருக்கலாம். கொஞ்சம் கர்வத்தை மத்த எல்லாரும் சகிச்சுக்கத்தான் வேணும். ஆனா அப்பனைச் சந்திச்சு அவரோட பேசியிருக்கிறேனே! அப்படி ஒண்ணும் அகராதி பிடிச்ச ஆளாத் தெரியலையே...'

'பொண்ணு சுகமில்லை.'

தோட்டத்துக்குப் போய் வாழை இலை அறுத்து வந்து அலம்பித் தரையில் போடுவதற்குமுன் வாயிற் கதவைத் தட்டும் சப்தம் கேட்டது. 'யாரு பாரு, சாப்பிடற வேளையில், பிரேக்டவுன்னா நான் வீட்டில் இல்லைன்னு சொல்லிரு. இப்பத்தான் நிம்மதியா வந்து உட்கார்ந்தேன்.'

ரகு வாயிற் பக்கம் சென்றான். கதவைத் திறந்ததும் இரண்டு சைக்கிள்களைப் பார்த்தான். மதுமிதாவும் சுதாகரும் நின்று கொண்டிருந்தார்கள். இவனைப் பார்த்தும் சற்றுத் தயக்கத்துடன் ஒருவரை ஒருவர் பார்த்துக்கொண்டு அந்தப் பையன் மென்று விழுங்கி, 'அங்கிள் ஐம் ஸாரி' என்றான். அக்காவைப் பார்த்தான். அவள் தலைப் பின்னலை நிரடிக்கொண்டு கீழ்ப்பார்வை பார்த்துக்கொண்டு 'ரொம்ப ஸாரி சார்' என்றாள்.

'எதுக்கு?'

'சாயங்காலம் உங்களைப் பார்த்துச் சிரிச்சதுக்கு, மன்னிச்சுருங்க...'

'இட்ஸ் ஓக்கே, நான் அப்பவே மறந்துட்டேன். சொன்னப்புறம் தான் நீங்க சிரிச்சதே ஞாபகம் வர்றது, இட்ஸ் ஓக்கே, இட்ஸ் ஓக்கே!' என்றான் சற்று ஸ்டைலாக.

அந்தப் பெண் உதடு துடிக்க, ‘சார்! ஒரு ரிக்வெஸ்ட்.’

‘என்ன?’

‘எங்ககூட நீங்க வீட்டுக்கு வரணும். அப்பா அம்மாவைப் பார்த்து எங்கமேல உங்களுக்குக் கோபமில்லைன்னு சொல்லணும்.’

‘அதெல்லாம் தேவையில்லை.’

‘ப்ளீஸ்! அவங்க ரெண்டு பேரும் எங்ககூட அதுவரைக்கும் பேசமாட்டாங் களாம். தயவு செய்து நீங்க வரணும் சார்’ என்று கண்களில் சற்றே கண்ணீருடன் கெஞ்சினாள்.

‘கொஞ்சம் இரு. சாப்பிட்டுட்டு வர்றேன்’ என்றான் ரகுபதி புன்னகையுடன். ‘உள்ளே வாங்க.’

‘யாரு? அட, மது, சுதா! எங்க இந்தப் பக்கம்?’

‘உங்க இவர்கிட்ட வந்து வந்து...’

‘சாயங்காலம் என்னைப் பார்த்துச் சிரிச்சதுக்கு அப்பாலஜி’ என்று சிரித்தான் ரகு.

‘சேச்சே! அதெல்லாம் எதுக்கம்மா?’

‘இல்லை சார். எங்கப்பாவை உங்களுக்குத் தெரியாது. நாங்க காத்திட்டு இருக்கோம். நீங்க மெதுவாக வாங்க சார். வந்து, அப்பாகிட்ட உங்களுக்கு எதுவும் கோபமில்லைன்னு சொல்லிடுங்க.’

‘அதுக்காக இந்த இருட்டில வந்தீங்க? சரியாப் போச்சு! வாம்மா, உக்காரு, ஏதாவது சாப்பிடறியா?’

‘நோ! தாங்ஸ் அங்கிள்!’ அந்தப் பெண் அலமாரியைப் பரிசோதிக்க, ரகுபதி அப்பாவைப் பார்த்துக் கண் இமைத்துவிட்டுச் சாப்பிட உட்கார்ந்தான்.

‘ஐ டோல்ட் யூ ஹி இஸ் எ ஸ்ட்ரிக்ட் மேன்!’

அந்தப் பெண் லேசாகப் பாடிக்கொண்டே ஹாலில், ‘அங்கிள்! பூனை வளர்க்கறீங்களா?’ என்றாள்.

‘இல்லையம்மா, எதோ ஸ்ட்ரே கேட் அது. சாப்பாடு சமயத்துக்கு வரும்.’

‘நான் எடுத்துட்டுப் போகட்டுமா இதை?’

‘தொடாதே, பிறாண்டிடும்!’

‘ஹௌ ஸ்வீட்! புஸ்ஸி புஸ்ஸி!’ இவர்கள் சாப்பிடத் தொடங்க, கொஞ்ச நேரத்தில் பூனையை யாரோ மிதித்ததுபோலச் சப்தம் வந்தது. ‘என்ன சுதா இது, காதைப் பிடிச்சு இழுக்கற? கடிச்சுரும்!’

‘பையன்தான் ரொம்ப விஷமம். பொண்ணு சாதுதான்’

'இந்த ராத்திரியில் மன்னிப்பு கேட்க அனுப்பிச்சிருக்காரே! ஸ்ட்ரேஞ்ச் மேன்!' சாப்பிட்டுவிட்டு, சட்டை மாற்றிக்கொண்டு வெளியே வந்தான். சில்லென்றிருந்தது. தூரத்தே தாமிரபரணி கேட்டுக்கொண்டிருந்தது. மார்க்கர் குடித்து முடித்துவிட்டுத் தெருவில் எதிரே வந்த மதுமிதாவைப் பார்த்து, 'பொட்டைக் கழுதை அப்புறம் மருவாதை கெட்டுப் போயிராது? கெட்டுப் போயிராது!' என்று திரும்பத் திரும்பக் கேட்டான்.

'மார்க்கரா இது?'

'அவன்தான்! ஆனா இப்ப அவன் இல்லை!'

'சார்! நீங்க உக்காந்துக்கங்க, டபிள்ஸ் போகலாம்' என்றாள்.

'நோ... நோ, நான் நடந்து வரேன்!'

'அப்ப நீங்க ஓட்டுங்க!' என்றாள். சைக்கிளின் முன்பக்கக் குறுக்குக் கம்பியில் உட்கார்ந்துகொண்டு ஹாண்டில் பாரைப் பிடித்துக்கொண்டு அவனுக்காகக் காத்திருந்தாள். ரகுபதி சற்றுத் தயக்கத்துடன் சைக்கிளில் ஏறிக்கொண்டு செலுத்தினான்.

மதுமிதா அவன் மேல் இயல்பாகப் பட்டாள், அவளிடம் பலவித வாசனைகள் இருந்தன. கொஞ்சம் செண்ட், கொஞ்சம் வியர்வை, கொஞ்சம் ரகுபதிக்கு பரிச்சயமே இல்லாத வாசனை. அவன் முகத்தில் அவள் தலைமயிர் அவ்வப் போது பட்டது. ஏற்றத்தில் மிதிக்கும்போது முகம் பட்டது. திருப்பத்தின் போது மார்பு பட்டது. ரகுபதிக்கு திடீர் என்று காய்ச்சல் வந்தது. ஒரே சமயம் சில்லென்றும் சூடாகவும் உணர்ந்தான். பெண்ணைத் தொட்டதே இல்லை. பத்தடிக்கு உட்பட்டு எந்தப் பெண்ணையும் பார்த்ததே இல்லை. இந்த நெருக்கம் அவனுள் மிகப் பெரிய அவஸ்தையைத் தந்தது. இறக்கத்தில் வேகமாகச் சரியும்போது அவள் குதூகலத்துடன் இரண்டு கைகளையும் உயரே தூக்கிச் சற்றே சாய்ந்தபோது ரகுபதி தன் பேலன்ஸ் இழந்ததால் இரண்டு பேரும் விழுந்தார்கள்.

அந்தப் பெண் சாமர்த்தியமாகத்தான் விழுந்தாள். ரகுபதி கலைந்து விழுந்தான். முட்டியில் சிராய்த்துவிட்டது. நொண்டிக் கொண்டே எழுந்தான். 'என்ன இது! சர்க்கஸ் வேலை எல்லாம் செய்யறே?' என்றான் அவளைப் பார்த்து.

'ஸாரி சார்! விழுந்திட்டீங்களா?'

'என்னைப் பார்த்தா விழுந்த மாதிரி தெரியலியா?'

'சிரிச்சா கோச்சுக்குவீங்களோன்னு பயமா இருக்கு. உடம்பு எல்லாம் புழுதி' என்று அவன் சட்டையைத் தட்டிவிட்டாள். ரகுபதி நொண்டலாக சைக்கிளைக் காப்பாற்றி எடுத்து அதைத் தெருவிளக்கு வெளிச்சத்தில் கழுத்தைத் திருகி நேர்ப்படுத்தி, 'போகலாமா?' என்றான்.

'உங்களுக்கு அடிகிடி ஏதும் இல்லையே?' என்றாள். சிரிப்பு இருக்கத்தான் இருந்தது குரலில்.

'வெளிச்சத்தில் பார்த்தாத்தான் தெரியும்.'

'வீட்டுக்குப் போனதும் டிங்க்சர் போட்டுக்கலாம்.'

சுதாகர் முன்னமேயே போய்விட்டதால் இந்தச் சிறிய விபத்து அவனுக்குத் தெரிந்திருக்காது என்று தோன்றியது.

ரகுபதி மெதுவாக சைக்கிளை நடத்தி அழைத்துக்கொண்டு வர அந்தப் பெண் அருகில் வந்தாள். உயரத்தில் அவர்கள் வீட்டின் ஜன்னல் கண்கள் தெரிந்தன. நட்சத்திர வானத்தின் பின்னணியில் வீட்டு விளிம்புகள் தெரிந்தன. நிலா அதற்கு ஜரிகை ஓரம் போட்டிருந்தது.

வாசலில் ஜீப் நின்றுகொண்டிருக்க, தோட்டத்தில் பிரம்பு நாற்காலி போட்டு, வராந்தா வெளிச்சத்தில் அவர் செய்தித்தாள் படித்துக்கொண்டிருந்தார்.

‘வாப்பா!’ என்றார். குரல் அழுத்தமாக இருந்தது.

‘கூட்டிக்கிட்டு வந்தாச்சுப்பா’ என்றாள் மதுமிதா.

‘அவர்கிட்ட அப்பாலஜி வாங்கிட்டியா?’

‘அதற்கெல்லாம் தேவையில்லை சார்! நான் அந்தச் சம்பவத்தை அப்பவே மறந்துட்டேன்’

‘சைக்கிள்லே டபிள்ஸ் வந்தோம்பா, விழுந்தோம்’ என்றாள்.

‘அடடா, அடி கிடி பட்டுச்சா?’

‘இல்லை, நான் தப்பிச்சாச்சு.’

‘ரொம்ப விளையாட்டுத்தனமான பொண்ணு. பையன் ரொம்ப குரங்குத்தனம்... நீ கோவிந்தராஜன் பையனா? என்ன பண்றே?’

‘பி.ஈ. முடிச்சுட்டு வேலை தேடிக்கிட்டே இருக்கிறேன் சார்.’

‘என்ன சப்ஜெக்ட்?’

‘டெலிகாம் சார்.’

‘அட! டெலிகாம்னா எங்கிட்ட ஒரு டெலிமேட்ரி எக்விப்மெண்ட் வந்திருக்கு. வேலை செய்யலை. கொஞ்சம் பாக்கறியா?’

‘எனக்கு பிராக்டிகலா எக்ஸ்பீரியன்ஸ் கிடையாது சார்.’

‘சும்மா பாரேன், சர்க்யூட் எல்லாம் கொடுத்திருக்கான்.’

‘சரி சார், நாளைக்குக் காலைல வரேன்.’

‘வேலைக்கு எதாவது இண்டர்வ்யூ போயிருக்கியா?’

‘எல்லாம் ஆச்சு சார், கிடைக்குமா என்கிறது சந்தேகமா இருக்கு.’

‘கிடைச்சுரும், இப்பதான் எலக்ட்ரானிக்ஸுக்கு நல்ல வாய்ப்புங்கறாங்க.’

‘எல்லாம் சொல்றாங்க சார், ஆனா உண்மை வேற மாதிரி இருக்கு. இரண்டாயிரம் பேர் ஃபர்ஸ்ட் கிளாஸ் கிராஜுவேட்ஸே இருக்காங்க!’

‘உக்காரு, எதாவது சாப்பிடறியா? மதுக்குட்டி! இவருக்கு கூல்டிரிங்ஸ் கொண்டுவா.’

‘வேண்டாம் சார், இப்பத்தான் சாப்பிட்டுட்டு வரேன்.’

‘போர்ன்விட்டா, காப்பி ஏதாவது?’

‘நோ தாங்க்ஸ்!’

மதுமிதா உள்ளே போய் அதற்குள் ஒரு கிளாஸில் ஜூஸ் கொண்டு வந்து கொடுத்தாள். கோபிநாத்தின் மனைவி வந்து, ‘இவர் நல்லா டென்னிஸ் ஆடுவாராம்.’

'அப்படியா! நீ கத்துக்கவேண்டியதுதானே? இந்த வயசில டென்னிஸ் ஆடணும்னு இவ ஆசையைப் பாரு! மாமிகள் டோர்னமெண்ட் எதாவது இருக்கா?'

ரகுபதி கையைப் பார்த்துக்கொண்டு சிரித்தான்.

'மது! நீ இவர்கிட்ட அப்பாலஜி வாங்கிட்டியா?' என்றாள் அம்மா.

'எல்லாம் ஆச்சு' என்றாள்.

'இவ உங்களைப் பார்த்துச் சிரிச்சது, ரொம்ப அநாகரிகம். நான் என் குழந்தைகளைக் கொஞ்சம் பொறுப்பா வளர்க்க விரும்பறேன். இவர் செல்லம் கொடுத்து ஸ்பாயில் பண்ணி வெச்சிருக்காரு. இன்னிக்கு வலுக்கட்டாயமாப் போய் மன்னிப்புக் கேட்கணும்னு நான்தான் இன்சிஸ்ட் பண்ணேன். வயசு பத்தொம்பது ஆச்சு. இன்னும் குழந்தைத்தனமும் துடுக்கும் மாறலை. வீட்டு வேலை ஒண்ணும் தெரியாது. காலைல ஒன்பதரை வரைக்கும் தூக்கம்'

'மது, இன்னும் விரல் போட்டுக்கறியா?' என்று கோபிநாத் கேட்டார்.

'போங்கப்பா!' என்று அவரை மாரில் குத்தினாள்.

'ஷி இஸ் ஸ்டில் எ சைட்!'

மது அப்பாவின் தோளில் கை ஊன்றிக்கொண்டு நாற்காலி விளிம்பில் உட்கார்ந்தாள். ஒருகணம் நிலவின் முழு தயவுடன் அவள் முகம் தெரிந்தது. வயிற்றுக்குள் ஒரு சின்ன திடுக்கிடல் ஏற்பட்டது. 'எ ப்யூட்டிஃபுல் சைல்ட்!' என்று எண்ணிக் கொண்டான்.

'நம்ம கோவிந்தராஜன் பையன்.'

'தெரியும், உங்களுக்கு முன்னமேயே அறிமுகமாயிட்டார். இன்ஜினியர்.'

'வேலை கிடைக்காத இன்ஜினியர்' என்றான்.

'எனக்கு டென்னிஸ் சரியா வர்றவரைக்கும் உனக்கு வேலை கிடைக்க வேண்டாம்ப்பா. மார்க்கர் சரியாவே சொல்லித் தர்றதில்லை.'

'மார்க்கர் ட்ரிங்க் பண்ணிட்டு என்னைப் பார்த்து என்னவோ கத்தினான்பா.'

'காலைல மன்னிப்புக் கேக்க வந்துருவான். கவலைப்படாதே. ரொம்பக் குடிப்பான் இல்லை?'

ரகுபதி, 'தினப்படி' என்றான். 'அப்ப நான் வரட்டுமா?'

'சார், கீழே விழுந்துட்டீங்களே... எங்கயாவது அடி பட்டிருக்கா பார்த்துருங்க.'

'கீழே விழுந்துட்டாரா?'

'ஆமாப்பா, சைக்கிள்ள என்னை டபிள்ஸ் வெச்சுக்கிட்டு வர்றப்ப... சொன்னேனே?'

'மது இவரை உள்ள கூட்டிட்டுப் போய் பர்னால் எதாவது கொடு, போ!' என்றாள்.

'வாங்க சார்!' என்று அவனது கையைப் பிடித்து அழைத்துக் கொண்டு உள்ளே சென்றாள்.

ரகுபதிக்கு பிரமிப்பாக இருந்தது. வராந்தாவில் அறைக் கதவைத் திறந்து, உள்ளே ஹாலில் மென்மையான விளக்குகள் எரிந்து கொண்டிருக்க, சுதாகர் லேசான பாட்டுக்கிடையில் ஆஸ்ட்ரிக்ஸ் படித்துக்கொண்டிருந்தவன் இவர்கள் வந்ததைப் பார்க்கவே இல்லை. மாடிப் படிகளில் கயிற்றுப் பாய், மர சப்தத்தைத் தணித்தது. மதுமிதாவின் அறை போலும், உள்ளே படுக்கையில் புத்தகங்கள் கிடந்தன. ஆளுயரக் கண்ணாடியில் இருவரும் தெரிந்தார்கள். அத்தனை உடைகள் வார்டுரோபில் தொங்கின. அலமாரியில் மறுபடி புத்தகங்கள், சுவரில் கவாஸ்கர், கமல்ஹாசன், பிஜீஸ் எல்லார் மேலும் பொறாமையாக இருந்தது. படுக்கையில் புத்தகங்களுடன் ஒரு பெரிய பொம்மைக் கரடியும் இருந்தது. டிராயரைத் திறந்து மருந்து எடுத்து, 'உக்காருங்க, எங்கயாவது அடி பட்டுருக்கா பாருங்க' என்றாள். முழங்கால்தான் கொஞ்சம் சிராய்த்திருக்கறது. எழுந்து தயக்கத்துடன் பேண்ட்டை உயர்த்தினான்.

'ச் ச் ச் ரத்தம்... கொஞ்சம் இருங்க' என்று பஞ்சு கொண்டுவந்து அதை டெட்டாலில் நனைத்துத் துடைத்தாள். 'ஸ்ஸ்ஸ்' என்றான். 'இந்த வலி நல்லா இருக்கும் இல்லை?' என்று அவனைப் பார்த்து நிமிர்ந்தாள். அவனைப் படுக்கையில் உட்கார வைத்துவிட்டுத் தரையில் உட்கார்ந்து சிரத்தையுடன் அவன் காயத்துக்கு மருந்திட்டாள். அவளைப் பார்க்க முடிந்தது. மெல்லிய விரல்கள் அவன் முழங்காலைத் தொடும்போது அவனுக்கு இதயம் விரைத்தது. வகிடு தெரிந்தது. கையை அசைக்கும்போது மார்பு அசைவது தெரிந்தது. வியர்வை தெரிந்தது. கழுத்தில் மின்னிய மெல்லிய தங்கச்சங்கிலி தெரிந்தது. அவள் மூக்கு கூர்மையாக இருந்தது. அழுத்தமான உதடுகள். அந்தக் கையைத் தொட்டுப் பார்க்கவேண்டும்போல இருந்தது. தன்னுடைய நிலையை அவனால் சமாளித்துக்கொள்ள முடியவில்லை. ஒரு கணத்தில் அவன் ஸ்விட்சு போட்டதுபோல மாறியிருந்தான். இப்போது அவனுக்கு வேலைக் கவலைகள் எல்லாம் அகஸ்தியர் மலையைத் தாண்டிவிட்டன. வேலை கிடைத்துவிடுமோ என்கிற புதிய கவலை ஏற்பட்டது. இந்தப் பெண்ணுக்காக ஏழு கடல் தாண்ட ஆயத்தமானான். மனசுக்குள் எத்தனையோ யுக சஞ்சாரங்கள் ஏற்பட்டன. உலகத்தில் உள்ள அத்தனை கவிதைகளுக்கும் அவசியம் ஏற்பட்டது. அவன் உடலில் உள்ள ஒவ்வொரு செல்லிலும் மதுமிதா வந்து சேர்ந்துகொண்டாள். இந்தப் பெண்ணை அடைய முடியும்! பெற்றோரிடம் வரவேற்பு இருக்கிறது. சுதந்தரம் இருக்கிறது. ஒரு முறை நிமிர்ந்து பார்த்து இயல்பாகச் சிரித்தாள். இனி இந்தக் கணத்திலிருந்து என் மூச்சின் ஒவ்வோர் இயக்கத்திலும் இவளை அடையும் பாக்கியத்தைக் குறிக்கோளாகக் கலக்கப்போகிறேன். எனக்கு உள்ளுணர்வு சொல்கிறது. இவள்தான் என் மனைவி! எனக்கு எதிர்காலம் இருக்கிறது. என் படிப்புக்கு

வேலை கிடைத்துத்தான் தீரும். 'சார்! எனக்கு ஐ.டி.ஐ.ல ஆயிரத்து அம்பது ரூபா சம்பளத்திலே வேலை கிடைச்சுருச்சு சார். சார், எனக்கு எம்.பி.ஏ அட்மிஷன் கிடைச்சுருச்சு சார்...'

அவள் அவன் முழங்காலில் டெட்டால் துடைத்து பர்னால் தடவும் இந்த இரண்டு அல்லது மூன்று நிமிஷங்களில் ரகுபதிக்கு வேலை கிடைத்தது; கோபிநாத்தைச் சந்தித்துப் பேசி கல்யாணம் செய்துகொண்டு தேனிலவுக்கு வந்துவிட்டான்.

'தேர்! சரியாப் போய்டும் சார்!'

'உன் கை பட்டாலே போதும்!' என்று சொல்ல நினைத்தான். புன்னகை புரிந்தான்.

அவள் எழுந்து நின்றபோது பத்தொன்பது வயதுக் குழந்தையைப் பார்த்தான். 'இந்தப் பொம்மை யாருது?'

'என்னதுதான்! டெடி அதுக்குப் பேரு!'

'இதுதான் நீ படிக்கிற புத்தகங்களா! ஆர்ச்சி காமிக்ஸ்! இதெல்லாம் வேஸ்ட் ஆப் டைம். நான் நிறையப் புத்தகங்கள் சஜஸ்ட் பண்றேன், படிக்கிறியா?'

'சரி.'

'நாளைக்கு எங்க வீட்டுக்கு வரியா?'

'சைக்கிள்லயா?' என்று சிரித்தாள்.

அந்தச் சிரிப்புக்காக 'மதுமிதா, ஐ லவ் யூ' என்று சொல்ல நினைத்து, பதிலாக 'வரட்டுமா?' என்றான்.

5

'எனக்கு என்ன ஆயிற்று என்று தெரியவில்லை. திடீரென்று எல்லாப் பொருள்களுமே அழகாக, பளிச் என்று தோன்றுகின்றன. ரேடியோவில் அபத்தமான பாட்டுகளுக்கு எல்லாம் கண்ணீர் வருகிறது. தொண்டை அடைக்கிறது. எனக்குள் அதிகப்படியான சக்தி பொங்கிப் பெருகுகிறாற்போல இருக்கிறது. காலம் பறக்கிறது. எப்போதும் ஒருவித ஜுரம் போல உணர்கிறேன். எனக்கு என்ன ஆயிற்று... இதுதான் காதலா?'

டயரியைப் பாதியில் நிறுத்திவிட்டு பேனாவை மூடிவிட்டு எழுந்து சிரத்தையாக உடை அணிந்துகொண்டான். தலைவாரிக் கொள்வதில் அத்தனை கவனம். மீசையைத் திருத்துவதில் புதிய சுவாரஸ்யம். ரகுபதி காதல் வசப்பட்டிருந்தான். டயரியை தலையணைக்கு அடியில் ஒளித்துவைத்தான். முதலில் அவர்கள் வீட்டுக்குப் போகலாம். அங்கே போக ஒரு காரணம் வேண்டும். அந்த டெலிமெட்ரி சாதனத்தைப் பார்க்கும்படி அவர் வரச் சொல்லியிருக்கிறார். அதுதான் சாக்கு. அங்கே மதுமிதாவைப் பார்க்கச் சந்தர்ப்பம் கிடைக்கலாம். எல்லாரையும் கவர வேண்டும். மதுமிதாவின் அப்பா, அம்மா, ஏன் அந்தத் துடுக்குத் தம்பிப் பையன் சுதாகரைக்கூட. அப்பாவுக்கு டெலிமெட்ரி, அம்மாவுக்கு டென்னிஸ். ஏன், மதுமிதாவுக்குக்கூட டென்னிஸ் கற்றுக்கொடுக்கலாம். ஒன் லவ் டூ லவ் த்ரீ லவ்!

'சார்!'

வீடு அமைதியாக இருந்தது. இந்த வீடு பாக்கியம் பண்ணியது. இதனுள் மதுமிதா வசிக்கிறாள். இதோ வந்து கதவைத் திறக்கப் போகிறாள்.

'என்ன தம்பி?' என்றான் ப்யூன்.

'வந்து - அவர் இல்லையா?'

'யாரு, பி.ஓ. அவுகளா?'

'ஆமாம்.'

29

‘அவரை ஆபீஸ்ல வெச்சுப் பாக்கலாங்க. அப்பவே போயிட்டாக!’

‘அம்மா இல்லையா?’

‘இல்லைங்க தம்பி!’

அடுத்த கேள்வியைக் கேட்கவிடாமல், ‘எல்லாரும் அருவில குளிக்கப் போயிருக்காக.’

‘அகஸ்தியர் ஃபால்ஸா?’

‘ஆமா... பொம்பளையாளுங்க குளிக்கிற பக்கம்.’

ஏமாற்றத்துடன் திரும்பினான். பிராஜக்ட் ஆபீஸை நோக்கி நடந்தான். புல் சதுக்கத்தைக் கடந்து, ஆஸ்பெஸ்டாஸ் வேய்ந்து, ஃபால்ஸ் சீலிங் போட்டிருந்த ஆபீஸ் அறை வாசலில் காத்திருந்தான். உள்ளே சீட்டு அனுப்பினான்.

‘வரச் சொல்லுதாக.’

‘வாப்பா! ரகுபதிதானே பேரு? என்ன விஷயம்?’

‘ஏதோ டெலிமெட்ரி எக்விப்மெண்ட் சரியா வேலை செய்யலைன்னு நேத்து சொன்னீங்களே, அதைப் பார்க்கலாம்னுட்டு...’

‘அட, ஞாபகம் வெச்சிருக்கியே! குட்...’ மணிப்பொத்தானை அழுத்தி, வந்த சேவகனிடம், ‘இவரை எம்.ஆர்.டி ரூமுக்கு அழைச்சுட்டுப் போய்யா. நான் டெலிபோன்ல சாமிநாதன் கிட்டப் பேசிக்கிறேன்.’

‘வாங்க!’

‘கொஞ்சம் இரு. காப்பி ஏதாவது சாப்பிடறியா? கொண்டுவரச் சொல்லட்டுமா?’

‘இல்லை சார், எக்விப்மெண்டைப் பார்த்துட்டு அதை ரிப்பேர் பண்ணிட்டன்னா வந்து காப்பி கேட்டு வாங்கிக்கறேன் சார்.’

‘குட்! ஐ லைக் சீரியஸ் மைண்டட் யங்ஸ்டர்ஸ்!’

குரோட்டன் பகுதிகளைக் கடந்து அடுத்த கட்டடத்துக்கு அழைத்துச் செல்லப்பட்டான். அறை முழுவதும் த்ரீஃபேஸ், சிங்கிள் ஃபேஸ் மீட்டர்கள் பற்பல சுழன்ற நிலைகளில் இருந்தன.

‘வாங்க, இப்பதான் பி.ஓ. போன் பண்ணார். நீங்க கம்பெனி இன்ஜினியரா?’

‘இல்லைங்க சும்மா பி.இ பாஸ் பண்ணிட்டு சும்மா இருக்கேன். கோவிந்தராஜன் சன்...’

‘ஓ நீதானாப்பா! அதோ பாரு எக்விப்மெண்ட். எனக்கு புத்தகத்தில் போட்டிருக்கிறது ஒரு எழவும் புரியலை.’

‘பார்க்கலாம் சார்.’

ஜெர்மனியிலிருந்து இறக்குமதி செய்யப்பட்ட சாதனம் அது. மான்யுவல் நல்லவேளை ஆங்கிலத்தில் இருந்தது. செட்டிங் எல்லாவற்றையும்

பொறுமையாகப் புத்தகத்தில் கொடுத்திருப்பதுபோலச் செய்து பார்த்தான். ஸ்விட்சைப் போட்டுப் பார்த்தான். புத்தகத்தில் இன்ன இன்ன விளக்குகள் எரியவேண்டும் என்று போட்டிருந்தது. ஒன்றுமே எரியவில்லை.

சுற்றிலும் பார்த்து, 'அன்புள்ள ஜெர்மனி மிஷினே! தயவுசெய்து சரியாகப் போய்விடு. சரியாகிவிட்டால் என்னை மதுமிதாவின் அப்பா சிலாகித்து, 'இவனைக்கூட நம்ம மதுமிதாவுக்குப் பார்க்கலாம் போல் இருக்கே' என்பார்.'

எண்ணங்களைக் கலைத்துக்கொண்டு ஃபால்ட் ஃபைண்டிங் பகுதிக்குப் போனான். அந்தப் புத்தகம் திறக்கப்படாமல் பிளாஸ்டிக் உறையில் புதுசாக இருந்தது. லைட்டுகள் ஏதும் வரவில்லை என்றால் முதலில் ஃப்யூஸ் எல்லாம் ஒழுங்காக இருக்கின்றனவா என்று பார்க்கச் சொல்லியிருந்தது. ஃப்யூஸ் பேனலைத் தேடினான். திறந்தான். ஒரு ஃப்யூஸ் சரியாக உட்காராமல் தொளதொளவென்றிருந்தது. அதைச்சரியாகத் திருகிப் போட்டான். மறுபடி சுவிட்சைப் போட்டுப் பார்த்தான். பளிச் என்று எல்லா விளக்குகளும் எரிந்தன. சற்றுநேரம் கழித்து ரெடி என்று ஒரு விளக்கு எரிந்தது. ரகுபதிக்கு நம்ப முடியவில்லை. அதிர்ஷ்டம் என்று சொல்கிறார்களே, இதுதான்! கொஞ்ச நேரம் புத்தகத்தில் கொடுத்திருந்த செல்ஃப் செக் எல்லாம் பண்ணிப்பார்த்தான். ஒழுங்காக வந்தது.

'சார்! மிஸ்டர் சாமிநாதன்!'

'என்னப்பா, அட எல்லா விளக்கும் பளிச்சுனு எரியுதே! என்னப்பா செஞ்சே?'

'சர்க்யூட்டைப் பார்த்தேன். கொஞ்சம் சிக்கலான ஃபால்ட்தான்! உங்க பி.ஓ.வுக்கு போன் பண்ணனும்.'

'சார்! நான் ரகுபதி பேசறேன். யுவர் எக்வப்மெண்ட் இஸ் ஓக்கே!'

'என்னது! அதுக்குள்ளயா!'

'ஆமா சார், ட்ரபிள்ஷூட் பண்ணிட்டேன்.'

'மை காட்! இதுக்குன்னு ஒரு கம்பெனி இன்ஜினியரை தினத்துக்கு முந்நூறு ரூபாய் கொடுத்து வரவழைக்கிறதா இருந்தேன். எப்படிப்பா சரி பண்ணே?'

'ஐ வாஸ் எபிள் டு டூ இட்! நீங்க எனக்கு ஒரு காப்பி தரணும்!'

'காப்பி என்ன, விருந்தே வைக்கறேன், பிரில்லியண்ட்! நம்ப நாட்டில இளம் இன்ஜினியர்கள் எல்லாம் இப்படித் துடியா இருந்தா நாடு உருப்பட்டுரும்! கங்க்ராஜுலேஷன்ஸ்! நான் இப்ப அப்பர் டாம் போயிட்டிருக்கேன். ராத்திரி எங்க வீட்டுக்குச் சாப்பிட வா... என்ன?'

'தாங்க் யூ சார்!'

'வா, எல்லாரும் ஏதாவது கேம்ஸ் ஆடலாம், என்ன?'

'தாங்க் யூ சார்!'

வீட்டுக்கு நடக்கும்போது முதலில் அப்பாவைக் கவர்ந்தாகிவிட்டது என்று சந்தோஷத்துடன் மனசுக்குள் பாடிக் கொண்டே சென்றான். எதிரே சுதாகர்

மட்டும் வருவது தெரிந்தது. சுதாகர் அவனைப் பார்த்ததும் ஓரமாக தழைந்த பார்வையுடன் செல்ல, 'சுதா, இங்க வா!' என்றான்.

'யெஸ் அங்கிள்!'

'என்கூட வாயேன், உனக்கு ஒண்ணு காட்டணும்'

'என்ன?'

'எங்க வீட்டுப் பூனைக்குட்டி, ரெண்டு இருக்கு. ஒண்ணு வேணுமா?'

'பூனைக்குட்டியெல்லாம் மதுதான் வெச்சுப்பா.'

'கொண்டுபோய் அவகிட்ட குடுக்கிறியா?'

'சரி!' என்று கூட வந்தான்.

பக்கத்து வீட்டு ஸ்வாமி, சுதாகரைப் பார்த்ததும் மிரண்டு உள்ளே சென்றுத் தாழிட்டுக்கொண்டார்.

'ஏன் சுதா, அவர் உன்னைப் பார்த்துப் பயப்படறார்?'

'எனக்குத் தெரியாதே!' என்றான். கண்களில் விஷமம் தெரிந்தது.

ஜன்னல் வழியாக ஸ்வாமி எட்டிப் பார்த்தார். 'இந்தப் பையனைச் சேத்துக்காதே ரகுபதி. ரொம்ப வாலு.'

'என்ன சார் செஞ்சான்?'

'பி.ஓ. பையன்னு ரொம்பச் செல்லம் கொடுத்து வளர்த்திருக்காங்க. ரொம்பத் தறுதலை. கிட்டவே சேர்க்காதே!'

'என்ன செஞ்சான் சொல்லுமே?'

'அவன் செஞ்ச அக்கிரமத்தைக் கேட்டா உனக்கு உடம்பெல்லாம் பதறும். தீபாவளிம்போது காலைல கக்கூஸ்ல உக்காந்துண்டிருக்கேன். ட்ரைலெட்ரின்... பக்கெட்டுக்குள்ள ஒத்த வெடியைப் பத்த வெச்சுப் போட்டுட்டு ஓடறான்!'

'நான் இல்லை' என்றான் சுதாகர் முகத்தில் பாவம் மாறாமல்.

'எட்டு நாளைக்கு உக்கார முடியாம சூட்டுப் புண்ணு. டேய்! ஒரு நாளில்லை ஒரு நாள் செமையா யார்கிட்டேயாவது உதை வாங்கத்தான் போறே!'

ரகுபதி சிரிப்பை அடக்கிக்கொண்டு, 'இவன் ரொம்ப சாது சார், அதெல்லாம் செய்யமாட்டான்' என்றான்.

'டேய்! நீ ஒத்தை வெடியை வைக்கலை?'

'இல்லை! யானை வெடி!' என்று சொல்லிக்கொண்டே சுதாகர் ஓடிப்போனான்.

'இந்தப் பிசாசு சகவாசம் வெச்சுக்கவே வெச்சுக்காதே!'

சிரித்துக்கொண்டு வீட்டுக்குள் நுழைந்தபோது, அப்பா டயரியைப் படித்துக் கொண்டிருந்தார்.

6

ரகுபதியைப் பார்த்ததும் அப்பா உடனே டயரியைப் படிப்பதை நிறுத்தவில்லை. புன்னகை மாறாமல் தொடர்ந்து படித்துக் கொண்டிருந்தார்.

‘அப்பா! அதெல்லாம் மற்ற பேர் படிக்கிறதுக்கு இல்லை.’

அவர் அவனை நேராகப் பார்த்துச் சிரித்து, ‘ஸோ, யூ ஆர் இன் லவ்! நான்கூட உன் வயசில இப்படித்தான் விவஸ்தையே இல்லாம வாராவாரம் காதல் பண்ணிக்கிட்டு இருப்பேன். ஸ்வர்க்க ஸீமா பார்த்ததும் பானுமதியை; அப்புறம் காலேஜ் விழாவுக்குத் தலைமை தாங்க வந்திருந்த அதிகாரிகூட அவர் பொண்ணு வந்திருந்தா, அந்த மாதிரி அழகை நான் என் லைஃப்லேயே பார்த்தது கிடையாது. அதுக்கப்புறம் மர்லின் மன்றோ...’

‘நீங்க சொல்ற இன்ஃபாச்சுவேஷனுக்கும் நான் டயரியிலே எழுதியிருக்கிறதுக்கும் வித்தியாசம் இருக்கு. உங்களுக்குச் சொன்னாப் புரியாது.’

‘சொல்லிப் பாரேன்.’

‘அதெல்லாம் சொல்லமுடியாதுப்பா.’

‘கவிதையா எழுதணும், சித்திரமா வரையணும், அப்படித்தானே?’

‘குரல்ல கேலியிருக்கு, உங்களால புரிஞ்சுக்க முடியாது.’

‘இத பார், டயரியில எழுதறத்துக்கு எனக்கு எந்தவித ஆட்சேபணையும் கிடையாது. ஒருத்தருக்கும் தொந்தரவு இல்லாத பழக்கம். ஆனா, காதல் கீதல்னு உன்போல இளைஞர்கள் நம்பறதைப்பத்தி எனக்கு அபிப்பிராயபேதம் இருக்கு. காதல் இல்லைன்னு நான் சொல்ல வரலை. அது இருக்கிறது என்னவோ நிஜம்தான். என்னைப் பொருத்த வரையிலும் காதலை நீ சரியா அடையாளம் கண்டுகொள்ளத் தெரிஞ்சுக்கணும். காதலைக் கடவுள் எதுக்கு

வெச்சிருக்கார்? அதையும் சரியாத் தெரிஞ்சுக்கணும், எதுக்கு - சொல்லட்டுமா? உனக்குத் தெரியும்னு நினைக்கிறேன்.'

ரகுபதி தலையாட்டினான். அவனுக்குச் சற்று அவமானமாக இருந்தது. அப்பாவுடன் இப்படியெல்லாம் பேசிக் கொள்வதா! பின்னே இதை யாரிடம் பேசுவது? ஒரு நாள் அப்பாவுக்குத் தெரிந்துதானே ஆகவேண்டும்?

'காதல்ங்கறது Nature's way of ensuring a pregnancy!'

'நான்சென்ஸ்! இது ஏதோ ஒரு ஸினிக் சொன்னது!'

'இல்லை ரகு! கொஞ்சம் நிதானமா யோசித்துப் பார்த்தா உனக்குப் புரியும். நியூயார்க் ஸ்டேட் சைக்கியாட்ரிக் இன்ஸ்டிட்யூட்ங்கிறது கொலம்பியா ப்ரெஸ்பிட்டீரியன் மெடிக்கல் சென்டர்ல இருக்குது. அதில பயோகெமிக்கல் ரிசர்ச் பண்ணற டேவிட் ஷ்வார்ட்ஸ்ங்கறவர் காதல் வசப்பட்ட நூற்றுக் கணக்கான ஆண், பெண்களைப் பரிசோதனை செய்து காதல்ங்கிறது வேற ஒண்ணும் இல்லை; நம்ம உடம்பில் ஏற்படற ஒரு விதமான ரசாயன மாறுதல்னு கண்டுபிடிச்சிருக்கார். காதலர்களுடைய யூரின் சாம்பிள் எடுத்துப் பார்த்தபோது, எல்லாருக்கும் விதி விலக்கில்லாம ஃபினைல்- எதில் ஆமின் ஜாஸ்தியா இருக்காம். ஆம்ஃபிட்டாமின்னு ஒரு போதைச் சரக்கு இருக்கு. அந்த வகையைச் சேர்ந்தது இது. காதல்ல ஒரு விதமான மயக்கம், பாலும் கசந்தது படுக்கை நொந்தது. அதில் உள்ள யூஃபோரியா, எல்லாமே ஆம்ஃபிட்டாமின் தரக்கூடியதுதான்!'

ரகுபதிக்கு அப்பா இந்த மாதிரி விஞ்ஞானத்தை வைத்துக் கொண்டு ஒரு மென்மையான உணர்ச்சியைக் கொச்சைப்படுத்துவது பிடிக்கவில்லை. பேச்சை மாற்ற எண்ணி, 'அப்பா! உங்க ஆபீஸ்ல இருந்த டெலிமெட்ரி எக்விப்மெண்டை ரிப்பேர் செய்துட்டேன்' என்றான்.

அவர் காதலை விடுவதாக இல்லை.

'ஸாரி, நான் உன் மனசைப் புண்படுத்திவிட்டேன்னு நினைக்கிறேன். அது இல்லை என் குறிக்கோள். காதல்ங்கிறதாலே நம்ம தேசத்தில் எத்தனை பண விரயம், கால விரயம் ஆறதுங்கறதை யோசித்துப் பாரு. எத்தனை சினிமா? எத்தனை கவிதை! எத்தனை பெருமூச்சு! ஒண்ணுக்கும் உதவாம எத்தனை நேரம் எத்தனை மூலைகளில் காத்திருத்தல்கள்!'

'சரிப்பா, புரியுது.'

''ஆதலினால் காதல் செய்வீர் உலகத்தீரே, அஃதன்றோ இவ்வுலகத் தலைமை இன்பம்'னு பாரதி சொன்னதுகூட, ஆம்ஃபிட்டாமின்தான்னு என் அபிப்பிராயம்! ஆல்ரைட், உனக்கு இந்த டாப்பிக் பிடிக்கலைன்னு தெரியுது. இதை நடைமுறையில் சிந்திச்சுப் பார்க்கலாம். அந்தப் பெண்ணுக்கு உன்னைப் பிடிச்சிருக்கா?'

'அதெல்லாம் தெரியாதுப்பா, மொத்தமே பத்து வார்த்தைகள்தான் பேசியிருப்பேன்.'

‘முதல்ல வேலை கிடைக்கிறதைப் பாரு. வேலை கிடைச்சுருச்சுன்னா, தானாகவே அந்தஸ்து வரும். காதல் மன்னிக்கப்படும். கோபிநாத் என்ன ஜாதின்னு விசாரிக்கணும் முதல்ல.’

‘அதெல்லாம் இப்ப யாரும் பார்க்கிறதில்லை.’

‘உனக்குத் தெரியாது! வெளிப்படையா கோபிநாத்தே சொல்லுவார் ‘சாதியாவது ஒண்ணாவது’ன்னு. ஆனா, தனக்குன்னு வர்றப்ப கதை மாறிடும். மீராவுடைய கதை படிச்சிருக்க இல்ல?

‘உனக்கும் எனக்கும் ஒரே ஊர், வாசுதேவநல்லூர். நீயும் நானும் ஒரே மதம், திருநெல்வேலி சைவப் பிள்ளைமார் வகுப்புங்கூட. உன்றன் தந்தையும் என்றன் தந்தையும் சொந்தக்காரர்கள், மைத்துனன்மார்கள். எனவே- செம்புலப் பெயல்நீர்போல் அன்புடை நெஞ்சம் தாம் கலந்தனவே!’

அப்பா புழக்கடைப்பக்கம் சென்றார். ரகுபதியால் சிரிக்காமல் இருக்க முடியவில்ல. ‘சரியான அப்பாப்பா நீங்க! படிக்கிற புஸ்தகமெல்லாம் தப்பான புஸ்தகங்கள்!’ டயரியை எடுத்து, தான் எழுதியிருந்ததைப் பார்த்தான். இப்போது கொஞ்சம் சில்லியாக இருந்தது. எல்லாமே ஆம்ஃபிட்டாமின்! சேச்சே! அப்பா பேச்சைக் கேட்டால் கவிதை கலந்த வஸ்துக்கள் எதுவுமே இருக்க முடியாது. என்னென்னவோ ஏகத்துக்குப் படித்துவிட்டுக் குழப்புகிறார். பாரதி காதலைப் பற்றி எழுதியிருப்பதை முழுவதும் படிக்க வேண்டும். எதற்குப் படிக்கவேண்டும்? என் உடல், உள்ளம் பூராவும் உணர்கிறேனே! இந்தக் கணத்துக்காக நான் இத்தனை வருஷம் காத்திருக்கிறேன். நான் வளர்ந்த விதம், சூழ்நிலை இதற்கேற்ப தீட்டப்படாமல் எனக்கு உருவாகியிருக்கிறது. இந்தக் கணத்தில் திடீர் என்று ஃபோகஸ் ஆனதுபோல், இவள்தான் என்று அடையாளம் காட்டிவிட்டது. இவள் தான்! இவள்தான்...

பாத்ரூமிலிருந்து, ‘முதலில் பெண்ணோட அப்பாவை இம்ப்ரெஸ் பண்ணிட்ட! என்னை மத்தியானம் கூப்பிட்டுச் சொன்னார். ‘உங்க பையன் ரொம்ப புத்திசாலி. ஒரு நிமிஷத்தில் ரிப்பேர் பண்ணிட்டானே’ன்னு.’

வெளியே வந்தபோது ரகுபதி டென்னிஸ் ஷார்ட்ஸ் அணிந்திருந்ததைப் பார்த்து, ‘அம்மாவுக்கு டென்னிஸா, பெஸ்ட் ஆஃப் லக்!’ என்றார்.

‘நான் எப்பவுமே டென்னிஸ் ஆடுவேன். தெரியுமில்லையா உங்களுக்கு?’

‘தெரியும். விளையாட்டுக்குச் சொன்னேன். உன்னை டின்னருக்குக் கூப்பிட்டிருக்காராமே?’

‘ஆமாப்பா...’

‘இதுவரை கரெக்டாத்தான் எல்லாம் நடந்துக்கிட்டு இருக்கு. பொண்ணைக் கொடுக்கச் சம்மதிச்சாலும் சம்மதிச்சுடுவார். ஒரு வேலை கிடைச்சிருச்சுன்னா போதும்!’

ரகுபதி சாயங்கால நிழலில் வெளிவந்து டென்னிஸ் கோர்ட்டை அடைந்தான். முனுசாமி திருமதியுடன் ஆடிக்கொண்டிருக்க, அவனைப் பார்த்ததும், 'இதோ தம்பி, இம்புட்டுத் தேசாலம் உங்களுக்காகத்தான் காத்திருந்தாக! இப்ப இவருகூட ஆடுங்கம்மா, எனக்கு சோலியுண்டு...'

'என்ன சோலி முனுசாமி, சாராயம்தானே?'

'சேச்சே! சவத்தை விட்டுப் போட்டங்கம்மா!'

'நேத்திக்கு ராத்திரி குடிச்சுட்டுத் தெருவில என்ன என்னவோ பேசிக்கிட்டு வந்தியாமே?'

'ஆ! அது நான் இல்லைங்க...'

'நீ இல்லைதான்! குடிச்சா வேற முனுசாமி! கொஞ்சம் ஜாக்கிரதையாவே இரு. வேலை போயிரும்.'

திருமதி கோபிநாத் ரகுபதியையே பார்த்துக்கொண்டு, 'விளையாடலாமா?' என்றாள். ரகுபதி அருகில் சென்று, 'முதல்ல, ராக்கெட்டை எப்படிப் பிடிச்சுக் கறதுன்னு சொல்லித் தரேன். இஃப்யூ டோண்ட் மைண்ட்' என்றான்.

'நாட் அட் ஆல்...'

அம்மாவிடம் பெண்ணின் வாசனை இருப்பதை உணர்ந்தான். அவள் கழுத்தில் ஒரே ஒரு தங்கச் சங்கிலி மின்னிய இடத்தில் ஒரு சிறு தழும்பு இருப்பதைப் பார்த்தான். கைகள் மென்மையாக இருந்தன. விரல் பட்டபோது அவள் இயல்பாகத்தான் இருந்தாள். குரலில்கூட அம்மாவுக்கும் பெண்ணுக்கும் ஒற்றுமை இருந்தது. 'மதுகூடக் கத்துக்கலாமே!'

'வரச் சொல்லியிருக்கிறேன், அது சோம்பேறி. கத்துக்காது.'

'வேற ஏதாவது கேம்ஸ் ஆடுவாளா?'

'ஒண்ணும் தெரியாது. எல்லாம் கொஞ்சம் கொஞ்சம் கத்துக்கிட்டு விட்டுருவா. ஸ்திரபுத்தி கிடையாது. மெட்ராஸ்ல இருக்கறப்ப பரதநாட்டியம் கத்துக்க ஆறுமாசம் அனுப்பிச்சேன். வாத்தியாரைக் கிண்டல் பண்ணினா எங்க வரும்? அதுமாதிரிதான் பாத்திக், ம்யூசிக், எதிலயும் சிரத்தை இல்லை!'

'எதிலையாவது சிரத்தை இருந்துதான் ஆகணும், அதைக் கண்டுபிடிச்சு...'

'நல்லாத் தூங்குவா, நிறைய கன்னா பின்னா புஸ்தகமெல்லாம் படிப்பா.'

'எனக்குக்கூட புஸ்தகம் படிக்கிறது பிடிக்கும். நிறைய புஸ்தகம் இருக்கு வீட்டில்.'

'சொல்லாதீங்க, உங்க வீட்டைப் படையெடுத்துருவா.'

'பரவாயில்லை, வரட்டுமே!'

'வரா பாருங்க.'

'அம்மா! மெட்ராஸ்ல இருந்து யாரோடயோ பேசணும்னு டிரங்கால் போட்டிருந்தாயாமே?'

'ஆமா!'

'இங்க வந்துட்டா எப்படி?'

'ஓ ஸாரி, மறந்தே போயிட்டேன். மது, இவர்கூடப் பேசிக்கிட்டு இரு. நான் போய் அஞ்சு நிமிஷத்திலே வந்துர்றேன்.'

'மெதுவா வாங்க!'

மதுமிதா, 'குட் ஈவினிங்!' என்றாள். கோர்ட்டில் இருவரும் தனியாக இருக்க ரகுபதிக்குள் ஆம்ஃபிட்டாமின் வேலை செய்ய ஆரம்பித்துவிட்டது.

'கால்ல அடி எப்படி இருக்கு. சரியாப் போச்சா?'

'சரியாப் போச்சு' என்கிறதைக் காதில் விழாமல் சொன்னான். 'டென்னிஸ் கத்துக்கறியா மதுமிதா?'

'முதல்ல நேரா என் கண்ணைப் பார்த்துப் பேசுங்க...' என்றாள்.

7

அவளை நிமிர்ந்து நேராகப் பார்த்தான். அந்தக் கண்கள் அவன் மேல் குறுகுறுத்தன. அவனால் நேர்ப் பார்வையைத் தாங்கிக்கொள்ள முடிய வில்லை. பயமாக இருந்தது.

'எனக்கு டென்னிஸ் கத்துக் கொடுக்க உங்களுக்குப் பொறுமை இருக்குமா?'

'எனக்கு அதைவிட வேற வேலை என்ன?'

'இந்த ஷர்ட் எனக்கு நல்லா இருக்கா சார்?' தன் சட்டையை இறுக்கப் பிடித்துக்கொண்டு டிரில்போல் நின்று காட்டினாள்.

'பிரமாதம்!' என்றான். அவள் மார்பைப் பார்த்ததை அவள் பார்த்திருப்பாளா என்று கவலைப்பட்டான்.

நிமிர்ந்து பார்த்துச் சிரித்தாள்.

'உனக்கு எல்லா டிரஸ்ஸும் நல்லாவே இருக்கு'

'சுதா ரொம்ப கலாட்டா பண்ணான். 'குதிரைக் குட்டி மாதிரி இருக்க'ன்னான்.'

'சேச்சே...'

'என்னை டுன்டுன்ங்கறான் சார், நான் குண்டாவா இருக்கேன்?'

'சேச்சே!'

நெஞ்சைத் 'தொட்டு, இங்கு குண்டாயிட்டேனாம்! அம்மா சொல்றாங்க, இந்த வயசுக்கு இப்படித்தான் இருக்கணுமாம். சார்! ஐ டோண்ட் வேர் ப்ரா, தெரியுமா?'

சுதாகர் சைக்கிள் ஓட்டிக்கொண்டு கோர்ட்டுக்குள்ளே வந்து சர்ரென்று தேய்த்து நிறுத்தினான். 'மது, அம்மா கூப்பிடறா!'

'ஹலோ சுதாகர்!'

'பக்கத்து வீட்டு மாமா இருக்காரா?' சுதாகரின் பார்வை ஓர் இடத்தில் நிற்காமல் அலைந்தது.

'இருக்கார், உன்னைக் கண்டா பயப்படறார். தீபாவளியின்போது என்ன செஞ்ச?'

'ஒண்ணும் செய்யலை' என்றான். மதுமிதாவின் பின்னலை இழுத்தான். 'டுன்டுன்!'

'வேலைக்காரப் பொண்ணுகிட்ட நீ கேட்டுக்கிட்டு இருந்ததைச் சொல்லட்டுமா இவர்கிட்ட?'

இதைக் கேட்டதும் சுதாகர் சைக்கிளில் பாய்ந்து ஓடிப் போய்விட்டான். மது அவன் போன திசையைப் பார்த்துச் சிரித்தாள்.

'என்ன சொன்னான்?'

'சேச்சே! சொல்ல மாட்டேன்... ரொம்ப மோசம் சார். ஹீ யூஸஸ் ஹாரிபிள் வர்ட்ஸ். எங்கக் கத்துக்கிட்டானோ தெரியலை...'

'என்னை சார்னு கூப்பிடாத மது.'

'பின்ன, உங்க பேர் சொல்லலியே?'

'ஆமாம்... சொல்லு... ரகுபதி!'

'ரகுபதி! ரகுபதி-மதுமிதா' என்று சொல்லிப் பார்த்தாள்.

'ரகுபதி சார்னு கூப்பிடறதா?'

'வேண்டாம், ரகுபதி போதும்.'

'ரகு' என்று கூப்பிட்டாள்.

'என்ன?'

'சும்மா கூப்பிட்டுப் பார்த்தேன்!'

'என் வீட்டுக்கு வரியா' என்று கேட்டது காற்றில் போயிற்று. குறுக்குப் பாதையில் வீட்டை நோக்கி மலை ஏறிவிட்டாள். ரகுபதி ஓர் இன்ச் உயரத்தில் மிதந்து சென்று வீட்டுக்கு வந்தான். மதுமிதாவைத் திறந்து முகத்தில் மதுமிதாவை இறைத்துக் கொண்டு, மதுமிதா போட்டுக் கழுவிக்கொண்டு, மதுமிதாவால் துடைத்துக்கொண்டு, மதுமிதாவைத் திறந்து மதுமிதாவைப் படித்தான்.

'அப்பா வரலை?' அந்தப் பெண் காரியரில் சாப்பாடு கொண்டு வைத்தாள். இடுப்பில் குழந்தை அவளுடன் ஒட்டிக் கொண்டிருந்தது.

'உன் பேர் என்ன?'

'ஜெயந்தி, மாமா...'

‘என்னை மாமான்னு கூப்பிடாதே!’

‘பின்னே பேர் சொல்லியா கூப்பிடுவா?’

‘எப்படியோ! மாமான்னு கூப்பிடாதே!’

‘அண்ணாச்சின்னு கூப்பிடவா? பரவால்லையா!’ அந்தப் பெண் தரையில் உட்கார்ந்துகொண்டு தன் குழந்தையின் சின்ன விரல்களை ஆராய்ந்தாள். ‘அப்பனைப் போலவே வாச்சையா விரல். ஏண்டா நீயும் என்னைத் துரத்தி விட்டுருவியாடா?’

குழந்தை சிரித்தது.

‘சிரிக்கிறான் பாரு. இப்படித்தான் இவப்பாவும் முதல்ல சிரிச்சுச் சிரிச்சு நைச்சியம் பண்ணி வளையெல்லாம் வாங்கிண்டார்.’

அவள் கழுத்தில் மஞ்சள் கயிறு மட்டும் தெரிந்தது. மூன்று இடங்களில் தழும்புகள் தெரிந்தன. ‘உப்பு இன்னிக்கிக் கம்மியா போட்டிருக்கேன். அப்பா வந்தா சொல்லுங்கோ. அப்பா எப்ப வருவார்?’

‘ரெண்டாவது ஷிப்ட். ராத்திரிதான் வருவார்.’

‘தனியாப் போகப் பயமா இருக்கு. முனுசாமி குடிச்சுட்டு எதித்தாப்பல வந்தா மேல கையைப் போடறான். அப்பா இருந்தா வீடுவரை கொண்டுவிடுவார்.’

‘சாப்பிட்டுட்டுக் கொண்டுவிடறேன்’

‘அப்பா மாதிரி நல்லவர் கிடையாது. இவனுக்கு சட்டை தெச்சுக் கொடுத்தார். பழைய பெட்ஷீட் ஏதாவது இருக்கா அண்ணா? ராத்திரி குழந்தை தரையில் படுத்துக்கறது.’

‘அப்பா வரட்டும், பார்த்துக் கொடுக்கச் சொல்றேன்.’

‘இந்தக் குட்டி ரேடியோ உங்களுதா?’

‘ஆமா…’

‘அப்ப உங்காத்திலே ரெண்டு இருக்கு போல இருக்கு! அண்ணா, இது வெலை ரொம்பச் சொல்வாளோ?’

‘நீ ப்ராஜக்ட் ஆபீசர் வீட்டுக்குப் போயிருக்கியோ?’

‘ஓ… கைக்காரியத்துக்குப் போயிருக்கேன். இன்னிக்குக் கூடப் போயிருந்தேனே. உங்களைப் பத்திதான் ரெண்டு பேரும் பேசிண்டிருந்தா…’

‘யாரு?’

‘மாமாவும் மாமியும். அவாத்தில ஒரு பொண்ணு இருக்கு. பேரு வாயில நுழையலை… அதுக்கு உங்களைப் பார்க்கறானு நினைக்கிறேன்.’

‘ஏய்! உளறாதே! பொய்!’

'இல்லை அண்ணா, நிசமா இதோ, இவன் சத்தியமா' என்று குழந்தை தலையில் அடிக்க, அது 'கக்' என்று வெள்ளையாகக் கக்கி அம்மாவைப் பார்த்துச் சிரித்தது.

'என்ன பேசிக்கிட்டாங்க...'

''நம்ம பொண்ணுக்கு இந்தப் பையன் பொருத்தமா இருப்பான் போல இருக்கே'ன்னு. நான் முற்றத்திலே அப்பளம் இட்டுண்டே கேட்டுண்டிருந்தேன். பெரியவர் சொல்றார், 'அது குழந்தை, கல்யாண வயசாகலை'ன்னு. மாமியானா, 'இதுக்குப் படிப்பு சரியா வரலை. நல்ல இடமா வந்ததுன்னா கல்யாணத்தைப் பண்ணிப்புடலாம்'னு சொன்னா. வாஸ்தவம்தானே?'

'என்னைப் பத்தி என்ன சொன்னா?'

''நல்ல பையன், அழகா, பாந்தமா இருக்கான், நல்ல குடும்பம், ஒரு வேலை கிடைச்சுடுத்துன்னா இவனை விடவா நல்ல இடம் நமக்குக் கிடைக்கப்போறது?ன்னா.'

ரகுபதி உள்ளே சென்று மரப்பெட்டியை அவசரமாகத் திறந்து அதில் உள்ள பெட்ஷீட்களையெல்லாம் உருவித் தேர்ந்தெடுத்து, 'இந்தா, வெச்சுக்கோ!' என்றான்.

அவள் கண்கள் விரிந்தன, 'இந்தாடா! அண்ணா குடுக்குறா, வாங்கிக்கோ' என்றாள். குழந்தையை பெட்ஷீட் மறைத்தது.

'அப்புறம் குட்டி ரேடியோ?' என்றாள்.

'பேட்டரி போட்டுக் கொடுக்கறேன்' என்றான்.

அவன் சாப்பிட, குழந்தையைத் தட்டித் தூங்கப் பண்ணிவிட்டு, சாப்பிட்ட பாத்திரங்களை எடுத்து அலம்பி அடுக்கிவைத்து, வராந்தாவில் முழங்கையில் கை வைத்துப் படுத்தாள். பெட்ஷீட்டைக் குழந்தைக்குப் போர்த்தி மெலிசாகப் பாடிக் கொண்டிருந்தாள்.

அப்பா வந்ததும் வாரிச்சுருட்டிக்கொண்டு எழுந்தாள்.

'என்ன ஜெயந்தி, படுத்துண்ட்ட? வீட்டுக்குப் போகலை?'

'உங்களுக்காகத்தான் காத்திண்டிருக்கேன் மாமா. உங்க புள்ளையோட பேசிண்டிருந்தேன். குழந்தைக்கு பெட்ஷீட் கொடுத்தார். அவருக்கு உங்களைப் போல தாராள மனசு...'

'பெட்ஷீட்டா, எதுக்குடா கொடுத்தே? இதுவரைக்கும் இவளுக்கு மூணு பெட்ஷீட் கொடுத்தாச்சு. ரகு, இவ சொல்றதையெல்லாம் நம்பாதே. நிஜம்போலப் பொய் சொல்லுவா. உங்கிட்ட என்ன சொன்னா?'

'ஒண்ணுமில்லை மாமா.'

ரகுபதி சிரித்து, 'மதுமிதாவை எனக்குக் கல்யாணம் செய்து கொடுக்கறதா அவங்க வீட்டில் பேசிக்கிட்டதா சொல்லிச்சு!'

'பேகன் மாதிரி குடுத்திட்டியா! அவங்க வீட்டிலே இவ நுழைஞ்சதே கிடையாது! உடம்பெல்லாம் பொய், ஏய்?' என்று அவள் காதைத் திருகினார். 'உம் புருசன் அதாண்டி உன்னை விரட்டிவிட்டுட்டான்!'

'இல்லை மாமா, அடி தாங்காமதான் வந்துட்டேன். பாருங்க மாமா, கழுத்தெல்லாம் தழும்பு...' என்று கழுத்தைக் காட்டினாள்.

'இதுகூட எவ்வளவு நிஜமோ! ஒரு நாள் உன்னைப் பிடித்து சோப்புப் போட்டுத் தேச்சா தழும்பு காணாமப் போனாலும் ஆச்சரியப்படமாட்டேன். வா ரகு! இதைக் கொண்டு விட்டுட்டு வந்துரலாம்.'

'நீங்க போங்கப்பா, எனக்குக் கொஞ்சம் காரியம் இருக்கு.'

'என்ன டயரி எழுதணுமா? இன்னிக்கு என்ன ப்ராக்ரஸ்?'

'இல்லை, பனியன், சாக்ஸ் எல்லாம் தோச்சிறலாம்னு பார்க்கறேன்.'

'அண்ணா, நான் உங்ககிட்ட சொன்னதெல்லாம் நிஜம்!'

'பொய்யாமொழி, வா!' என்று அவளை விரட்டிக்கொண்டே அப்பா அழைத்துச் செல்ல, ரகுபதி தனியாக இருக்க விரும்பினான். 'ரகுபதி மதுமிதா ரகுபதி மதுமிதா' என்று சுதந்தரமாகச் சொல்லிப் பார்த்துக்கொண்டான். மூஞ்சியில்லாத பவர் ஸ்டேஷன் டெலிபோன் ஒலித்தது.

'ஹலோ!' என்றான்.

'ரகுபதியா!' என்றாள். அவள்தான்!

'என்ன மது?'

'அம்மா உங்களைக் கேட்கச் சொன்னா, நாளைக்குப் பாணதீர்த்தம் வரீங்களான்னு...'

'யார் யாரு?'

'சுதா வரமாட்டன்னு தகராறு பண்ணிக்கிட்டிருக்கான். நீங்க எங்கூட தனியா வருவீங்களா?'

'சரி...'

'அருவில குளிக்கலாம், என்ன?'

'சரி...'

'உங்க கிட்ட சரிங்கறதைத் தவிர வேற வார்த்தையே கிடையாதா?'

'வேற என்ன சொல்லணும்?'

'ஐ லைக் மது'ன்னு!'

8

அப்பா திரும்பிவந்து சற்று நேரம் படித்துவிட்டு விளக்கு அணைத்ததும் இருட்டில் பெரிதாக விழித்துக்கொண்டிருந்தான் ரகுபதி. புரண்டு படுத்தான். தூக்கம் ஒரு மைல் தூரத்தில் இருந்தது. மனத்தில் அருவி பாய்ந்தது. அதில் மதுமிதா தன் அவயங்களைச் சோம்பேறித்தனமாக அசைத்துக் குளித்தாள். அவ்வப்போது அருவியில் சாகசங்களுக்கு இடையில் தெரிந்தாள். அவனைப் பார்த்துச் சிரித்தாள். 'கொஞ்சம் அந்தப் பக்கம் திரும்பிக்கங்க, நான் ஷர்ட் மாத்திக்கணும்!' எழுந்து விளக்கைப் போட்டுக்கொண்டான். அந்தப் பெண்ணின் எண்ணங்களை விரட்டுவது இயலாத காரியமாக இருந்தது. தம்ளர் தண்ணீர் சரித்துக்கொண்டான்.

அடுத்த அறையில் குறட்டை கேட்டது. அப்பா காதலித்திருப்பாரோ? கேட்க வேண்டும். இவள் என் பர்சனாலிட்டிக்கு சரியான நேரெதிர். நான் சங்கோஜி. இவள் எல்லாருடனும் பழகுகிறாள். நான் தொடவே தயங்குகிறேன். இவள் சுபாவமாகப் படுகிறாள். என் குணங்களில் இருக்கும் குறைபாடுகளை எல்லாம் இவள் நிரப்புகிறாள். எனக்குத்தான் இவள் கிடைக்கக் கூடியவள். இதோ, என் கைநீட்டலின் அருகே இருப்பவள். சே! இரண்டு நாளில் எனக்குப் பைத்தியம் பிடித்துவிடும். ஆனாலும் இப்படி எப்போதும் அவள் நினைவாகவே இருக்கக் கூடாது. எனக்கு இன்னும் எத்தனையோ சாதிக்கவேண்டியது இருக்கிறது. முதலில் வேலை கிடைக்கவேண்டும். சம்பாதிக்கவேண்டும். காசு சேர்க்க வேண்டும். மதுமிதாவை... சட்!

புத்தகத்தை எடுத்துப் புரட்டினான்.

'ஆண் தேனீ தன் ஜோடிக்குப் பளபளக்கும் மணல் துகள்களையும் பூவிதழ் களையும் கொண்டுவந்து கொடுக்கிறது. சிலந்திகள் தம் காதலைக் காட்டப் புதுப்புதுக் கோலங்கள் வரைந்து பல்ட்டி அடித்துக் காட்டுகின்றன. தேள் தன் காதலியைக் கையைப் பிடித்துக்கொண்டு பின்பக்கமாக வாக் அழைத்துச் செல்கிறது. பெங்குவின் பறவை தன் மனைவிக்குப் பளபளப்பான கூழாங் கல்லை எடுத்துப் பரிசளிக்கிறது.

வாக்ஸ்விங் பறவை தன் காதலிக்கு செர்ரி பழங்களைச் சேகரித்துக் கொண்டு வந்து அழகான அதன் வாயில் போடுகிறது. பெண்ணுக்கு இஷ்டம் இருந்தால் பழத்தை ஆண் பறவையின் வாயில் திரும்ப வைத்து விடுகிறது! இரண்டும் ஒரு மரக்கிளையில் உட்கார்ந்துகொண்டு உற்சாகமாக அந்தப் பழத்தை மாறி மாறிப் பரிமாறிக்கொண்டு பொழுது போக்குகின்றன. நீலக் குருவியின் காதலன் அதற்கு நீலத்திலேயே கூழாங்கற்கள், மலர்கள் எல்லாம் எடுத்துவந்து கொடுக்கிறது. இயற்கையில் எங்கு பார்த்தாலும் காதல்தான் இருக்கிறது.'

அப்பாவின் பூச்சிகள், பறவைகள் பற்றிய புத்தகம்கூடக் காதல் என்கிறது!

புத்தகத்தை மூடி வைத்து விட்டு ரகுபதி கண் மூட, தன் சிறகுகளை செகண்டுக்கு 75 தடவை அடித்துக்கொண்டு வார்த்தையில்லாத காதல் கீதம் பாடி, அறுபதடி உயரத்துக்கு எவ்விப் பறந்து, ஒரு கணம் அந்த உயரத்தில் ஸ்திரமாக நின்று, அடுத்த கணம் சரேல் என்று சரிந்து மரக்கிளையில் உட்கார்ந்திருக்கும் மதுமிதாவுக்கு எதிராகச் சட்டென்று ப்ரேக் போட்டதுபோல அந்தரத்தில் நின்று கொண்டு இறக்கைகளும் துடிக்க, பற்ற வைத்த தங்கச் சொப்பைப் போல அவள் முன்னால் நடனமிட ரகுபதி மதுமிதா தனதன தன தன என்று அத்தனை பறவைகளும் தேனீக்களும் ஆரவாரிக்க...

தூங்கிப் போனான்.

'குட் மார்னிங்! குட் மார்னிங்!'

கண்களில் சூரியன் உறுத்து விழித்தபோது பளிச்சென்று மதுமிதா நின்றுகொண்டிருந்தாள்.

'என்ன இது! இன்னும் தூங்கிக்கிட்டிருக்கீங்க? எங்கூட வரதாச்சொல்லியிருந் தீங்களே! குட்மார்னிங் அங்கிள்! இவர் இப்படித்தான் தினம் தூங்குவாரா?'

'இன்னிக்குக் கொஞ்சம் சீக்கிரம்.'

'எந்திரிங்க எந்திரிங்க!' - அவன் போர்வையை உதறி எறிந்து அவன் விலாவில் குத்தினாள். தலையைக் கலைத்து விளையாடினாள். ரகுபதிக்கு வேஷ்டி சற்று முழங்காலில் விலகியிருந்ததால் வெட்கமாக இருந்தது. உடனே எழுந்து, பேண்ட் மாட்டிக்கொள்ள அடுத்த அறைக்கு ஓடினான். வாசலில் ஜீப் 'பீப் பீப்' என்றது 'கமிங் கமிங்' என்றாள். 'நீங்க வரீங்களா அங்கிள்?'

'எங்கம்மா?'

'பாணதீர்த்தம் போறோம்...'

'சரிதான்! உங்ககூட வந்தா உங்கப்பா என்னை வீட்டுக்கு அனுப்பிச்சுருவார்!'

'வீட்லதானே இருக்கீங்க!' என்று அருவிக்கு அறிமுகமாகச் சிரித்தாள்.

'ரொம்ப அறுவை ஜோக் சொல்லுவே போல இருக்கே...'

'அருவி ஜோக்!'

கண்களில் நீர் வரச் சிரித்தாள். அப்பா தலையில் அடித்துக் கொண்டார். ரகுபதி அவசரமாக ஷேவ் பண்ணிக்கொண்டபோது எட்டிப் பார்த்தாள்.

‘எதுக்கு சார் ஷேவ்? அங்கிள்! இவருக்குக் கல்யாணம் ஆயிடுத்தா?’

‘இல்லையம்மா... உன்னைத்தான் கல்யாணம் பண்ணிக்க யோசிச்சிட்டிருக்கான்.’

‘ஹய்யோ!’ என்று கையை உதறிக்கொண்டாள். முகம் கழுவிக் கொண்டு வெளி வந்தவனை ஏற இறங்கப் பார்த்தாள். ‘ஷேவ் பண்ணப்புறம் சுமாரா இருக்காரு. கல்யாணம் செய்துக்கலாம் போலத்தான் தோணுது.’

‘உன்னைப்பத்தி டயரியில் எழுதியிருக்கான்.’

‘எங்க காட்டுங்க பார்க்கலாம்?’

‘அப்பா! தேர் இஸ் எ லிமிட் டு ஆல் திஸ்!’ ரகுபதி அதட்டினான்.

‘என்ன இது, அப்பாவை அதட்டறீங்க? ஹூம், உங்களை நான் கல்யாணம் செய்துக்க மாட்டேன்.’

வாசலில் மறுபடி ஹார்ன் ஒலிக்க, ‘வரீங்களா... முதல்ல குளிப்போம். அப்புறம் கல்யாணம் செய்துப்போம்’ என்றாள். ரகுபதி கட்டுப்பட்டவன் போல அவள்பின் சென்றான். முன் சீட்டில் உட்கார்ந்தாள். ‘இடம் இருக்கு. நீங்களும் உட்காரலாம்.’

மண் பாதையில் புழுதி தொடர பள்ளிச் சிறுவர்கள் கொஞ்ச நேரம் துரத்தினார்கள். அப்பர் டாம் சாலையில் திரும்பியதும் யூகலிப்ட்ஸ் மரங்கள் துரத்தின. வாலாட்டிச் சிட்டுகள் துரத்தின...

ஜீப் ஆட்டத்துக்கு ஏற்ப மதுமிதா அவன்மேல் படபட ரத்த உஷ்ணம் அதிகமாகி, தார் ரோட்டைச் சபித்தான். திருப்பங்களை வாழ்த்தினான். சிகரெட் பிடிப்பதை நிறுத்திவிடலாம் என்று தீர்மானித்தான். முத்தமிட்டால் வாசனை பிடிக்காமல் இருக்கலாம். ஆள்காட்டி விரலுக்கு அருகில் சின்னதாக பிளாஸ்டர் போட்டிருந்தது.

‘கைல என்ன?’

‘சுதா பிளேடை வைச்சுக் கீறிட்டான்.’

‘ஸ்ஸ்! ரொம்ப வலிச்சிருக்குமே?’

‘இல்லை.’

அப்பர் டாம் நிரம்பித் ததும்பிக்கொண்டிருந்தது. பட்டர்ஃப்ளை வால்வு வழியாகத் தண்ணீர் வெள்ளை மயில் தோகைபோல விசிறி அடித்துக் கொண்டிருந்தது. ‘ஏறி உக்காந்துக்கலாம் போல இருக்குல்ல?’ மோட்டார் படகு மௌனத்தை அநியாயமாகச் கீறிக்கொண்டு செல்ல தண்ணீர் திவலைகளை இடக்கையால் அலசிக்கொண்டே எதிரே உட்கார்ந்திருந்த

மதுமிதாவை வெள்ளத்தில் நீந்திக் காப்பாற்றினான். எதிரே பச்சை இருட்டில் கானகம் தெரிய மதுமிதாவை புலியினின்றும் காப்பாற்றினான். மோட்டார் படகுக்கார மீசைக்காரன் பவ்யமாக ரட்டரைச் செலுத்திக்கொண்டிருந்தவன், ஒரு கணம் நின்று மதுமிதாவின் கையைப் பிடித்து இழுக்க, ரகுபதி பாய்ந்து அவன் தாடையில் ஒரு டிஷ்யூம் கொடுத்து அவனை வெள்ளத்தில் கவிழ்த்துக் காப்பாற்றினான்.

அவனைப் பார்த்துப் புன்னகைத்தாள்.

'மதுமிதா ஐ லவ் யூ!'

'வாட்?' என்றாள் மோட்டார் படகின் இரைச்சலில்.

'அப்புறம் சொல்றேன்!'

'கேக்கலை' என்று அபிநயம் செய்தாள்.

எதிர்க் கரையை அடைந்து காட்டு ரகசியத்தினூடே கொஞ்சம் போல நடந்து அருவியை அணுகுவதற்கு முன்னே அதன் ஓசை ஒல்லியான வெள்ளி விழாபோல ஆரவாரித்தது.

ஸ்பெக்ட்ரம் பிரிந்து இலவசமாகக் கிடைத்த ஒரு வானவில்லை நோக்கி மதுமிதா உற்சாகம் பொங்க ஓடினாள். 'தம்பி! குளிக்க கிளிக்க வேண்டாம்னு சொல்லுங்க. அய்யா கேட்டார்னா கோவிச்சுப்பாக! அந்தம்மா பாட்டுக்கு கன்னுக்குட்டி மாதிரி ஓடுது. அருவி ஸ்பீடா வரும். இந்த வேளையில் குளிக்க முடியாது. அருகால போனாலே அடுச்சுப் போட்டுரும்!'

'அம்மா! கிட்டப் போவாதீக. சொன்னாக் கேளுங்க!' அவளைக் கட்டுப்படுத்த முடியாது. இப்போது அவள்தான் அருவி! பக்கத்தில் நின்றாள். சிதறலில் நனைந்தாள். 'மது, கிட்டப் போகாதே. போர்ஸ் ஜாஸ்தி. குளிக்கமுடியாது!'

ஒரு கிளையருவி கோபம் இல்லாமல் இருந்தது. அதனருகில் திருடன் போல அணுகி அப்படியே சட்டை பேண்ட்டுடன் நனைந்தாள். மயிர்க்கற்றைகள் திரிதிரியாக, முகத்தில் வெண்முத்துக்கள் ஒளிர, சிரிப்பில் ஆரோக்கியமான பற்களில், அவனை மூச்சுத் திணற வைத்த உடம்புடன் ஒட்டிய ஈரத்தில் திடீர் திடீர் என்று உற்சாகத்தில் அவள் எழுப்பிய கூக்குரலில் திரும்பத் திரும்ப அவள் தன் முதுகின் கோடும் இடுப்பின் வளைவும் தெரிய...

ரகுபதிக்குச் சுருக் என்றது. மோட்டார் படகுக்காரனும் டிரைவரும் பார்த்துக் கொண்டிருந்தார்கள்.

'என்னய்யா வேடிக்கை பாக்கறீங்க?'

'அதான்! சின்னம்மா இன்னும் சின்னக்குழந்தை மாதிரிதான்!'

என் மனைவியை மற்றொருவர் பார்ப்பதாவது! 'நீங்க ரெண்டு பேரும் போய்க் கரையில் இருங்க. நான் கூட்டியாரேன்!' அவர்கள் இவனைச் சந்தேகத்துடன் பார்த்துக்கொண்டே புறப்பட, 'வாங்க ரகு!' என்றாள்.

இதோ சந்தர்ப்பம்! எதிரே நனைந்த மேனியுடன் தனிமையாக, காட்டில் அந்தப்பெண் அவனை அழைக்கிறாள். அவளருகில் சென்று கை கோத்து, மெய் கோத்து இருவரும் இயற்கையின் ஈரத்தில் ஒன்றாகக் கலந்துபோய், மெல்ல அவள் அதரங்களைத் தேடி, தொட்டு, பட்டு அழுத்தி, அழுத்தி...

'நீ குளிச்சுட்டு வா, நான் இங்கேயே இருக்கேன்' என்றான் ரகு.

அந்த மறுப்புக்காக அவன் தன்னை அன்றைய தினம் பூராவும் திட்டிக்கொள்ளப் போகிறான். தயக்கமில்லை. கோழைத்தனம் இல்லை. அது என்ன சுபாவம்? சரியாக அவனுக்குப் புரியவில்லை. ஓர் அருமையான சந்தர்ப்பத்தை தவற விட்டு விட்டான். பொறுத்திரு, சமயம் வரும். இவளை முழுசாக உனக்கே உனக்கு என்று அணைத்துக்கொள்ளும் சந்தர்ப்பம் வராமலா போகிறது? மதுமிதாவைச் சமூகம் ஒப்புக்கொண்ட வழிமுறைகளில்தான் அணைத்துக்கொள்ள விரும்பினான்.

தலையைச் சிலிர்த்துக்கொண்டு உற்சாகமாகச் சிரித்துக் கொண்டிருப்பவளை இந்தக் காலையில் இங்கிருந்து பார்த்துக் கொண்டிருப்பதற்கு அனுமதி கிடைத்ததே என் அதிர்ஷ்டம். பாக்கியம். அவசரப்படக்கூடாது.

மதுமிதா எனக்குத்தான்!

மறைவிடத்தில் சென்று மாற்று உடைகள் அணிந்துகொண்டு வந்தவள் பளிச்சென்று இருந்தாள். ஒரு பாறையைத் தாண்டுவதற்கு அவன் கரத்தைத் தொட்டபோது அவள் விரல்கள் சில்லென்று இருந்தன.

'மதுமிதா, கொஞ்சம் உக்காருவோமா?'

'மதுமிதான்னு கூப்ட்டு டைம் வேஸ்ட் பண்ணாதீங்க, மது போதும்'

'இல்லை மதுமிதா. இந்தப் பேர்லேயே ஒரு மயக்கம் இருக்கு. உன்னை ஒண்ணு கேக்கணும், உக்காரேன்...'

'எதுக்கு?'

'சும்மா. மதுமிதா, நீ காலைல சொன்னது நிஜமா?'

'நிஜம். என்ன சொன்னேன்?'

'என்னைக் கல்யாணம் பண்ணிக்கிறதுக்கு உனக்கு இஷ்டமா?' என்று கேட்க நினைத்தவன், 'நிஜமாவே தீவிரமாச் சொல்லியிருந்தா உனக்கு ஞாபகம் இருக்கும்' என்றான்.

அவள் கையை டெலஸ்கோப் பண்ணிக்கொண்டு அவனைப் பார்த்தாள். 'இந்த மரத்துமேல ஏறுவீங்களா?'

'எனக்கு அதெல்லாம் தெரியாது.'

'உங்களுக்குப் பாடத் தெரியுமா?'

'தெரியாதே!'

'ஏதாவது பாடுங்களேன். எனக்குப் பாடணும்போல இருக்கு.'

'பாடிப் பாரேன்!'

'சேச்சே! அருவி நின்னு போயிடும்' என்று சிரித்தாள். திடீர் என்று கைகளைத் தரையில் ஊன்றிக் குட்டிக்கரணம் போட்டாள். 'வாலிபால் டீம்ல இருக்கேன். மூன்றாம் பிறை, வா கண்ணா வா, எல்லாமும் பாக்கணும். திருநெல்வேலில ஓடறதாம். போகலாமா?'

'போகலாம்.'

'உங்களுக்கு ஸ்ரீதேவி பிடிக்குமா?'

'எனக்குப் பிடிச்ச ஒரே பொண்ணு மதுமிதா...'

'நான் சினிமா ஆக்டர்ஸ்ல சொல்றேன். எனக்கு சுஹாசினி பிடிக்கும். ஷி இஸ் ஓகே! ரகு, ஏதாவது அறுவை ஜோக் சொல்லேன்.'

'எனக்கு ஒண்ணும் தெரியாதே?'

'நான் சொல்லட்டுமா! வேஷ்டியைக் கிழிச்சு இட்லிப் பானைல உபயோகப் படுத்தினா அதுக்கு என்ன பேர்?'

'சொல்லு.'

'வேஸ்ட்டி!' என்று தனக்குள் சிரித்துக் கொண்டாள். அடுத்து என்ன பேசப் போகிறாள் என்பதை எதிர்பார்க்க முடியவில்லை. டிரைவரும் மோட்டார் படகுக்காரனும் திரும்பிவர, 'வாங்கம்மா போகலாம்!'

'ரகு இன்னும் குளிக்கலையே. நீங்க குளிங்க. நான் இவங்ககூட சுத்திப் பார்த்துட்டு வரேன்!'

'வேண்டாம், எனக்கு அருவில குளிக்கணும்னு அவசியமில்லை.' டிரைவர் அருகே பீடி நாற்றம் அடித்தது.

திரும்பி மோட்டார் படகில் செல்லும்போது மதுமிதா அவனை அடிக்கடி தொட்டுத் தொட்டு, 'பறவையைப் பார்!', 'தண்ணீர்ப் பாம்பைப் பார்!' என்று

பிரிவோம் சந்திப்போம் ● 49

வேடிக்கை காட்டிக்கொண்டே வந்தாள். காட்டிய காட்சிகள் எல்லாம் அவன் மனத்தில் பதியவே இல்லை. பதிலாக, தொட்ட இடம் எல்லாம் தெளிவாக ஞாபகம் இருந்தது. படகை விட்டு இறங்கும்போது அது சற்று ஆடியதால், அவன் மேல் முழுமையாகச் சாய்ந்தாள். அவனைப் பற்றிக்கொண்டு எழுந்தாள். ஒருகணம் அவள் முகம் அவன் முகத்துக்கு அருகில் இருந்தது. கடிகாரத்தைப் பார்த்தான். மூன்று மணி நேரம் சென்று விட்டது. ஆச்சரியமாக இருந்தது. அவளுடன் பசை போட்டு ஒட்டிக் கொண்டு அவளுடனே சதா இருந்துவிடவேண்டும் என்று விரும்பினான்.

'என்னடா, காலைல இருந்து தூரப்பார்வை பார்த்துக்கிட்டே இருக்கே? மதுமிதாவா?'

'இல்லைப்பா!'

'சாம்பார்ல உப்பில்லையே, தெரியலையா?'

அப்பா அவன் சாப்பிடுவதையே பார்த்துக்கொண்டிருந்தார். அவருடைய புன்னகை அவனுக்குப் பிடிக்கவில்லை. 'மூன் ஸ்ட்ரக்னு சொல்வாங்களே இதுதான். என்னது எழுந்துட்டே?'

'பசி இல்லைப்பா!'

'நிஜமாவே அம்பிகாவதி, மஜ்னு எல்லாரையும் சேத்து உருட்டி வெச்சாப்பல இருக்கே, ஷேக்ஸ்பியர் பாத்தான்னா கேள்வி கேக்காம ரோமியோ வேஷம் கொடுத்துருவான்!'

ரகுபதி சிரிக்கவில்லை.

'எங்கே போறே?'

'சும்மா போஸ்டாபீஸ் வரைக்கும்ப்பா!'

''மருவு பெண்ணாசையை மறக்கவேண்டும். உனை மறவாதிருக்க வேண்டும்'னு வள்ளலார் சொன்னார்.'

அப்பாமேல் கோபம் வந்தது. இவ்வளவு தீவிரமான விஷயத்தை இவ்வளவு வேடிக்கையாகப் பார்க்கிறார். வயசு வித்தியாசம்தான் காரணம். இவருக்கு என் மனசைத் தெரிந்துகொள்ள முடியாது.

போஸ்ட் ஆபீஸுக்கு, பள்ளிக்கூடத்தைக் கடந்துபோக வேண்டியிருந்தது. தட்டிக்குள் குழந்தைகள் இரைச்சல் கேட்க ஆசிரியர்கள் வெளியே பேசிக் கொண்டிருந்தார்கள். ஜிப்பா ஒருத்தர், தமிழரசி என்று பெயர் இருக்கும்போல இருந்த கண்ணாடி டீச்சரிடம் சிரித்துப் பேசிக்கொண்டிருந்தார். காதலாக இருக்குமோ? தங்க நிறத்தில் தலையும் கண்ணில் கருங்கோடும் கொண்ட ஒரு பறவை பார்த்து ரசிக்க ஆளில்லாமல் அழகாகப் பறந்துகொண்டிருந்தது. வானத்தில் மேகங்கள் முத்தமிட்டுக் கொண்டிருந்தன. வண்ணத்துப்பூச்சிகள் தேன் மலர்மேல் துடித்துக்கொண்டிருந்தன.

'வணக்கம் தம்பி!' என்று கேட்டுத் திரும்பிப் பார்த்தான். 'நீங்கதான் கோவிந்தராஜன் மகனுங்களா? வந்திருக்கிறதாக் கேள்விப்பட்டேன். எனக்கு ஒரு பிட்டிசன் இங்கிலீசில் எழுதிக் கொடுக்கணும் டிப்பார்ட்மெண்டுக்கு…'

'நீங்க யாரு?'

'செல்லப்பாங்க, தமிழ் வாத்தியார். இன்னி தபால்ல போய்ச் சேரணும். தயவு பண்ணுங்க. இந்தப் பொட்டக்காட்டில கொண்டு போட்டுட்டாங்க. சம்சாரம் மதுரையில இருக்குது. புள்ளைங்க கோயமுத்தூர்ல படிக்குது. நான் திருநெல்வேலி சில்லாவில பாவநாசத்தில! என்ன கொடுமை பாத்தீங்களா?' அவர் அவனுடன் போஸ்ட் ஆபீசுக்கு நடந்தார். 'கிளாஸ் இல்லிங்களா?'

'அது பாட்டுக்கு அது' என்றார். தபால் ஆபீசில் ஒரே ஒரு சன்னலில் ஒரே ஓர் அதிகாரி கார்டை ரூபாய் நோட்டு போல நிரடி நிரடி விற்றுக்கொண்டிருந்தார். சேமிப்பு பற்றியும் கொயினா மாத்திரை பற்றியும் பழைய போஸ்டர்களில் தூசு படிந்திருக்க, இந்திரா காந்தி இளமையாக இருந்தார். தமிழாசிரியர் பர்ஸிலிருந்து தன் மனைவியின் புகைப்படத்தைக் காட்டினார். ஒரு சிலர் காத்திருந்தார்கள். 'தபால் பஸ்ஸு வந்திருச்சா அண்ணாச்சி?'

தமிழாசிரியர் அவனுடன் பிட்டிசனுக்காக ஒட்டிக்கொண்டிருக்க, 'நற்றிணையில் கைக்கிளையைப் பற்றி ஆராய்ச்சி பண்ணி பாதில விட்டிருக்கங்க. ஒரு எம்.ஏ. பண்ணிப்பிட்டன்னா இந்தக் காட்டை விட்டுரலாம். கல்லூரிகள்ல வேலை கிடைக்கும்.'

'அப்பம் நீ என்னதான் சொல்லுத? வயிறு பசிக்கில்லா? என்னடே?'

'இந்தத் தமிழ்வேற நமக்கு தோதுப்படலீங்க… அப்பம் தோசைன்னுக்கிட்டு!'

தபால் பஸ் வந்து நிற்க, ரகுபதிக்குள் சற்று பரபரப்பு அதிகமானது. பெட்டியை மனத்தில் உடைத்து, சீல் பிரித்துப் பார்த்துவிட்டான். அதில் அவனுக்கென்று கடிதம் முதலில் கிடைத்தது. 'டியர் சார், வித் ரெஃபரன்ஸ் டு யுவர் அப்ளிகேஷன் ஃபார் அப்பாய்ண்ட்மெண்ட் வித் அஸ் அண்ட் தி சப்சீக்வெண்ட் இண்டர்வ்யூ…'

'நற்றிணையில் ஒரு பாடல் இருக்குதுங்க, காதல்னா அதாங்க காதல்!'

'காதலா?'

'ஆமாங்க, சங்க காலத்துல காதல் இப்ப இருக்கிற காதலையெல்லாம் பீட் அடிச்சுரும்!'

இப்போது கொஞ்சம் சுவாரஸ்யத்துடன் 'சொல்லுங்க' என்றான். தபால் பிரிக்க நேரமாகும்.

'மடலேறல், விடைதழுவுதல், குற்றிசை, குறுங்காலி, சுரநடை, முதுபால்னு…'

'ஏதோ பாட்டு இருக்கிறதாச் சொன்னீங்களே…'

'நற்றிணைலங்க, சொல்லட்டுங்களா?'

'பாட்டு பாடவேண்டாம், அர்த்தம் மட்டும் போதும்.'

அழுக்குப் பையின் அரக்கு முத்திரை பிரிக்கப்பட்டது.

'பாருங்க, சின்ன வயசில் புன்னைங்காயை மண்ணில ஒளிச்சு வெக்கிற வெளையாட்டு வெளையாடியிருக்குது அந்தப் பொண்ணு. மறந்து போய் வெச்சுட்ட காய் தன்னிச்சையா வளர்ந்து செடியாயிருச்சு. அதுக்கு இந்தப் பொண்ணு பால் எல்லாம் ஊத்தி அன்பா வளக்குது. செடியும் இவளோடு வளர்ந்து மரமாயிடுச்சு. இந்த மரத்தடியில் காதலன்கூட வெளையாட வருது அந்தப் பொண்ணு. இந்தச்செடி என்கூட வளர்ந்தது. எனக்கு அக்கா மாதிரி, அதனால இதனடியில உன்னைத் தழுவறதுக்கு எனக்கு வெக்கமா இருக்குதுன்னு சொல்லுது!'

'என்னவே குறுக்க வந்து நிக்கியே! ஒதுங்கு! ஒதுங்கு!'

'போஸ்ட்மாஸ்டர் சார்! எனக்கு ஏதாச்சும் தபால் உண்டா?'

'பேரு?'

'ஜி.ரகுபதி.'

'இன்ஜினியரு கோவிந்தராசன் மகன்தானுங்களே?'

'ஆமாங்க.'

'அவரு காலைல வந்து சொல்லிட்டுப் போனாக. ஏதாவது வந்தா உடனே கொடுக்கும்படிக்கு. இப்படி, பேருக்குப் பேர் கேட்டுக் குழப்பிப் போடுதாக!'

'ஸாரி, அவர் வந்து கேட்டது எனக்குத் தெரியாது! லெட்டர் எதாவது இருக்கா?'

'ஒண்ணும் இல்லை!'

'தம்பி! என் பிட்டிசன்...' என்றார் தமிழ்.

'சாயங்காலம் வீட்டுக்கு வாங்க... எழுதிக் கொடுக்கறேன். வரப்ப அந்த நற்றிணை புஸ்தகத்தையும் எடுத்து வாங்க.'

ரகுபதி, தமிழ் வாத்தியார் இரண்டு பேருமே ஏமாற்றத்துடன் நடந்து செல்லும்போது பிராஜக்ட் ஆபீஸ் சேவகன் வந்து, 'அய்யா உங்களைக் கூப்பிடுதாக' என்றான். ரகுபதிக்குச் சட்டென்று சந்தோஷம் ஏற்பட்டது. அதே சமயம் மறுபடி டெலிமெட்ரி படுத்துவிட்டதோ என்கிற கவலையும் ஏற்பட்டது. ஆனால் மதுமிதாவுடன் சம்பந்தப்பட்டது எதுவுமே அவனுக்குத் துடிப்பு தருகிறது. மதுமிதாவின் அப்பா கூப்பிடுகிறார் என்றால் பறக்கவேண்டும்.

'வாப்பா! உன்னை ஜன்னல் வழியா பார்த்தேன். எங்க இந்தப் பக்கம்?'

'போஸ்ட் ஆபீஸ் சார்!'

'அப்பாயின்மெண்ட் ஆர்டருக்கு வெயிட் பண்றியா?'

'ஆமா சார்!'

'வேலை கிடைக்காம போயிருமா? அருவி ஸ்நானம் எப்படி இருந்தது. மது சொன்னா, பேசவே மாட்டேங்கறியாமே! அதுக்கு நஷ்ட ஈடா அவ நிறையப் பேசியிருப்பாளே? ஓட்டை வாய்! எதுக்குக் கூப்பிட்டேன்னா உங்கூடப் பேசணும். ஒருவிதமான செல்ஃபிஷ் இண்டரஸ்ட்னு வெச்சுக்கயேன். உன்னோட டேட் ஆஃப் பர்த் என்ன?'

'ஏப்ரல் 22 சார்!'

'சாமர்த்தியமா வருஷம் சொல்ல மாட்டேங்கறே. டாரஸா நீ? நான்கூட டாரஸ்தான்! உனக்கு உங்கப்பா எதாவது பொண்ணு கிண்ணு பாத்து வெச்சிருக்காரா?'

'இல்லை சார்' என்றான். கைகள் லேசாக நடுங்க ஆரம்பித்தன.

'வாழ்க்கையில் உன் குறிக்கோள் என்ன?'

'முதல்ல வேலை கிடைக்கிறதுதான் பெரிசா இருக்கு சார்!'

'வேலைக்கென்ன, தன்னால கிடைச்சிரும். கோவிந்தராஜ் சொன்னாரே, என்.டி.பி.சி, ஐ.டி.ஐ, பி.இ.எல் எல்லாத்திலயும் அப்ளை பண்ணியிருக்கியாம். இன்ஜினியரிங் சர்வீசஸ் எக்ஸாம் எழுதறதா உத்தேசம் இருக்கா?'

'இந்த வருஷம் எழுதிப் பார்க்கலாம்னு இருக்கேன்.'

'வேலையைப் பத்திக் கவலைப்படாதே; கிடைச்சுரும். வாழ்க்கை ஓர் ஆம்பிஷன், எதிர்பார்ப்பு வேணும். அது உனக்கு என்ன?'

'உங்க பொண்ணைக் கல்யாணம் செஞ்சுக்கறதுதான் சார்!' என்றான் மனசுக்குள். 'ஆம்பிஷன்னு பார்த்தா எவ்வளவோ இருக்கு சார். கம்ப்யூட்டர் சயன்ஸில் எதாவது பண்ணலாம்னு தோணுது. எதிர்காலம் டிஜிட்டல் எலெக்ட்ரானிக்ஸ்லயும் கம்ப்யூட்டர் சயன்ஸிலயும்தான் இருக்குது!'

'நான் சப்ஜெக்ட்டை சொல்லலை. வாழ்க்கையில் சொல்றேன்.'

அவன் கொஞ்சம் யோசித்து, 'ஒன் ஷுட் நாட் டிஸ்கஸ் எ ட்ரீம்னு சொல்லுவாங்க...'

'ஸோ யூ ஆர் எ ட்ரீமர்?'

'அப்படின்னு இல்லை!' ஏதாவது சொல்லித் தொலையேன்! எத்தனையோ நல்ல வாக்கியங்கள் இருக்கின்றனவே! மனச்சாட்சிக்கு விரோதமில்லாமல் நடந்துகொள்வது, ஒரு நல்ல குடிமகனாவது, பெரியோர்கள் போற்றும்படியாக நடந்து கொள்வது, எது சொன்னாலும் இப்போது செயற்கையாகத்தான் இருக்கும். என் ஒரே ஆசை, ஆம்பிஷன், அப்செஷன் எல்லாமே உம் மகள்தான் என்று எப்படிச் சொல்லுவேன்?

'உன்னை எனக்குப் பிடிச்சிருக்கு. பொய் சொல்ல வரலை உனக்கு. உன் வயசில் என்னை இந்த மாதிரி கேள்வி கேட்டிருந்தா நானும் உன்னை மாதிரித்தான் திணறியிருப்பேன். பரவாயில்லை. பேசாம டென்னிஸ் ஆடிக்கிட்டு, அருவில குளிச்சுக்கிட்டு ஜாலியா இரு. நடக்கவேண்டியது தன்னால நடக்கும். பை தி வே, உன்னையும் மதுவையும் தனியா இன்னிக்கு அனுப்பிச்சதே, உன்னை ஒருவிதமான பரீட்சை பார்க்கத்தான். பாஸ் பண்ணிட்டே...' என்றார்.

10

மதுமிதாவின் அப்பா, ரகுபதி பேசக் காத்திருந்தார்.

‘பரீட்சையா?’ என்றான்.

‘ஆமா, உன்னைப் பார்த்த மாத்திரத்திலேயே எங்க ஃபேமிலில எல்லாருக்கும் பிடிச்சுப் போயிருச்சு. மதுமிதாவைப் பார்த்துப் பழகியிருக்கில்ல? அவளை என்ன சொல்வே நீ?’

‘நீங்கதான் அன்னிக்குச் சொல்லிட்டிங்களே சார், ஒரு குழந்தைன்னுட்டு. இன்னும் அவகிட்ட ஒரு குழந்தையினுடைய அறியாமைகள் நிறைய பாக்கி யிருக்குது. இன்னிக்கு அருவில குளிக்கறபோது ரொம்ப இயல்பா என்னையும், ‘கூடவே குளிக்கலாம் வா!’ன்னு கூப்பிட்டா.’

‘கேள்விப்பட்டேன். நீ ஏன் போகலை?’

ரகுபதி கொஞ்சம் யோசித்து, ‘காரணம். நான் குழந்தை இல்லை! ஐம் நாட் ஷ்யூர் ஆஃப் மைஸெல்ஃப்!’

இவர் முகம் மலர்ந்தது. ‘வெரிகுட்! நான் உன்னைப் பத்தி கணிச்சது ரொம்ப கரெக்ட். ஐ லைக் யூ! ஐ லைக் யூ வெரி மச். என் டாட்டர்கூட நீ பழகறதில எனக்கு ஆட்சேபம் எதுவுமே இல்லை. என் மனைவிக்கும் இல்லை. மதுவுக்குப் படிப்பில் அவ்வளவு இன்ட்ரஸ்ட் இல்லை.’

‘பரவாயில்லை.’

‘சோம்பேறிப் பொண்ணு.’

‘பரவாயில்லை.’

‘வேலைக்குப் போகணும் அல்லது மேல் படிப்பு படிக்கணும்னு எந்த ஒரு ஆசையும் இல்லை.’

‘நல்லவேளை!’

‘அதனால சீக்கிரம் கல்யாணம் செய்துரலாம்னு யோசிச்சுக்கிட்டு இருக்கோம். பயப்படாதே! சீக்கிரம்னா நாளைன்னைக்கே இல்லை! இன்னும் ஒரு வருஷம் இரண்டு வருஷம் கூடப் போகலாம். என்ன சொல்றே?’

‘நல்லது’ என்றான்.

‘மது ஒரே பெண். லைஃப்ல கல்யாணம்கிறது ஒரு பெரிய கேம்பிள். என்னதான் விசாரிச்சு, குலம் கோத்திரம் எல்லாம் பார்த்துச் செய்துக்கிட்டாக் கூட பிற்காலத்தில் சந்தோஷமா இருப்பாங்கன்னு நிச்சயமாச் சொல்லவே முடியறதில்லை. இருந்தாலும் பாக்காம இருக்கவும் முடியறதில்லை, உங்கப்பாவை எனக்கு நல்லாத் தெரியும். உன்னையும் பார்த்துக்கிட்டு வரேன், யூ ஸீம் டு பி ஒக்கே. ஆனா உனக்கு இஷ்டமிருக்கணும்!’

படபடப்பில், ‘என்ன சார் சொல்றீங்க... இஷ்டமா! இஷ்டம்தான்!’ என்றான்.

‘நாங்க எதையும் வலுக்கட்டாயமாச் செய்யற மாதிரி நீ நினைச்சுக்கக் கூடாது.’

‘சேச்சே! அப்படி எல்லாம் இல்லை சார்!’ என்றான். அவசரமாக ‘என் பாக்கியம், அதிர்ஷ்டம்’ என்று ஏதேதோ சொல்ல ஆரம்பித்து மழுப்பினான். அவனுக்குப் பேச வரவில்லை. நா உலர்ந்திருந்தது. வீட்டுக்கு வந்து அப்பாவிடம் சொன்னபோது, ‘என்ன இது! வில்லனே இல்லாத காதல் கதையா இருக்குதே’ என்றார்.

11

ரகுபதி உலகமே தன்னைப் பார்ப்பதுபோல் உணர்ந்தான். அதனால் தன்னை எங்கேயாவது கொண்டுபோய் ஒளித்து வைத்துக் கொள்ளலாமா என்று யோசித்தான். எதிரே கோபிநாத், அவர் மனைவி, இடப்பக்கம் மதுமிதா, சுதாகர், கோடியில் அப்பா, எப்போதும் கோபிநாத்தையே பார்த்துக்கொண்டு சில ப்ராஜக்ட் இன்ஜினியர்கள் என எல்லாரும் பெரிய மேசைமுன் உட்கார்ந்து கொண்டிருந்தார்கள். விதவிதத் தின்பண்டங்களைத் தொட்டுப் பார்ப்பதற்கே அவனுக்குத் தயக்கமாக இருந்தது. வயிறு பூராவும் பசி மறந்துபோய் சந்தோஷம் கலந்த கனம் வந்து நிரம்பி இரண்டு நாளாயிற்று. மதுமிதா அதோ, அவனைப் பார்த்து விரசம் இல்லாமல் கண் இமைக்கிறாள். மற்ற பேர் முள்கரண்டி மேல் கவனமாக என்ன என்னவோ சைனீஸ் சமாசாரத்தை எல்லாம் திருகித் திருகிச் சாப்பிட்டுக்கொண்டிருக்க, ரகுபதி ஒரே ஒரு பட்டாணியுடன் போராடிக்கொண்டிருந்தான்.

சேவகன் வயிற்றில் சிவப்பு அணிந்துகொண்டு பாந்தமாக சாஸ் விசாரித்துக் கொண்டிருக்க, கோபிநாத் மென்றுகொண்டே பேசிக்கொண்டே மென்று கொண்டிருந்தார். ‘கோவிந்தராஜ்! ஜாதகம் எல்லாம் பார்க்கிறது உண்டா நீங்க?’

‘நீங்க பார்க்கிறிங்கன்னா, நான் பார்க்கறேன் சார்.’

‘எனக்கு அவ்வளவு நம்பிக்கை இல்லை. வேணும்னா சம்பிரதாயத்துக்கு வெச்சுக்கலாம்!’

‘வரதட்சிணை உண்டா?’ என்றாள் அம்மா.

‘சேச்சே, பேசக் கூடாது! ஜெயில்ல போட்டுருவார் சார்!’

‘சம்பந்தி ஆனப்புறமும் சார்னுதான் கூப்பிடப்போறீங்களா கோவிந்த்?’

‘அப்ப ஆபீஸ்ல சார், வீட்டில சம்பந்தி!’

'இன்னும் கொஞ்சம் பாயசம் விட்டுக்கும்! என்ன? டயபடிஸ் அதெல்லாம் ஒண்ணுமில்லையே?'

'இல்லை சார்!'

'மது! மாப்பிள்ளைக்குப் பாயசம் வேணுமா, விசாரிச்சியா?'

'பாயசம் வேணுமா?' என்றாள் மது, நிமிர்ந்து.

'அங்கிருந்தே கேட்டா? வேணாம்னுதான் சொல்லுவார். கிட்ட வந்து பரிமாறேன். ஒரு நாள் அதைச் செஞ்சுதானே ஆகணும்?'

மதுமிதா உதட்டைத் துடைத்துக்கொண்டு எழுந்து வந்து ஒரு டம்ளரிலிருந்து அவன் தட்டில் சிரித்துக்கொண்டே ஊற்றினாள்.

'ஏம்மா, அவருக்குப் பாயசம் ஊத்துறியா, குளிப்பாட்டறியா?'

எல்லாரும் அபத்தமாகச் சிரித்தார்கள். ரகுபதிக்கு அதெல்லாம் கேட்கவே இல்லை. கவனம் சாப்பாட்டில் இல்லை. கால்கள் எங்கே என்று தெரியவில்லை. மனசில் சதா அது என்ன சொல்வார்கள், யாழ், அது ஒலித்துக்கொண்டே இருந்தது. அந்த இடத்து சாண்டலியர், திரைச்சீலைகள், கண்ணாடிக்குள் இருந்த பரிசுப் பொருள்கள், ஏன் மரப்பெட்டி மூலையில் சற்றே தெரிந்த விளக்குமாறு, எல்லாமே அழகாக இருந்ததாகப் பட்டது. குழுமி இருந்தவர்கள் அத்தனை பேரும் தேவதைகளாக இருந்தார்கள். அவர்கள் பேச்சில் பாட்டு இருந்தது. அப்பா! இது என்ன ஜுரமில்லாத ஜுரம்! நடப்பது எல்லாம் கனவு போலத்தான் இருக்கிறது. திடீர் என்று யாராவது எழுப்பிவிடுவார்களோ என்று அச்சமாக இருக்கிறது.

இத்தனை சந்தோஷம் தாங்காது! கூடாது! மது மறுபடி அவனைப் பார்த்துக் கண்களால் சிரித்தாள். ஒரு சாலட் துண்டத்தைப் பாதி கடித்துக்கொண்டு சாய்ந்தமாதிரி அவனைப் பார்த்தாள். விரலால் சைகை செய்து 'சாப்பிட்டபின் மாடிக்கு' என்று அழைத்தாள். ரகுபதிக்கு காதுக்குள் இதயம் கேட்டது.

'என்ன, சாப்பிடவே மாட்டேங்கறான்?'

'ரொம்ப எக்ஸைட்மெண்ட் சார்!'

'எதுக்கு?'

'ஹி இஸ் லக்கி!' என்றார் அப்பா.

'ஷி இஸ் ஆல்ஸோ லக்கி!' என்றார் கோபிநாத். 'எப்ப கல்யாணத்தை வெச்சுக்கலாம்?'

'முதல்ல ஃபார்மலா ஒரு நிச்சயதார்த்தம் வெச்சுக்கலாம்னு அபிப்ராயப் படறேன் சார். அதுக்கு முன்னால் அவனுக்கு வேலை கிடைச்சுரட்டும், அப்பாயிண்ட்மெண்ட் ஆர்டர் வரட்டும்னு தோணுது. நீங்க என்ன சொல்றீங்க?'

'வாஸ்தவம்தான்! வேலை கிடைக்கவேண்டியது அவசியம்தான். என்ன சொல்ற ரகு?'

ரகு, 'சரிதான்' என்றான். அப்பாமேல் கோபம் வந்தது. ஆனால் வேலை இல்லாமல் கல்யாணமாவது? அதையும் நினைத்துப் பார்க்க முடியாது.

'எப்பப்பா உனக்கு இண்டர்வ்யூ முடிவெல்லாம் தெரியும்?'

'மாசக் கடைசிக்குள்ள சார்!'

'அதுவரைக்கும் வெய்ட் பண்ணலாம். என்னம்மா சொல்றே? நீ பேசவே இல்லையே' என்று மனைவியைப் பார்த்துக் கேட்டார் கோபிநாத்.

'எனக்கு என்னவோ உடனே நிச்சயதார்த்தம் வெச்சுறலாம்னுதான் தோணுது. வேலை கிடைக்காமயா போவுது?'

'இருந்தாலும் ஒரு விதமான பத்திரத்துக்குத்தானே?'

'அவன் எதிரிலே சொல்லக்கூடாது. இந்த மாதிரிப் பையன் கிடைக்கறது கஷ்டங்க கோவிந்தராஜ். உங்களுக்கு எத்தனையோ பேர் பையனை விசாரிச்சு எழுதியிருப்பாங்களே?'

'வாஸ்தவம்தான்!'

'பாத்தீங்களா? யாருக்காவது வாக்கு கொடுத்துட்டீங்களா?'

'இல்லை. உங்களுக்குத்தான் முதலில் கொடுக்கப்போறேன்!'

'சீக்கிரம் நிச்சயதார்த்தை வச்சுக்கலாங்க.'

'எதுக்கும் ஒரு மாசம் பார்க்கலாம். அதுக்குள்ளே ஆர்டர் வந்துருச்சுன்னா சரி. மது! இவரை அழைச்சுட்டுப் போயி போட்டோ ஆல்பம் எல்லாம் காட்டு!'

'வாங்க!' என்றாள் மது.

'சுதா! நீயும் போ. உன் மாடல்ஸ் எல்லாம் காட்டுப்பா!'

அம்மா சாமர்த்தியமாக இருவர் தனிமையைத் தவிர்ப்பது தெரிந்தது. மாடிப் படியில் மதுமிதா குதித்து ஏற இந்த இடுப்பு என்னுடையது என்று எண்ணிக் கொண்டான். அறைக்குள் சென்று மேஜை விளக்கைப் பொருத்தி, 'என்ன ஆல்பம் பார்க்கணும் உங்களுக்கு! சின்ன வயசா பெரிய வயசா!'

'எனக்கு ஆல்பம் வேண்டாம் மதுமிதா!'

'பின்னே!'

'சுதா, ஒரு தம்ளர் தண்ணி கொண்டு வாயேன்!'

'என்னைக் கழற்றி விடறிங்களா?' என்றான் சுதா.

'சேச்சே, அப்படி இல்லை!'

மதுமிதா படுக்கையில் உட்கார்ந்து, 'சாப்பாடு ரொம்ப ஹெவி இல்லை?' என்றாள்.

'ம்.'

'நீங்க என்னைக் கல்யாணம் செஞ்சுக்கப் போறிங்களா?'

'ஆமாம்!'

'கல்யாணம் எப்படி இருக்கும்?'

'நீதான் சொல்லேன்!'

'எனக்கு ஐடியாவே இல்லை! பட் ஐ ஹேட் பேபிஸ்!'

'பேபிஸ் கம் லேட்டர்!'

'கல்யாணத்தன்னிக்கு ஸாரி கட்டணுமா?'

'விருப்பமிருந்தா...'

'பேண்ட் போட்டுக்கிட்டு கல்யாணம் செஞ்சுக்க விடமாட்டாங்க' என்று சிரித்தாள். 'அப்புறம் வி வில் ஹாவ் ஸெக்ஸ், இல்லையா?'

ரகுபதி அதிர்ச்சியுடன் அவளைப் பார்த்தான்.

'ரகு, நீங்க பார்த்திருக்கிங்களா எப்பவாவது?'

'என்ன மதுமிதா, இதெல்லாம் பேசலாமா? தூ!'

'பார்த்ததில்லை? நான் ரெண்டு தடவை பார்த்திருக்கேன். சின்ன வயசில அப்பா, அம்மா. அப்புறம் போன வெக்கேஷன்லே காமினி ஆண்ட்டி நடராஜ் அங்கிள்கூட. ரகு, நாமதான் இப்ப கல்யாணம் செய்துக்கப்போறமே, ஏதாவது சாக்கு சொல்லிட்டு திருநெல்வேலிக்கு பிக்சர் பாக்க போயிறலாம். கூட்டமில்லாத பிக்சரா போகலாம். அங்க...'

'மது... ப்ளீஸ்! ஒரு நல்ல உறவை இந்த மாதிரி வந்து, அது என்ன சொல்வாங்க...' என்னவோ சொல்ல நினைத்து போட்டுக் குழப்பினான். 'அப்பன்னா கல்யாணம் ஆறவரைக்கும்... வெறும்...'

'வாடா சுதா!' என்றாள். 'என் தம்பி இருக்கான் பாருங்க, பொல்லாதவன். அன்னிக்கு வேலைக்காரப் பொண்ணுக்கிட்ட என்ன கேட்டுக்கிட்டிருந்த சுதா?'

'மாங்கா பறிச்சுத்தான்னு!'

'அதுக்கப்புறம்?'

'போடி, டுன்டுன்! சார், இவளைக் கல்யாணம் செய்துக்காதிங்க சார். பாய்ஸ் எல்லாரையும் சைட் அடிப்பா. ஆம்பிளை மாதிரி விசில் ஊதுவா. ஹெரால்ட் ராபின்ஸ் படிப்பா!'

மதுமிதா சிரித்துக்கொண்டே அவன் சொன்னதையெல்லாம் மதிக்காமல் தொடர்ந்து, 'அந்தப் பெண்ணைக் கேக்கறான் சார்... வந்து...வந்து...'

'மது' என்று அவள் முதுகில் குத்து விட்டான் சுதாகர்.

'ஆ!' என்றாள் சிரித்துக்கொண்டே.

'சுதா, இந்த மாதிரி எல்லாம் அக்காவை அடிக்கக்கூடாது!'

அவன் கவனிக்காமல் மேலும் தொடர்ந்து அவளை அடிக்க, நிஜமாகவே கோபம் வந்திருக்கவேண்டும், பட்டென்று திரும்பி அவன் முதுகில் தொம் என்று குத்தினாள். இப்போது அவன் பதில் அடி வலுக்க, ஒரு கணத்தில் இரண்டு பேருக்கும் மயிர் பிடித்து சண்டை வந்து, கட்டிலையும் சோபாவையும் மிதித்து ஓட, 'மது! சுதா! என்ன இது?' என்று ரகுபதி எச்சில் விழுங்கிக் கொள்ள, மதுமிதா அவன் கையை இப்போது முறுக்கிக் கொண்டிருக்க, சுதாகர் முழங்காலை மடக்கி நெஞ்சில் ஓர் உதை கொடுக்க, 'அம்ம்ம்மா!' என்று அவள் படுக்கையில் உட்கார்ந்துவிட்டாள். ஓடிப் போனவனை ரகுபதி பிடிக்க முற்பட்டான். அவன் காலர்தான் கைக்கு வந்தது.

'ஒரு பொம்பளையை அடிக்கிறியே, வெக்கமாயில்லை?' என்றான்.

'ஒரு பொம்பளை பின்னால சுத்தறியே, வெக்கமாயில்லை?' என்றான்.

'சே! ஆனாலும் இந்தப் பையன் ரொம்ப மோசம் மது!' என்றான் ரகு.

'ஒரு நாள் செமையா எங்கிட்ட வாங்கப் போறான்!'

இதற்குள் சுதாகர் திமிறிக்கொண்டு ரகுபதியைத் தள்ளிவிட்டு ஓடிப்போனான். படி இறங்கும்போதே அழ ஆரம்பித்தான்

'கீழே போய், இல்லாததையும் பொல்லாததையும் சொல்லுவான் சார். மார்ல 'ணங்'குனு குத்திட்டான்.' தன் சட்டை பட்டனைக் கழற்றித் தேய்த்துக் கொண்டாள். 'வீங்கிருக்கா பாருங்க' என்று அவன் கையை எடுத்துத் தேய்த்துக் கொண்டாள்.

ரகுபதிக்கு சண்டை சச்சரவு சகலமும் மறந்துபோய் உதடுகள் உலர்ந்து போயின. அவள் ஏதும் வேணுமென்றே செய்கிறார்போல இல்லை. இயல்பாக அவன் கையை எடுத்துத் தடவிக்கொண்டாள். அதே இயல்பின் தொடர்ச்சியாகக் கையை நீக்கிவிட்டு பட்டன் போட்டுக்கொண்டு, 'சனியன் சனியன்! கல்யாணத்துக்கு இவன் வேண்டாம்' என்றாள். 'அம்மா, அப்பா ரெண்டு பேரும் இவனுக்குத்தான் சப்போர்ட். பாய்னா என்னவெல்லாம் செய்யலாமா? என்ன நியாயம் இது! கொஞ்சம் இருங்க. அவன் நோட் புத்தகத்தை எல்லாம் இங்க் பண்ணி வெச்சுட்டு வர்றேன்.'

'மது! வேண்டாம்!'

கீழேயிருந்து அதட்டலாக, 'மது, ஏன் சுதாவை அடிச்சே!'

'அவன்தாம்மா என்னை அடிச்சான். இவரை வேணாக் கேளுங்க!'

'யூ ஆர் எ க்ரோன் அப் கேர்ள்! யூ மஸ்ட் பிஹேவ் யுவர்ஸெல்ஃப்!'

'பாத்திங்களா, இதேதான் தினம்!'

'ரகுபதியை அவங்க அப்பா கூப்பிடறார்னு சொல்லு மது.'

'நான் வரட்டுமா மதுமிதா?'

'ஞாபகம் வெச்சுக்கங்க! திருநெல்வேலி!'

'பார்க்கலாம்!'

கீழே எல்லோரும் சிலோன் டிவி பார்த்துக்கொண்டிருந்தார்கள்.

விடை பெற்றுக்கொண்டு வானத்தில் வெள்ளிப் பாளமாகத் தொங்கிக் கொண்டிருந்த நிலா ஒளியில் நனைந்து வீட்டை நோக்கி அப்பாவுடன் நடக்கும்போது 'இட்ஸ் டூ குட் டு பிலீவ். இல்லை ரகு?' என்றார் அப்பா.

ரகுபதி பேசாமல் வந்தான்.

'நான் சொன்னதில் கோபமா உனக்கு?'

'என்ன சொன்னீங்க?'

'வேலை கிடைச்சப்புறம் நிச்சயதார்த்தத்தை வெச்சுக்கிறலாம்னுட்டு...'

'சேச்சே! என் நல்லதுக்குத்தானே சொல்றிங்கப்பா. நான் அதைப் பத்தியே நினைக்கல. நீங்க சொன்னமாதிரி வில்லனே இல்லாத கதையா இருக்கு. இது எல்லாமே எதிர்பார்த்தபடியே நடக்கிறது. எல்லாமே ரொம்பத் திகட்டுது!'

'ரகு, நான் ஒரே ஓர் அட்வைஸ் கொடுப்பேன், கேப்பியா?'

'சொல்லுங்கப்பா!'

'கல்யாணம் ஆறதுக்கு முன்னாடி அவளை...'

'அப்பா...'

'இல்லை ரகு. சந்தர்ப்பங்கள் நிறையவே ஏற்படும். டெம்ப்டேஷன் அதிக மாகவே இருக்கு. இருந்தாலும் அதற்கு நீ ஆளாகக் கூடாது. அது நியாயமில்லை. அவசியமுமில்லை. நான் எதுக்கு இதைச் சொல்றேன்னு பிற்பாடு புரியும் உனக்கு.'

'சேச்சே! அந்த மாதிரியெல்லாம் செய்யமாட்டேம்ப்பா. அந்தப் பொண்ணும்...'

'இல்லை. அந்தப் பொண்ணு, கொஞ்சம் பெரிசா வளந்த குழந்தையாட்டம் தான் எனக்குப் படுது. அவளை... அவளை... அவளை... யூ நோ வாட் ஐ மீன்... ரொம்பச் சுலபம்! ஆனா இந்தச் சலுகையைப் பயன்படுத்திக்காம இருக்கிறதிலதான் நீ பெரிய மனுஷத்தனத்தைக் காட்டறே. அதிலதான் உன்னை வளர்த்தவனுக்குப் பெருமை தர்ற, என்ன?'

'கவலையே படாதீங்கப்பா... அந்த மாதிரி எல்லாம் நடக்காது.'

ஜெயந்தி வாசலிலே காத்திருந்தாள். 'என்ன ஜெயந்தி?'

'சாப்பாடு கொண்டுவந்திருக்கேன் மாமா!'

'அடாடா! இன்னிக்கு விருந்துக்குப் போகப் போறதை உனக்குச் சொல்லலியா?'

'என்னது! ரெண்டு பேரும் சாப்ட்டாச்சா? வத்தக் குழம்பெல்லாம் பண்ணியிருந்தேனே!'

'பரவாயில்லை, எல்லாத்தையும் நீயே எடுத்துக்கோ.'

'எனக்கு எதுக்கு இவ்வளவு சாதம்? மார்க்கர் குடிச்சுட்டு வருவான். அவனுக்குப் போடுங்கோ, கொஞ்சம் கதவைத் திறக்கறேளா?'

'ஸாரி ஜெயந்தி! ராத்திரி ரொம்ப நேரம் காக்க வெச்சுட்டேன்.'

'எனக்கு இப்ப ஆத்துக்குப் போறதுக்கு நீங்க யாராவது துணை வந்தாகணும்.'

'ரகு, போய்ட்டு வந்துடேன்?'

'இல்லேப்பா, நீங்க போங்க!'

அவனுக்கு கவிதை எழுதவேண்டும்போல இருந்தது.

12

ரகுபதி ப்ராஜக்ட் ஆபீசர் வீட்டைத் தாண்டிப் போகையில் மதுமிதா தெரிகிறாளா என்று திரும்பித் திரும்பிப் பார்த்துக் கொண்டே போனான். எட்டு மணிதான் ஆகிறது. இன்னும் தூங்கி எழுந்திருக்க மாட்டாள். அப்பா அகஸ்தியர் ஃபால்ஸில் குளிக்கப் போயிருந்தார். குறுக்கு வழியாகக் கல்லில் வெட்டப்பட்ட பாதையில் இறங்கிச் சென்றிருப்பார். அப்பாவிடம் திருநெல்வேலி போவதாகச் சொல்லிவிட்டுப் பணம் வாங்கிக் கொண்டு வரவேண்டும். முடிந்தால் மதுமிதாவை வருகிறாயா என்று கேட்டுப் பார்க்கவேண்டும்.

எப்படிக் கேட்கப் போகிறான்? நேராகப் போய்க் கேட்கிற ஜாதி இல்லை அவன். ஏதாவது சந்தர்ப்பம் கிட்டாதா என்று காத்திருக்கத்தான் வேண்டும். இப்போதுகூட, அப்பாவைப் பார்ப்பதைவிட மதுமிதாவின் வீட்டு வாசல் வழியே செல்வதுதான் முக்கியமாகப் பட்டது அவனுக்கு. படிகளில் கீழிறிங்கிச் செல்லும் மார்க்கத்தில் ரெஸ்ட் ஹவுஸ் பக்கம் திரும்பினபோது அவன் உள்ளம் துள்ளியது. அவள்தான் மெல்ல அசைந்து அசைந்து ஸ்டைலாக நடந்து சென்றுகொண்டிருந்தாள். திருநெல்வேலி, அகஸ்தியர் ஃபால்ஸ் எல்லாவற்றையும் மறந்து போய் திசை திரும்பி அவளை நோக்கிச் சென்றான். செம்மண் பாதையில் ரெஸ்ட் ஹவுஸ் புதுசாக பெயிண்ட் அடித்து கலெக்டரோ மினிஸ்டரோ வருவதால் பொலிவு பெற்று பளபளவென்று வெயிலில் மின்னியது. சமையல் அறை புகைக் கூண்டிலிருந்து மீன் குழம்பு சுவாசித்தது. க்ரோட்டன்ஸ்கள் புதுசாக கிராப் வெட்டிக்கொண்டிருந்தன. பூந்தொட்டிகளில் அவசர மலர்கள் வந்து சேர்ந்திருந்தன. திரைச் சீலைகள் சமீபத்தில் சலவைக்குப் போயிருந்தன. எப்போதும் கூண்டில் ரகளை பண்ணும் கிளிகூட அலம்பிவிட்டாற்போல் இருந்தது.

வானமும் அலம்பி விட்டிருந்தது. கண்ணாடி நீலத்தில் ஒரு மேகம் அம்மாவைத் தேடிக்கொண்டிருந்தது. இல்லை, காதலியை. மதுமிதா

முகட்டில் நின்றுகொண்டு எதிரே கண் கொட்டாமல் பார்த்துக்கொண்டிருந் தாள். அவளை நெருங்க அருவியின் ஓசை அதிகரித்தது. டைவர்ஷன் வியரில் திறந்துவிட்டதில் தண்ணீர், உற்சாகமாக பாறையைப் பிளந்துகொண்டு வெண்மையான குதிரை போலப் பாய்ந்துகொண்டிருந்தது. சோ என்று அட்டகாச ஆரவாரம் வேறு.

'மதுமிதா? ஏய்! மது!' என்று உரக்கக் கூப்பிட்டாலும் அவளுக்குக் காது கேட்கவில்லை.

சற்றுத் தூரத்தில் பாதுகாப்புக்குக் கம்பி போட்டிருந்தது. கவிதை கலந்த மண்டபம் ஒன்று தெரிந்தது.

'மதுமிதா! மதுமிதா!' ம்ஹூம்? மிகத் தயக்கத்துடன் அவளைப் போய்த் தொட்டான். உடனே துணுக்குற்று பயப்படுவாள் என்று எதிர்பார்த்தான். அவள் திரும்பி அவனைப் பார்த்து லேசாகப் புன்னகைத்தாள். 'எங்க இந்தப் பக்கம்?' என்றான்.

'என்ன?'

'எங்க இந்தப் பக்கம்.'

அவள் கிட்டே வந்து காதில், 'சும்மா தண்ணியை வேடிக்கை பாக்கறதுக்கு' என்றாள். பாதாளத்தில் நீர் தெறித்து வானவில் நனையாமல் இருந்தது. தாமிரபரணி நதியின் ஆரம்ப உற்சாகம் அந்தப் பிரதேசம் முழுவதும் ஒலிக்க, செங்குரங்குகள் மிக நீளமான வால்களுடன் சர்க்கஸ் பண்ணிக்கொண்டு கிடைத்த காயை எல்லாம் பாதி பாதி கடித்துத் தூக்கிப் போட்டுவிட்டு திடீர் என்று மரக்கிளைகளில் தை தை என்று ஒரு காரணமும் இல்லாமல் குதித்தன. ரகுபதிக்கும் குதிக்கவேண்டும் போல இருந்தது.

'இங்கிருந்து விழுந்தா எப்படி?' என்றாள் மதுமிதா.

'சரிதான்! வா, போகலாம், என்ன பேச்சு இது!' ஏறக்குறைய முன்னூறு அடி தள்ளியிருந்த வீழ்ச்சியின் சாரல் அவர்கள்மேல் லேசாக காற்றுடன் கலந்து வந்து நனைத்தது. கல்யாணத்தில் பன்னீர் தெளிப்பார்கள்.

'வா. போகலாம்.'

திரும்ப வரும்போது மதுமிதா, 'இந்த இடத்தில் யாரோ ஒரு பெரியவர் விழுந்து செத்துப்போயிட்டார் இல்லையா?' என்றாள்.

'ஆமா! எழுதியிருக்கே பார்க்கலை? வ.வே.சு ஐயர்.'

'அவர் யாரு?'

'நீ தமிழ் படிக்கிறதில்லையா?'

'படிப்பேன்... மதன் ஜோக்ஸ்...'

'அப்ப வ.வே.சு. ஐயரைப் பத்தித் தெரிஞ்சிருக்க நியாயமில்லை.'

'அவர் என்ன செஞ்சார், சொல்லேன்?'

'தமிழ்ல முதல் சிறுகதையை அவர்தான் எழுதினார். ஷார்ட் ஸ்டோரி.'

'அவருக்கு முந்தி ஏன் யாரும் எழுதலை?'

'என்னமோ எழுதலை. இவர்தான் 'குளத்தங்கரை அரசமரம்'னு ஒரு சிறுகதை எழுதினார்.'

'பாவம் செத்துப் போயிட்டார் இல்லை? ரகு, மண்டைல பட்டதும் உடனே உயிர் போய்டுமா அந்த மாதிரி விழுந்தா?'

'போய்டணும்.'

'ஏன் விழுந்துட்டார்?'

'வ.வே.சு. ஐயரோட விபத்தைப் பற்றிப் பேசாம வேற ஏதாவது நல்லதாப் பேசலாமே? திருநெல்வேலி வரியா என்கூட?'

'ஓ, வரேனே! ரெண்டு சினிமா பார்த்துட்டு வந்துரலாம். அப்பாகிட்ட ஜீப் கேக்கட்டுமா?'

'பஸ்ல போகலாமே!'

'அம்மா விடமாட்டாங்க ரகு! இதான் சமயம்!' என்றாள் குரலில் சதியுடன்.

'என்ன?'

'நீ, நீங்க என்னைக் கல்யாணம் செய்துக்கப் போறதானே?'

'ஆமா!'

'அதோ, அந்த மரத்தடிக்குப் போயி கொஞ்சம் சரிவில இறங்கிட்டா நம்மை யாரும் பார்க்கமாட்டாதானே!'

'ஆமாம்!' ரகுபதியின் ரத்தம் அத்தனையும் முகத்துக்கு ஓடியது.

'அந்தச் சரிவில போய் உக்காந்துக்கிட்டு... நீ வந்து, நீ வந்து என்னை கிஸ் பண்றியா?'

'எங்க?' என்றான் பலவீனமாக.

'அந்தச் சரிவில!'

அவனுக்குப் பேச வரவில்லை. நாக்கு உலர்ந்துபோயிற்று. மதுமிதா, 'வா!' என்று அவன் கையைப் பிடித்துக்கொண்டு சரசரவென்று அழைத்துச் சென்றாள். மூச்சு வாங்கியது. ஓட்டத்தினால் அல்ல, எதிர்பார்த்த அனுபவத்தால்.

'மது, யாராவது பாத்துட்டாங்கன்னா?'

'பார்த்தா என்ன? ரெண்டு பேரும் கல்யாணம் செய்துக்கப் போறோம்னு சொல்லிர்றது.'

'இல்லை மது...'

'அட, சும்மா வாங்க! நான் என்ன கடிச்சா முழுங்கிடுவேன்!' ஏறக்குறைய அவனைக் கீழே தள்ளிவிட்டாள். அயர்ந்து போய் உட்கார, அருகே உட்கார்ந்தாள். எதற்கோ சிரித்தாள். அப்படியே படுத்துக்கொண்டாள்.

இவ்வளவு கிட்டத்தில் இப்படி ஒரு பெண் இருப்பது ரகுபதிக்கு அநியாயமாகப் பட்டது. கைகளை இயல்பாகப் பின்னால் நீட்டிக் கொண்டு சோம்பல் முறிக்கும் புலிபோல உடம்பை இழுத்தாள். ஒருகணம் அவள் சட்டை பிரிந்து வயிறு தெரிந்தது. மேலே பார்த்தான்.

'இது என்ன மரம், சொல்லு பார்க்கலாம்?'

ரகுபதி நிமிர்ந்து பார்த்து, 'வேப்பமரம்' என்றான்.

'தப்பு! இதுக்குப் பேரு பெர்ஸியன் லிலாக்.'

'அட, உனக்கு எல்லாம் தெரிஞ்சிருக்கே!'

'எனக்குத் தெரியாது. நேற்றைக்கு வந்தப்போ அப்பாதான் சொன்னாங்க. நான்கூட வேப்பமரம்னுதான் சொன்னேன்.'

'உங்கப்பாவுக்கு மரத்துல ரொம்ப இஷ்டமா!'

'மரம், பறவை எல்லாத்திலயும். நான் அப்பா சொன்னதுக்கு எதுத்தே சொல்லமாட்டேன். அப்பாதான் 'ரகுவைக் கல்யாணம் செய்துக்கறியா?'ன்னு கேட்டாங்க.'

'நீ என்ன சொன்னே?'

'ஓகேன்னேன்'

'இஷ்டப்பட்டுத்தானே சொன்னே?'

'இல்லை! உன்னைக் கண்டா எனக்குப் பிடிக்கலை. உன் மூஞ்சி கூடப் பிடிக்கலை.'

'என்னது!' என்று திடுக்கிட்டுக் கேட்டான்.

'சும்மா சொன்னேன்!'

'சீரியஸாச் சொல்லு, என்னை உனக்குப் பிடிச்சிருக்கா?'

'சிரிக்கிறப்போ ஒரு மாதிரி தலையை சாய்ச்சுக்கறது பிடிக்கலை.'

'அப்புறம்?'

'மத்ததெல்லாம் புடிச்சிருக்கு. கிவ் மி எ கிஸ் ரகு. அது எப்படி இருக்கும்னு பார்க்கணும்.'

'எனக்கு உங்கிட்ட எது பிடிச்சிருக்கு, எது பிடிக்கலைனு சொல்லட்டுமா?'

‘என் பல்லு ஒரு வரிசை தப்பி இருக்கும்’ என்று ஈ என்று ஒரு முறை காட்டினாள். ‘அப்புறம் காலைப் பாரு, எல்லா விரலும் ஒரே சைஸா இருக்கும். சுதா இதைக்கூட கேலி பண்ணுவான். காலை சரியாக் கடவுள் வெக்கறதுக்குள்ள அவசரப்பட்டுப் பிறந்துட்டனாம். கிவ் மி எ கிஸ்?’ என்று கன்னத்தை நீட்டினாள். அவளை மெல்லத் தோளில் பற்றித் திருப்பி உதடுகளைத் தேர்ந்தெடுத்து நெருங்கி முத்தமிடுவதற்குள் சரக்சரக் சப்தம் கேட்க,

‘என்ன ஜெயந்தி?’

‘அட, நீங்க ரெண்டு பேருமா? நான் ஏதோ என்னவோன்னு வேற யாரோன்னு பயந்தே போய்ட்டேன்.’

‘இந்தப் பொண்ணு யாரு?’

‘ஜெயந்தியம்மா! என்னது, நான் உங்காத்துக்கு நார்த்தங்கா ஊறுகா போட வந்திருக்கேனே, பார்த்ததில்லையா?’

‘குழந்தை எங்கே?’

‘ஆத்திலே அம்மாகிட்ட விட்டுட்டு வந்திருக்கேன். அருவில ஸ்நானம் பண்ணிட்டுப் போகலாம்னுட்டு... நீங்க ரெண்டு பேரும் உட்காந்துண்டு இருக்கிறது தெரியலை. குறுக்கு வழியா வந்தேன் நான். தோ போய்டறேன். நீங்க ரெண்டு பேரும் சௌகரியமா உக்காந்துக்கங்கோ’ என்று விலகினாள்.

‘அந்தப் பொண்ணு அருவில குளிச்சா பொடவை எல்லாம் நனையவே இல்லையே’ என்றாள் மதுமிதா.

‘குளிக்கப் போறா போல இருக்கு. வா மது, போகலாம்’

‘அப்ப அது?’

‘அப்புறம்! கல்யாணம் ஆனப்புறம்.’

‘ம்ஹூம் இப்பத்தான்!’ என்று பிடிவாதம் பிடித்தாள்.

அவள் கிட்டத்தில் போய் மறுபடி அருகில் அவளை நெருங்கி ஏறக்குறைய முத்தமிட்டுவிடும்போது அவள் ‘ஊம்! ஆசை ஆசை!’ என்று தன் உள்ளங்கையைக் காட்டினாள்.

‘மது, மது! ’ என்று குரல் கேட்க, ‘அம்மா’ என்று எழுந்து ‘பை!’ என்று ஓடினாள். போகிறபோது ஒரு முறை திரும்பி, ‘வ.வே.சு ஐயர்!’ என்று சொல்லி விட்டுப் போனாள்.

‘தனியா மரத்தடியில் உக்காந்திருந்தாப்பலே காதலிகூட?’

‘ஜெயந்தி சொன்னாளாப்பா?’

‘ஆமாம். முத்தம் வரைக்கும் போயிட்டாப்பல இருக்கே?’

மௌனமாக இருந்தான்.

'ரகு! நேத்திக்குப் படிச்சுப் படிச்சு உங்கிட்ட சொன்னதெல்லாம் வேஸ்ட்டுன்னு தெரியறது.'

'சேச்சே! சும்மா உட்கார்ந்துக்கிட்டு இருந்தோம். அவ்வளவுதான்.'

'இதுக்கெல்லாம் அவசரமே இல்லை ரகு.'

'ஐயோ, ஒண்ணுமே நடக்கலைப்பா. எங்க இந்த ஜெயந்தி?'

'ஒரு அறியாத பெண்ணை இந்தமாதிரி உபயோகப்படுத்தறது ரொம்ப...'

'இனஃப்! நீங்க சொல்றமாதிரி எதுவுமே நடக்காதபோது இந்த லெக்சரே அநாவசியம்.'

'லெக்சர் இல்லை ரகு! முதல்ல அஸ்திவாரம் எழுப்பலாம்.'

'என்ன அஸ்திவாரம்?'

'வேலை கிடைக்கட்டும்! வேலை கிடைக்கறது ஒரு முக்கியமான முன்தேவை இல்லையா? அவங்க என்னதான் அவா டாட்டரை உன்னோட பழகவிட்டாலும் சில வரம்புகள் எல்லாம் அதுல பொதிஞ்சு இருக்கிறதை நீ முதல்ல உணர்ந்துக்கணும். வேலை கிடைக்காம கல்யாணம் பண்ணிக்கிறதை நீ விரும்ப மாட்டேன்னு எனக்குத் தெரியும்.'

'இப்ப யாருப்பா வேலை கிடைக்கிறதுக்கு முன்னாடி கல்யாணத்தைப் பத்திப் பேசினா?'

'யாரும் பேசலை. ஒரு வித எச்சரிக்கைதான்.'

'எச்சரிக்கையா?'

'ரகு! நான் இதை விரும்புகிறதா நீ நினைச்சுக்கக் கூடாது. ஆனா இதுவும் ஒரு சாத்தியம்தான். உனக்கு வேலையே கிடைக்கலைன்னு வெச்சுக்க. அல்லது வேலை கிடைக்க ஒரு வருஷம், இரண்டு வருஷம் ஆறது. அப்ப கிடைக்கும்ங்கிற உத்திரவாதத்தின்பேரில் ஒரு பெண்ணை உங்கூடப் பழகவிட்ட அவங்களுக்கு நீ இன்னைக்குக் காலைல செய்தது துரோகம் ஆகாதா?'

'அந்தப் பொண்ணுதான் கேட்டாப்பா, கைலதான் கொடுத்தேன்!'

'அக்ரீட்! எனக்கு விவரம் எல்லாம் வேண்டாம். ஆனா நீ என்னை ஏமாத்திட்ட. நான் உங்கிட்ட இன்னும் கொஞ்சம் டிக்னிட்டியை எதிர்பார்த்தேன் ரகு. ரகு, இதுக்கெல்லாம் அவசரமில்லை. அப்புறம் அலுத்துப் போயிரும்! செக்ஸில ஒரு எதிர்பார்ப்பு வெச்சுக்க...'

'செக்ஸ் எல்லாம் பெரிய வார்த்தைப்பா!'

'பின்ன இப்ப இது என்ன? நெக்கிங்கா?'

'உங்களோட என்னால கம்யூனிகேட் பண்ண முடியலை. விடுங்க, என்னப்பா?'

பிரிவோம் சந்திப்போம் ● 69

தபால்காரன் ஒரு கடிதத்தைக் கொண்டுவந்து கொடுத்துவிட்டுப் போனான், ஜி.ரகுபதி என்று விலாசம் இட்டிருந்தது. ரகுபதி படபடப்புடன் பிரித்தான். அப்பா அதற்குள் உள்ளே போயிருந்தார். பிரிக்கிற அவசரத்தில் உள் கடிதம் சற்று ஓரத்தில் கிழிந்துவிட்டது. பொறுமையில்லாமல் மற்ற மடிப்புகளை நீக்கி, டியர் சார்.. அவசர அவசரமாகப் படித்தான்.

ரகுபதிக்கு ஆயிரம் வயலின்கள் வாசிப்பதுபோல இருந்தது அவனுக்கு வேலை கிடைத்துவிட்டது.

அப்பாயின்ட்மெண்ட் ஆர்டர் முழுவதும் கவிதையில் எழுதியிருந்தது. டைப் அடித்த காகிதத்தின் வாசனை அவனுக்குப் பிடித்திருந்தது. கையெழுத்து போட்டிருந்த ஆசாமியை வாரி முத்தமிடவேண்டும் போலிருந்தது.

'எங்க கிளம்பிட்டே?' என்றார் அப்பா.

'கோபிநாத்கிட்ட தகவல் சொல்லிட்டு வந்துர்றேன்!' ரகுபதிக்குச் சற்று வெட்கமாகத்தான் இருந்தது. இருந்தும் இந்த முக்கியச் செய்தியை அவரிடமும் உடனே சொல்லாவிட்டால் தலை வெடித்துவிடும்போல இருந்தது.

'சட்டுனு என்னை மறந்துபோய்ட்ட பாத்தியா?'

'இல்லைப்பா, உங்களுக்குத்தான் முதல்ல தாங்க்ஸ் சொல்லணும். சம்பளம் வாங்கினதும் முதல் காரியமா... உங்களுக்கு என்ன வேணும் சொல்லுங்க.'

'நாலு முழம் வேஷ்டி!' என்று சொல்லிச் சிரித்தார். 'போ போ... போய் அவர்கிட்ட சொல்லிட்டு வந்துரு. சந்தோஷப்படுவார்.'

பேண்ட் மாற்றிக் கொண்டு பளிச்சென்று வாரிக்கொண்டு - மதுமிதாவைப் பார்த்தாலும் பார்க்கலாம் - ப்ராஜெக்ட் ஆபீசுக்கு ஓடினான். ஏழெட்டு இன்ஜினியர்களுடன் கோபிநாத் ஒரு வரைபடத்தின்மேல் தீவிரமாக விவாதித்துக்கொண்டிருந்தார். 'சார்! சார்' என்று இரைந்தான். நிமிர்ந்தவர் கேட்டார்.

'என்ன ரகு? யூ ஸீம் எக்ஸைட்டட்!'

'கிடைச்சிருச்சு சார்! ஆர்டர் வந்துருச்சு!' என்று அதை அவர் மேசைமேல் வைத்தான்

'எனக்கு முந்தா நாளே தெரியுமே இது!'

'என்னது!'

‘ஆமாம். அப்பவே மெட்ராஸ்ல போன் பண்ணி விசாரிச்சுட்டேன். உன் பேர் லிஸ்டில இருக்கிறதாச் சொன்னாங்க’ என்று புன்முறுவலித்தார்.

‘எங்கிட்ட... எங்கிட்ட... சொல்லவே இல்லையே?’

‘முன்னாலேயே சொல்லி இயல்பா தபால்ல ஆர்டர் வந்ததும் கிடைக்கிற சந்தோஷத்தை எதுக்குக் கெடுக்கணும்னு பேசாம இருந்தேன்.’

‘மதுமிதாவுக்குத் தெரியுமா சார்?’

‘நான் ஒருத்தருக்கும் சொல்லலை. நீ போய் சொல்லிட்டு வா. ஆர்டரை சரியாப் படிச்சியா?’

‘முழுக்கப் படிக்கலை சார்...’

‘மூணு நாளுல உன்னை மெடிக்கல் செக்கப்புக்குக் கூப்பிட்டிருக்காங்களே. செக்கப் ஆன உடனே வேலைல சேர்றதுக்குத் தயாரா இருக்கணும்னு சொல்லியிருக்காங்களே... பாத்தியா?’

ரகுபதிக்கு வயிற்றுக்குள் சட்டென்று வேதனைப் பந்து உட்கார்ந்து கொண்டது.

‘அப்படியா?’

‘நிச்சயதார்த்தத்துக்குச் சமயமில்லை. நீ போய் முதல்ல வேலையை ஒத்துக்க. அப்புறம் எவ்வளவு சீக்கிரம் லீவு கிடைக்குதோ திரும்பி வந்துரு. இங்க ஃபார்மலா ஒரு ஃபங்ஷன் ஏற்பாடு பண்ணிப்பிடலாம்’ என்றார்.

‘சரி சார்.’

‘போய் மதுகிட்ட சொல்லு, பெஸ்ட் ஆஃப் லக்.’

மரத்தடியில் வலைத் தொட்டில் கட்டி அதில் ஆடிக்கொண்டே படித்துக் கொண்டிருந்தாள். சுதாகர் மரத்தின்மேல் ஏறி மற்றொரு மரத்துக்கு தாவப் பிரயத்தனப்பட்டுக்கொண்டிருந்தான். மதுவின் அம்மா நாற்காலிக்கு அருகே டீ சமாசாரங்களைப் பிரம்பு மேசை மேல் அடுக்கிக்கொண்டிருக்க, ‘வாங்க ரகு! என்ன இப்படி வியர்த்திருக்கிறது?’

‘எனக்கு, எனக்கு வேலை கிடைச்சிருச்சுங்க!’

‘அட! அப்படின்னா நிச்சயதார்த்தத்தை உடனே வெச்சுர வேண்டியதுதான். கேட்டியா, மது! எங்க பொண்ணு அதிர்ஷ்டத்தைப் பாருங்க. ஏய் மது, எந்திரிடி, இனிமே அவர் வந்தா எந்திரிக்கணும்!’

‘பரவாயில்லை. அதெல்லாம் எனக்கு அவசியமில்லை.’

மதுமிதா படுக்கைத் தொட்டிலிலிருந்து குதித்து அம்மாவின் அருகில் சென்று ரகுபதியைப் பார்த்து, ‘என்ன, வேலை?’ என்றாள்.

‘இன்ஜினியர் வேலை. அதுக்குத்தானே படிச்சேன்?’

'சம்பளம் வருமா?'

'எடுத்த உடனே ஆயிரத்து அம்பது தரதாச் சொல்லியிருக்கான். இதைத் தவிர எச்.ஆர்.ஏ, சி.சி.ஏ, எல்லாம் உண்டு. ட்ரான்ஸ்போர்ட் அலவன்ஸ், மெடிக்கல் வசதிகள் எல்லாம் உண்டு. மத்திய சர்க்காரைச் சேர்ந்த தொழிற்சாலை.'

'ரொம்ப நல்ல வேலை! என்ன மாப்பிள, என் பொண்ணு அதிர்ஷ்டக்காரியா இல்லையா, இப்ப சொல்லுங்க!'

'நிச்சயம்' என்றான். மதுமிதாவை விட்டுப் பார்வையை அகற்றவில்லை. அவள் அவனை இரண்டு ஜோடி விரல்களைக் குறுக்கே அமைத்த துவாரம் வழியாகப் பார்த்துக் கொண்டிருந்தாள்.

'சித்திரை பிறந்ததும் சீக்கிரமே கல்யாணம் வெச்சுக்கிடலாம். இவ அப்பாகிட்டச் சொல்லிட்டிங்களா?'

'சொல்லிட்டங்க.'

'நிச்சயதார்த்தத்தைப் பத்தி என்ன சொன்னார்?'

'வேலைல உடனே போய்ச் சேரும்படிக்கு ஆர்டர் வந்திருக்கு. 'சேர்ந்து சீக்கிரமாவே லீவு எடுத்துக்கிட்டு வா'ன்னு சொன்னார்.'

'ஊருக்குப் போறதுக்குள்ள நிச்சயதார்த்தத்தை வெச்சுக்க முடியாதா?'

'நீங்கவேணா அவர்கிட்ட சொல்லிப் பாருங்க. நான் தயார்தான்.'

'ரகு, ஊருக்குப் போகப் போறீங்களா?'

'ஆமாம்!'

'எனக்கு அழுகை வரலியே?'

'ஏய்!'

'ரகு, உள்ள போகலாம்' என்று அவள் மேசையிலிருந்து ஒரு பிஸ்கட்டை எடுத்துக் கடித்துக்கொண்டே செல்ல, ரகுபதி அம்மாவைப் பார்த்தான்.

'போய்ப் பேசிக்கிட்டு இருங்க' என்றாள். மதுமிதாவின் பின் சென்றான். மாடிக்கு அழைத்துச் சென்றாள். 'ரகு, நிசமாவே ஊருக்குப் போயிடுவியா?'

'போய்த்தான் ஆகணும்.'

'என்னையும் அழைச்சுட்டுப் போயேன்'

அவள் கண்களில் நீர் நிரம்பியது. 'இல்லை மதுமிதா, போன உடனே எர்லியஸ்ட் ஆப்பர்ச்சுனிட்டி... திரும்ப வந்துருவேன்.'

'இல்லை ரகு, நீ போகாதே' என்று சிணுங்கினாள்.

'போகாம இருக்க முடியாதம்மா, வேலை ஒப்புத்துக்கணும் இல்லியா?'

'இங்கேயே பாவநாசத்திலயே வேலை கிடைக்காதா?'

ரகுபதி சிரித்தான்.

'இல்லை, அப்பாகிட்டதான் நிறையக் காசு இருக்கே, நீ எதுக்கு வேலைக்குப் போகணும்?'

'இதெல்லாம் நடைமுறையில் நடக்கிறது இல்லை கண்ணு.'

'எங்கே சொல்லு மறுபடியும், கண்ணு!'

'கண்ணு!'

'ரொம்ப ஸ்வீட்!' நேராக வந்து அவன் கழுத்தைக் கட்டிக் கொண்டாள். 'என் கண்ணை நேராப் பார்த்துச் சொல்லு. அங்க போனதும் என்னை மறக்க மாட்டியே? வேற பெண்களை சைட் அடிக்க மாட்டியே?'

'சேச்சே! என்ன சொல்ற நீ? என் லைஃப் முழுக்க உன்னை...'

'ப்ராமிஸ்! என் கைல சத்தியம் பண்ணிச் சொல்லு!'

'சத்தியமா உன்னைத் தவிர வேறு யாரையும் நான் கனவில்கூட எண்ண மாட்டேன். உன்னைத்தான்.... உன்னைத்தான் கல்யாணம் செய்துப்பேன்!'

'கொஞ்சம் இரு' என்று உதட்டில் விரல் வைத்து எச்சரித்துவிட்டுக் கதவைச் சாத்தி உள்பக்கம் தாழிட்டாள். 'அம்மாவும் சுதாவும் தோட்டத்தில இருக்காங்க' என்றாள். திரைச்சீலையைத் தளர்த்திக்கொண்டு உள்ளே லேசாக இருட்டடித்தாள். ரகுபதி பிரமித்துப்போய்ப் பார்த்துக் கொண்டிருக்க, அவனருகில் வந்து உட்கார்ந்துகொண்டாள். அவன் கையை எடுத்து தன்மேல் வைத்துக்கொண்டாள். அவன் தலைமுடியைக் கலைத்தாள். மூக்கால் கன்னத்தில் உரசினாள். அவள் கன்னங்கள் சிவந்திருந்தன. பெரிசாக மூச்சு விட்டாள். அவள் திறந்த வாயிலிருந்து மெலிதாக பெப்பர்மிண்ட் வாசனை இருந்தது. அவன்மேல் சாய்ந்துகொண்டாள். முகத்தில் வியர்வை பளிச் சிட்டது. முகத்தைத் தன் கழுத்தின்மேல் அழுத்திக்கொண்டாள். அவள் கைகள்...

'நோ! மது! வேண்டாம்! வேண்டாம்!'

'வேணும் வேணும்!'

'டயம் இருக்கு டயம் இருக்கு! கல்யாணம் ஆகட்டும்' என்று ஏதோ தொடர்பு இல்லாமல் சொல்லி எதிர்த்தான். ஆவேசம் வந்தவள்போல் அவனை மூச்சுத் திணறக் கட்டிக்கொண்டவள் சட்டென்று அவனை விடுவித்துவிட்டாள். அவன் மார்பில் கை வைத்துச் சற்றுப் பலமாக அவனைத் தள்ளினாள்.

'வேண்டாட்டிப் போ!'

'இல்லை, மது நான் சொல்ல வரது... இது வந்து... இதுல நம்ம இரண்டு பேருக்கும் ஒருவிதமான எதிர்பார்ப்பு வேணும். லெட்ஸ் நாட் ஹர்ரி!'

கேட்கிறாளா இல்லையா, சரியாகத் தெரியவில்லை. தலையில் ரிப்பன் வைத்துக் கட்டிக்கொண்டு கண்ணாடியில் பார்த்து கன்னத்தில் பரவியிருந்த பவுடர் திட்டைச் சரிப்படுத்திக் கொண்டு, 'போங்க! போய் வேலைக்குப் போய்ச் சேர்ந்துக்கங்க!' என்றாள்.

'மதுமிதா! நீ சின்னப் பொண்ணு. இந்தச் சந்தர்ப்பத்தில உணர்ச்சிவசப்பட்டு அவசரப்பட்டு எதையாவது செய்துர்றது ரொம்பச் சுலபம். கொஞ்ச வருஷம் கழிச்சு இந்தச் சம்பவத்தை நாம ரெண்டு பேரும் பேசிக்கறப்ப நான் செய்தது சரியா தப்பாங்கறது உனக்குப் புரிய வரும்.'

'பூ!' என்று விரட்டினாள். மறுபடி குழந்தை!

'மது, ஐம் ஸாரி.'

கவனிக்காமல், 'அம்மா கூப்பிடறாங்க' என்று சட்டென்று அவனை விட்டு நீங்கிப் புறப்பட்டாள்.

இவள் யார் குழந்தை? எப்படிப்பட்ட பெண்? என்மேல் அதிக ஆசை வைத்திருக்காளா? என் மேலா அல்லது என் உபயோகத்தின் மேலா? எனக்காக, என் பிரிவுக்காக வருத்தப்படுகிறாளா? என்னை விரும்புகிறாளா? இவளுக்குக் காதல் என்பதைப் பற்றியெல்லாம் அபிப்ராயம் இருக்கிறதா?

வீட்டுக்கு நடந்து செல்லும்போது சரிவிலிருந்து கட்டடத்தைப் பார்த்தான். மதுமிதா பால்கனியில் நின்றுகொண்டு கையை ஆட்டினாள் புன்னகையுடன்.

'சாயங்காலம் வாங்க!' என்று கத்தினாள்.

இதற்கு என்ன அர்த்தம்?

முதன்முதலாக ரகுபதிக்கு மதுமிதாவை கல்யாணம் செய்து கொண்டதும் வாழ்க்கை அப்படி ஒன்றும் பன்னீரும் ரோஜா இதழ்களும் தெளித்த கனவாக இருக்கப்போவதில்லை என்று தோன்றியது. நான் மடையன்! அந்த உணர்ச்சி பூர்வமான தருணத்தில் அவள் விருப்பத்துக்குப் பதில் தந்திருக்கவேண்டும். காதல் என்பது மனம் மட்டும்தானா? உடலும் உண்டு!

இவளிடத்தில் நகைச்சுவை உணர்ச்சி இருக்கிறது. அறியாமை இருக்கிறது. ஆர்வம் இருக்கிறது. இதனால் என்ன தப்பு என்கிற சுதந்தர சிந்தனை இருக்கிறது. தன் பெண்மை எல்லைகளை மீறின ஆர்வத்துக்கு இடம் கொடுத்து இன்று கேட்டிருக்கிறாள்! இதைத் தெரிந்துகொள்ளாமல் என்னமோ புத்தர் போல முட்டாள்தனமாக... அடுத்து இனி அருகில் வரமாட்டாள்! சந்தர்ப்பம் போய்விட்டது. சந்தர்ப்பங்கள் பின்னால் ஏற்படத்தான் போகின்றன! அனுமதி பெற்ற சந்தர்ப்பங்கள். அனுமதி இல்லாத சந்தர்ப்பத்தில்தான், திருடப்பட்ட கணங்களில்தான் இன்னும் பரபரப்பு இருக்கிறது என்பதை உணர்ந்துகொள்ளாத மடையன் நான். இவள் என்னை அணுகியதில் தப்பே இல்லை. நான் இவளுக்குத்தான் என்று தெரிந்த பின்தானே அணுகியிருக்கிறாள்!

பிரிவோம் சந்திப்போம் ● 75

வீட்டுக்குத் திரும்பினபோது, அப்பா அவன் சட்டை பேண்ட்களை ஒரு பெட்டியில் அடுக்கி வைத்துக் கொண்டிருந்தார். 'நாளன்னைக்கு மெடிக்கல் டெஸ்ட்டுன்னா இன்னி ரயில்ல கிளம்பியாகணும். கோபிநாத் உனக்கு ஜங்ஷன்ல புக் பண்ண ஏற்பாடு பண்ணியிருக்கிறதாச் சொன்னார். கல்யாணத்தை பத்தி என்ன சொன்னார்?'

'வேலையை ஒப்புக்கிட்டு லீவிலே வரச்சொன்னார்.'

'வேலையை ஒப்புக்கிட்டதும் ப்ரொபேஷன்ல போடுவான். அப்ப லீவு கிடைக்கிறது கஷ்டமா இருக்கும். ப்ரொபேஷன் ஆறு மாசம்தானே?'

'ரெண்டு மூணு நாள் சேர்ந்தாப்பல லீவு வராதப்பா?'

'ஃபாக்டரிகள்ல கொஞ்சம் கஷ்டம்! பார்க்கலாம். நிச்சயதார்த்தத்தை ப்ரொபேஷனுக்கு அப்புறம்கூட வெச்சுக்கலாமே!'

'வேண்டாம்பா, அந்தம்மா ஊருக்குக் கிளம்பறதுக்குள்ள வெச்சுக்கணும்னு அத்தனை அவசரமா இருக்காங்க. அதிகம் ஒத்திப்போட வேண்டாம்.'

'தேவையில்லை. இதப் பாரு ரகு, உன் கேரியருடைய ஆரம்பத்தில் இந்த மாதிரி இமோஷனாலா ஒரு அனுபவம் ஏற்படறது எனக்குக் கவலையா இருக்கு. இப்ப ஊருக்குப் போய் வேலையை ஒப்பித்துக்கிட்டாக்கூட எப்பப் பார்த்தாலும் இந்தப் பெண்ணையே நினைச்சுக்கிட்டுத்தான் இருப்பே...'

'அப்படி இல்லப்பா.'

'இந்த மாதிரி ஒரு தங்கத் தட்டில் ஒரு அழகான பொண்ணைக் கொடுக்கப் போறான்னு இந்தச் செய்தியே உன் கவனத்தை ரொம்பப் பாதிக்கப் போறது. அது எனக்குக் கவலையா இருக்கு. கொஞ்சம் அவசரமாவே கல்யாணப் பேச்சு ஆரம்பிச்சுருச்சு. நான் இதை எதிர்பார்க்கவே இல்லை.'

'நீ அதுக்காக கல்யாணத்தை ஒத்திப் போடச் சொல்லாதேப்பா. அவங்களே தீர்மானிக்கட்டும்.'

'என்னைத்தவிர எல்லாரும் அவசரத்துல இருக்காப்பல இருக்கு. எனக்கு என்னன்னா ரகு! லெட் மி பி ஃப்ராங்க்! நீயும் ஊரை விட்டுப் போயிருவே, இதைப் பத்திப் பேச சந்தர்ப்பம் வராது. எனக்கு ஒரு சந்தேகம் வருது! கோபிநாத் இந்தக் கல்யாணத்தை ஏற்பாடு பண்ண ஏன் இத்தனை அவசரமும் பதற்றமும் காட்டறார்னு கேக்கத் தோணுது...'

14

'என்னப்பா சொல்றீங்க?' ரகுபதி பதறிப்போய்க் கேட்டான்.

'உன் உதடு துடிக்குது. உனக்குக் கோபம்னு தெரியுது. நான் கேக்க விரும்பலை. ரகு, நீ கவனிக்கலை. நீ வந்து ஒரு வாரம், பத்து நாள் கூட ஆகலை. அதுக் குள்ள விஷயம் எவ்வளவு தூரத்துக்கு வந்திருக்கு பாரு. அந்தக் குடும்பத்துக்கு நீ அறிமுகமான இரண்டாவது நிமிஷம் பெண்ணை உன்கிட்ட பழக்கியாச்சு. அம்மா டென்னிஸ்ங்கறாங்க. அப்பா மாப்ளைங்கறாரு. எல்லாரும் புகழறாங்க. விருந்து வெக்கறாங்க. பதினைந்து நிமிஷத்திலே நிச்சய தார்த்தம்ங்கறாங்க. என்னவோ சினிமால வர மாதிரி கதை வருது. அதனால விஷயம் ஏதாவது வேற மாதிரி இருக்குமோன்னு சந்தேகப்படத் தோணுது.'

'வேற மாதிரின்னா?'

'எனக்கு குறிப்பாச் சொல்லத் தெரியலை ரகு! என்னவோ உணர்ச்சிபூர்வமா இதில் ஏதோ உதைக்குது. சம்திங் ராங்!'

'நீங்க ஒரு ஸினிக் ஆயிட்டிங்க... அதுதான் ராங்!' என்று நகைத்தான் ரகு. இது அவரைப் பாதித்திருக்கவேண்டும். முகம் சற்று சுருங்கிப்போய்விட்டது.

'ஏதாவது தப்பா இருந்தா உங்களுக்குக் கண்டுபிடிக்க சமயம் இருக்குதில்லை? நான் ஊருக்குப் போயி திரும்பி வர நாளாகும் இல்லையா? அதனால அதுக்குள்ள கண்டுபிடிச்சு வையுங்களேன்!'

'அப்படின்னா இதில ஏதாவது தகராறு இருந்தா, நான் சொல்ற மாதிரி கேட்பே இல்லே?'

'எதைப் பத்தி?'

'மதுமிதாவைக் கல்யாணம் செய்துக்கறதைப் பத்தி.'

'இல்லைப்பா, அவளை நான் கல்யாணம் செய்துக்கறதாத் தீர்மானிச்சுட்டேன், என்ன ஆனாலும் சரி!'

'அவ எப்படிப்பட்ட பெண்ணாக இருந்தாலும் பரவாயில்லையா?'

'நீங்க மனசில என்ன வெச்சுக்கிட்டு இருக்கிங்கன்னு எனக்கு சரியாப் புரியலைப்பா...'

'ஓக்கே! ஐல் பி ஃப்ராங்க். இந்தப் பொண்ணு... இந்தப் பொண்ணு எதாவது முன்னால... வந்து... களங்கப்பட்ட பொண்ணா இருந்து அதை மறைச்சு வைக்க சட்டுப் புட்டுன்னு கல்யாணம் செய்துவைக்க இவங்க முயற்சி பண்றாங்களோ?'

'நல்ல கற்பனா சக்திப்பா உங்களுக்கு!'

'ஸாரி, நீ இவ்வளவு லைட்டா இதை எடுத்துப்பேன்னு நினைக்கலை.'

'சரி, அப்படியே இருக்கட்டும். அதனால என்னப்பா? என்னைப் பொருத்த வரையில் மதுமிதா நான் அவளை என்னிக்குச் சந்திச்சேனோ அன்னிக்குப் பிறந்தவ! அதுக்கு முன்னால என்னென்ன நடந்ததுங்கறது பத்தி எனக்குக் கவலையில்லை.'

'அப்படி சொல்லிட்டா எனக்கு இதிலே மேற்கொண்டு பேச்சே இல்லை... சர்ட்டிபிகேட் எல்லாம் எடுத்து வெச்சுக்கிட்டியா? பணம் கொஞ்சம் டிரா பண்ணிக்கிட்டு வரேன். வழிச் செலவுக்கு வேண்டியிருக்கும்.'

அவர் நிச்சயம் அடிபட்டிருந்தவர்போலத்தான் தெரிந்தார். ஒரு சமயம் அவரைப் பார்த்தால் பாவமாக இருந்தது. எல்லாம் என் நன்மைக்காகத்தான் சொல்கிறார். ஆனாலும் அதீதமாக ஒன்றுக்கு ஒன்று முடிச்சு போடுகிறார். மதுமிதாவா! அவளுடன் அதிகம் பழகினவர் இல்லை. அவள் ஒரு புஷ்பம் போல, காட்டில் பறக்கும் சின்னக் குருவியைப் போல, உற்சாக அருவியைப் போல...

அப்பா போனதும் ஜெயந்தி சாப்பாடு கொண்டுவந்து வைத்தாள்.

'ஜெயந்தி, நான் ஊருக்குப் போறேன்.'

'அதுக்குள்ளேயா அண்ணா?'

'எனக்கு வேலை கிடைச்சிருச்சு.'

'எனக்கு ரொம்ப சந்தோஷம். மாமா சொல்லிண்டே இருப்பார். ரகுவுக்கு வேலை கிடைச்சுட்டா எனக்கு ரொம்ப நிம்மதின்னு. உங்களுக்கு ஒரு கல்யாணத்தைப் பண்ணிட்டாலும் நிம்மதின்னுட்டு. நிச்சயதார்த்தம் கூடப் பண்ணப் போறதாக் கேள்விப்பட்டேன். ப்ராஜெக்ட் ஆபீசர் பொண்ணு தானே?'

'ஆமாம் ஜெயந்தி.'

'அவா ரொம்பக் குடுத்து வெச்சவா. நன்னா பண்ணிப்போடுவா. ஒரே பெண்ணில்லையா! எவர்சில்வர் பாத்திரம் மட்டும் மூணு பீரோ வெச்சிருக்கா. நானே பாத்திருக்கேன். எப்ப நிச்சயதார்த்தம்?'

‘போய் வேலையை ஏத்துண்ட உடனே திரும்பி வந்துருவேன். லீவு கிடைக்கணும்.’

‘பட்டணத்திலதான் வேலையா?’

‘ஆமாம்’

‘ஊருக்குப் போய்ட்டுத் திரும்பி வரப்ப எனக்குச் சின்னதா ஒரு மில்க் குக்கரும்... அயோத்யா புடைவைன்னு விக்றா... அறுவத்தி அஞ்சு ரூபாயோ என்னவோ... அது ஒண்ணும் வாங்கிண்டு வரேளா? பணம் கொஞ்சம் கொஞ்சமாக் கழிச்சுண்டுடலாம்!’

‘பணம் வேண்டாம். நானே என் காசிலே வாங்கிட்டு வரேன் ஜெயந்தி.’

‘என் சம்பளப் பணத்தை எல்லாம் உங்கப்பா கிட்டதான் கொடுத்துச் சேத்து வெச்சிரக்கேன். அவர் மாதிரி மனுஷர் கிடைக்க மாட்டார். எங்கிட்ட கொடுத்தா செலவழிச்சிருவேன்னு இதுவரைக்கும் கிட்டத்தட்ட ஆயிரம் ரூபா எனக்காகச் சேத்து வெச்சிருக்கார். போஸ்ட் ஆபீசில் கையெழுத்துக்கூட எங்க போடறதுன்னு தெரியாது. அவர் மாதிரி உண்டா!’

ரகுபதிக்குச் சுருக்கென்றது. அவர் மனதைப் புண்படுத்தி விட்டோம். ஊருக்குக் கிளம்புவதற்குள் சமாதானமாக ஏதாவது சொல்லிவிட்டுப் போகலாம். என்னைப் பற்றி அவர் கவலைப்படுவது இயற்கையே...

‘இருங்க, நான் கட்டித்தரேன்’ என்று ஜெயந்தி முந்தானையைச் செருகிக் கொண்டு அவனிடமிருந்து ஹோல்டாலைப் பிடுங்கிக் கொண்டு கீழே சம்பிரமமாக உட்கார்ந்துகொண்டு தோல் வாரைப் பிடித்துக் கட்டும்போது ஜெயந்தியின் புடைவை மெலிசாக இருந்ததும் அவள் பாடி போடாததும் முழங்காலுக்கு மேல் சிவப்பாக இருப்பதும் அவள் மார்பின் பிரிவும் தெரிய ரகுபதிக்குச் சட்டென அந்த இடத்தைவிட்டு விலகிவிட வேண்டும்போல இருந்தது. இருந்தும் அவனால் விலக முடியாததற்குத் தன்னை மிகவும் கடிந்துகொண்டான். மதுமிதாவுக்குத் துரோகம் செய்வதுபோல உணர்ந்தான். காலால் உதைத்துக் கொண்டு ஹோல்டாலின் வாரை இழுக்கும்போது அவள் நெஞ்சு மஞ்சள் ரவிக்கையின் ஊடே தெரிய... இவள் அழுக்கு! இவள் குளிக்கவில்லை! இவள் மனைவி! இவள் பிள்ளை பெற்றவள்! இவள் அழகில்லை! என்று எத்தனையோ சொல்லிப் பார்த்துக்கொண்டான்.

கிட்ட வந்து, ‘இதைக் கொஞ்சம் இறுக்கிப் புடிச்சுக்கங்க’ என்றாள்.

அவள் அருகே சென்று அவளுடன் சேர்ந்துகொண்டு படுக்கை கட்டும் போது... நான் இந்த மாதிரி சபலப்படும்போது எப்படி அந்தப் பெண்ணிடம் பரிபூரண தூய்மையை எதிர்பார்க்க முடியும்! கல்யாணத்துக்குமுன் ஏற்படும் இந்த மாதிரி பேதலிப்புகள் எல்லாமே மன்னிக்கப்படவேண்டியவை!

என்றாவது ஒரு நாள் எதிர்காலத்தில நான் டூர் போகும்போது மதுமிதா இந்த மாதிரிதான் தரையில் சம்பிரமமாக உட்கார்ந்துகொண்டு காலை விரித்துக்

கொண்டு படுக்கை கட்டுவாள். அப்போது அவளை நான் அப்படியே பாதிப் படுக்கையில் வீழ்த்தி... அப்பா வந்தார். 'ஜெயந்தி, இனிமே மறுபடி நீயும் நானும்தான். இவன் வேலைக்குப் போறான்.'

'சொன்னார் மாமா...'

'ரகு, முன்னூறு ரூபா எடுத்துண்டு வந்திருக்கேன். ரெண்டு நூறு ரூபா நோட்டும் சில்லரையுமா. போதலைன்னா எழுது.'

'சம்பளம் வந்துரும்பா.'

'வரட்டும் வரட்டும். அதுவரைக்கும் என்ன பண்ணுவே? கோபிநாத் என்னைக் கூப்பிட்டனுப்பிச்சார். மத்தியானம் அவர் வீட்டில் உன்னைச் சாப்பிடக் கூப்பிட்டார். என்னையும் கூப்பிட்டார். நான் வரலை. எனக்கு விருந்துச் சாப்பாடு ஒத்துக்கிடறதில்லை. நானும் ஜெயந்தியும் வத்தக்குழம்பும் இருக்கவே இருக்கோம். என்ன ஜெயந்தி?'

'மாமா! என் காசில ஒரு அறுபத்தைந்து ரூபா உங்க பிள்ளைகிட்ட கொடுத்துருங்கோ. அவரை ஒரு புடைவை வாங்கிண்டு வரச் சொல்லியிருக்கேன்.'

'சரி சரி, நீ போ. ரகு, குளிச்சுட்டு அவங்க வீட்டுக்குப் போயிரு. ரொம்ப பேசிக்கிட்டு இருக்காதே. ரெண்டரை மணி பஸ்ஸை விட்டா நீ ரயிலையும் விட்டுருவே. சேர்ற தினமே லேட்டாப் போக வேண்டாம்'

ஜெயந்தி படுக்கையை விண் என்று கட்டிவிட்டாள். 'வழி அனுப்ப வருகிறேன்' என்றாள்.

மத்தியானம் கோபிநாத் வீட்டுக்குப் போனபோது மதுமிதா புள்ளிபோட்ட சட்டையும் வயிற்றை அழுத்திய பேண்ட்டும் போட்டுக்கொண்டு கொஞ்சம் அதிகமாகவே பவுடர் போட்டுக்கொண்டு சுதாவுடன் தோட்டத்தில் விளையாடிக் கொண்டிருந்தாள். அவனைப் பார்த்ததும், 'ரகு உன்கூட நான் ரயில்வே ஸ்டேஷன் வரைக்கும் வரப் போறேன்.'

'பஸ்லயா?'

'இல்லை. கார்ல போகப் போறோம். நானு, நீ, அப்பா, அம்மா, சுதா எல்லாரும்!'

உள்ளே சென்றதும் 'எதுக்கு சார் நீங்க இவ்வளவு சிரமம் எடுத்துக்கறீங்க?' என்றான்.

'சே! சே! மாப்பிள்ளை முத முத உத்தியோகம் ஏற்கப் போறார். அதுக்காக திருநெல்வேலி ஜங்ஷன்வரைக்கும் கூட வந்து வழி அனுப்பி வைக்கக் கூடாதா? ரகு, நீங்க சேரப் போற கம்பெனியைப் பத்தி எல்லாம் விசாரிச்சுட்டேன். நல்ல கம்பெனி. நல்ல எதிர்காலம் இருக்குதாம். ப்ரொடக்ஷன் போஸ்ட்டிங் கிடைச்சுட்டா சீக்கிரமே ப்ரொமோஷன்லாம் கிடைக்குமாம். ஃபினான்ஸ் டைரக்டர் எனக்குத் தெரிஞ்சவர்.'

பின்னணியில் மதுமிதாவும் சுதாகரும் சண்டை வலுத்துப்போய் ஒருவரை ஒருவர் துரத்த, 'இந்தப் பொண்ணைக் கல்யாணம் பண்ணிக்கிட்டு இருந்தா இந்நேரம் அழைச்சுட்டுப் போயிருக்கலாம் இல்லை!' என்றாள் அம்மா.

'ரகு, உங்க அட்ரஸ் என்ன? நான் உங்களுக்கு லெட்டர் போடணும்.'

'போனதும் அட்ரஸ் எழுதறேன்.'

'உங்க அப்பா எங்கே? வரலையா?'

'அவர் சாப்பாட்டுக்கு வரலைன்னு சொல்லச் சொன்னார் சார்.'

'அப்படியே மகனை டேக் ஓவர் பண்ணிக்கிட்டோம்னு நினைச்சுப்பார்!'

'அதெல்லாம் இல்லை சார், ஹி இஸ் ஹாப்பி!'

'ரகு ரகு!' என்று மது கூப்பிட்டு, 'இந்தாங்க இதை எப்பவும் உங்க ரூம்ல மாட்டிக்கங்க' என்றாள்.

நீண்ட சதுர அட்டையின்மேல் நேர்த்தியாக ஒட்டவைக்கப்பட்ட ஜாப்பானியப் பெண்ணின் பொம்மை அது. 'அவளே போட்டது. ஒரு தடவை இதுக்காக கிளாஸ் அட்டெண்ட் பண்ணியிருக்கா. எல்லாம் வருது. சிரத்தை இல்லை. டான்ஸ்கூட ஆடுவா. மது, போட்டோ காட்டினியோ?'

'மது, உன் போட்டோ ஒண்ணு வேணுமே!' என்றான் ரகு.

'குடுத்தாப் போச்சு' என்றார் கோபிநாத். 'மாப்பிள்ளை! ரொம்ப என் பெண்ணைப் பத்தியே நினைக்கவேண்டாம். முதல்ல வேலைல கவனமா இருங்க.'

மதுமிதா பெரிய ஆல்பத்தை எடுத்து, 'இதுல எது வேணா செலக்ட் பண்ணிக்கங்க' என்றாள் ஆர்வத்துடன். ரகு உட்கார்ந்து கொண்டு ஒவ்வொன்றாகப் பார்த்தான். சின்ன வயசில் பள்ளி நாடகத்தில் லேசான மீசையுடன், பரத நாட்டியத்தில் எல்லா விரல்களையும் தாமரைப்பூ பண்ணிக்கொண்டு, பிக்னிக்கில் பல மாணவிகளுடன், கர்ள் கைடு டிரஸ்ஸில், இரட்டைப் பின்னலில் ஒன்றை மட்டும் மார்மேல் போட்டுக்கொண்டு எட்டு வயசி லிருந்து எப்படி வருஷம் வருஷமாக மெருகு ஊட்டப்பட்டிருக்கிறாள் என்பதற்குச் சாட்சியங்கள்.

'இது நான் எடுத்தேன்' என்றான் சுதா.

மரத்தின்மேல் உட்கார்ந்துகொண்டு பாவாடை தாவணியுடன்! 'இதை எடுத்துக்கறேன். இப்படித்தான் இவளை முதல்லே சந்திச்சேன்!'

'ரகு, கொஞ்சம் தோட்டத்துப் பக்கம் வாங்க. போட்டோ எடுத்துரலாம். உங்க ரெண்டு பேரையும் எடுத்துர்றேன்.'

இரண்டு பேரும் அருகருகே நிற்க, 'என்ன வெக்கப்படறீங்க' என்று மது அவன் கையை எடுத்துத் தன் தோள்மேல் வைத்துக் கொண்டு, 'சிரிங்க' என்றாள்.

பிரிவோம் சந்திப்போம் ● 81

க்ளிக் என்ற சூட்டுடன் போலராய்ட் கேமராவிலிருந்து டெவலப் செய்யப்
பட்ட பிரிண்ட் நழுவி வெளியே வர, முதலில் ஏறக்குறைய வெளுப்பாக
இருந்து, மெல்ல மெல்ல வர்ணங்கள் பெற்று, இன்னும் வர்ணங்கள் சிறந்து,
மரம், நிழல், பின்னால் கல்மண்டபம், அதன் பின்னால் வான நீலம் எல்லாம்
உருவாக மதுமிதாவும் ரகுபதியும் சிருஷ்டிக்கப்பட்டு அவர்கள் புன்சிரிப்பு
பிறந்து, 'இந்தாங்க, வெச்சுக்கங்க' என்று அவன் கையில் போட்டோவின்
பிரதியைக் கொடுத்தார்.

'உனக்கு தினம் மூணு லெட்டர் போடட்டுமா ரகு?'

'பேசாம கூடவே போயிறேன்...'

இவை எல்லாவற்றிற்கும் இடையிலும் ரகுபதிக்கு அவளை விட்டுப் பிரியப்
போகும் சோகம் உண்மையான கனமாக அடிவயிற்றில் சேர்ந்துகொண்டது.
அவர்கள் சிரித்துச் சிரித்துப் பேசினாலும் இதனூடே ஒரு சரடுபோல இந்த
அழுத்தம், கனம் அதிகமாகிக்கொண்டே வந்தது. இன்னும் கொஞ்ச
நேரம்தான் என்று அவளைப் பார்க்கப் பார்க்கத் தொண்டையில் அடைத்தது.

காரில் எல்லாருக்கும் இடம் இருக்காதுபோல இருந்தது. அப்பா, 'பரவால்லை,
நான் இவனுக்கு நிறைய தடவை டாட்டா சொல்லியிருக்கேன்' என்று
சிரித்துவிட்டு விலகிக்கொண்டார். முன் சீட்டில் டிரைவரும், ரகுவும்,
கோபிநாத்தும் உட்கார்ந்திருக்க, பின்னால் சுதா, மது, அம்மா. அடிக்கடி அவன்
தோளில் சீண்டிக்கொண்டிருந்தாள். 'ஏன் ஊருக்குப் போறே?' என்று
சிணுங்கினாள். ரகுபதிக்கு அந்தச் சோகம் உச்சக்கட்டத்தை நோக்கிச் செல்வது
போல் இருந்தது. எந்த இடத்தில் எப்போது அது வெடிக்கப்போகிறது என்று
பயமாக இருந்தது.

மறுபடி திருநெல்வேலி சந்திப்பு. அதே வண்டிதான். இன்ஜின் கூட அதே
தானோ? கார்டுகூட அவரேதானோ? முதலில் இங்கு வந்து சேர்ந்ததிலிருந்து
இப்போதுவரை எல்லாம் சொப்பனம் போலத்தான் இருந்தது.

கார்டு விசில் ஊத, அதே சமயம் மணி அடிக்க, ஜன்னலில் தெரிந்த நாலு
முகங்களில் அவன் கண், மனம், சிந்தனை, ரத்தம் எல்லாவற்றிலும் அவள்
முகம் மட்டும்தான் பரவியிருக்க அவள் டாட்டா என்று கையாட்ட, திடீர் என்று
ஏதோ ஞாபகம் வந்தவள் போல அவள் ஊர்ந்துகொண்டிருந்த வண்டியுடன்
ஓடி வந்து அவன் கையைப் பிடித்து அழுத்திக் கன்னத்தில் லேசாகத் தட்டி,
'நான் உனக்கு ஞாபகத்துக்குத் தந்தேனே, நீ எனக்கு ஏதும் தரலை பார்த்தியா?'
என்றாள்.

ரயில் அதற்குள் வேகம் பிடித்துவிட, ரகுபதியின் கண்களில் குபுக்கென்று
கண்ணீர் வெள்ளம்போல் திரண்டு வழிந்தது.

*ரா*த்திரியெல்லாம் பிரயாணத்தின் போது மேல் பர்த்தில் ஏறிப் படுத்துக்கொண்டு அந்தப் பக்கம் திரும்பிக்கொண்டு கண்ணீர் சிந்தினான். வெட்கமாகத்தான் இருந்தது. இத்தனை குறுகிய காலத்தில் ஒரு பெண் தன்னை இவ்வளவு ஆக்கிரமிக்கக்கூடும், ரயிலில் அழச் செய்யமுடியும் என்று அவன் எதிர்பார்க்கவில்லை. ரயில் பாலத்தில் போகும்போதெல்லாம் திரும்பத் திரும்ப மதுமிதா மதுமிதா என்ற சொல்வதுபோல இருந்தது. கொஞ்சம் யோசித்துப் பார்த்தால் ரயிலின் எந்தச்சத்தமும் அவள் பெயருடன் பொருந்தும் போல் இருந்தது. ஜெயந்தி கட்டிக் கொடுத்திருந்த இட்லிப் பொட்டலத்தைத் திறக்கவே இல்லை. ஃபிளாஸ்கில் பால் பத்திரமாக இருந்தது.

அந்த ரயில் வண்டி இருக்கிற கிராஸிங்கை எல்லாம் தோற்றுவிட்டுச் சாவதானமாக சென்னை எழும்பூர் வந்து சேர்ந்தது. போர்ட்டர்கள்கூட அசுவாரஸ்யமாகத்தான் உள்ளே படையெடுத்தார்கள். சென்னை வெயில் இப்போதே தன் ஊசிகளைத் தயார் செய்துகொண்டிருந்தது. டிக்கெட் பரிசோதகர் கைகளுக்கிடையில் வியர்த்திருந்தார். எங்கே போவது என்று அப்பா திருத்தமாகக் குறிப்புகள் கொடுத்திருந்தார். முதலில் பெரம்பூரில் அவருடைய கஸின் வீட்டுக்குப் போய், அவரையும் உடன் அழைத்துக் கொண்டு மெடிக்கலுக்குப் போகவேண்டியது. அவரைக் கேட்டுக் கொண்டுதான் மற்றபடி தங்குவதற்கு ஏற்பாடுகள் செய்யவேண்டியது. இப்போதே அப்பாவின் சொல்லை மீற ஆரம்பித்தான். பெரம்பூர் போகவில்லை, எழும்பூரில் எதிரிலேயே ஒரு சந்தில் இருந்த ஓட்டலில் ரூம் எடுத்தான். ஜன்னலைத் திறந்தால் டூரிஸ்ட் பஸ்களை அலம்பிக் கொண்டிருந் தார்கள். டீக்கடையில் பாய்லர் தெரிந்தது. சுவரொட்டிகளில் ரஜினிகாந்தும், மொட்டை மாடியில் ஒரு பெண்ணும் தெரிந்தனர். ஆபீஸ் போகிற அவசரமோ என்னவோ, பாடியுடன் நின்றுகொண்டிருந்தாள். ரகுபதிக்கு எல்லாப் பெண்களுமே மங்கிப் போய்விட்டாற்போலத்தான் இருந்தது. அத்தனை பேரையும் மதுமிதா சாப்பிட்டுவிட்டாள். கொஞ்ச நேரம் வெற்றுப் பார்வை

பார்த்துக்கொண்டு அவளுடன் பேசினது அத்தனையும் கதைச் சுருக்கமாக யோசித்துக் கொண்டிருந்தான். பையன் கண்ணாடித் தம்ளரில் காப்பி கொண்டு வந்து, ‘டிபன் வேணுமாங்க?’ என்றான்.

‘வேண்டாம்ப்பா. ஒரு பாக்கெட் சிகரெட் வாங்கிட்டு வந்துரு.’

‘சரிதாம்பா’ என்று பையன் கிளம்பிச் செல்ல, ரகுபதி உத்தியோகத்தின் முதல் நாளைக்குத் தயாரானான்.

‘உங்க சர்ட்டிபிகேட் எல்லாம் தரிங்களா?’

‘டிகிரி சர்ட்டிபிகேட் இன்னும் புரொவிஷனலாகத்தான் இருக்காப்பல இருக்கே?’

‘எல்லாருக்கும் அப்படித்தான் மேடம்.’

‘சரி, உக்காருங்க.’

உட்கார்ந்த இடத்திலிருந்து தொழிற்சாலை தெரிந்தது. நீண்ட காரிடாரில் பலர் அலைந்துகொண்டிருந்தார்கள். சங்கு ஊத, எல்லாரும் அதற்கே காத்திருந்தது போல காண்டீனை நோக்கிச் சென்றார்கள். நிறையப் பெண்கள் தென் பட்டார்கள். மரத்தடியில் கைக்குட்டை விரித்து அங்கங்கே சினேகிதிகளுடன் ஜோடி சேர்ந்துகொண்டு சின்ன டிபன் பாக்ஸிலிருந்து சாப்பிட்டார்கள்.

ரகுபதி உட்கார்ந்திருந்த ஹால் ஏறக்குறைய காலியாகியிருந்தது. ஒரே ஒருத்தர் ஓரத் தில் டிரான்ஸிஸ்டர் கேட்டுக்கொண்டே மேஜைமேல் சாப்பிட்டுக்கொண்டிருந்தார். ஹாய் என்று குரல் கேட்டுத் திரும்பினான். அவனைப் போல் ஓர் இளைஞன்.

‘நீயும் ஜாய்ன் பண்ணத்தான் வந்திருக்கியா?’ என்றான். கண்ணாடி போட்டிருந்தான். தலைவாருகிறது அவன் குடும்பச் சரித்திரத்திலேயே இல்லை போலத் தோன்றியது. ஜோல்னாப் பையில் சர்ட்டிபிகேட்களும் சிகரெட் பெட்டியும் வைத்திருந்தான். ஜீன்ஸ், அவஸ்தைகளுக்கு ஏற்ப நிறமிழந்திருந்தது. காலில் ஹவாய் செருப்பு.

‘பாண்ட் உண்டா, தெரியுமா?’

‘மூன்று வருஷமாம்’ என்றான் ரகு.

‘மெடிக்கல் ஆயிருச்சா?’

‘இல்லை, இனிமேத்தானாம்.’

‘டெஸ்டிக்கிள்ஸ் பிடிச்சுப் பாப்பாங்களே மெடிக்கல்லே?’

ரகுபதி அதிர்ந்து அவனைச் சரியாகப் பார்த்தான்.

‘என்.டி.பி.சி மெடிகல்ஸ் செய்தாங்க. அதான்’ என்றான்.

‘சேரலியா?’

‘கோர்பாவில போட்டா எவன் போவான்? சிகரெட்?’

‘நோ... தாங்ஸ், இப்பத்தான் ஆச்சு.’

அவன் சிகரெட் பற்றவைத்துக்கொண்டு 'எல்லாரும் டான்னு லஞ்சுக்குப் போயிடறாங்க. எனக்கு பப்ளிக் செக்டர்ல சேரவே கொஞ்சம் தயக்கம்தான். இது ஏதோ லாபத்திலே ஓடறதாம். டிவிடெண்ட் எல்லாம் கொடுக்கறாங் களாம். போனஸ் உண்டாம். மெட்ராஸ்ல வேற இருக்கு.'

சாப்பிட்டுத் திரும்பிக்கொண்டிருந்த பெண்களைப் பார்த்து, 'பெண்களும் கொஞ்சம் சுவாரஸ்யமா இருக்காங்க. ஆனா எல்லாத்துக்கும் மெட்டி... இல்லேன்னா வகிட்டிலே குங்குமம். ரொம்பக் கற்புள்ள ஃபாக்டரியா இருக்குதுபோல!'

ரகுபதி சிரித்தான். 'உங்க பேரு?'

'கலைச்செல்வன், எங்கப்பா டி.கே... சாமி பேரு வீட்டில கூடாது. உன்னைப் பார்த்தா ஃபார்வர்ட் கம்யூனிட்டி மாதிரி தெரியுது.'

'இல்லை, நான் திருநெல்வேலிப் பிள்ளைமார்...'

'திருநெல்வேலி, புதுமைப்பித்தன் பிரதேசம்! மெட்ராஸ்ல எங்க தங்கறதா உத்தேசம்?'

'இன்னும் டிஸைட் பண்ணலை. ஸ்டேஷனண்டை ஒரு ஓட்டல்ல இருக்கேன்.'

'ஐயையோ! அங்கல்லாம் வேண்டாம். லேடி ஜாயிண்ட்ஸ் நிறைய உண்டு. பத்துமணி ஆனா பளிச்சுனு பவுடர் போட்டுக்கிட்டு பத்தினிமார்கள் கதவைத் தட்டுவாங்க. நான் ஒரு ரூம் எடுத்திருக்கேன். நல்ல மயிலாப்பூர் மாமி வீட்டில. வாடகைதான் டூ ஃபிஃப்டி. ஷேர் பண்ணிக்க ஆள் தேவை. உன்னைப் பார்த்தா நல்ல அப்பிராணியா இருக்கே. ஏன் ஒரு மாதிரியா இருக்கே?'

'ரயில்ல தூங்கலை.'

'வேற ஒண்ணும் இல்லையே? இதோ, அம்மா வராங்க' என்று, வந்த பர்சனல் ஆபீஸ் கிளார்க்கைப் பார்த்துப் புன்னகைத்து, 'நாங்க எப்ப மெடிக்கலுக்குப் போகணும்?'

'கொஞ்சம் இருங்க சார், எஸ்கார்ட் வந்து அழைச்சுட்டுப் போவார்.'

'அதுவரைக்கும் இந்த 1978-ம் வருஷத்திய வீக்லியைப் படிச்சிக்கிட்டு இருக்கலாம். மேடம்! எங்க பாட்ச்சில கேர்ள்ஸ் யாராவது சேர்ராங்களா?'

'எனக்குத் தெரியாது. அந்த கேபின்ல மதுசூதன் ராவுன்னு பர்சனல் ஆபீசரைக் கேளுங்க'

'தேவையில்லை. சேர்ந்தா தன்னால தெரியுது என்ன? உன் பேர் என்ன?'

'ரகுபதி!'

'ரதின்னு கூப்பிடலாமா?'

'இல்லை, ரகு!'

'என்னைக் கலானு கூப்பிடுவாங்க, மார்டிகிரால பெண் வேஷம் போட்டுட்டுப் பின்னாலயே மூணு பாய்ஸ் வேளச்சேரி வரைக்கும் துரத்திட்டு வந்துட்டாங்க!'

அவனை உன்னிப்பாகப் பார்த்ததில் கொஞ்சம் தலை சீவினால் முடிந்து விடலாம் போலத்தான் இருந்தது. கண்களில் ஏதோ ஒரு மையிட்ட தன்மை இருந்தது. பல்வரிசை ஒழுங்காக இருந்தது. பெண் வேஷம் பொருத்தமாக இருக்கும்போல இருந்தது.

'போதாக்குறைக்கு ஃபால்ஸட்டோ வாய்ஸில பேசுவேன். கிஷோர்-லதா ரெண்டு குரலும் பாடுவேன். சாயங்காலம் எங்கேயும் போயிடாதே. லெட்ஸ் ஸ்டிக் டுகெதர். முதல்ல உன் ரூமுக்குப் போய் சாமான்லாம் எடுத்துட்டு வந்துரலாம். நீ எதாவது இன்ஸ்ட்ரூமெண்ட் வாசிப்பியா?'

'இல்லை.'

'சொல்லித் தரட்டுமா? எனக்கு ஏழு தெரியும். எல்லாம் அரைகுறையா...'

வர வர கலைச்செல்வனைப் பிடித்திருந்தது. அவனிடத்தில் ஒரு கவர்ச்சி, பேசும் தோரணையில், சிரிப்பில் எல்லாம் இருந்தது. கொஞ்ச நேரத்தில் அந்த கிளார்க்கை வசியம் பண்ணி அவளைச் சற்றே கன்னம் சிவக்கச் சிரிக்க வைத்துவிட்டான். இருக்கிற பேருக்கெல்லாம் எங்கப்பா பால் பாயிண்ட் செய்கிற ஃபேக்டரி வைத்திருக்கிறார் என்று ஆளுக்கொரு பேனா விநியோகம் செய்தான். இப்போது அவன் ஒரு மேசையின் எதிரில் உட்கார்ந்து கொண்டு அந்தப் பெண் கிளார்க் கணக்கில் ஒரு டீ அடித்து விட்டுத்தான் கிளம்பினான்.

தொழிற்சாலையை அடுத்தே இருந்த ஆஸ்பத்திரியில் அவர்கள் இரண்டு பேருடன் ஒரு பெங்காலி இளைஞனும் சேர்ந்து மூவருக்கும் பரிசோதனை நிகழ்ந்தது. சட்டையைக் கழற்றச் சொன்னபோது என்னவோபோல இருந்தது. செஸ்ட் எக்ஸ்-ரே இ.சி.ஜி எல்லாம் எடுத்தார்கள். சிறுநீரைக் காய்ச்சிப் பார்த்தார்கள். கொஞ்சம் ரத்தம் வாங்கிக்கொண்டு பரிசோதனை செய்து பார்த்தார்கள்.

'சாயங்காலம் என்ன செய்யறதா உத்தேசம்?'

'இன்னிக்குத்தானே வந்து சேர்ந்திருக்கோம். ஊருக்கு லெட்டர் எழுதலாம்னுட்டு...'

'நீ அந்த டைப்பா! ரயிலை விட்டு இறங்கினதும் கையோட அப்பாவுக்கு, 'இப்பவும் நான் வந்து சேர்ந்தேன். வாரம் தவறாமல் எண்ணெய் தேய்த்துக் கொள்கிறேன். மாதம் தவறாமல்...''

'இல்லை, எங்கப்பா ரொம்ப ஃப்ரீ டைப். நான் வந்து...' இவனிடம் மதுமிதாவைப் பற்றிச் சொல்லலாமா? வேண்டாம்.

ரிப்போர்ட் நேராக அனுப்பப்படும் என்றும், மறுதினம் ஆபீஸில் வந்து மற்றதை விசாரித்துக்கொள்ளலாம் என்றும் சொன்னார்கள். இருவரும் வெளியே வந்து மரத்தடியில் சோடா சாப்பிட்டார்கள். பஸ்ஸில் வெளியே தொத்திக்கொண்டு வரவேண்டியிருந்தது. சைதாப்பேட்டை வந்ததும்

கொஞ்சம் காலியாகியது. தார் ரோடில் பொய் ஜலம் மின்னியது. நிறைய இளைஞர்கள் சினிமாவில் நடித்துக்கொண்டிருக்கிறார்கள் போலும்.

'மார்ல மயிரில்லாத பசங்கள்லாம் இப்ப சினிமாவில் ஆக்ட் பண்ண ஆரம்பிச்சுட்டாங்க. இனிமே எட்டு வயசு ஒன்பது வயசுக் குழந்தைகளை வெச்சுட்டு எடுத்தாத்தான் புதுமை! அமெரிக்காவில் அதும் இருக்கு தெரியுமா?'

கண்டக்டர் அவன் புகை பிடிப்பதை ஆட்சேபிக்க, 'ஸாரி, பிரதர், தெரியலை' என்று அதை அணைக்காமல் கைக்குள் பொத்திக் கொண்டான். 'இதுகளுக்குள்ள பூர்ணிமா கொஞ்சம் பரவாயில்லை. உனக்கு யார் பிடிக்கும்?' என்றான்.

'ம்! மதுமிதா!'

'மதுமிதா... அப்படி ஒண்ணு வந்திருக்கா. என்ன?' பேச்சை மாற்றி 'தேனாம்பேட்டைலதானே இறங்கணும்?'

அபிராமபுரத்தில் பால் டிப்போவுக்கு அருகில் பழைய வீட்டை இடித்துக் கட்டி ஃப்ளாட் பண்ணிக்கொண்டிருந்தார்கள். அதன் மூன்றாம் மாடியில் இருந்த ஃப்ளாட்டின் மணியை அவன் அழுத்தினான்.

'வாங்க கலை!' என்றாள். மாமி இவள்தானா?

'இவர் பேரு ரகுபதி, திருநெல்வேலிக்காரரு. ரகு, இவங்கதான் வீட்டுக்காரங்க. ஹஸ்பண்டு ஆடிட்ல இருக்காரு. அடிக்கடி டூர் போவாரு... இல்லைங்களா?'

'ஆமாம்பா, ஆம்பிளைத் துணை இல்லாம ரொம்பக் கஷ்டம். இந்தக் காலத்துல கொஞ்சம் அசந்தா கொள்ளையடிச்சுர்றா.'

'லதா பள்ளிக்கூடம் போயிருக்கா?'

'ஆமா, இப்ப வந்துருவா.'

'காப்பி படு டாப்பா இருக்கும். நீ லதாவைப் பார்க்கணும் ரகு.' உள்ளே போனவளை, 'மாமி, லதாவுக்கு என்ன வயசு?' என்றான்.

'பதிமூணு.'

'சான்ஸே இல்லை' என்று தலையை ஆட்டினான். 'முதல்லே ரூமைப் பாரு. பெரிய ரூம்தான். கட்டில்ல படுத்துக்கணும்னு கூடக் கட்டாயம் இல்லை. ஃபேன் போட்டாச்சுத்துது. குழாய்ல தண்ணி வருது. கண்ணுக்குக் குளிர்ச்சியா இப்புறம் லதா, அப்புறம் எதுத்தாப்பல சன்னலைத் திறந்தா ஒரு நியூலி மாரிட் கப்பிள். தோட்டம்! நான் பேசற தொனி உனக்குப் புரியலைன்னு தெரியுது. நீ ஸ்கூல் எங்க படிச்ச? திருப்பராய்த்துறையிலயா?'

'இல்லையே. ஏன்?'

'சும்மா கேட்டேன். மாமி! எங்களால உங்களுக்கு எத்தனை சிரமம் பாருங்க. வாங்கிக்க ரகு. இந்த மாதிரி காப்பியை நீ லைஃப் டைம்ல சாப்பிட்டிருக்கியா பாரு.'

'சும்மா கலாட்டா பண்ணாதீங்க கலா.'

ரகுபதிக்கு அந்தச் சூழ்நிலையே சற்று உறுத்தியது.

இந்த அறைக்கு வரவேண்டாம் என்றுதான் தீர்மானித்தான். ஆனால் அதைப் பளிச்சென்று கலைச்செல்வனிடம் சொல்லி விட அவகாசம் கிடைக்க வில்லை. கிடைத்தாலும் அவன் சொல்லிவிடுகிற வர்க்கமில்லை. எல்லா வற்றையும் மென்று முழுங்கி எத்தனை சந்தர்ப்பங்களை நழுவவிட்டு...

ராத்திரி உட்கார்ந்துகொண்டு அவளுக்குக் கடிதம் எழுதினான். 'டியர் மது' என்றுதான் ஆரம்பித்தான். தமிழிலேயே எழுதத் தீர்மானித்தான். கொஞ்சம் கஷ்டப்பட்டு எழுத்துக்கூட்டியாவது படிக்கட்டும். 'உன்னை விட்டுப் பிரிந்து வந்ததிலிருந்து எனக்கு என்னமோ ஒரு முக்கியமான அங்கத்தை இழந்து விட்டாற் போலத்தான் இருக்கிறது. மது, அன்று ராத்திரி ரயிலில் - நம்ப மாட்டாய் - அழுதேன். உனக்கு எப்படி இருந்ததோ. எனக்கு நெஞ்சம் பூரா அடைத்துக் கொண்டாற்போலத்தான்.'

'சே! காதல் கடிதம் எழுதவரவில்லை' என்று கிழித்துப் போட்டுவிட்டு 'மதுமிதா' என்று மறுபடி ஆரம்பித்தான். எப்படி எழுதுவது? மனத்தில் இருக்கும் தீராத அந்த எண்ணங்களை எப்படி எழுத்து ரூபத்தில் மாற்றுவது? கலைச்செல்வனைக் கேட்டுப் பார்க்கலாமா? சேச்சே! காதல் கடிதம் எழுதுவது எப்படி என்று ஏதாவது புத்தகம் இருக்குமே. இங்கிலீஷில் இருக்கும். இல்லை, உலகப் பிரசித்தி பெற்ற காதல் கடிதங்கள்!

கடிதத்தை ராத்திரியும் மறுநாள் ஆபீஸ் சென்றபோதும் யோசித்துக்கொண்டு வரிவரியாக மனசில் எழுதிக்கொண்டிருந்த போது அவளிடமிருந்து முதல் கடிதம் வந்துவிட்டது! ஃபேக்டரி அட்ரஸுக்கு எழுதி அது டிபார்ட்மெண்ட் தெரியாமல் நோட்டிஸ் போர்டில் செருகப்பட்டு ஆச்சரியமாக அவனை வந்து சேர்ந்தது. இங்கிலீஷும் தமிழும் கலந்த மணிப்பிரவாளத்தில்!

'டியர் ரகு

அம்மாதான் உனக்கு லெட்டர் எழுதச் சொன்னா. Mistakes நிறைய இருக்கும். எனக்கு நீ போனப்புறம் ரொம்ப சாப்பாடு பிடிக்கலை. ராபின் குக் Brain படிச்சேன். ரொம்ப பயம். சுதா is very naughty.

இப்பத்தான் Tamil எழுதக் கத்துக்கிட்டிருக்கேன். என்னை ஞாபகம் இருக்கா? Mother insists I should write in Tamil.

உங்க அப்பாகிட்ட இருந்த அந்த kitten கொண்டு வச்சுக்கிட்டேன். ரகுன்னு பேர் வெச்சிருக்கேன். I wish you had been as playful as the kitten. அப்பா ஆபீஸ் போறாங்க. அம்மா Tennis. நான் Bore அடிச்சுக் கிட்டு உக்காந்திருக்கேன். எப்ப வரே? புது வேலை நல்லா இருக்கா? என் Handwriting நல்லா இருக்கா? மெட்றாஸ்ல என்ன சினிமா பார்த்தே? இதுக்கு உடனே reply போடு.

Miss you and kiss you.

மது'

88 ● சுஜாதா

16

நாற்பது முறை படித்ததில் மதுமிதாவின் கடிதம் அவனுக்கு மனப்பாடம் ஆகியிருந்தது. பதிலை பஸ்ஸிலும், காண்டீனிலும், மெஷின் ஷாப்பிலும் வரி வரியாக அமைத்துக்கொண்டிருந்தான். இதுக்குப் பேரு மெஷினிங் சென்டர். இதில ரீமிங், டாப்பிங், மில்லிங்... என்று ஃபோர்மன் சொல்லிக் கொண்டிருக்கும்போது லவிங்கையும் கூடச் சேர்த்துக்கொள்வதுபோல் இருந்தது. கலைச்செல்வன் அவனை மதிய இடைவேளையின்போது பார்த்து, 'ஒரு மாதிரியா இருக்கே, உனக்கு கான்ஸ்டிபேஷன் இல்லை, காதல்!' என்று சொல்லும்போதுகூடப் பதில் கடிதத்தைத்தான் நினைத்துக்கொண்டிருந்தான்.

'டியர் மது'வா, இல்லை 'அன்புள்ள மதுமிதா'வா சர்ச்சை. உன்னை, உன்னுடன், உன்னால் என்று முற்றுப்பெறாத பல வாக்கியங்கள் வரிசையில் காத்திருந்தன. நெருப்பை விழுங்கி அது நெஞ்சில் சிக்கிக்கொண்டதுபோல உணர்ந்தான்.

மாலை அறைக்குத் திரும்பியதும் கலைச்செல்வன் அலங்கரித்துக் கொண்டிருக்க, 'வெளியே போகப் போறியா கலை?' என்றான்.

'ஆமா... 'கேன்சர் அண்ட் விடி' சினிமா.'

'சினிமாவா?'

'ஆமா, இந்த மாதிரி மெடிக்கல் படம் எல்லாம் பார்க்கலைன்னா சமூகத்தில் நம்ம பொறுப்பு என்ன ஆவுறது? 'ஏக் துஜே கே லியே'க்கு அப்புறம் வசூல்ல இந்தப் படம்தான் கொடிகட்டிப் பறக்குதாம்! நீ வரியா, வர்லியா? ஆமா இந்த போட்டோ யாரு?'

'கலை, அதை இப்படிக் கொடு!'

'இரு..ப்பா... பார்க்கக் கூடாதா? என்னது வம்பாருக்கு? பார்த்தா ஏதாவது கற்பு டேமேஜ் ஆயிருமா?'

'ரொம்ப மோசம் நீ. ப்ரைவஸிங்கறதே கிடையாதா கலை?'

கலை அதைப் பற்றிக் கவலைப்படாமல், 'போலராய்ட்! ஷோக்காகத்தான் கீரா! உன் தங்கச்சியா? தோள்ளல்லாம் கை போட்டுக்கிட்டு இருக்குது!'

ரகுபதி கோபத்தில் பேசாமல் இருக்க, 'காதல் பண்றியா இந்தப் பெண்ணை?' பேசவில்லை.

'முழிக்கற முழியே காதல்னு காட்டிக் கொடுக்குது. தகதகன்னு இருக்குது! லக்கி நீ! எப்படி சமாசாரம், ஒன் சைடா, டபிள் சைடா?'

'என்ன?'

'உன் காதல்தான்!'

'நிச்சயதார்த்தம் நடக்கப்போவுது.'

'கை வெச்சுட்டியா!'

'சே! கலை, யூ ஹாவ் எ டர்ட்டி மைண்ட்ரா!'

'என்ன கேட்டுட்டேன் இப்ப?'

'சே! கேக்கறே விதமே அசிங்கமா இருக்குது.'

'சிங்கமாக் கேக்கறேன், உங்கள் காதல் ஒருவரை ஒருவர் தொடுகைவரை வந்து விட்டதா? பிரிவாற்றாமையாலே நீ தவிக்கிறதும், கொல்லன் துருத்திபோல் மூச்சு விடறதும் காதல் ரொம்ப முன்னேறித்தான் இருக்குதுன்னு நினைக்க வைக்குது.'

'சே! நாளைக்கே ரூமைக் காலி பண்ணிட்டுப் போகப்போறேன்.'

'சரி, அப்ப உனக்கு இன்னிக்கு வந்த கடிதங்களைக் கொடுக்க வேண்டாங் கறியா? நோட்டீஸ் போர்டில் பார்த்தேன்.'

ரகுபதி உடனே மலர்ந்து 'கலை, விளையாட்டுக்குச் சொன்னேன், குடுத்திடு' என்று கெஞ்சினான்.

'பேர் சொல்லு?'

'மதுமிதா'

'வாவ்! பேர் கேட்டால் ஸ்காட்ச் ஆன் தி ராக்ஸ் மாதிரி இருக்குது. வயசு?'

'பத்தொன்பது.'

'ஆயிடுச்சா?'

ரகுபதி பேசாமல் இருந்தான்.

'எனக்கு இந்த இன்ஃபர்மேஷன் வேணும். ஆயிடுச்சா இல்லையா?'

'ஏன் எல்லாத்தையும் உடல் சம்பந்தப்பட்ட உறவாப் பாக்கறே?'

'சரி அப்ப மனதாலத்தான் தொட்டுக்கிட்டிங்களாக்கும்?'

'சீக்கிரம் சினிமாவுக்குப் போயேன்.'

'ஒழி' என்று அவனுக்கு வந்திருந்த இரண்டு கடிதங்களையும் கொடுத்தான்.

'டியர் ரகு!

நான் எழுதிய Letter கிடைச்சுதா? ஏன் பதில் போடலை? இன்னிக்கு சுதா மரத்தில இருந்து விழுந்தான். கால் உடையலை. நாளைக்கு வீட்டுக்கு guests வராங்க. நீ ஏன் reply போடலை? Too bad. அதுக்காக நீ வந்த உடனே மூக்கிலே ஒரு தடவை குத்தப் போகிறேன். சப்பக்! மெட்ராஸுக்கு ஓடி வந்துரட்டுமா?

மது'

'ரகுபதிக்கு அப்பா அநேக ஆசிர்வாதம். நீ போய்ச் சேர்ந்ததிலிருந்து ஒரு கடிதமும் இல்லை. அதற்குள் அப்பாவை மறந்துவிடுவாய் என்று நான் நம்பத் தயாராக இல்லை. நீ கொண்டுசென்ற பணம் போதாது என்று அறிந்து, உடன் ஒரு முந்நூறு ரூபாய்க்கு டிராஃப்ட் இணைத்திருக்கிறேன். உன் பெயரில் பாங்க்கில் ஒரு கணக்கு ஆரம்பித்துக்கொள்ள வேண்டியது அவசியம். முடிந்தால் ரங்கநாதன் தெருவில் லிஃப்கோ புத்தகக்கடையில் கீழ்க்காணும் புத்தகங்களை வாங்கி அனுப்பு. உன் எதிர்கால மனைவி இங்கு வந்து பூனைக் குட்டியைத் தூக்கிக்கொண்டு போனாள். உன் போட்டோ கேட்டாள். தவழ்ந்துகொண்டு இருப்பாயே சின்னக் குழந்தையாக, அதைத்தான் வேண்டும் என்று கேட்டாள். கோபிநாத்தும் உன்னிடமிருந்து ஒரு கடிதத்தை எதிர்பார்ப்பதாகத் தெரிகிறது. எல்லாருக்கும் சேர்ந்தாற்போல் எழுதிவிடு. உடம்பைப் பார்த்துக் கொள். உன் வீட்டு விலாசத்தை எழுது அல்லது ஓட்டலா?

அப்பா'

உடனே உட்கார்ந்துகொண்டு,

'மது! நீ நம்பமாட்டாய். எதற்காக வேலை ஏற்றுக்கொண்டேன் என்று பிரமிப்பாக இருக்கிறது. இந்தக் கடிதம் பார்த்த உடனே பக்கம் பக்கமாக எனக்கு எதை வேண்டுமானாலும் எழுது. நீ எழுதும் கடிதங்கள்தான் எனக்குச் சோறு. திருநெல்வேலி ஜங்ஷனில் உன்னை விட்டுப் பிரிந்தபோது கண்ணீர் விட்டு அழுதேன். மதராஸ் பெண்கள் எவரும் உன்னைப்போல் அழகில்லை. எதை வேண்டுமானாலும் எழுது. காலை படுக்கை விட்டு எழுந்திருப்பதிலிருந்து இரவு படுக்கப்போகும் வரை ஒவ்வொரு நிமிஷமும் நீ என்னென்ன செய்கிறாய் என்பதை எல்லாம் தினம் ஒரு கடிதம் இல்லை, இரண்டு கடிதம் எழுது. மது மது மது, எனக்குப் பைத்தியமே பிடித்துவிடும் போலத்தான் இருக்கிறது. டெலிபோனில் கீழ்க்காணும் எண்ணில் இருப்பேன். நிச்சயம் மத்தியானம் ஒன்றிலிருந்து இரண்டரை வரை எனக்கு போன் பண்ணிப் பேசேன்.'

நெருக்கமாக மூன்று பக்கம் எழுதி மணியைப் பார்த்தான். ரயில்வே ஸ்டேஷனில் போய் ஆர்.எம்.எஸ்.ஸில் சேர்ந்து விடலாம். மற்ற கடிதங்களை உதறிப் போட்டுவிட்டு பஸ் பிடிக்க ஓடினான். பஸ்ஸின் ஆட்டத்தில் இன்னும்

ஒரு பின்குறிப்பு எழுதினான். 'ரகுபதி சீரியஸ், ஸ்டார்ட் இம்மீடியட்லி' என்று தந்தி கொடுக்கலாமா என்று யோசித்தான்.

என்ன ஆகிக்கொண்டிருக்கிறது எனக்கு? நிச்சயம் எனக்குப் பைத்தியம் பிடிக்கப் போகிறது! இல்லை, ஜுரம் வரப் போகிறது. ரயில் நிலையத்தில் தபால் பெட்டியில் சேர்த்ததும் கொஞ்ச நேரம் டிக்கெட் ஆபீஸின் அருகில் சென்று நின்றான். திருநெல்வேலிக்கு டிக்கெட் எடுத்து இப்போதே கிளம்பி விட்டால் என்ன?

'எங்கடா வந்தே?'

'சும்மாப்பா!'

எப்படி மறப்பது! கடவுளே, எப்படி அவளைத் தவிர வேறு எதையாவது சிந்திப்பது? எதாவது வழி சொல்லேன்? மெல்ல நடந்து ஏதோ ஒரு பஸ்ஸைப் பிடித்தான். மாம்பலம் போகிறது என்று பிறபாடு தெரிந்தது. கடைசிவரை பிரயாணம் செய்தான். பஸ் ஸ்டாண்டிலிருந்து பரபரப்பான தெருவின் ஊடே நடந்தான். கூரையெல்லாம் எவர்சில்வர் பக்கெட்கள் தொங்கின. கோயிலின் வாசலில் காசு கொடுத்துச் செருப்பைக் கழற்றினான்.

உள்ளே சென்று சிவனையும் விஷ்ணுவையும் வணங்கினான்.

உபன்யாசத்தில் பத்துபேர் நொந்துபோய் உட்கார்ந்திருந்தார்கள்.

'நாயகி பாவம்னு பேரு இதுக்கு. என்ன பண்றா? கன்னுக்குட்டியைப் பார்த்துட்டு இதுதான் எங்க கண்ணன் மேச்ச கன்னுக்குட்டிங்கறா. மண்ணை எடுத்து இதுதான் அவன் உண்ட மண்ணுங்கறா. மலையைப் பார்த்து இதுதான் அவன் தூக்கின மலைங்கறா.'

ரகுபதிக்கு அவனை அறியாமல் கன்னங்களில் கண்ணீர் உருண்டோடியது.

மற்றபேர் சேர்ந்துகொண்டதும் போஸ்டிங் விஷயம் தீர்மானிக்கப்பட்டது. கலைச்செல்வனுக்கு ரிசர்ச் டிபார்மெண்டில் போஸ்ட் ஆகியிருந்தது. 'அங்கதான் கர்ள்ஸ் ஓர்க் பண்றாங்கப்பா!' மற்ற சிலருக்கு ப்ரொடக்ஷன். இவனுக்கு மட்டும் மெயின்டெனன்ஸ் என்று போட்டுவிட்டார்கள். எதிர்த்துப் பேச அவனுக்கு தைரியமில்லை. முதன் முதலாக அந்த டிபார்ட்மெண்டுக்குப் போனபோது நீண்ட பெஞ்சில் நான்கு பேர் பழைய டூமாண்ட் ஆஸிலாஸ் கோப்பை அக்கு அக்காகப் பிரித்துத் தலையை நுழைத்து ஆராய்ந்து கொண்டிருந்தார்கள். இவன் வந்ததை ஒருவரும் கவனிக்கவில்லை. உட்கார் என்று சொல்லவில்லை. பார்வையில், 'அனுபவமில்லாத நேற்றுப் பயல், எங்களுக்கு மேல் இன்ஜினியரா வரப் போகிறான். என்ன கிழிக்கப் போகிறான்' என்கிற அலட்சியம் இருந்தது. யாரும் பிடி கொடுத்துப் பேசவில்லை. எல்லாவற்றையும் உதறித் தள்ளிவிட்டு அடுத்த பஸ்ஸில் திருநெல்வேலி என்று தோன்றியது. வேலை! வேலை! வேலையிருந்தால்தான் எனக்கு மதிப்பு! அதனால்தான் மதுமிதா!

ரிப்போர்ட் பண்ணவேண்டிய ஆபீசர் லீவில் இருந்தார். அவர் மேஜையில் இரண்டு டெலிபோன்கள் இருந்தன. அது இப்போது அடித்தது.

யாரும் எடுப்பதாகத் தெரியவில்லை. இவன் தயக்கத்துடன் போய் எடுத்தான்

'ஹலோ!'

'மிஸ்டர் ரகுபதி, எக்ஸிக்யூட்டிவ் ட்ரெய்னி இருக்காரா?'

நம்ப முடியாமல் 'யெஸ் ஸ்பீக்கிங்' என்றான்.

'ட்ரங்கால் ஃப்ரம் பாபநாசம், ஸ்பீக் ஆன்!'

'எனக்கா! எனக்கா!' அவனுக்குள் இன்பம் பிரவகித்தது. யார்? மதுவாகத்தான் இருக்கும்! என் கடிதம் போய்ச் சேர்ந்து உடனே போன் பண்ணியிருக்கிறாள். 'ஹலோ... ஹலோ! ஓ! ஓ!'

ட்ரங்காலின் பற்பல சப்தங்களுக்கு இடையில் ஸ்பீக் அப், பிபி ஹோல்டிங்!' என்று தேவலோகத்தில் இருந்து கேட்டது.

'ஹலோ! ரகுபதியா?' ஆண் குரல்.

'யெஸ் ரகுபதி ஸ்பீக்கிங்!'

'நான்தான்... பேசறேன்.'

'யாரு?'

'கோபிநாத், கோபிநாத்!'

'ஓ, ஹலோ சார்!'

'லெட்டர் இன்னிக்குத்தான் கிடைச்சுது. மது இன்னும் அதை எழுத்துக் கூட்டிப் படிச்சிக்கிட்டு இருக்கா. நான் போன் பண்ண காரியம் வேற. உனக்கு அடுத்தது எப்ப லீவு?'

'வீக்லி ஹாலிடே ஸ்தான்! சண்டேதான் சார்!'

'ரெண்டு மூணு நாள் சேர்ந்தாற்போல் லீவு வராதா?'

'பார்க்கணும் சார். எதுக்கு?'

'திருநெல்வேலி அர்ஜெண்டா வந்துட்டுப் போயேன். இல்லை, லீவு ஷார்ட்டா இருந்தா மதுரை வரைக்கும் ஃப்ளைட்டில் வந்துட்டு அங்கிருந்து டிபார்ட்மெண்ட் கார் அனுப்பிச்சு பிக்கப் பண்ணிக்கச் சொல்றேன். மே டேக்கு உங்க ஃபாக்டரிக்கு லீவு இருக்குமே, கட்டாயமா?'

'விசாரிக்கறேன் சார்.'

'இல்லைன்னா லீவு எடுத்துக்கிட்டு வந்துரு'

'எதுக்கு சார்?'

'என்ன தெரியாத மாதிரி கேக்கறே? கல்யாணத்துக்கு நிச்சயதார்த்தம் வெச்சுரலாம். அதுக்குத்தான். என் ஒய்ஃப் ரொம்ப இன்சிஸ்ட் பண்றா. நான் உங்கப்பாகிட்ட பேசிக்கிறேன். நீ வரியா?'

'எப்ப சார்?'

'அடுத்த வாரம் செகண்ட் சண்டே அன்னிக்கி வெச்சிரலாம். நீ ஒண்ணாம் தேதி காலைல வந்துரேன். ஃப்ளைட்ல வரதா இருந்தா யூ மஸ்ட் கிவ் மீ இன்ஃபர்மேஷன், என்ன?'

'இல்லை சார், பஸ்ஸோ ரயிலோ பிடிச்சு வந்துர்றேன்சார். மது எப்படி இருக்கா?'

'த்ரீ மினிட்ஸ் ப்ளீஸ்!'

'ஆல்ரைட்! மது இஸ் ஃபைன், வெச்சுரட்டுமா?'

டெலிபோனை வைத்தபோது அவனுக்கு எதிரே இருந்த அத்தனை பேரும் விரோதமானவர்களாகத் தெரியவில்லை. அவர்களைப் பார்த்துப் புன்னகைத்தான். 'சார்! உங்களுக்கெல்லாம் நான் வந்ததுக்கு ஒரு ஸ்வீட் வாங்கிக் கொடுக்க விருப்பம்' என்றான்.

கலைச்செல்வனுடன் உள்போனில் தொடர்புகொண்டு 'கலை! நான் அவசரமாக திருநெல்வேலி போகணும், இந்த மாசக் கடைசியில்!' என்றான்.

'என்னப்பா?'

'நிச்சயதார்த்தம்.'

'நானும் வரட்டுமா? மாப்பிள்ளைத் தோழன் வேண்டாமா? அப்புறம் அது என்ன பேர் சொன்னே மதுமதி...'

'மதுமிதா...'

'அவளுக்கு தங்கச்சி யாராவது இருக்காங்களா?'

'ஸாரி! ஒரே பொண்ணு!'

'மாவட்டத்தில் வேற கிடைக்காதா? உனக்கு எதாவது அப்ஜெக்ஷன் இருக்குமா?'

சற்றே தயக்கத்துடன் 'சேச்சே, இல்லை' என்றான். 'ரெண்டு நாள் லீவு தொடர்ந்தாற்போல் வருதாம், மே மாதம் முதல்ல. அப்ப வெச்சுக்கலாம்னு சொன்னார்.'

'வெரிகுட்!'

'கலை! ஒரு ரகசியம் சொல்லட்டுமா?'

'சொல்லு.'

'இந்தக் கணத்தில் இந்த உலகத்திலேயே மிக அதிக சந்தோஷமாக இருக்கற ஆசாமி நான்தான்!'

17

அப்பா அனுப்பி வைத்த முந்நூறுடன் கலைச்செல்வனிடம் கடன் வாங்கி இருநூறையும் சேர்த்து மதுமிதாவுக்கு ஒரு புடைவை, திருநெல்வேலிக்கு டிக்கெட், அவளுக்கு இந்திரஜால் காமிக்ஸ், அவனுக்கு ஷர்ட் எல்லாம் எடுத்தான். தன் கை மோதிரத்தை அவளுக்குக் கொடுக்கத் தீர்மானித்தான்.

கலைச்செல்வன் தன் மதுமிதாவைப் பார்ப்பதைக்கூட அவன் விரும்ப வில்லை. தான் ஒரு பொறாமை மிகுந்த கணவனாக இருக்கப் போகிறோமா என்று கவலை ஏற்பட்டது. சத்தியமாக அவள் அவனை ஒரு விளிம்புக்குக் கொண்டுவந்துவிட்டாள். நோட்டுப் புத்தகத்தில் ஸ்ரீராமஜெயம் போல, மது மிதா, மதுமிதா என்று அவனை எழுதச் சொன்னால் ரொம்ப ஆர்வத்துடன் இப்போது எழுதுவான். பொழுது போகாதபோது இங்கிலீஷ், தமிழ், தேவநாகரி மூன்றிலும் மதுமிதா என்று எழுதி அந்த எழுத்துக்களுக்கு அலங்காரம் பண்ணிக்கொண்டிருந்தான். எம் என்று எழுத்து பதித்த பிளாஸ்டிக் மோதிரம் ஒன்றும், ஃபுல் கை ஷர்ட் இல்லாமல் இருந்தாலும் எம் போட்ட கஃப்லிங்குகளும் வாங்கிக்கொண்டான். மாக்மில்லன் கம்பெனியின் விளம்பரம் ஒன்றிலிருந்து எம் எழுத்தை வெட்டி, அதைத் தன் அலமாரியில் ஒட்டியிருந்தான். தெருவில் எந்த வீட்டைப் பார்த்தாலும் இதில் நானும் மதுமிதாவும் என்று எண்ணிப் பார்த்துக்கொள்வான். ஃபர்னிச்சர் கம்பெனியின் ஷோரூம் கட்டில்களிலும் நாற்காலிகளிலும் அவளுடன் உட்கார்ந்து பார்த்தான். பீச் மணலில் அவளுடன் அலைந்து பார்த்தான். ஒரு சமயம் ஜாவாவில் போவான், இன்னொரு சமயம் வெஸ்பா. சில பணக்கார சமயங்களில் மார்க் ஃபோர் அம்பாஸடர் அல்லது டோயோட்டா. பாண்டி பஜார் கண்ணாடி வளையல்களை எல்லாம் அவளுக்குப் போட்டுப் பார்த்து விட்டான். சைனா பஜார் புடைவைகளை எல்லாம். காதி பவனில் முரட்டு கதர் குர்த்தா அவளுக்கு நன்றாக இருந்தது. செல்லாராமில் சில்க் சட்டை. பஸ்ஸில் கூட்டம் இல்லாமல் இருந்தால்தான் அவளுடன் ஏறிக் கொள்வான். இல்லையேல் டாக்ஸி! சினிமாவில் எப்போதும் அப்பர் கிளாஸ்தான். அதுவும்

கூட்டம் இருக்கக்கூடாது. அவளிடம் கேட்டுக்கொண்டு தையல் மெஷின்கள் வாங்கினான். ஃப்ரிஜ் தவணை முறையில்! கட்டில் முதலியவைதான் அப்பாவே கொடுத்துவிட்டாரே!

கொஞ்சம் தும்மினாலும் அவளை டாக்டரிடம் அழைத்துச் சென்றான்.

இரண்டு பேரும் ரத்தப் பரிசோதனை செய்துகொண்டு பிறகுதான்... ஓ! மறந்து விட்டேனே! கல்யாணம் ஆன கையோட தேனிலவுக்கு கொடையா, ஊட்டியா என்று இருவருக்கும் வாக்குவாதம் வந்தது. அவளுக்கு விட்டுக் கொடுத்துவிட்டான். கலைச்செல்வனிடமிருந்து கண்ணதாசன் கவிதைகள் படிக்கத் தொடங்கிவிட்டான்.

கோடிட்ட முந்தானை கொஞ்சிக்
குழைந்தாடக் கோலமயில் போல
வருவாள் கொடியோடும் இடையாட
ஆடிவருவாள் காடிட்ட வெண்பூக்கள்
கடைவாயில் நின்றாடக் கண்ஜாடை
நடனமிடுவாள்... கட்டான
திருமேனிப் பட்டாளம் கொண்டென்னைக்
கைதாக்கிச் சிறையிலிடுவாள்
ஊடிட்டுக் கூடிட்டு உடலோடு
சுவையிட்டு உறவாடும் வஞ்சமயிலை...

'சபாஷ்! என்ன உணர்ச்சிகரமாப் படிக்கிறே!' என்று கை தட்டிக் கொண்டே உள்ளே நுழைந்தான் கலைச்செல்வன்.

ரகுபதி சற்றே வெட்கத்துடன் புத்தகத்தை வைத்து 'பொயட்ரி நல்லா இருக்கு!'

'அதில எத்தனையோ பக்திப் பாடல்கள் எல்லாம் இருக்கு? ஆமா, தெரியாமத் தான் கேக்கறேன்... காதல்னா என்னடா பண்ணும்? ஒரு மாதிரி உள்ளுக்குள் ஞம ஞமங்குமா?'

'காதல் பண்ணிப்பாரு...'

'எனக்கு வரமாட்டேங்குதே. ஒரு பொண்ணைப் பார்த்தா நமக்குப் பார்வையெல்லாம் டக்கராயிடுது. இன்னிக்கு வந்துக்கிட்டே இருக்கேனா, ஒரு ஸ்கூல் பஸ் நிறைய பொண்ணுங்க. ஆகா! அந்த டிரைவரா நாம இருக்க மாட்டோமான்னுதான் தோணுது. ரகு சொல்ல மறந்துட்டனே! நான் உன்கூட திருநெல்வேலி வரலை.'

'ஏன் கலை?'

ரகுபதிக்கு சந்தோஷமாகவே இருந்தது

'எனக்கு இண்டர்வ்யூ வந்திருக்கு. சிங்கப்பூர்ல இன்ஜினியர்ஸ் எடுக்கறாங் களாம். ஏதோ ஓர் ஏஜென்சி மூலமா இந்த இண்டர்வ்யூ வந்திருக்கு. ஸாரிடா! நான் உன் நிச்சயதார்த்தத்துக்கு வரமுடியாது. நீ அப்ளை பண்ணலியா?'

‘விளம்பரம் பார்க்கலையே!’

‘உனக்கு பேப்பர்பூரா மதுமதிதானே தெரியும்!’

‘மதுமிதா மதுமிதா!’

‘மது- சம்திங் போயேன்! நான் சொன்னேனே தங்கை சமாசாரம் ஞாபகம் இருக்குமில்லை? ஆமா, உனக்கு யாரு லீவு கொடுக்கப் போறாங்க?’

‘பங்க் அடிக்கப் போறேன். நீதான் ஒரு எம்ஸி பார்த்துக் கொடுக்கணும்.’

‘காதல் வியாதிதானே?’

‘அறுக்காதே…’

‘இன்னிக்கு உன் கர்ள் ஃப்ரண்ட்கிட்ட இருந்து லெட்டர் வரலியா?’

‘வந்திருக்கு…’

‘மனப்பாடம் பண்ணிட்ட இல்லை?’

‘கலை இந்த ஸாரியைப் பாரு…’

‘நல்லாத்தான் இருக்கு. ஆனா அது ஒண்ணும் ஸாரி கட்டற பொண்ணா தெரியலையே! இது என்ன டீ ஷர்ட்டா? அடி சக்கை! ப்ரா வாங்கிட்டுப் போகலையா? என்ன சைஸ்?’

‘சே? திடீர்னு புத்தியைக் காட்டற பாரு நீ!’

‘என்னவோப்பா பொதிகை மலைச்சாரலிலே நமக்கு ஒரு பொண்ணு பார்த்துக் கொடுக்கவேண்டியது உன் பொறுப்பு. சொல்லியாச்சு, இந்தா, இதை வச்சுக்க.’

‘என்ன கலை இதெல்லாம்?’

‘சும்மா வெச்சுக்க- உனக்கு நிச்சயதார்த்தத்துக்கு நான் வாங்கிக் கொடுத்ததா ஒரு ஷர்ட்டு. கலர் பிடிக்குதா?’

‘தாங்க்ஸ் கலை…’

கலைச்செல்வன் அவனருகில் வந்து தன் கேலிகளையெல்லாம் மறந்து அவன் முதுகில் ‘சந்தோஷமா இரு’ என்று தட்டிக் கொடுத்துக் கை குலுக்கினான்.

‘உன்மேல எனக்குப் பொறாமை இல்லை. நான் நிச்சயதார்த்தத்துக்கு வரலைன்னு சொன்னதும் உன் கண்ணில் கொஞ்சம் பிரகாசம் தெரிஞ்சுது. நான் அடி மடில கை வைக்கிற ஜாதி இல்லை!’

‘சேச்சே!’

‘சமயம் வர்றப்ப காதல் பண்றதைப் பத்திச் சொல்றேன். தெய்வீகக் காதல், சங்கக் காதல் எல்லாம் பிச்சு வாங்கற காதல். அண்ணலும் நோக்கினாள் அவளும் நோக்கினாள் டைப். ஒரே ஒரு சின்ன சிக்கல், அப்புறம் சொல்றேன்.

டூத் பேஸ்ட் வாங்கிட்டு வரச் சொன்னேனே, வாங்கி வந்தியா? ரெண்டு நாளா ட்யூப்ல இருக்கிற ஈயத்தைத் தேச்சுக்கிட்டு இருக்கமில்லை?'

வெள்ளிக்கிழமை சென்னை எழும்பூர் கார்டு, கவிதை கலந்து விசில் ஊதினார். இன்ஜின் புல்லாங்குழல் போல் ஒலிக்க, வண்டி கனவால் லூப்ரிகேட் செய்யப்பட்டு இருப்புப் பாதையில் உருளத் தொடங்க ரகுபதிக்கு ஸ்திரமாக ஒரு சிரிப்பு உதட்டில் சேர்ந்துகொண்டுவிட்டது. கடிகாரத்தைப் பார்த்தால் மதுமிதாவைச் சந்திக்க இன்னும் பதினெட்டு மணி இருபது நிமிஷம் இருந்தது. மேல் பர்த்தில் புழுக்கமா? யார் சொன்னார்கள்? விளக்கு போதவில்லையா? பரவாயில்லை. அவள் கடிதம் அத்தனையும்தான் அவனுக்கு நெட்டுரு ஆயிற்றே! மொத்தம் ஐந்து கடிதங்கள்தான். அவள் போட்டோவை எடுத்துக் கொண்டு சற்று நேரம் சுவாரஸ்யமாகப் பார்த்தான். ராத்திரி தாம்பரத்தில் இறங்கி பால் சாப்பிடும் உத்தேசம் இருந்தது. விழுப்புரம்வரை விழித்திருந்தான். அப்புறம் சற்றே தூங்கிப் போனபோது தெருவோரமாக ஒரு பிரபல நடிகன் படுத்துக் கொண்டு மலர் வளையங்கள் சூழச் சவ ஊர்வலம் செல்ல, நடிகனின் மனைவி அதிகம் கவலைப்பட்ட மாதிரி தெரியவில்லை. ஜன்னல் வழியாக ரகுபதியுடன் பேசிக் கொண்டிருக்கிறாள். கொஞ்சம் திரும்புங்கள் என்று அவன் பக்கவாட்டுத் தோற்றத்தை ரசிக்கிறாள். ஒலிபெருக்கியில் தேவாரமும் பாப் பாடலும் ஒலிக்கிறது. இறந்து போன நடிகனுக்காக பலர் மலர் வளையம் வைக்க, இவன் ஜன்னலை விட்டு விலகாமல் இப்போது எப்படி இருக்கிறேன் என்று அவன் மனைவியிடம் கேட்க, அவள், அழுவதற்கு மறந்தே போய்விட்டேன் என்கிறாள்.

அந்தக் கனவு ஏதோ ஒருவிதத்தில் அவனைப் பாதித்துவிட்டது. அதன் அர்த்தம் புரியவேயில்லை. ஆனால், அதன் அடித்தளத்தில் சோகம் இருந்தது. எல்லாம் கனவுதானே என்று உணர்ந்ததும் அந்த நடிகனுக்காகப் பரிபூரணமாகச் சந்தோஷப்பட்டான்.

தூங்கினால் மறுபடி கனவு வந்துவிடுமே என்ற அச்சத்தில் வண்டி நின்ற இடத்தில் டீ வாங்கிக் குடித்துக்கொண்டான்.

தபால் வண்டியில்தான் வந்து சேர்ந்தான். பாபநாசம் ஒரு மாதத்தில் மாறியிருந்தது. மலர்கள் இன்னும் பளிச்சென்றும், மேகங்கள் இன்னும் வெண்மையாகவும், வானம் இன்னும் நீலமாகவும் இருந்தன. பறவைகள் அவனுக்காக நேயர் விருப்பம் நடத்தின. அப்பாவுக்கு ஆச்சரியமாக இருக்கும். கடிதம் போட நேரமில்லை. மதுமிதாவை ஸ்மரிக்கத்தான் பொழுது சரியாக இருந்ததே! கோபிநாத் போன் பேசி வரச் சொன்னதைச் சொல்லியிருப்பார். அப்பா எதிர்பார்த்துக் கொண்டுதான் இருப்பார்.

வீடு பூட்டியிருந்தது. பக்கத்து வீட்டு சுவாமி கொத்திக் கொண்டிருந்தார். 'என்னது வேலையை விட்டுட்டியா?'

'இல்லை சார், லீவில வந்திருக்கேன்.'

'அதுக்குள்ளேயா?'

‘அப்பா எங்கே?’

‘அப்பர் டாம் போயிருக்கார். நீ வரதாச் சொல்லவே இல்லையே!’

‘உம்மிடம் சொல்லமாட்டார்’ என்று நினைத்துக்கொண்டான். என்ன செய்யலாம்? நேராக அங்கே போய்விடலாமா? மது என்ன செய்துகொண் டிருப்பாள்? தூங்கிக்கொண்டிருப்பாள். எழுப்பலாம். நான் வந்திருக்கேன் என்று தெரிந்தால் நேராக இங்கே ஓடி வந்துவிடுவாள். முதலில் கோபிநாத்தைப் போய்ப் பார்க்கலாம்.

கோபிநாத் ஆபீசில் இல்லை. டாம் சைட் போயிருக்கிறார் என்று தெரிந்தது. தமிழ் ஆசிரியர் அவனைப் பார்த்ததும் பள்ளியிலிருந்து ஓடி வந்துகொண்டிருந்தார்.

கோபிநாத்தின் ஆபீசுக்குள் நுழைந்து உள் தொடர்பு டெலிபோனைக் கேட்டான். அவர் வீட்டு டெலிபோன் எண்ணைச் சுழற்றினான். கொஞ்ச நேரம் அடித்தபின், ‘ஹலோ?’

‘மது?’ என்றான்.

‘மது இல்லை, சுதா பேசறேன்.’ கூடவே ஏதோ மிக்ஸி போல சப்தம் கேட்டது.

‘மது எங்கே?’

‘ஹு இஸ் ஸ்பீக்கிங்?’

‘நான்தான் ரகு!?’

‘விச்… ரகு…’

‘ரகு… ரகுபதி…’

‘இஸ் இட் எ ட்ரங்க்கால்?’

‘இல்லை, மதுவைக் கூப்பிடேன்?’

‘வெயிட்…’

காத்திருக்கையில் நாடித்துடிப்பு பன்மடங்காகியது. ‘மது, நான் வந்து விட்டேன்’ என்று சொன்னால் போதுமா?

‘ஹலோ! யாரு?’

மது? நான்தான் ரகு.

‘நான் மதுவுடைய அம்மா. யாரு ரகுவா?’

‘ஆமாம்மா’

‘எங்கிருந்து பேசறீங்க?’

‘இங்கதான் வந்திருக்கேன். கோபிநாத்தான் வரச் சொல்லியிருக்கார், தெரியாதா?’

‘ஓ.எஸ். தெரியும்! தெரியும்! எப்ப வந்தீங்க?’

‘இப்பத்தான், அரைமணிகூட ஆகலை, மது இருக்காளா?’

'இருக்கா, ராதாகூடப் பேசிட்டு இருக்கா.'

'வீட்டுக்கு வரட்டுமா?'

'சாயங்காலம் வாங்க. அவர் ஆபீஸ்லருந்து வந்துருவார், சொல்றேன்.'

'மதுக்கு சிலதெல்லாம் வாங்கிட்டு வந்திருக்கேன்னு சொல்லுங்க.'

'சரி வாங்க.'

டெலிபோனை வைக்கக் காத்திருந்த தமிழ் ஆசிரியர் அவனருகில் மகிழ்ச்சியுடன் வந்தார்.

'தம்பி, எனக்கு மாத்தல் ஆர்டர் வந்திருச்சு. சூன் திங்களிலே இருந்து மதுரைக்கே போட்டிருக்காங்க. இனிப்பான செய்தி. என்ன சொல்றீங்க? அங்க இருந்துக்கிட்டே கைக்கிளையைப் பற்றி ஆராய்ச்சி செய்யலாமின்னு...'

'அப்படியா, ரொம்ப சந்தோஷம்' என்றான். அவர் மற்றொரு பெட்டிஷன் இனி கேட்கமாட்டார் என்பதில் சந்தோஷமாக இருந்தது.

மார்க்கர் இரண்டு பையன்களை வைத்து கோர்ட்டை உருட்டிக்கொண்டிருந் தான். 'என்ன தம்பி, கொஞ்சநாளா விளையாட வர்றதில்லை?'

தான் வேலை கிடைத்து ஊருக்குப் போனதே மார்க்கருக்கு இன்னும் தெரியாது என்பது வியப்பாக இருந்தது.

அப்பா அவனைப் பார்த்து ஆச்சரியப்பட்டார். 'என்ன இது, டாட்டா காட்டின கையைப் பாக்கெட்டில போட்டுக்கறதுக்குள்ளே திரும்பி வந்துட்ட? உடம்பு கிடம்பு சரியில்லையா?'

'அப்பா, கோபிநாத் சொல்லலையா உங்ககிட்டே?'

'இல்லையே! என்ன!'

'எனக்கும் மதுமிதாவுக்கும் கல்யாணம் நிச்சயதார்த்தம் நாளைக்கு ஏற்பாடு செய்திருக்கிறார்.'

அப்பாவின் முகத்தில் ஆச்சரியமும் வேதனையும் தெரிந்தது 'எனக்குத் தகவலே இல்லையே! நேத்துக்கூட, ஏன் இன்னிக்குக் காலைலகூட, அப்பர் டாம்ல பார்த்தேன், சொல்லவே இல்லையே! உனக்கு லெட்டர் எழுதியிருந்தாரா?'

'இல்லேப்பா, டெலிபோன்ல கூப்ட்டு அவசரமா வரச் சொன்னார். 'அம்மா இன்சிஸ்ட் பண்ணறாங்க! வந்தன்னா ஒரு நாளில் ஃபங்ஷனை முடிச்சுட்டுப் போயிறலாம்'னு சொன்னதால நான் அவசரமா புறப்பட்டு வந்தேன்...'

'ஏம்பா, ஊருக்குப் போனவன் ஒரு லெட்டர் போடக் கூடாதா? இல்லை இத்தனை சீக்கிரமா திரும்ப வர்றவன் ஒரு லெட்டர் போடக் கூடாதா?' என்று அவனை அடிபட்ட முகத்துடன் கேட்டார்.

'சரி சரி, பரவால்லை. எங்கிட்ட ஏதும் தகவல் கிடையாது. கோபிநாத் ஒருவேளை என்கிட்ட சொல்லவேண்டியது அவசியம் இல்லைன்னு நினைச்சிக்கிட்டு இருக்கார்போல!'

'சேச்சே, அதெல்லாம் இல்லை.' ஒரு வேளை நான் வந்தப்புறம் சொல்லிக்கலாம்னு இருக்காரா? என்ன யோசித்துப் பார்த்தாலும் சமாதானம் ஆகவில்லை. கோபிநாத் அப்பாவிடம் தன்னை வரவழைத்த விஷயத்தைச் சொல்லாதது அவனுக்கு விந்தையாகவே இருந்தது. மாலை கேட்டுவிடலாம். அப்பாவின் கோபம் கண்ணாடிபோல் தெரிந்தது. பிறகு சமாதானப்படுத்த வேண்டும். அப்பாவின் சொல்லைமீறி தனிப்பட்டுச் செயல்படவும் தைரியம் வந்துவிட்டது. இருந்தும் அப்பாவிடம் சொல்லாதது தப்புத்தான்.

'நான் ஆபீஸ் போறேன். ஜெயந்தி வந்தா ஆழாக்கு பால் அதிகமா வாங்கிக்கச் சொல்லு. நீ போய் கோபிநாத்தைப் பார்த்து சரியா விசாரிச்சுக்கிட்டு வந்து சொல்லு. நிச்சயதார்த்தத்துக்கு முன்னாடி என்னைக் கூப்பிட்டாச் சரி' என்று சைக்கிளில் ஏறிக்கொண்டு கோபமாக மிதித்தார்.

சாயங்காலம்வரை இருப்பு கொள்ளவில்லை. இந்நேரம் மதுவுக்கு அவன் வந்திருப்பது தெரிந்திருக்கும். ஏன் இன்னும் போன் வரவில்லை? அவளுக்காக வாங்கியிருந்த பரிசுப் பொருள்களை எடுத்துக்கொண்டான். கவனமாகத் தன்னை அலங்கரித்துக்கொண்டு அரைமணி நேரம் கண்ணாடியில் இப்படியும் அப்படியுமாகப் பார்த்துச் செலவழித்தான்.

மது, இதோ வந்துவிட்டேன். பார் உனக்கு என்ன எல்லாம் வாங்கி வந்திருக்கேன். மது, நிச்சயதார்த்தம் ஆனவுடன் என்னுடன் சென்னை வந்துவிடு. அங்கே...

கோபிநாத்தின் வீட்டை மறுபடி அணுகும்போது அவனுக்குப் போன தடவை இந்த வீட்டில் நிகழ்ந்த அத்தனையும் மனத்தில் அலையடித்தது. இங்கேதான் மதுவை முதன் முதலாகத் தொட்டேன். இங்கேதான் அவள் என் கையை எடுத்துத் தன் மார்பின்மேல் வைத்துக்கொண்டாள். இங்கேதான் எனக்கு அவள் போட்டோ காட்டினாள். சைக்கிளில் விழுந்து முழங்காலில் சிராய்த்திருந்த தற்கு மருந்து போட்டாள்...

தோட்டத்தில் நுழைந்தபோது சுதா குறுக்கே ஓடிக் கொண்டிருந்தான்.

'ஹலோ சுதா!'

'ஹலோ அங்கிள்!' என்று வானத்தைப் பார்த்தான்.

'என்ன சுதா?'

'ஏரோப்ளேன், மாடல் ப்ளேன்...' சுதா தன் கையில் பளிச்சிடும் சிறிய பெட்டி ஒன்றிலிருந்து திருகிக்கொண்டே 'ரிமோட் கண்ட்ரோல்' என்று சிரித்தான். 'ராதா வாங்கிக் கொடுத்தது.'

'மது எங்கே?'

'அதோ! ராதாகூட!'

முதலில் சிரிப்பொலி கேட்டது. வருவதற்கு பத்து செகண்டு முன்னாலேயே ஜோவியின் மஸ்க் மணம் வந்தது. 'ஹாய்! ஐம் ராதாகிஷன்!'

அவனுக்கு வயசு சரியாகச் சொல்லமுடியவில்லை. தலை கலைந்து ரொம்ப ஃபாரினாக இருந்தான். இந்தியாவில் சந்தித்திராத சட்டை பேண்ட் அணிந் திருந்தான். சட்டையில் அனாவசிய பட்டன்கள் இருந்தன. பேண்ட்டில் வேண்டும் என்றே ஒட்டு போட்டிருந்தது. போலராய்ட் கண்ணாடி அணிந் திருந்தான். தூரத்தில் மரத்தில் கட்டியிருந்த ஊஞ்சல் இன்னும் காலியாக ஆடிக்கொண்டிருந்தது. மதுமிதா அவனைப் பார்த்து 'ஹலோ ரகு! எப்ப வந்தே?' என்றாள்.

அவள் அணிந்திருந்த பனியனில் அயல்நாடு தெரிந்தது.

'மிட்டி, இதான் ரகுவா?'

'இதான்! இது ராதாகிஷன்!'

'ராதா ஃபர் ஷார்ட்' என்று பால்மால் சிகரெட் பற்றவைத்துக் கொண்டு சிகரெட்! என்று ரகுவிடம் நீட்டினான். ரகு அதை மறுக்க, 'இண்டியால ரோஸ் டட் சிகரெட் கிடைக்கறதில்லை' என்று க்வார்ட்ஸ் லைட்டர் ஒன்றை எடுத்து, 'உன்னைப் பத்தி மிட்டி சொல்லியிருக்கா.' க்ளிக்! 'என்ன மிட்டி?'

'மது! இவர் யாருன்னு சொல்லலியே' என்று தவிப்புடன் கேட்டான்.

'இது வந்து, இது வந்து' என்று கையை உதறிக்கொண்டு, 'ராதா நீ யாரு?'

'என்ன மிட்டி இப்படி கேக்கறே?' என்று வசீகரமாகப் புன்னகைத்துவிட்டு, 'ஐம் ராதாகிஷன் ஃப்ரம் நுயார்க்.'

'நியூ யார்க்குன்னா! அமெரிக்கா?'

'யா! ஓ யா! ஐ வொர்க் தேர். கம் ஹியர் ஆன் வெக்கேஷன். கோபி இஸ் எ க்ரேட் ஃப்ரெண்ட் ஆப் டாட்!' உச்சரிப்பில் எரிச்சலூட்டக் கூடிய யாங்க்கி பாசாங்கு இருந்தது.

‘கைல என்ன?’ என்றாள் மது.

முதன்முதலாகக் கையிலிருந்த பார்சலை உணர்ந்து ‘மது இது உனக்கு... ஸாரி!’

‘காஷ்! ஸாரி மிட்டி! யூ வேர் ஸாரிஸ் ஸ்டில்? ஸ்டேட்ஸ்ல ரொம்ப அசௌகரியமா இருக்கும்!’

‘ஹூ இஸ் கோயிங் டு ஸ்டேட்ஸ்?’

‘மிட்டி?’

‘ஹூ இஸ் மிட்டி?’

‘வாட்ஸ் யூர் நேம் ஸ்வீட்ஹார்ட்?’

‘மது?’

‘மது ஃபார் யூ. மிட்டி ஃபார் மி! நோ ப்ராப்ளம், ஓகே?’

‘என்ன மது. நீ ஸ்டேட்ஸ் போகப்போறியா?’

‘யா’ என்றான் ராதா.

‘என்ன மது?’

‘ஆமா! நாங்க ஸ்டேட்ஸ் போகப்போறோம்.’

‘நாங்கன்னா?’

‘நானும் ராதாவும்.’

‘யா! ஆஃப்டர் தி வெடிங்.’

ரகுபதி திகைத்துப்போய் மதுமிதாவைப் பார்த்தான். அவள் கீழே குனிந்துகொண்டாள்.

‘எனக்குப் புரியலை மது! என்ன இது?’

‘நோ ப்ராப்ளம், நோ ப்ராப்ளம். கோபி வந்ததும் எல்லாத்தையும் சார்ட் அவுட் பண்ணிடறாராம். சுதா இதை எடுத்துக்கிட்டு போய் மம்மி கிட்டக் கொடு. ரொம்ப தாங்க்ஸ்? வெடிங் ப்ரசண்டா எடுத்துக்கலாம்.’

‘என்ன மது இது! என்னை உங்கப்பா எதுக்கு வரவழைச்சிருக்கார், தெரியுமா?’

‘தெரியாது.’

‘என்ன இப்படி பொறுப்பில்லாம பதில் சொல்றே? நான் எதுக்கு வந்திருக்கேன் தெரியுமா?’

‘எல்லாம் தெரியும், லெட்ஸ் மீட் ஓவர் எ க்ளாஸ் ஆஃப் பியர் அண்ட் டாக் இட் ஓவர்.’

‘பதில் சொல்லு மது.’

'என்ன சொல்லணும்?'

'உங்கப்பா உனக்கும் எனக்கும் கல்யாணம் நிச்சயம் செய்யறதுக்கு நாள் குறிச்சு என்னை மெட்ராஸ்ல இருந்து வரவழைச்சிருக்கார், தெரியுதா?'

மதுமிதா புதியவனைப் பார்த்தாள், அவன் அவளை வளைத்துக் கொண்டு, 'கம் ஸ்வீட்ஹார்ட், கம் ரகு, லெட்ஸ் ஹாவ் எ பால் கேம்' என்று புறப்பட மதுமிதா சற்றுத் தயக்கத்துடன் அவனை ஒரு முறை திரும்பிப் பார்த்துவிட்டு, புதியவனால் ஏறக்குறைய செலுத்தப்பட்டவளாகச் சென்றாள். பிரமித்து நின்றான். அவன் கையில் ஸாரி பாக்கெட் கனத்தது. அவர்கள் இருவரும் சிரித்துக் கொண்டே வீட்டுக்குள் நுழையும்போது 'மிட்டி, இன்னும் நீ ஆல்பம் காட்டலை பாத்தியா? நாட்டி கர்ள்!'

ரகுபதிக்கு முதலில் தன்னுள் ஏற்படும் உணர்ச்சியை வகைப்படுத்த முடியவில்லை. வயிற்றுக்குள் கனம் புகுந்து கொண்டுவிட்டது. கண்ணீர் ஊற்று தயாராகிக்கொண்டிருந்தது. துரோகம் முதுகில் கத்திக்குத்து போல் வலித்தது. என்ன இது, சடுதியில் இப்படி மாறிவிட்டார்கள்? இல்லை, ஏதோ தப்பாக நிகழ்ந்திருக்கிறது. கோபிநாத் வரட்டும், கேட்டுவிடலாம். இது ஏதோ தாற்காலிக அமெரிக்க மோகம். அவசரப்படாதே. கலவரப்படாதே. முதலில் பெண்ணுடன் தனியாகப் பேச வேண்டும். என்னுடன் திருநெல்வேலி ஜங்ஷனில் ரயிலுடன் ஓடிவந்தவள் இவள். 'மிஸ் யூ அண்ட் கிஸ் யூ' என்று கடிதத்தில் எழுதியவள் இவள். இது ஏதோ தடாலடிக் கலைஞன் குறுக்கே வந்து குழப்புகிறான். கோபிநாத் வரட்டும்.

மெல்ல வீட்டு வாசலுக்கு நடந்தான். உள்ளே சிரிப்பொலி கேட்டது. மதுதான் சிரிக்கிறாள். உள்ளே அமெரிக்கப் பொம்மைகளின் விஞ்ஞான சப்தம் கேட்டது.

'மது இத பாரு, இத பாரு' என்று சுதாவின் உற்சாகக் குரல் கேட்டது. ரகுபதி பிரம்பு நாற்காலியில் உட்கார்ந்துகொண்டு காத்திருந்தான். இந்திரஜால் காமிக்ஸைப் புரட்டினான். சேவகன் உள்ளே போகும்போது 'அய்யாவைப் பார்க்க வந்திருக்கிங்களா?'

'ஆமாம்பா!'

'அவர் வர இன்னும் நேரமாகுங்களே!'

'அம்மாவை வரச் சொல்லுங்களேன்!'

'அம்மா டென்னிஸ் போயிருக்காங்க.'

சற்று நேரம் செய்வதறியாது உட்கார்ந்திருக்க, சுதா துள்ளிக் குதித்துக்கொண்டு வெளியே வந்து ரகுவைப் பார்த்து, 'ராதா அங்கிள்க்கு டூத் பேஸ்ட் வேணுமாம்' என்று கடைப்பக்கம் ஓடினான்.

உள்ளே சற்று நேரம் மௌனமாக இருந்தது. அதன்பின் 'நோ ராதா! நோ! நாட் நௌ!' என்று மதுவின் குரல் கேட்டதும், உள்ளே போய் அவனைக் கத்தியால் குத்திவிடலாம்போலத் தோன்றியது.

104 ● சுஜாதா

'மது!' என்று உரக்கக் கூப்பிட்டான். பதிலில்லை.

'மது! மது!' என்று நரம்பு புடைக்க கத்த, ராதா என்கிறவன் வெளியே வந்து, 'வாட்ஸ் தி ப்ராப்ளம்? ஏன் இங்கேயே நின்னுக்கிட்டு இருக்க ரகு? ஸாரி உள்ள வா, கமான் இன்!'

தயக்கத்துடன் நுழைய, மது சட்டை பட்டன் போட்டுக் கொண்டிருந்தாள்.

'உக்காருங்க, கோபி உங்ககிட்ட என்ன சொன்னார்?'

'நான் அவர்கிட்ட பேசிக்கிறேன்.'

'கோபி வர நேரமாகும், இல்லை மிட்டி?'

'மிட்டின்னு அவளைக் கூப்பிடாதீங்க. அவளுக்கு இனிமையா பேரு மதுமிதா!'

'மதுமிதா இஸ் டூ லாங் ஃபர் மி! என்ன மிட்டி?'

'ரகு, இது பாத்திங்களா ஷர்ட்டு, ராதா வாங்கி வந்தது.'

'மிஸ்டர் ராதாகிருஷ்ணன், இஃப் யூ டோண்ட் மைண்ட், நான் இவளோட தனியாப் பேச விரும்பறேன்.'

'பை ஆல் மீன்ஸ்! மிட்டி, நான் மாடிக்குப் போய்க்கட்டுமா?'

'நானும் வரேன் ராதா!'

'இல்லை மது. நான் உன்கிட்ட பேசியே ஆகணும்!'

'என்ன இது?'

'உட்கார் மது! சார் அமெரிக்கா! நீங்க போகலாங்க சார்!'

'ஓக்கே ஓக்கே சார்!' தோள்களைக் குலுக்கிக்கொண்டு ராதாகிருஷ்ணன் மாடிக்கு ஏறிச் செல்ல மாடிகளிலிருந்து 'மிட்.. ஃபினிஷ் பண்ணதும் மேல வரியா?'

'உக்கார் மது, என்னைப் பாரு!'

'என்ன பாக்கணும்?'

'சொல்லு மது, என்ன இது திடீர்னு?'

'அப்பாதான்!'

'அப்பாதான் என்ன?'

'வந்து போன வாரம் சண்டே ராதா வந்தார்...'

'யார் இந்தக் கோமாளி? முதல்ல சொல்லு?'

கோமாளி என்ற பதப்பிரயோகத்தை ரசித்துச் சிரித்துவிட்டு, 'இது வந்து, அப்பா ஃபிரண்ட் சச்சிதானந்தம் இல்லை, அவர் சன். இங்கு வந்தார். நிறைய

பிரிவோம் சந்திப்போம் ● 105

ப்ரஸண்ட்ஸ் கொண்டு வந்தார். அப்பா கூடப் பேசினார். அப்பாகிட்ட 'நான் மதுவைக் கல்யாணம் பண்ணிக்க விருப்பம். அமெரிக்கா அழைச்சிக்கிட்டுப் போறேன்'னு சொன்னார். அதனால... அதனால...'

'அதனால எனக்குக் கொடுத்த வாக்குறுதியை எல்லாம் காத்தில பறக்க விட்டுட்டியா?'

'வாக்குறுதின்னா என்ன அர்த்தம்?'

'ப்ராமிஸ்.'

'உனக்கு என்ன ப்ராமிஸ் பண்ணேன்?'

'என்ன ப்ராமிஸ் பண்ணியா? என்ன மது, இப்படிக் கேக்கறே? நீ அப்பா அம்மா மூணுபேரும் சேர்ந்து எனக்குக் கொடுத்த சலுகை எல்லாம் மறந்தே போய்ட்டியா? உங்கப்பா போன வாரம் டெலிபோன் பண்ணி வரவழைச்ச தாவது தெரியுமா உனக்கு?'

'அப்பா சொன்னார்.'

'பின்ன?'

'ஐம் கன்ஃப்யூஸ்ட்!' என்றாள். தொடர்ந்து, 'ரகு! அப்பாதான் என்னைக் கேட்டா... 'உனக்கு யாரைக் கல்யாணம் பண்ணிக்க இஷ்டம்னு - ரகுவையா, இல்லை ராதாவையா?''

'அதுக்கு நீ என்ன சொன்னே?'

''முதல்ல ரகுவைப் பிடிச்சிருந்தது. இப்ப ராதாவைப் பிடிச்சிருக்கு'ன்னு சொன்னேன்!'

'பிடிச்சிருக்குன்னா உன் அகராதில என்ன அர்த்தம் மது?'

வாசலில் ஜீப் சீறும் சப்தம் கேட்டது. சேவகன் கோப்புகள் அடங்கிய பெட்டியுடன் வர அதன் பின் கோபிநாத், 'ஷ்! அப்பா என்ன வெயில்' என்று கன்னத்தில் கர்ச்சீப்பை ஒத்திக்கொண்டே வந்தார்.

ரகுபதி இருப்பதைப் பார்த்து, சற்றும் திடுக்கிடாமல் 'வா ரகு, எப்ப வந்தே?'

'மத்தியானம் சார்.'

'நான் கொடுத்த தந்தி வந்து சேர்ந்ததா?'

'தந்தியா? இல்லை சார்!'

'வரவேண்டாம்னு கொடுத்திருந்தேனே! சே!'

'ஏன் வரவேண்டாம்னு கொடுத்தீங்க?'

'நாம போட்ட ப்ளான் எல்லாம் சேஞ்ச் ஆயிருச்சு!'

'வேற மாப்பிள்ளை தேடிக்கிட்டிங்க, அவ்வளவுதானே?' ரகு தன் குரலில் இருந்த அதட்டலைக் கவனித்து ஆச்சரியப்பட்டான்.

'என்ன பண்றது ரகு, நாம ஒண்ணு நினைக்கிறோம், சுவாமி ஒண்ணு நினைக்கிறார். பிராப்தம்னு ஒண்ணு இருக்கில்ல?'

'இதில் ப்ராப்தம் எங்க வர்றது? எல்லாம் நீங்க தீர்மானிச்சதுதானே? மை காட்! என்ன இது, பனியனைக் கழட்றாப்பல கழட்டி எறியறீங்க? ஏன் சார். நீங்கதானே சும்மா உக்காந்திருந்தவனை உங்க பெண்ணைக் கட்டிக் கொடுக்கிறதாச் சொல்லி ஆசை காட்டினீங்க?'

'என்னப்பாது தப்பா வார்த்தையெல்லாம் உபயோகிக்கிறே? ஆசை காட்டினோமா? மதுவுக்கு ஏத்த மாப்பிள்ளையாப் பாத்துக்கிட்டு இருந்தோம். நீ சரிப்படுவேன்னு தோணிச்சு. அதனால நிச்சயதார்த்தத்தை வெச்சுக்கலாம்னு தீர்மானிச்சோம். இப்ப இந்த ராதாகிருஷ்ணன் வந்ததும் சில புதிய சிக்கல்கள் வந்துறவே...'

'என்ன சார் சிக்கல்கள்? சொல்லுங்க? நான் தீர்த்துவைக்கிறேன்!'

'அதெல்லாம் உன்னால் முடியாதுப்பா. நீ ஓர்ரி பண்ணிக்காதே! ரகுபதி, வி ஆல் லைக் யூ!'

'என்ன சார், இதைப் போய் இவ்வளவு லைட்டா எடுக்கக்கறிங்க?'

'லைட்டாத்தான் எடுத்துக்கணும். இல்லைன்னா வாழ்க்கைல ரொம்பக் கஷ்டப்படுவே.'

'எங்கப்பாகிட்ட சொல்லிட்டிங்களா?'

'எதைப் பத்தி?'

'நிச்சயதார்த்தம் கேன்சல் ஆனதைப் பத்தி?'

'நிச்சயதார்த்தம் ஏற்பாடு செய்ததைச் சொல்லியிருந்தாத்தானே கேன்சல் பத்திப் பேச்சு? அந்தத் தந்தி நிச்சயம் உனக்குக் கிடைக்கலையா? போஸ்டல் டிபார்மெண்டுக்கு ஒரு கம்ப்ளெயிண்ட் கொடுக்கணும்!'

'தந்தி நாசமாப் போகட்டும் சார்! இப்ப என்னை வரவழைச்சுட்டு இந்த மாதிரி பேரிடியைத் தூக்கிப் போடறிங்களே?'

'சேச்சே! அப்படியெல்லாம் எக்ஸாஜரேட் பண்ணதேப்பா. இப்ப என்ன ஆயிருச்சு?'

'மது இதுக்கு ஒப்புத்துக்கிட்டாளா?'

'ஷீ இஸ் மை டாட்டர். நான் சொல்வதைக் கேப்பா.'

'அவ எனக்கு எழுதின லெட்டர் எல்லாம் காமிக்கட்டுமா?'

'வேண்டாம், எங்க வீட்டில எதுவும் ரகசியம் கிடையாது. மது, எனக்குக் காட்டிட்டுதான் தபால்ல சேர்த்திருக்கா!'

'அவ என்னைக் தொட்டிருக்கா சார்! முத்தம் கொடுத்திருக்கா!'

‘ஸோ வாட்? நாம தொடற அத்தனை பேரையும் கல்யாணம் செஞ்சுக் கணுங்கறியா?’ கோபிநாத் மிகவும் அசந்தர்ப்பமாகச் சிரிக்கத்தொடங்கினார்.

‘என்ன சார் இப்படி திடீர் மாற்றம்? சொல்லுங்க சார்! எதாவது தப்பா நிகழ்ந்து போச்சா? எதாவது சண்டையா? நான் செய்தது, எழுதினது எதாவது உங்க ளுக்குப் பிடிக்கவில்லையா? இல்லை, சும்மா, ‘அந்த ஆள் அமெரிக்காவில் வேலையா இருக்கான், நீ இந்தியாவில் இருக்கே. அதனால அவன் பெட்டர்’னு தீர்மானிச்சிங்களா? அவனை சரியாப் பாத்திங்களா சார்? உச்சந்தலைல சொட்டையை மறைச்சிருக்கான்! அவனோட கம்பேர் பண்ணா மது குழந்தை சார்!’

மது ஒரே ஒரு கப்பில் காப்பி கலக்கிக்கொண்டு வந்தாள். ‘ரகு! உனக்கு ஏதாவது வேணுமா?’

‘ஒண்ணும் வேண்டாம் மது. சொல்லு மது! உண்மையா உன் உள் மனசில் இருந்து சொல்லு. இப்ப நடக்கிறதுல உனக்கு இஷ்டமா?’

‘மது! நீ உள்ள போ.’

‘இரு மது. எனக்குப் பதில் சொல்லிவிட்டு உள்ள போ!’

‘மதூ!’

‘இருங்க சார். ஆம் ஐ நாட் என்டைட்டில்ட் ஃபர் என் ஆன்ஸர்?’

‘நான் பதில் சொல்றேன்.’

‘கேள்வி அவளைக் கேட்டிருக்கேன் சார்!’

‘இதப் பாரு ரகு! இப்ப எல்லாமே கொஞ்சம் அகாலமா இருக்கு. இதெல்லாத் தையும் அமைதியா ஒவ்வொரு பகுதியா டிஸ்கஸ் பண்ணலாம். ராத்திரி டின்னருக்கு வாயேன்! எல்லாத்தைப் பத்தியும் பேசலாம். நான் செய்ததில் எதாவது தப்பு இருந்தா சொல்லு. ஜாஸ்தி ஒர்ரி பண்ணிக்காதே. இதெல்லாம் வாழ்க்கையில் ரொம்பச் சாதாரண விஷயம்.’ அருகே வந்து அவன் தோளில் தட்டி, ‘நல்ல பெண்ணாப் பாத்துத் தரேன். கவலைப்படாதே!’ என்று லேசாக அவனைத் தள்ளிக் கொண்டுபோய் வாசல்வரை கொண்டுவிட்டார். பிரமிப்பில் மெஷின் தப்படிகள் வைத்து வீட்டை நோக்கி நடந்தான்.

பக்கத்து வீட்டு சுவாமி தோட்டத்திலிருந்து எழுந்து, ‘என்னய்யா, கேள்விப் பட்டது நிஜம்தானா? பி.ஓ. டாட்டரை கல்யாணம் செய்துக்கப் போறியாமே! நிச்சயதார்த்தத்துக்கு வந்திருக்கியா?’ என்று சொன்னதெல்லாம் கேட்க வில்லை. அவனுக்குத் தனிமை தேவையாக இருந்தது. ஒரு தலையணை தேவையாக இருந்தது. நெஞ்சுவரை, தொண்டைவரை அடைத்திருந்தது. உள்ளத்தைக் காலி பண்ண நிறைய கண்ணீர் சிந்தவேண்டியிருந்தது.

நேராக வீட்டுக்குள் சென்றான். வாயிற்புறத்து அறைக்குள் நுழைந்து கதவைச் சாத்திக்கொண்டான். ஜன்னல்களைச் சாத்திக் கொண்டான். எதிரே

அலமாரியில் இருந்த கண்ணாடியை எடுத்துத் தன்னைப் பார்த்துக்கொண்டான். 'உன் மூஞ்சிக்குக் கல்யாணம் வேறயா?' என்று சொல்லிக்கொண்டதும் குழாய் திறந்தாற்போல் கண்ணீர் பெருகியது. துடைத்துக்கொள்ள சிரத்தைப்படாமல் ஒரு மூலையில் உட்கார்ந்துகொண்டு மெல்லிய இருட்டில் விரிவாக அழுதான். கன்னங்களில் உருண்டு கண்ணீர் மடியை நனைத்தது. மூடியிருந்த ஜன்னல் வழியாகத் தென்னை நிழல் சிணுங்கிக்கொண்டிருக்க, வெளியே விதவிதப் பறவைகள் ஆகாயத்தை உற்சாகக் குரல்களால் நிரம்பிக் கொண்டிருக்க, தூரத்தில் மணி அடித்ததும் பள்ளிப் பிள்ளைகளின் ஆரவார அலை கேட்க, கொஞ்சம் உன்னிப்பாகக் கவனித்தால் மதுவின் அம்மா ஆடும் டென்னிஸ் ஆட்டத்தின் ப்ளக் ப்ளக் சப்தங்கள், தன்னை இந்த ஊருக்குக் கொண்டு வந்த தபால் வண்டி, எப்போதும் தாமிரபரணி, எல்லாம் அந்த அறையின் தனிமையில் அவன் அழுகைக்குப் பின்னணியாக அமைந்தன. உள்ளுக்குள் இறுக்கமாக அடக்கிவைத்திருந்த சோகம் அத்தனையும் கரை வதற்கு அழுகை தேவையாக இருந்தது. ஆனால் ரொம்ப காலம் அழ வேண்டும்போல இருந்தது. வேறு எதாவது செய்ய முடியுமா?

ஜன்னல் கதவு திறந்து அப்பா எட்டிப் பார்த்தார்.

'அழுது முடிச்சாச்சுன்னா கொஞ்சம் கதவைத் திறக்கறியா?'

அப்பா உள்ளே நுழைந்ததும், 'பாத்ரூம் போய் முகத்தைக் கழுவிக்கிட்டு வா' என்றார்.

'அப்பா… புத்தியைக் காட்டிட்டாங்கப்பா!'

'எதிர் பார்த்தேன், நீ போய்த் துடைச்சிக்கிட்டு வா!'

'டிச் பண்ணிட்டாங்கப்பா!'

'தெரியும், ஆனா இந்த மூஞ்சி வேண்டாம், போப்பா'

ரகு அவசரமாகச் சென்று முகம் கழுவிக்கொண்டான். கண்ணாடியைப் பார்க்க பயந்தான். முகம் சற்று வீங்கியிருந்தது. சே! மூக்கைச் சிந்திக்கொண்டு அழுந்த டவலால் துடைத்துக் கொண்டான்.

'சொல்லு' என்றார் அப்பா. அவனை நேராகப் பார்க்கவில்லை. ஜன்னல் வழியாக வெளியேதான் பார்த்துக்கொண்டிருந்தார். அவனைப் பார்த்துச் சற்று சிரித்துக்கொண்டிருந்தார். அவனைப் பார்த்துச் சற்று சிரித்தாலும் அவன் கண்ணாடிபோல் உடைந்து விடுவான் என்கிற எச்சரிக்கை அவரிடம் தெரிந்தது.

'அவர்தாம்பா என்னை டெலிபோன் பண்ணி வரவழைச்சார், நிச்சயதார்த்தத் துக்கு! இப்ப போனா அமெரிக்காவில இருந்து புதுசா ஓர் ஆள் வந்திருக்கா னாம். அவனுக்குக் கொடுக்கப் போறாராம் மதுமிதாவை!'

'கொடுக்கட்டுமே… தொலைஞ்சது சனியன்னு விட்டுரு!'

'என்ன இப்படிச் சொல்றீங்க! இதில எவ்வளவு துரோகம் இருக்குது! அவங்க எனக்குக் காட்டின ஆசை, ஒட்டுமொத்தமாக குடும்பம் முழுக்க எனக்குத் தந்த உரிமைகள், அந்தப் பொண்ணு என்கிட்ட- எல்லாத்தையும் யோசித்துப் பாருங்கப்பா.'

‘சரி சரி, அதுக்காக ஏண்டா அழறே?’

‘எனக்குத் தாங்கலை... இப்படிக்கூட மனுசங்க இருப்பாங்களா!’

‘இருக்காங்க, இவங்களுக்கெல்லாம் கல்யாணமும் டிவி செட்டு வாங்கறதும் ஒண்ணுதான். இதுக்காக நீ எதுக்கு மாஞ்சு போகணும்? அதுதான் எனக்குப் புரியலை!’

‘என்னால இதை லைட்டாவே எடுத்துக்க முடியலைப்பா.’

‘இப்ப என்ன பண்றதா உத்தேசம்?’

‘நீங்கதான் சொல்லணும். அவங்களை அடிச்சுக் கேட்கணும். அழுத்தமாக் கேக்கணும். நீங்க செய்தது என்ன அநியாயம் பாத்திங்களான்னு!’

‘அவங்க நியாயப்படுத்துவாங்க... அப்புறம்?’

ரகு சற்று நேரம் சும்மா இருந்துவிட்டுத் தீர்மானித்துப் பேசினான். ‘அப்பா! நான் அந்தப் பெண்ணைக் கல்யாணம் செய்து கொண்டே ஆகணும்! அவளை விட்டா வேறு யாரையும் கல்யாணம் செய்துக்க மாட்டேன்.’

‘சுலபமா சொல்லிட்ட. அவகிட்ட பேசினியா?’

‘பேச அவகாசம் கிடைக்கலை. அவ கொஞ்சம் வெகுளிப் பெண். அவளை சுலபமா மனம் மாத்திட்டாங்கப்பா. அவகூட அரைமணி பேச அவகாசம் கிடைச்சாப் போதும்; என் கூட ஓடி வந்துருவா!’

‘அது வேறயா! ரகு. நான் சொல்றதை குறுக்கிடாம கேளு... ‘ஹைப்பர்கமி’ன்னு ஒரு வார்த்தை இருக்கு. உனக்கு அதுக்கு அர்த்தம் தெரியுமா?’

‘தெரியாது.’

‘நம்ம நிலைமைக்கு மேல, நம்ம அந்தஸ்துக்கு மேல பெண் எடுக்கறது. அந்தக் குற்றத்தைத்தான் நாம செய்ய இருந்தோம். நல்ல வேளை, கடவுளாப் பார்த்து இதில இருந்து கழற்றி விட்டுவிட்டார். இதை ஒரு ‘ப்ளெஸிங் இன் டிஸ்கைஸ்’னுதான் நீ எடுத்துக்கணும். எனக்கு முதல்ல அவங்க அவசரப் பட்டதில் இருந்து உதைச்சுது. பெண்ணுக்கு ஏதாவது குறை இருக்குமோன்னு நினைச்சேன். குறை பெண்கிட்ட இல்லை. அது ரொம்ப மேம்போக்கான பொண்ணு. ஐடியாஸ் ஏதும் அதுக்கு செட் ஆகலை. சுதந்தரமா வளர்ந்துருச்சு. பிறர் மனதைப் புண்படுத்துவோம் என்பதைப் பத்தி பாகுபடுத்தக்கூடிய பக்குவம் அந்தப் பெண்ணுக்கு இருக்குதான்னு எனக்குச் சந்தேகம்தான். எல்லாமே விளையாட்டாத்தான் அது பாவிக்குது. அந்த மாதிரி பெண்ணை, அதுவும் பணக்காரத்தனமா முழு சுதந்தரத்தோட வளர்ந்த பெண்ணைக் கல்யாணம் கட்டிக்கிறதால உனக்குப் பலவிதப் பிரச்னைகள் பிற்பாடு ஏற்படலாம். அது இப்பவே தவிர்க்கப்பட்டதில எனக்கு சந்தோஷம். கொஞ்ச நாளைக்கு கஷ்டமாத்தான் இருக்கும். ஆனா சரியாப் போயிரும். இந்த மாதிரி சின்ன மனுசங்ககிட்ட சம்பந்தம் வேண்டாம் ரகு!’

‘நீங்க என்ன சொல்றீங்க? இதை இப்படியே விட்டுர்றதா?’

‘ஆமா, உன்னால ஒண்ணும் செய்ய முடியாது.’

‘இல்லைப்பா... முடியும். எனக்கு நம்பிக்கை இருக்குது. முதல்ல அந்த கோபிநாத்தை ‘எதுக்காகய்யா திடீர்னு டிசிஷனை மாத்தின?’ன்னு கேக்கத்தான் போறேன்.’

‘இனி அவர் உன்னை சந்திச்சாதானே?’

‘இல்லைப்பா, ராத்திரி வரச் சொல்லியிருக்காரு. சாப்பிடப் போகாட்டாலும் காரணம் கேட்டு வெச்சுக்கலாம் இல்லையா?’

‘காரணம் சொல்றாரு, அதுக்கப்புறம்?’

‘எனக்கு எதிரா ஒரு காரணமும் இருக்க முடியாது. அவர் பண்ற அநியாயத்தை அவர்கிட்ட ஆதாரப்பூர்வமா காட்டிர்றேன்.’

‘என்ன ரகு பேசறே நீ, இது ஒரு ஓட்டப்பந்தயம் மாதிரி... அமெரிக்கா ஜெயிச்சுருச்சு!’

‘இல்லை... நான் கேக்கத்தான் போறேன். என்ன காரணம்னு சொல்லட்டுமே! அப்புறம் முடிஞ்சா அவளையும் பார்த்துப் பேசிட்டு, ‘நீ செய்தது எப்பேர்ப்பட்ட துரோகம்’னு சொல்லப் போறேன். அந்தப் பையன்கிட்டயும் முன்னால் நடந்ததை எல்லாம் சொல்லிடப் போறேன். இவங்க எப்படிப்பட்ட மனுசங்கன்னு தெரிஞ்சுக்கட்டுமே!’

‘யூ ஆர் இன் ஃபார் ஸர்ப்ரைஸஸ் ரகு!’

‘அப்பா... இன்னிக்கு சாயங்காலம் எனக்குக் கிடைச்சதைவிட அதிர்ச்சி வேற ஏதும் இருக்க முடியாதுப்பா. எனக்கு என்னவோ உள்ளுணர்வில் ஏதோ சொல்லுது. இதெல்லாம் தாற்காலிகமானதுதான். எனக்கு மதுவோட பேச சந்தர்ப்பம் கிடைச்சாப் போதும். ஒரு அரைமணி கிடைக்காதா, பார்த்துரலாம்.’

‘அப்ப இன்னிக்கு ராத்திரி அவங்க வீட்டுக்குப் போகப் போறியா?’

‘ஆமாப்பா... கூப்பிட்டிருக்காங்கல்ல?’

‘பெஸ்ட் ஆஃப் லக். ஆனா ஒரு வேண்டுகோள். போய்ட்டு வந்தப்புறம் பொட்டைப் பிள்ளை மாதிரி அழாதே. ஏமாற்றத்தைத் தாங்கறதுக்கும் தயாரா இரு. அநாகரிகமா நடந்துக்காதே. நான் வரவா?’

‘இல்லைப்பா, நீங்க வேண்டாம். ஆனா நீங்க அவரை... இல்லைப்பா... இதை நானே சமாளிக்கப் போறேன். ஐல் கெட் தட் கர்ள்- சத்தியாகிரகம் பண்ணியாவது!’

‘சுயமரியாதையை இழக்காதே! நான் ஷிப்டுக்குப் போய்ட்டு வரேன்!’

இருட்டினதும் அவர்கள் வீட்டுக்குப் போவதற்குமுன் தனக்குள் பற்பல சாத்தியக்கூறுகளை ஒத்திகை பார்த்துக்கொண்டான். ‘நீங்க செய்யறது எந்த

விதத்தில நியாயம்? அதை முதலில் சொல்லுங்க சார்!' என்று கண்ணாடியைப் பார்த்துக் கேட்டான். கொஞ்ச நேரம் கழித்து 'அவனுக்கு என்ன வயசு சார்? நிச்சயம் முப்பதைத் தாண்டி இருக்கும். இப்படி பதினோரு வயசு வித்தியாசத்துல, ஒரு ஆள் அமெரிக்காவில் சம்பாதிக்கிறான்என்கிறதுக்காகக் கொடுத்த வாக்கை மீறலாமா சார்? எதுக்கு சார் அவ அந்த மாதிரி கடுதாசி எழுதணும்? மிஸ்டர் ராதாகிருஷ்ணன்! நீங்களே நடந்தது எல்லாத்தையும் கேளுங்க' என்று சொல்லிக் கொண்டு தலைவாரிக்கொண்டான்.

ஜெயந்தி சாப்பாடு கொண்டுவந்தாள். 'சூடாருக்கு, இப்பவே சாப்பிடறிங்களா அண்ணா?'

'இல்லையம்மா, எனக்கு முக்கியமான ஜோலி இருக்கு. எட்டு எட்டரைக்கு வந்துருவேன்.'

'கல்யாணம் எப்ப மாமா?'

'நடக்கும்! நடக்கத்தான் போறது! விட்டேனா பார், ஜெயந்தி' என்று சொன்னது அந்தப் பெண்ணுக்குப் புரியவில்லை.

கோபிநாத் புன்னகையுடன், 'வா ரகு!' என்று வரவேற்றார். 'ஏய், ஒரு சேர் கொண்டுவந்து போடு!' வாசலில் உட்கார்ந்திருந்தார். எதிரே ஸ்காட்ச் சமாசாரங்கள். ப்ளாக் லேபல் என்று தங்க எழுத்துக்களின் பின் திரவம் சஞ்சலித்தது. பக்கத்தில் வறுத்த முந்திரிப் பருப்பு வைத்திருந்தது.

'மது எங்கே?'

'எல்லாரும் வாக் போயிருக்காங்க. கவலைப்படாதே, முதல்ல நாம பேசலாம். நான் எல்லாத்தையும் விரிவாச் சொல்றேன். வாட்ஸ் யுவர் ப்ராப்ளம்? உக்காருப்பா முதல்ல. ரிலாக்ஸ்! நத்திங் இஸ் லாஸ்ட்.'

உட்கார்ந்தான். எப்படி ஆரம்பிப்பது என்று யோசித்தான்.

'என்ன யோசிக்கிறே? உன் முதல் கேள்வி: 'நீங்க செய்தது உங்களுக்கே நல்லாயிருக்கா?' அதுதானே?'

'நீங்க என்னை இப்படி நட்டாற்றில் விட்டுருவிங்கன்னு நான் எதிர்பார்க்கலை. ஐம் டெரிப்ளி டெரிப்ளி டிஸப்பாயண்ட்டட்!'

'வாஸ்தவம்தான். முதல்ல ஏமாற்றம் இருக்கும்!'

'மோசம் சார். என்னை ஃபோன் பண்ணி நிச்சயதார்த்தத்துக்கு வரவழைச்சு...'

'உனக்கு வரவேண்டாம்னு தந்தி அடிச்சேம்பா! அது சேரலைன்னா? ரசீதை வேணா காண்பிக்கட்டுமா?'

'அதெல்லாம் வேண்டாம் சார். தந்தி கிடைச்சிருந்தாக்கூட நான் காரணம் என்னன்னு கண்டுகொள்ள வந்திருப்பேன்.'

'அப்ப தந்தி கிடைச்சுதா?'

‘தந்தி தந்தின்னு ஸைட் ட்ராக் பண்ணாதீங்க. முக்கியமான பிரச்னைக்கு வாங்க. நீங்க என்னை ட்ரீட் பண்ண விதம் சரியானதான்னு யோசிச்சிப் பாருங்க. இவ்வளவு ஹோப் கொடுத்துட்டு…’

‘நான் செய்தது தப்புங்கறே. வெச்சுக்கலாம். ஏன் அப்படிச் செய்தேன் சொல்லட்டுமா?’

‘நியாயப்படுத்தவே முடியாது சார்.’

‘கொஞ்சம் நான் சொல்றதைக் கேட்டுப் பாரேன்.’

‘கேக்கறேன். ஆனா மது எனக்குத்தான். நிச்சயம் எனக்குத்தான். நான் வேற எதுக்கும் சம்மதிக்கப் போறதில்லை.’

‘கேளேன், முதல்ல மதுவுக்குப் பத்தொன்பது வயசு. இந்த வயசுக்கு அவ இன்னும் குழந்தைதான். உங்கூட பழகறதுக்கு அனுமதிச்சோம். பழகினா. எதுக்காக அனுமதிச்சோம்? எப்ராஸ்பெக்டிவ் ப்ரைட்க்ரும் ஃபர் மை டாட்டர். அந்த ரீதியில் உன் காரியர், உன் புத்திசாலித்தனம், உன் குணம், எல்லாமே எங்களுக்குப் பிடிச்சிருந்ததால பழக வைச்சோம். உன்னைத்தான் அவளுக்குக் கல்யாணம் செய்துகொடுக்கறதுன்னு நிச்சயம் தீர்மானிச்சோம். ஆஃப்டர் ஆல் ஒரு தகப்பன்ங்கிற முறையில் அவளுடைய சந்தோஷம்தான் எனக்கு மிக முக்கியம். இல்லையா! அவளை நிச்சயம் சந்தோஷமா வெச்சுப்ப, எனக்குத் தெரியும். நிச்சயமா உன் குணத்திலயோ உன் நடவடிக்கைலயோ அப்பழுக்கு ஏதும் சொல்லமுடியாது. இந்தத் தீர்மானம் உனக்கு எதிரா ஒண்ணுமே இல்லை. நீ நல்லவன்தான். உன்னைக் கல்யாணம் செய்துகொள்ள அவ பாக்கியம்தான் பண்ணிருக்கணும். அதனால நீ இதை பர்ஸனலா எடுத்துக்கவே கூடாது.

‘இப்ப புதுசா வந்திருக்கானே, இந்த ராதாகிருஷ்ணன், இவனைப் பார்ப்போம். அமெரிக்கால வேலை செய்றான். அங்க எவ்ளவோ டெம்ப்டேஷன் இருந்தும் இந்தியாவில் நம்ம பக்கத்துப் பெண்ணைத்தான் கல்யாணம் செய்துப்பேன்னு இங்க வந்திருக்கான். என் கலீக் ஒருத்தரோட பையன். எத்தனை சம்பாதிக்கிறான் தெரியுமா? வருஷத்துக்கு சுமார் அறுபதாயிரம் டாலர், லாட் ஆஃப் மணி. ரெண்டு கார் இருக்கு. வீடு வாங்கிருக்கான். கம்ப்யூட்டர் ஃபீல்டில் ஒரு மல்ட்டிநேஷனல் கம்பெனியில டாப் இன்ஜினியரா இருக்கான். மதுவைப் பார்த்ததுமே புடிச்சுப் போச்சு. பண்ணிக்கிட்டா இவளைத்தான் கல்யாணம் பண்ணிப்பேன்னு உறுதியாயிட்டான். என் க்ளோஸ் ஃப்ரெண்டோட மகன். இவன்கிட்ட, உன்கிட்டே வாக்கு கொடுத்ததைப் பத்தி சொல்லியாச்சு. இருந்தும் ஹி டஸன்ட் டேக் நோ ஃபர் அன் ஆன்ஸர். மது இல்லைன்னா எல்லாத்தையும் விட்டுட்டு சாமியாராப் போயிருவேன்னு சொல்லிட்டான். எனக்கு தர்மசங்கடமான நிலைமையாப் போச்சு. இவனும் ரொம்ப நல்ல பையன்தான். இவனும் என் டாட்டரை நல்லா வெச்சுப்பான். க்ரீன் கார்டு வெச்சுருக்கான். இவளை அமெரிக்காவுக்கு உடனே அழைச்சிட்டுப் போறேன்னு சொல்லிட்டான். நான் இவனைப் பத்தி மறைமுகமா விசாரித்துப்

பாத்துட்டேன். என் பிரதர்-இன்-லா ஒருத்தர் ஹெமடாலஜிஸ்ட், அமெரிக்கால இருக்கார். அவர் மூலமா விசாரிக்கச் சொன்னேன். டெலிபோன்ல ரெண்டு தடவை பேசினேன். ரொம்ப நல்ல பையன், பெரிய இன்ஜினியர், எதிர்காலம் ரொம்பப் பிரகாசமா இருக்குன்னு ரிப்போர்ட் கொடுத்தார். ஏதாவது சாப்பிடறியா?' என்றார்.

'இல்லை சார்! பழக்கமில்லை சார். இந்த ஸ்காட்ச் அவன் கொண்டுவந்தது தானே?'

'ஆமாம், அதனால அவன் கெட்டவன்னு நான் நம்பத் தயாரா இல்லை. என் பிரதர்-இன்-லா கொடுத்த ரிப்போர்ட்டைக் குறிச்சு வெச்சிருக்கேன்... டேய் யார்ரா அது?'

'வேண்டாம் சார், சொல்லுங்க.'

'ரெண்டு மாப்பிள்ளைங்க. ரெண்டு பேரும் என் டாட்டருக்குப் பொருத்தமான வங்க. இதில யாரை செலக்ட் பண்றது? பெரிய டைலம்மாவாப் போச்சு. கடைசில என் பொண்ணுடைய சந்தோஷத்தையும் நல்வாழ்வையும் மட்டுமே குறிக்கோளா வெச்சுக்கிட்டுப் பார்த்தேன். இந்த மாதிரி சின்ன வயசுல அமெரிக்கா போய் அங்க சுகமா வாழற ஒரு பெரிய சந்தர்ப்பத்தை அவளுக்கு இப்படி டினை பண்ணிட்டம்னா, கொடுத்த வாக்கைக் காப்பாத்தணும்ங்கிற ஒரே காரணத்துக்கா அவளை உனக்குக் கல்யாணம் செய்து கொடுத்தா, என்ன ஆகும்? யோசித்துப் பாரு. ஷி வில் பி மிஸ்ரபிள்! உன்னோட வாழற ஒவ்வொரு கணத்துலயும் தப்பவிட்ட சந்தர்ப்பத்தை நினைச்சுப் பார்த்துக் கிட்டே இருப்பா. அது உங்க மண வாழ்க்கையைப் பிசாசு மாதிரி துரத்தும்.

'ஆல்ரைட், நீ மெட்ராஸ்ல இருக்கே, அங்கே எத்தனை சம்பளம்? ஆயிரத்து அம்பது. இருநூறு, முந்நூறு ரூபாய்ல ரெண்டு ரூம் வீட்டில் இருப்பீங்க. வேலைக்காரங்க வெச்சுக்க முடியாது. பால், மோர், தயிருன்னு அவதான் அலையணும். ஆபீஸ் போய், ஆபீஸ் போய் நீ திரும்பி வருவே. உனக்குக் காத்துக்கிட்டு இருக்கணும். பாக்யராஜ் படங்களுக்குப் போவீங்க. கொஞ்ச நாள்ல அவளை பிரக்னண்ட் ஆக்கி தாய் வீட்டுக்கு அனுப்புவ. அப்புறம் பசும் பால், புட்டிப்பால்... என் மகளை இந்த மாதிரி ஒரு ஹம்ட்ரம் வாழ்க்கைக்கு உட்படுத்த நான் விரும்பலை. ஒரே மகள். பூ கணக்கா வளந்தவ...'

'சார், இதைப்பத்தி நீங்க எனக்கு அந்த மாதிரி சலுகைகள் கொடுக்கறதுக்கு முன்பே யோசித்திருக்கவேண்டாமா?'

'யோசிச்சேன், அந்தச் சமயத்தில என் மகளுக்கு வந்த வரன்களில் நீதான் பரவாயில்லைன்னு இருந்தது. அப்ப இந்த ராதாகிருஷ்ணன் ஃபாக்டர் இல்லையே! இதப் பாரு, எனக்கு பதில் சொல்லு. ஒரு அப்பன் தன் மகளுக்கு நல்ல சுகமான வாழ்க்கை கிடைக்கணும்னு விரும்பறது தப்பா?'

'எப்படி சார் நீங்க அந்த வாழ்க்கை சுக வாழ்க்கைன்னு முடிவு கட்ட முடியும்? நியூ யார்க்கிலே பட்டப்பகல்ல நடக்க முடியாதாம். மக் பண்ணிடுவாங்களாம். அவ உயிரையே பணயம் வைக்கறிங்களே!'

‘அவ கார்லன்னா போகப் போறா! அவங்க இருக்கறதெல்லாம் பாஷ் ஏரியா... ஹார்லம்போல ஸ்லம்லதான் இதெல்லாம் நடக்கிறது. இவங்க இருக்கிறது எங்க தெரியுமோ?’

‘சார், உங்களுக்கு சுகம் என்கிறது பணம் மட்டும்தான்னு தெரியுது?’

‘பணமும்தான்.’

‘மத்த விஷயங்களைப்பத்திக் கவலையே இல்லையா உங்களுக்கு?’

‘எப்படிப்பா சொல்றே?’

‘என் நெஞ்சில குத்தியிருக்கீங்களே கத்தி, அதுக்கு என்ன பதில் சொல்றீங்க?’

‘சேச்சே! ரொம்ப மிகைப்படுத்தறப்பா. என்ன ஆயிருச்சு இப்ப?’

‘என்ன ஆகலை?’

‘இப்படியே ராத்திரி பூரா பதில் சொல்லிக்கிட்டே இருக்கப் போறியா?’

‘இல்லை சார், நான் இதுக்கு சம்மதிக்க மாட்டேன். எனக்குப் பெரிய துரோகம் பண்ணிட்டீங்க. உங்க மகளை எனக்குக் கொடுத்தே ஆகணும்... இல்லைன்னா... இல்லைன்னா...’

‘இல்லைன்னா என்னப்பா செய்யப்போறே?’

‘உங்க வீட்டு முன்னால் சத்தியாக்கிரகம் பண்ணப் போறேன்!’

‘தட்ஸ் ரிடிக்யுலஸ்! நீ அந்த மாதிரியெல்லாம் செய்யமாட்டே. எனக்குத் தெரியும்.’

‘எனக்கு மதுவோட அரைமணி நேரம் தனியா பேசணும்.’

‘தாராளமா! இன்னிக்கே பேசு. இதோ இப்ப வந்துருவா. ராதா கூட வாக்கிங் போயிருக்கா. வந்ததும் ரெண்டு பேரும் தனியாவே பேசிக்கிங்க. ராதா உண்ட் மைண்ட்!’

‘அவ எனக்கு எழுதின கடிதம் எல்லாம் என்கிட்ட இருக்கு.’

‘இதப் பார்! பயப்படுத்தறியா? அதை நீ ராதாகிட்ட நிச்சயம் காட்டலாம். அவன் மைண்ட் பண்ணமாட்டான்.’

ரகுபதி, அத்தனை அஸ்திரங்களும் மண்ணில் மொண்ணையாக விழுந்த போர்வீரன் போல உணர்ந்தான்.

சட்டென்று அவர் கையைப் பிடித்துக்கொண்டான். ‘சார் ப்ளீஸ்! என்னால தாங்க முடியாது சார். எத்தனையோ எதிர்பார்த்தேன். எத்தனையோ கனவு கண்டுட்டேன். இதைப் போல பெரிய ஏமாற்றத்தை என்னால் சமாளிக்க முடியாது. சார் எம் மார்ல கை வைச்சுப் பாருங்க. பாபநாசம் வந்ததில் இருந்து கிடந்து தடார் தடார்னு அடிச்சுக்குது.

அவனுக்கு எத்தனையோ நல்ல பொண்ணுங்க கிடைக்கமாட்டாங்களா? ஒண்ணே ஒண்ணுன்னு எனக்குக் கிடைச்ச பொக்கிஷத்தை...' அதற்கு மேல் கோர்வையாகப் பேச முடியாமல் அழுகை வந்து தடுத்தது. அவர் மணிக் கட்டைப் பிடித்துக்கொண்டு சொட்டுச்சொட்டாகக் கண்ணீர் சிந்தினான். 'நோட்டு புஸ்தகமெல்லாம் அவ பேரை...'

'வாட்ஸ் இட் ரகு! யூ ஆர் மெஸ்ஸிங் இட்! ஆர்ன்ட் யூ அஷேம்ட்? யூ ஆர் எ மேன் ஐ ஸே! இந்த மாதிரி அழுமூஞ்சிக்கா என் டாட்டரைக் கல்யாணம் செய்து கொடுக்கணும்? ஸ்டாப் இட், ஐ ஸே!' என்று அதட்டினார்.

அவன் கண்ணீர் சட்டென்று நின்று கோபம் அவனை ஆக்கரமித்தது. எரிமலைபோல், இல்லை டைனமைட் போல் வெடித்தது.

'யூ பாஸ்டார்ட்! என்னன்னு நினைச்சுக்கிட்டிருக்க? நாய்க்குட்டி மாதிரி வான்னா வரணும், போன்னா போகணுமா? இத்தனை தூரம் நம்பிக்கை கொடுத்திட்டு சுலபமா பேச்சிலே என்னை ஏச்சுறலாம்னு பாக்கிறீங்களா? முடியாது! நான் இதை ஒரு கை பார்த்துர்றேன்.'

'என்ன செய்வே?'

'பார்த்துக்கிட்டே இரு! ஊர் பூரா இதைச் சொல்லி நாற அடிக்கிறேன் பாரு! எங்கிட்ட இருக்கிற லெட்டரை எல்லாம் ஃபோட்டோஸ்டாட் எடுத்து போஸ்டர் அடிச்சு சுவர் எல்லாம் ஒட்ட வைச்சு... கல்யாணம் நடந்துருமோ? பாத்துரலாம்!'

அவர் எழுந்தார்.

'ஸ்காட்ச் சாப்பிடறிங்களா ஸ்காட்ச்' என்று மேஜையைக் கலைத்துத் தள்ளினான்,

கோபிநாத் பதறாமல், 'ஆல்ரைட் ரகு, நான் உன்னை நிராகரித்த நிஜமான காரணத்தைச் சொல்லவேண்டாம்னு பார்த்தேன். இப்ப சொல்ல வேண்டியதாயிருச்சு, கேள்' என்றார்.

கோபிநாத் கோபத்துடன் விஸ்கியின் வேகமும் சேர்ந்து கொள்ள, 'இதப் பார் பையா, நான் சொல்றதை முழுக்கக் கேட்டுட்டுப் போ. உன்னை நாங்க நிராகரிச்சதுக்கு முக்கியமான காரணத்தைத் தெரிஞ்சுக்கிட்டுப் போ.'

'அடப் போய்யா' என்று நடக்க ஆரம்பித்தான்.

'காரணம் உங்கப்பா...'

நின்றான். திரும்பினான். 'என்ன சொல்ற?'

'உன் அப்பாவைப் பத்தி சில தகவல்கள்...'

'என்ன உளர்றீங்க?'

'பெரிய துரோகம் பண்ணிட்டதா என்னைக் குற்றம் சாட்டறியே, உண்மையான காரணத்தைத் தெரிஞ்சுக்கிட்டுப் போ... அப்புறம் என்னைத் திட்டமாட்டே... இதப் பாரு தம்பி! எனக்குப் பொறுப்பு இருக்குது. கொடுத்த வாக்கைக் காத்தில பறக்கவிடற கேவலமான மனுஷனில்லை நான்.'

'ரகு, இந்த இடத்தை விட்டுப்... போ' என்று ஏதோ ஒரு உள்ளுணர்வு எச்சரித்தது. வேண்டாம் கேட்காதே! கேட்காதே!

'உங்கப்பா ஜெயந்தின்னு ஒரு பொண்ணை வெச்சிக்கிட்டு இருக்கிறதா எனக்குத் தகவல் வந்தது.'

'வ்வாட்!' என்று துடித்தான்.

'நான் முதல்ல நம்பலை. பூடகமாக எல்லாரும் பேசிக்கிட்டாங்க. இதைப் பத்தி உங்கப்பாகிட்ட கேக்க எனக்கு உரிமையில்லை. அது அவர் சொந்த விஷயம். ஆனா உங்க வீட்டில சம்பந்தம் வெச்சுக்க நாங்க விரும்பலை!'

அவர் பேசப் பேச அவன் ரத்தம் அத்தனையும் முகத்துக்குப் பாய்ந்தது. உதடுகள் துடித்தன. 'இனஃப்! உங்க பெண்ணைத் தெருவில போற நாய்க்கு

வேணா கொடுங்க. ஆனா, எங்கப்பாவைப் பத்தி அவதூறாப் பேசாதீங்க. போதும் உங்க சகவாசம். நான் எங்கப்பாவை தெய்வம்போல பூஜை செய்யறேன். உலகத்தில் தலைசிறந்த மனுஷரா அவரை மதிக்கிறேன்.'

'சரிதாம்பா...நான் என்ன சொல்றேன். இந்த மாதிரி வதந்தி இருக்கிற வீட்டில் சம்பந்தம் வெச்சுக்க நான் தயங்கினது ரைட்டா இல்லையா?'

'நான்சென்ஸ்! எப்படி இதையெல்லாம் நம்பறீங்க! விவஸ்தை கிடையாதா உங்களுக்கு? அவரைப் பத்தித் தெரியாதா உங்களுக்கு?'

'ஆபீஸ்லதான் தெரியும். நான் நம்பிட்டேன்னு சொல்ல வரலை. அது பொய்யா இருக்கலாம். ஆல்ரைட், பெனிஃபிட் ஆஃப் டவுட் சரி, ஆனா என் மனைவி கேக்கறா, 'அந்த மனுசன் என் பொண்ணைக் கையைப் பிடிச்சு இழுக்க மாட்டான்னு என்ன நிச்சயம்...' இதுக்குப் பதில் என்ன?'

'அடப்போய்யா தெரு ஜனங்களா! எங்கப்பாவை இந்த மாதிரி சொன்னதுக்குப் பல் அத்தனையும் பேத்திருக்கணும். அவர் யாரு தெரியுமா?'

'தெரியாது. அதனாலதான்...'

'ச்சீ! பெரிய மனுஷனா இருந்துக்கிட்டு உள்ளமெல்லாம் சாக்கடைய்யா. தூ! உங்க குடும்ப சகவாசமே வேண்டாம். அமெரிக்கா! ஆப்பிரிக்கா! ரெண்டு பேரைக் கல்யாணம் கட்டிக் கொடு... வாழ்த்துக்கள்! யோவ்! நீ உருப்புடு வியா?' சம்பந்தமில்லாமல் குரல் நடுங்கச் சொல்லிக்கொண்டே ஒரு கல்லைப் பொறுக்கி அந்த வீட்டுக் கண்ணாடி ஜன்னல்மேல் எறிந்தான். 'என்னிக்காவது ஒரு நாள் என்கிட்ட நிச்சயம் நீ உதை படப்போற, பாத்துக்கிட்டே இரு!' என்று மலைச்சரிவில் அதிவேகமாக நடந்து விழுந்தான்.

காரணமாம் காரணம்! அப்பாவைப் போய் இப்படி! ஜெயந்தியும் அப்பாவு மாம்! அதீதக் கற்பனை. துண்டம் துண்டமாக அவனை வெட்டியிருக்க வேண்டும். அப்பழுக்கற்ற மனிதரைப் போய் இப்படிப் பேசுவதாவது? நாற்ற ஜனங்கள். இதைப் போய் அவரிடம் சொல்லி மனத்தைப் புண்படுத்த வேண்டாம். சொன்னாலும் புண்படமாட்டார். புன்னகைப்பார். இவர்களை சரியாகத்தான் எடை போட்டு வைத்திருக்கிறார். நான்தான் தாற்காலிக மதுமிதா மோகத்தில் மற்றதெல்லாம் மறைக்கப்பட்டு இந்த மேல்தட்டு நாய்களை இனம் கண்டுகொள்ளத் தவறிவிட்டேன். அப்பா! இது என் குற்றம், ராப்பூரா அவரிடம் மன்னிப்பு கேட்டுக்கொள்ளவேண்டும். தெளிந்துவிட்டேன். ஞானம் பெற்றுவிட்டேன். சொல்லலாமா, வேண்டாமா? சொல்லித்தான் ஆக வேண்டும். ஜெயந்தியா! எத்தனை வயசு இருக்கும். இருபத்தைந்தா? அழகாகவா இருக்கிறாள். இருந்தால் என்ன... கையில் குழந்தை. மணமானவள். இவளைப் போய்... சே! கணவனிடமிருந்து ஏன் பிரிந்தாள்? ஒரு வேளை சந்தேகமா? இருக்காது. ஏதோ தீங்கிழைக்கப்பட்டவள். அவளுக்குப் புகலிடம் கொடுத்திருக்கிறார். சாப்பாடு கொண்டு வந்தால் உடனே வைப்பாட்டி ஆக்கிவிடுவதா? எல்லாம் பக்கத்து வீட்டு சாமிசெய்த விஷயமாக இருக்கும்! உதைக்க வேண்டும்! காஸட் கொண்டுவராத

வெறுப்பால் இந்த வதந்தியைப் பரவவிட்டிருப்பான். என்ன மோசமான, கீழ்த்தரமான ஜனங்கள்!

அப்பா வராந்தாவில் ஈஸிசேரில் உட்கார்ந்துகொண்டு க்ராஸ்வேர்டு போட்டுக் கொண்டிருந்தார். பக்கத்தில் சேம்பர்ஸ் அகராதி. அவன் வந்ததை மூக்குக் கண்ணாடிக்குமேல் நிமிர்ந்து பார்த்து, 'போன காரியம் என்ன ஆச்சு?' என்றார்.

'ஒண்ணும் ஆகலைப்பா.'

'சாப்ட்டியா?'

'இல்லை.'

'ஜெயந்தி சாப்பாடு வெச்சிருக்கா.'

'இருக்காளா?'

'இல்லை, போய்ட்டா, நான்வேணா சர்வ் பண்ணவா?'

வேண்டாம் என்று மௌனமாகச் சாப்பிட உட்கார்ந்தான்.

'ரொம்ப பேஸ்த் அடிச்சி வந்திருக்கே. என்ன சொன்னார் கோபிநாத்?'

'என்ன சொன்னான்னு கேளு. எவ்வளவு கீழ்த்தரமான மனுசன்ப்பா.'

'பெண்ணைக் கொடுக்காததினாலயா?'

'இல்லை. அதுக்கு அவன் சொன்ன காரணத்தால.'

'அவன்னு சொல்லாதே. அவர் என் பாஸ். என்ன காரணமாம்? அமெரிக்கா மாப்பிள்ளை பெட்டர். நிறைய சம்பாதிக்கிறான். பெண்ணுடைய சந்தோஷம் நல்வாழ்வு எக்ஸ்ட்ரா, அதானே?'

'அதேதான், ஆனா என்ன நிராகரிச்சதுக்குக் காரணம் சொன்னான் பாரு! பயங்கர எரிச்சல் வந்து கல்லை வீசிக் கண்ணாடியை உடைச்சுட்டு வந்துட்டேன்.'

'அப்படி என்ன சொல்லிட்டார்?'

'உங்களைப்பத்தி அவதூறா!'

'என்னைப்பத்தியா? ஸ்ட்ரேஞ்ச்! அதை எங்கிட்டயே சொல்லியிருக்கலாமே! வெய்ட் எ மினிட்! அவதூறுன்னா எதாவது நான் வந்து ஜெயந்தியை வெச்சுக்கிட்டு இருக்கிறதா சொன்னாரா?'

ரகு அவரை ஆச்சரியத்துடன் நிமிர்ந்து பார்த்தான்.

கிராஸ்வேர்ட் கட்டங்களை நிரப்பிக்கொண்டே அப்பா மெல்லச் சொன்னார். 'ரகு! அது உண்மைதான்.'

'என்ன!'

'வெச்சுக்கறது என்கிறது கொஞ்சம் அசிங்கமான வார்த்தையா இருக்கலாம். ஆனா அவளை நான் இந்த வீட்டில கூப்ட்டு வெச்சுக்கப் போறேன்!'

'மை காட்! ஏம்ப்பா பொய் சொல்றீங்க! நான் நம்பமாட்டேன்! முடியாது!' ரகுபதி அபத்தமாகச் சிரித்தான். 'ஜோக் பண்றிங்க! தமாஷ் பண்றிங்க! அதானே?'

'இல்லை ரகு, தமாஷ் இல்லை. உங்கிட்ட பொய் சொல்ல விரும்பலை.'

அவர் குறுக்கெழுத்தை நிறுத்தவில்லை. 'நோ! நான் நம்பமாட்டேன். நீங்க என்கிட்ட பொய்தான் சொல்லியிருக்கிங்க. ப்ளீஸ் அப்படித்தானே?' என்று கெஞ்சினான்.

மௌனமாக இருந்தார். இதோ! இதோ சொல்லப் போகிறார்! எல்லாம் தமாஷ் என்று! காத்திருந்தான். அவர் பேசவில்லை.

கொஞ்ச நேரம்.

'ஏம்பா? ஏன்?' என்றான்.

'நான் அவளைக் காப்பாத்தப் போறேன். தேவையிருந்தா கல்யாணம் செய்துக்கப் போறேன்.'

அந்த... அந்தக் குழந்தை! மை காட்! ஒரு நாளில் எவ்வளவு அதிர்ச்சி எனக்கு!

'ஸாரி!'

'உங்களுக்கு என்ன வயசு?'

'நாற்பத்தெட்டு. அவளுக்கு இருபத்தி நாலு. பேர்பாதி!' என்று சிரித்தார்.

'ஜெயந்தி! ஆஃப் ஆல் பீப்பிள்!'

'அவளைப் பற்றி உனக்குப் பூராவும் தெரியுமோ?'

'தெரிஞ்சுக்க விருப்பமில்லை! கேக்கறதுக்கே அருவருப்பா இருக்குது.'

'கேட்டுட்டுத் தீர்மானம் பண்ணு'

'நோ! நோ! நான் கேக்க விரும்பலை. எனக்கு இன்னிக்குப் போதும். அந்த கோபிநாத் மேல இருந்த பகைமை எல்லாம் இப்பக் கரைஞ்சு போயிருச்சு!'

'ரகு! கொஞ்ச நேரம் என்னை அப்பான்னு பார்க்காம, தனிக்காட்டில் மாட்டிக் கிட்ட ஓர் ஆண்பிள்ளையா யோசிச்சுப் பாரு. உள்ளுக்குள்ள எழற உணர்ச்சி களை எல்லாம் சமூகம், மதிப்பு, அப்பன்கிற அந்தஸ்து இதுக்காக உள்ளே சுருட்டி வெச்சுக்கிட்டு இருந்தவனாப் பாரு. இருபது வருஷமா ஒற்றைப் படுக்கையில் உருண்டவனாப் பாரு!'

'எனக்கும் அவளுக்கும் ஒரே வயசு!' என்று சிரித்தான்.

அவர் உதடுகள் இறுகின.

'ஆல் தி பெஸ்ட்ப்பா! எனக்குக் கல்யாணம் ஆகாட்டாலும் உனக்காவது கல்யாணம் ஆவுதே! வாழ்த்துக்கள். சாயங்காலத்தில் இருந்து இப்படி வாழ்த்திக்கிட்டே இருக்கேன்.'

'டோண்ட் பி க்ரூயல்!'

'நானா? நானா க்ரூயல்?'

'நான் சொல்றதைக் கேளு! கேட்டுத்தான் ஆகணும், கேட்டுத்தான் ஆகணும்.'

'கலப்பு மணமா?'

'என்னை முழுக்கக் கேக்காம ஜட்ஜ் பண்ணாத!' அப்பா இப்போது அவசர மாகப் பேசினார். 'நீ நினைச்சுக்கிட்டு இருக்கே, அவகூட தினப்படி படுக்கையில் புரண்டுகிட்டு இருக்கேன்னு. நான் அவளை வித்தியாசமாத் தொட்டது இல்லை. அவளுக்கு நான் நம்பிக்கை தரப்போறேன். ஒரு வாழ்க்கை தரப்போறேன். அவ்வளவுதான். அவ கழுத்தில தழும்பைப் பார்த்திருக்கியா? அது என்ன தெரியுமா?'

'அனாட்டமிக்கல் டிடெய்ல்ஸ் எல்லாம் வேண்டாம்பா.'

'வெறுப்பில பேசறே! ஏமாற்றத்தில பேசறே! பேசு பரவாயில்லை.'

'எப்ப கல்யாணம்?'

'ரகு! என் லைஃப்ல முதல் தடவையா உன்ன மகனாப் பெற்றத்துக்காக வருத்தப்படறேன்.'

'அதே ஃபீலிங்தாப்பா எனக்கும்!'

'போடா... போய்ப் படுத்துக்கடா! காலைல பேசலாம்.'

'எனக்குப் படுக்கணும் போல இல்லை. கொஞ்சநேரம் வெளிய சுத்திட்டு வரேன். கதவைத் திறந்து வெச்சிருங்க!'

'போ! போ! எங்க வேணா போ! ஸ்வெட்டர் போட்டுக்கிட்டுப் போ!'

கேட்காமல் வெளி வந்தான். இலக்கில்லாமல் நடந்தான். காலில் செருப்பில்லை. கல் குத்தினது பொருட்டாகத் தெரியவில்லை. வானத்தில் வைரவிழா தெரிந்தது. ஓரியானின் பெல்ட்டுக்கு அருகில் அவனுடைய கார்த்திகை நட்சத்திரம் பளிச்சென்று தெரிந்தது. கொஞ்சம் கொஞ்சம் சிவப்புக் கண் சிமிட்டிக் கொண்டு சிகரெட் பற்ற வைத்துப் புகைத்தான். நதியின் 'சோ' தெளிவாகக் கேட்டது. சின்னச் சின்ன வீடுகளில் சின்னச் சின்ன மனிதர்கள்! என்ன செய்யலாம்? கலைக்கு போன் செய்யலாமா? இப்போதா? எங்கிருந்து? நாளை! நாளை! அப்பா, சடக்கென்று கோமாளி ஆகிவிட்டீர்கள். சின்னத் தொந்தியும் நரையும் வைத்துக்கொண்டு என்ன கல்யாணம் உனக்கு? எதற்காகக் கல்யாணம்? புரியவில்லையே! மோகத்தைக் கொன்றுவிடு-அல்லால் என்றன் மூச்சை நிறுத்தி விடு... என்கிற பாரதி வரியை அப்பா அடிக்கோடு இட்டிருந்தது நினைவுக்கு வந்தது. மூச்சை நிறுத்த அவரால் இயலவில்லை!

கல் படுக்கையில் உட்கார்ந்தான். தெரு நாய் கிட்டே வந்து குரைத்தது. கவலைப்படவில்லை. சற்று நேரத்தில் அவனருகில் வந்து வாலாட்டியது.

'சே, இட் வாஸ் டூ குட் டு பி ட்ரூ!' என்று அந்த நாயிடம் சொல்லிக்கொண்டான். அது புரிந்ததுபோல் இன்னும் வாலாட்டியது. டென்னிஸ் கோர்ட் தெரிந்தது. கேம் ஸெட் அண்ட் மாட்ச் டு ராதாகிருஷ்ணன்!

'நீ... நீங்க என்னைக் கல்யாணம் செய்துக்கப் போறதானே!'

'ஆமா.'

'அதோ, அந்த மரத்தடிக்குப் போயி கொஞ்சம் சரிவில இறங்கிட்டா நம்மை யாரும் பார்க்க மாட்டாங்கதானே!'

'ஆமாம்.'

'அந்தச் சரிவில போயி உக்காந்துக்கிட்டு நீ வந்து... நீ வந்து ... என்னை கிஸ் பண்றியா?'

'உன் பேர் என்ன?'

'ஜெயந்தி மாமா.'

'என்னை மாமான்னு கூப்பிடாதே.'

இப்ப எப்படிச் கூப்பிடப்போகிறாள்?

'சிரிக்கிறான் பாரு. இப்படித்தான் இவப்பாவும் நைச்சியம் பண்ணி சிரிச்சுச் சிரிச்சு வளையெல்லாம் வாங்கிண்டார்.'

கழுத்தில் மஞ்சள் கயிறு! மூன்று இடங்களில் தழும்பு.

'அப்பா மாதிரி நல்லவர் கிடையாது. இவனுக்குச் சட்டை எல்லாம் வாங்கிக் கொடுத்தார்.'

சட்டை வாங்கிக் கொடுத்ததுக்கு என்ன கொடுத்தாய்!

இப்படி எண்ணுவது தப்பு என்றும் ஒரு ஓரத்தில் ஏதோ உறுத்தியது! சிகரெட் பாக்கெட் காலி. கடை திறந்திருக்குமா தெரியாது. மெல்லக் கடை நோக்கி நடந்தான். ப்ராஜெக்ட் ஆபீசர் வீடு பெரிசாக விழித்துக்கொண்டிருந்தது. தெளிவாகச் சிரிப்பு கேட்டது. அமெரிக்காவிலிருந்து வந்திருக்கும் சிரிப்பு. அமெரிக்க சங்கீதம் கேட்டது. ஈர்க்கப்பட்டவன்போல் அந்தத் திசை நோக்கி நடந்தான். எதற்காக மறுபடி அங்கே போகிறான் என்று தெரியவில்லை. பைத்தியக்காரத்தனம்!

மதுமிதாவைத் தூரத்திலிருந்து பார்க்க விரும்பினான். ஒரு வேளை தோட்டத்தில் உலாவலாம். அவளிடம் பேச வாய்ப்பு கிடைக்குமா? எது தன்னைச் செலுத்துகிறது என்பது புரியவில்லை. ஒரு மணி நேரத்துக்குமுன் இந்த வீட்டில் காலடி வைக்கக்கூடாது என்று சபதம் போட்டுச் சென்றவன் இப்போது குழைந்துகொண்டு அங்கே ஓடுகிறான். அம்புலிமாமா கதை போல இது இருந்துவிட்டால்? திடீர் என்று மதுமிதா, 'ரகு, எல்லாம் விளையாட்டுக்கு! உன்னைத்தான் கல்யாணம் செய்துகொள்ளப் போகிறேன்.

இந்த அமெரிக்க ராட்சசன் உபத்திரவம் என்னை விட்டு ஒழிந்துவிட்டது. நீதான் என் கணவன். இந்தா மாலை! ரொம்பக் காதல் வசப்பட்டு விட்டாய். இனியும் உன்னைச் சோதிக்க விருப்பமில்லை... விருப்பமில்லை...'

வேலிக்கு அருகே நின்றான். கோபிநாத், அந்த ராதா, மது, அவள் அம்மா, சுதா எல்லாரும் சிரித்துக்கொண்டு தோட்டத்தில் எல்லாவற்றையும் விரித்துச் சாப்பிட்டுக்கொண்டிருந்தார்கள். பானவகைகள் நிறைய இறைந்திருக்க ராதா, 'கோபி, நீ எப்ப ஸ்டேட்ஸ் வர? அம்மா நீங்க எப்ப ஸ்டேட்ஸ் வரிங்க?' என்று விசாரித்துக்கொண்டிருந்தான்.

ஏன் சேவகனை விட்டுவிட்டாய்?

'ரொம்ப டிரபிள் கொடுத்தானா கோபி?'

'சேச்சே! பையன் ரொம்ப சாது, முதல்ல கொஞ்சம் ஏமாற்றம். சத்தம் போட்டான். கூலா கேட்டுக்கிட்டே இருந்தேன். ஐ வாஸ் ஏபிள் டு கன்வின்ஸ் ஹிம்.'

'அழுதானாமே! சிவன் பிள்ளை சொன்னாரு.'

'அது முதல்ல ஏமாற்றத்தினால. ஹீ வாஸ் ஆல் ரைட்!'

'உண்மையான காரணத்தைச் சொல்லிட்டிங்கல்ல?' என்றாள் அம்மா.

'சொல்லவேண்டியதாயிடுச்சு!'

'என்ன காரணம்?' என்றாள் மது.

'அதெல்லாம் உனக்கு எதுக்கு?'

'பா...வம்ப்பா ரகு!'

'என்னடி பாவம்?'

'நீதான அம்மா ஆரம்பிச்சே?'

'மிட்டி! டிச்சு'வ் செக்ஸ் வித் தட் கய்?'

'நோ யார்!'

'பிட்டா ஸ்மூச்சின்?'

'யா!'

'லைக் வி டிட் திஸ் மார்னிங்?'

'யா!'

'ஸம் மோர் ஸ்காட்ச் கோபி?'

'இனஃப்.'

'ஹவ் எபவுட் யூ மாம்?'

'வேண்டாங்க, ரொம்ப சாப்ட்டா சிரிப்பா வருது.'

'பேபி?'

'வேண்டாம்?'

'யாருப்பா அங்கே? சிவன் பிள்ளை, யாரோ நிக்கறாப்புல தெரியுது, யாரு பாரு!'

சுதாகர் டார்ச் அடிக்க, வட்டமாக ஒளி முகத்திலே விழ, ரகுபதி மெல்லக் கதவைத் திறந்து அவர்களை நோக்கி நடந்தான்.

எல்லோரும் அவனைப் பார்த்தார்கள். கோபிநாத், 'வா, ரகு, உட் யூ லைக் டு ஜாய்ன் அஸ்?' என்றார்.

ரகு அவர்களை நோக்கி நடந்தான். மதுமிதாவின் அம்மா சற்றுத் திகைப்புடன் 'எதுக்கு அவனைக் கூப்பிடறீங்க?' என்றாள். மதுமிதா எழுந்திருந்து அம்மாவின் பக்கத்தில்போய் ஒட்டிக் கொண்டாள். ராதாகிஷன் ஒரு நாற்காலியை அவனுக்குக் காட்டினான்.

'ஸாரிப்பா, உன் மனசைப் புண்படுத்திட்டோம். ஆனா உண்மையைச் சொல்லவேண்டியது அவசியமாயிட்டுது.'

'சார், என்னை நீங்க நிராகரிச்சதிலே தப்பே இல்லை. எந்தத் தகப்பனும் தயங்குவான். எங்கப்பாவைக் கேட்டேன். நீங்க சொன்னது உண்மைதான். அதுக்காக நான் அவமானப்படறேன். நீங்க தீர்மானிச்சது உங்க டாட்டருடைய நன்மைக்குத்தான் என்கிறது இப்ப தெளிவாவே ஆயிடுச்சு.'

'உக்காருப்பா, ஏதாவது சாப்பிடறியா?'

'வேண்டாம் சார், பழக்கமில்லை.'

'பரவாயில்லை, எதுக்கும் ஒரு ஆரம்பம் இருக்கு பாரு. இதப் பாரு, நான் உங்கிட்ட சொன்னது முழு விவரமும் இவங்க யாருக்கும் தெரியாது. வீணா மனசைப் போட்டுக் குழப்பிக்காதே. ராட், கிவ் ஹிம் எ ட்ரிங்க்!'

ராதாகிருஷ்ண்ன் ஒரு கிளாஸில் சரசரவென்று ஊற்றி ஐஸ் கட்டிகளைப் போட்டு சோடா கலந்து அவன் முன் வைத்தான். மதுமிதா அவனை மௌனமாக பார்த்துக்கொண்டிருந்தாள்.

'எதுக்குப் பயப்படறே மது? நான் உன்னை ஒண்ணும் செய்துரமாட்டேன்.'

'ரகு, என்மேல கோபமா?'

‘இப்ப இல்லை.’

‘டேக் இட் ரகு... நல்லாத் தூக்கம் வரும். ஹாங்க் ஓவர் எதும் இருக்காது. ஸ்காட்ச் பாரு.’

‘சாப்பிடு ரகு, சும்மா சாப்பிடு. என்ன மாப்பிள்ளை! உங்க பீட்டா மாக்ஸைக் கொண்டுவாங்க. ரகுவுக்கு வீடியோ போட்டுக் காட்டலாம். சமாதானம் ஆயிட்டதை செலிப்ரேட் பண்ணலாம்.’

முதல்முறையாக மது அருந்தினான். பழக்கம் இல்லாததால் சட்டென்று விழுங்க லொக் என்று இருமினான். வாய்க்குள் கணப்பு பரவியது. வயிற்றில் அது போகும் பாதையைத் தெளிவாக உணர்ந்தான்.

‘மெல்லச் சாப்பிடு. அவசரம் இல்லை. என்ன பண்றதா உத்தேசம்?’

‘திரும்ப வேலைக்குப் போய் சேர்ந்துரப் போறேன்.’

‘ஹானஸ்ட்லி தேர் இஸ் நத்திங் ராங் வித் யுர் ஃபாதர்... தெரியுமோ?’

‘எங்கப்பாவைப் பத்தி தயவு செய்து பேசாதீங்க. அவராலதான் இந்த வாய்ப்பை இழந்தேன். இனிமே நான் தனியாளு. ரொம்பத் தனி... இன்னும் கொஞ்சம் ஊத்தறிங்களா?’

‘கொஞ்சம் இரு. மெல்லச் சாப்பிடு. மது, உள்ள போய் இன்னும் கொஞ்சம் முந்திரிப்பருப்பு கொண்டு வா.’

இப்போது விஸ்கி அவன் ரத்தத்தில் சேர்ந்துகொள்ள சிரிக்க வேணும்போல இருந்தது. நிறையப் பேச வேணும்போல இருந்தது. உடல் பூராவும் தன்னிரக்கம் சுரந்தது. ‘நீங்க என்ன செய்வீங்க? என்னதான் செய்வீங்க?’ என்று கோபிநாத்தைத் திரும்பத் திரும்பக் கேட்டுவிட்டு, ‘மிஸ்டர் அமெரிக்கா! யூ ஆர் லக்கி. மது மாதிரி பொண்ணு கிடைக்கமாட்டா. மே தி பெட்டர் மேன் வின்!’

‘தி பெட்டர் மேன் ஹாஸ் ஒன்! சியர்ஸ்!’

‘ராட், அதிகம் கொடுக்காதே, முதல் தடவையாக் குடிக்கிறான்.’

‘முதல் தடவைக்கு நல்லாத் தாங்குது. கமான் ரகு, ஃபினிஷ் இட்.’

‘ஷார் கோபிநாத் ஷார். ... உங்க டாட்டழ் எனக்குக் கிடைக்கலை. பரவால்லை. இன்னொரு டாட்டழ் பெத்துக்கிட்டு அது பெருசாற வரைக்கும் ஐல் வெயிட்! ஐல் வெயிட்! ப்ராமிஸ்?’

‘ஓ எஸ்! ப்ராமிஸ்! இன்னொரு டாட்டர் பொறந்தா அது நம்ம ரகுவுக்குத்தான்! உத்தரவாதம்! என்ன டார்லிங்? எப்படி ஐடியா?’

‘அவர் வீட்டுக்குப் போகட்டுங்க. ரொம்ப நேரமாயிடுச்சில்ல?’

‘வீடு எதும்மா எனக்கு? இனிமே வீடு மைலாப்பூர்? ஒரு சின்ன ரூம்தான்! அம்மா சின்ன வயசிலிருந்து கிடையாது. அப்பா இன்னைலேருந்து கிடையாது. நோ மதர்... நோ ஃபாதர்! எப்படி அமெரிக்கா?’

‘எக்ஸலண்ட்! ஹேவ் ஒன் மோர்!’

‘ஒய் நாட்?’

‘ராதா! போதும் விடுங்க.’

‘ஷ்ஷ்ஷ்ஷ்ட் அப்! நீங்க பண்ணது தப்பு, உங்க பொண்ணைப் பழகவிட்டது தப்பு. நான் ஒரு ஜெண்டில்மேன், நான் யாரு ஜெண்டில்மேன்! அதனால தகராா் பண்ணலை! இல்லை, உங்களை எல்லாம்... உங்களை எல்லாம் ... நான் ஷொல்றது ஷரிதானே அமெரிக்கா!’

‘செண்ட் பர்ஸண்ட் பார்ட்னர்!’

‘அமெரிக்காவிலே எத்தனை பொம்பளையைப் பார்த்திருக்கே?’

‘ஓ! ப்ளெண்ட்டி!’

‘நான் மதுமிதா ஒருத்தியைதான்! ஏய், நான் உன் ஒய்ஃபைத் தொட்டிருக்கேன். கிஸ்கூடப் பண்ணியிருக்கேன் தெரியுமோ!’

‘வெரிகுட்... சியர்ஸ்!’

‘லெட்டர் எழுதியிருக்கா, என்ன லெட்டர்? எல்லாம் நெட்ரு! டியர் ரகு, நான் எழுதிய லெட்டர் கிடைச்சுதா ஏன் பதில் போடலை. இன்னிக்கு சுதா மரத்திலே இருந்து விழுந்தாள். கால் உடையலை. நாளைக்கு வீட்டுக்கு கெஸ்ட் வராங்க. நீ ஏன் ரிப்ளை போடலை. டூ பாட், அதுக்காக நீ வந்த உடனே மூக்கிலே ஒரு தடவை குத்தப்போறேன். சப்பக். மெட்ராஸுக்கு ஓடி வந்துரட்டுமா? என்ன மது! நீதானே இதெல்லாம் எழுதின? சொல்லு மது, நீதானே?’

மது ‘ஆம்’ என்று தலையாட்டினாள்

தள்ளாடி எழுந்தான். அவளருகில் செல்ல விரும்பி குறுக்கே இருக்கும் ஸ்டூலை எல்லாம் கவனிக்காமல் அவளை நோக்கி நடந்து, சப்பக்! ‘குத்து மது, மூக்கில குத்து மது! நீ குத்தித்தான் ஆகணும். லெட்டர்ல எழுதிட்ட, வா மது! வந்துரு! எனக்கு ரத்தம் வரக் குத்து!’

அவளை அடைய முடியாமல் கவிழ இருந்தவனை ராதாகிஷனும் கோபிநாத்தும் பிடித்துக்கொண்டார்கள். ‘இதப் பார் ரகு, ஜாஸ்தி சாப்பிட்டாச்சு... ஜஸ்ட் ரிலாக்ஸ்!’

‘எனக்கு இன்னும் மது வேணும்! மதுவுக்குப் பதிலா மது! ஹஹ்ஹஹா!’

பழக்கமில்லாத திரவம் குபுக்கென்று தொண்டைக்கு வந்துவிட, சமாளிக்க முடியாமல் வாந்தியெடுத்தான். அவனைத் தனியாகப் பிரித்து அழைத்துச் சென்று வேலியோரம் அவனுள் இருப்பதையெல்லாம் கொட்ட அவகாசம் அளிக்கப்பட்டது.

‘சிவன் பிள்ளை! இவரை ஜீப்பிலே கொண்டு வீட்டுல விட்டுட்டு வந்துரு!’

'எனக்கு வீட்டுக்குப் போகவேண்டாம். நான் உங்ககூட இருக்கேன். மதுவுக்குத் தங்கை பிறக்கிறவரைக்கும் இங்க இருக்கேன்.'

'சிவன் பிள்ளை, அழைச்சிக்கிட்டுப் போய்யா'

'வாங்க தம்பி!'

எதிர்க்கத் திராணியில்லை! எப்போது என்ன ஆயிற்று? மயக்கமாக விழுந்தானா?

எதோ ஜீப்பில் போனதும், கதவு தட்டினதும், அப்பா மௌனமாகக் கதவு திறந்ததும், 'நான் பார்த்துக்கறேன், நீங்க போங்க' என்ற குரலும், அவன் பேண்ட் கழற்றப்பட்டதும், அவனைப் புரட்டி வேட்டி கட்டப்பட்டதும், தலையணை அமைக்கப்பட்டதும், படுத்து விளக்கை அணைத்ததும் கட்டில் சரிந்து சரிய பயந்துபோய் சட்டென்று விழித்துக்கொண்டதும், தன் அபத்தமான நடத்தை நினைவுக்கு வந்ததும் மௌனமாக அழுததும், தூங்கிப் போனதும்-

'ரகு! ரகு!'

கண் விழித்தான். தலை பூரா கனமாக இருந்தது. அப்பா கையில் காப்பியுடன் நின்றுகொண்டிருந்தார்.

'ஸ்ட்ராங்கா காப்பி கொண்டுவந்திருக்கேன். சாப்பிடு, சரியாப் போயிரும்.'

மௌனமாக வாங்கிக்கொண்டான்

'என்ன சாப்டே? விஸ்கியா?'

பதில் சொல்லவில்லை.

'பழக்கமில்லாம நிறையக் குடிச்சிருக்க போல இருக்கு. சிவன் பிள்ளை சொன்னான். வாயிலெடுத்தியாமே? பேசமாட்டியா?'

'...'

'என்மேல கோபமா? நான்தான் உன் கல்யாணம் நின்னு போனதுக்குக் காரணமா?'

'ஜெயந்தி வந்தாச்சா?' என்றான். அப்பாவின் முகம் சிறுத்தது.

'உனக்கு எப்ப விருப்பமோ சொல்லு. ஜெயந்தியைப் பத்திச் சொல்றேன்.'

'பஸ் எப்ப?'

'எங்க போக?'

'மெட்ராஸ் திரும்பிப் போக.'

'கேட்டுட்டுப் போ.'

'எனக்கு ஒண்ணும் கேட்கவேண்டாம். எனக்குக் கேட்க உரிமை இல்லை. அது உங்க சொந்த விஷயம்.'

'எதுவா இருந்தாலும் கேட்டுட்டுப் போ.'

ரகு மறுபடி அந்தப் பக்கம் திரும்பிப் படுத்துக்கொண்டான். கொஞ்சநேரம் மௌனத்துக்குப் பிறகு அப்பாவின் பெருமூச்சு கேட்டது. 'நான் ஆபீஸ் போறேன். மத்தியானம் ஒரு மணிக்கு வருவேன்.' கதவு சாத்தப்படும் சப்தமும் வாசலில் செருப்பை மாட்டிக்கொண்டபின் அவர் சற்றுநேரம் தயங்கி, பின்பு கதவைச் சாத்துவதும் கேட்டது.

கண்களைத் திறந்து, சற்று நேரம் விட்டத்தைப் பார்த்தான். அப்பா பழைய செய்தித்தாள்களை ஒழுங்காக அடுக்கியிருந்தார். ரகுவின் சின்ன வயசு போட்டோ அலமாரியில் தெரிந்தது. கடிகாரம் சாவி கொடுத்த உற்சாகத்தில் டாண் டாண் என்றது. தன் முந்தினநாள் நடத்தையை எண்ணிப் பார்த்தான். அவமானமாக இருந்தது. அவர்கள் எல்லாரும் சிரித்திருப்பார்கள். இன்னும் சிரித்துக்கொண்டுதான் இருப்பார்கள். அப்பாகூட ஆபீஸ் போகிற வழியில் சிரித்துக்கொண்டு போயிருப்பார். பாபநாசமே என்னைப் பார்த்து, நான் கடந்ததும் சிரித்துக்கொள்ளும். 'இதோ போகிறான் பார் ரகு. எல்லாவற்றையும் கோட்டை விட்டவன். அவர்கள் வீட்டுக்கே போய் குடித்துவிட்டு அமர்க்களம் பண்ணிவிட்டு வந்தவன். இவன் என்ன வேலை செய்து உத்தியோகம் பார்த்து வாழ்க்கையில் எதைச் சாதிக்கப் போகிறான்? அப்பன் வேறு எதையோ ஜென்மத்தை வீட்டில் வைத்துக்கொண்டு கூத்தடிக்கிறான். சே! கேட்கவே நன்றாக இல்லை. இவனுக்கு பெரிய இடத்து சம்பந்த ஆசை வேறே! இவன் எதற்கு லாயக்கு!' அவ்வப்போது அழுதான்!

டெலிபோன் ரொம்ப நேரம் அடித்தபின் அதை எடுத்தான்.

'ரகு!'

'யாரு?'

'நான்தான் மது பேசறேன்.'

'என்ன மது?'

'ரகு நான் உன் கூடப் பேசணும். தனியா இருக்கியா? நான் அங்க வரட்டுமா?'

'என்ன வேணும் மது?'

'அங்கேயே இரு. நான் வர்றேன்!'

எதற்கு இங்கு வருகிறாள்? மன்னிப்பு கேட்கவா? இல்லை. 'இந்தக் கல்யாணத்தில் எனக்கு இஷ்டமில்லை. உன்னுடன் ஓடி வந்து விடுகிறேன். இருவரும் சொல்லாமல் கொள்ளாமல்...' சட்டென்று அவன் களைப்பு அத்தனையும் விலகிப்போய் ஒரே ஓட்டமாக ஸிங்க்குக்குப் போய் முகம் கழுவிக்கொண்டு சட்டை மாற்றிக்கொள்வதற்குள் வாசலில் சைக்கிள் மணி கேட்டது. கதவைத் திறந்தால் 'ஹாய்!' என்றாள்.

அவளும் இப்போதுதான் எழுந்திருக்கிறாள் போலும்! கண்களில் தூக்கம் இருந்தது. அதனாலேயே அவள் முகத்துக்கு ஒரு நேர்த்தி கிடைத்திருந்தது.

அவசரமாகத் தலையைப் பின்பக்கமாகச் சேர்த்து ரப்பர் வளையத்தால் சிறைப்படுத்தியிருந்தாள். சட்டையை பேண்ட்டுடன் செருகாமல் விட்டிருந் தாள். சைக்கிளில் வேகமாக வந்ததினால் மூச்சு இரைத்துக் கொண்டிருந்தது. ஏதோ திருநெல்வேலி சந்திப்பில் பார்த்த மதுமிதாவிலிருந்து மாறிவிட்டவள் போலத் தோன்றினாள். அருகேதான் நின்றாலும் தனக்கும் அவளுக்கும் தூரம் அதிகமாகிவிட்டது போலத் தோன்றியது.

'உள்ள வரட்டுமா ரகு?'

'வா மது.'

'உள்ள வந்து இங்க உக்காரட்டுமா? ஃபேனைப் போடேன், வியர்க்குது!'

மின் விசிறிக் காற்றில் சட்டையைத் தொளதொளத்துக்கொண்டு ஆசுவாசப் படுத்திக்கொண்டாள்.

ரகு 'சொல்லு' என்றான்.

'என்மேல் கோபமா?'

'முதல்ல கோபம், இப்ப வருத்தம்தான் மது.'

'உக்காரேன்.'

'பரவாயில்லை சொல்லு. எதுக்கு இங்க வந்தே?'

'வீட்டில் வேற யாரும் இருக்காங்களா? அப்பா இருக்காங்களா?'

'இல்லை, தனியாத்தான் இருக்கோம். சொல்லு.'

'எனக்குப் புரியவே இல்லை, உன்னை நெனைச்சாப் பாவமா இருக்குது. நான் ராதாகிஷணைக் கல்யாணம் பண்ணிக்கிறது சரியா? சொல்லு ரகு.'

'அதை நீதானே தீர்மானிக்கணும்.'

'நான் சொன்னேன் இல்லையா- ஐம் கன்ஃப்யூஸ்ட்டுன்னு. அப்பா, அம்மா ரெண்டு பேரும் ராதாவைத்தான் கல்யாணம் பண்ணிக்கச் சொல்றாங்க. அமெரிக்காவில் ஹாப்பியா இருக்கலாம். அப்படி இப்படின்னு. அமெரிக்கால ஹாப்பியா இருக்குமா, சொல்லு ரகு. எனக்கு அமெரிக்கா பார்க்கணும் போலத் தான் இருக்குது. ரகு! எதுக்காக அப்பா உன்னை வேண்டாம்னுட்டாரு! அதுக்கு காரணம் என்ன? சொல்லு!'

'ராதாகிஷன் உனக்கு பெட்டர்னு தீர்மானிச்சிருக்கார்.'

'இல்லை ரகு, வேற ஏதோ காரணம் இருக்குன்னு அப்பா சொன்னார். என்னன்னு கேட்டா சொல்லமாட்டேங்கறார். என்ன காரணம் ரகு? எனக்கு உன்னைப் பார்த்தா பாவமா இருக்குது. நீ நேத்திக்கு அழுதியாமே? ஏன் அழுதே? நான் கிடைக்கலைன்னா? ஹௌ ஸ்வீட், ரகு! எனக்குப் புரியலை. கல்யாணம்னா என்ன? புரியலை. செக்ஸ் பத்தி நிறைய நாவல்களைப் படிச்சாச்சு. ஆனா இன்னும் அது என்னன்னு சரியாத் தெரியாது. ராதா எல்லாம்

சொல்லித் தரேன்னு சொன்னான். வீடியோல காட்டினான். எனக்குப் பிடிக்கலை. நாஸியேட்டிங். லவ்னாலும் என்னன்னு சரியாத் தெரியாது. உனக்கு லெட்டர் எல்லாம் அம்மாதான் எழுதச் சொன்னாங்க. உங்கூடப் பழகும்படி அம்மாதான் சொன்னாங்க. உன்னைத் தொட்டது, கிஸ் பண்ணது எல்லாம் தப்பா இருக்கலாம். எனக்கு அது தப்பாத் தெரியலை. பூனைக் குட்டியை கிஸ் பண்றதில்லையா? எனக்கு எல்லாமே கன்ஃப்யூஸ்ட்டாத்தான் இருக்குது... அமெரிக்கா பார்க்கணும்போல இருக்கு. ஆனா பத்தொன்பது வயசில கல்யாணம் செய்துக்கறது கொஞ்சம் ஏர்ளி இல்லை?'

ரகு அவளை நேராகப் பார்த்தான். அவள் கேட்கும் ஒவ்வொரு கேள்வியிலும் பாசாங்கு இல்லாத ஆர்வம் மட்டுமே இருந்தது. 'யூ ஆர் என் ஓவர்க்ரோன் சைல்ட்! மது ஒண்ணு செய்யறியா?'

'என்ன சொல்லு.'

'உனக்கு யாரைக் கல்யாணம் பண்ணிக்க இஷ்டம்? அவனையா, என்னையா?'

'சரியாத் தெரியலையே ரகு?' தவிப்பு அவள் முகத்தில் பிரதிபலித்தது.

'அமெரிக்காவில் போய் ரொம்பக் கஷ்டப்படுவே.'

'இண்டியன்ஸ் எல்லாம் நிறைய இருக்காங்களாமே, டமில் மூவிஸ் எல்லாம் காஸட்ல இருக்குமாம். கோயில் இருக்காம். மொட்டைகூட இருக்காம்' என்று சிரித்தாள்.

'மது, அந்த வாழ்க்கை உனக்கு ஏற்றதில்லை. நான் சொல்றபடி செய்யறியா?'

'என்ன ரகு?'

'என்கூட யாருக்கும் சொல்லாம மெட்ராஸ் வந்துருவியா?'

'யார்கிட்டயும் சொல்லாம?'

'ஆமா.'

'மெட்ராஸ்?'

'ஆமா. இப்பவே கிளம்பிடலாம். அங்க போய், நானும் நீயும் கல்யாணம் பண்ணிக்கிடலாம்.'

'பயமா இருக்கு. போலீஸ் பிடிப்பாங்களா?'

'இல்லை, நாம சட்டப்படி கல்யாணம் செய்துக்கிட்டா போலீஸ் ஒருத்தரும் ஒண்ணும் செய்யமுடியாது.'

'ஓடிப் போறதுன்னா எப்படி?'

'நான் போய் ஒரு டாக்ஸி பிடிச்சுக்கிட்டு வரேன். சாயங்காலம் பஸ் ஸ்டாண்டாண்ட வரேன். ஏறிக்கறே.... வி டேக் ஆஃப்!'

'மெட்ராஸ் போயி...'

'அப்புறம் கொடைக்கானல், ஊட்டி, பங்களூர் எங்க வேணா! நீ எங்க சொல்றியோ அங்க.'

'அமெரிக்காகூடப் போகலாமா?'

'பணம் சேர்த்து வெச்சுட்டுப் போகலாம்.'

'ராதாகிஷன் வேண்டாம் இல்லை?'

'சே! உனக்கும் அவனுக்கும் என்ன!'

'அம்மா சொன்னாங்க... உன்னைக் கல்யாணம் பண்ணிக்கிட்டா தினம் பால்புட்டி, கூப்பன், மண்ணெண்ணெய் எல்லாம் சொன்னாங்களே!'

'உன்னை அசங்க விடமாட்டேன் மது. எல்லாம் நான் பாத்துக்கறேன். இதப் பாரு மது. உனக்கு ஏற்ற ஆள் நான்தான். நான்தான்! என்கூட ஓடி வந்துரு. ஒருத்தருக்கும் சொல்லாதே!'

சற்று நேரம் யோசித்தாள். 'என்னைக் கல்யாணம் பண்ணிக்கலைன்னா நீ செத்துப் போயிடுவேதானே?'

'நிச்சயம்!'

மறுபடி யோசித்தாள். 'சரி எத்தனை மணிக்கு வரணும்?'

'நான் கீழ போய் ஒரு டாக்ஸி பிடிச்சுக்கிட்டு வர்றேன். நீ நேரா பன்னிரண்டு மணிக்குள்ள பஸ் ஸ்டாண்ட் பக்கம் வந்து நின்னுக்க. யார்கிட்டயும் சொல்லாத. துணி கிணி ஒண்ணும் எடுத்துக்காதே.'

'சரி வர்றேன்' என்று சைக்கிளில் ஏறிச் சென்றாள். அவள் போன திக்கைச் சற்று நேரம் திகைப்புடன் பார்த்துக்கொண்டிருந்தான். என்ன பெண் இவள்? சட்டென்று கதவைப் பூட்டி பக்கத்து வீட்டில் சாவி கொடுத்துவிட்டு வெளியே ஓடினான்.

பிரிவோம் சந்திப்போம் ● 133

புது வெள்ளம்போல உற்சாகத்தில் பஸ் பிடித்து விக்கிரமசிங்கபுரம் சென்று, அங்கே டாக்கீஸ் அருகில் நின்றுகொண்டிருந்தவரிடம் விசாரித்து, அவர் மில்லுக்குப் போகும் வழியில் ஒருத்தர் டூரிஸ்ட் டாக்ஸி வைத்திருப்பதாகவும் கிலோ மீட்டருக்கு ஒரு ரூபாய் அறுபது பைசா ஆகும் என்றும் சொல்ல, தன்னிடம் இருந்த பணத்தையெல்லாம் முன் பணமாகக் கொடுத்துவிட்டு டிரைவரைத் தேடிப் போய் அவருக்காக ஒரு சலூன் வாசலில் காத்திருந்துவிட்டு மிலிட்டரி ஓட்டலில் அவர் சாப்பிடும்வரை காத்திருந்து, காரில் படபடப்புடன் ஏறிக்கொண்டு 'ஒரு நிமிஷம் இருங்க தம்பி. ஒரு டயரு வீக்கா இருக்குது. நீங்க எதுவரைக்கும் போகணும்?'

'திருநெல்வேலி. அங்க ரயில் கிடைக்கலைன்னா மதுரை. ஏன் மெட்ராஸ்கூட.'

'அப்ப கொஞ்சம் ஸ்டெப்னியை மாத்திக்கிட்டு வந்துர்றேன். ரொம்ப மொட்டையா இருக்குது.'

பதறினான். தவித்தான், நகத்தைக் கடித்தான். மத்தியானத்துக்குள் மலைக்குப் போய்விடவேண்டும். மதுமிதா காத்திருப்பாள். ஏன் இந்த யோசனை எனக்கு முன்னமே தோன்றவில்லை? அவள் உள்ளூர என்னை விரும்பித்தான் இருக்கிறாள். நான் கூப்பிடத்தான் காத்திருக்கிறாள். அப்பாக்கள் எக்கேடு கெட்டுப் போகட்டும். அமெரிக்கர்களை வரவேற்கட்டும். பொருந்தாமல் கல்யாணங்கள் செய்துகொள்ளட்டும். இது மகன்களின் மகள்களின் யுகம். அவர்கள் தீர்மானம் வேறு. அவர்கள் பறந்து செல்லப் போகிறார்கள்!

ஒரு வழியாகக் காரைக் கிளப்பிப் புறப்படுவதற்கு ஒரு மணி ஆகி விட்டது. அம்பாஸிடர் வெளியே பார்க்கும்போதுதான் புதுசாக இருந்தது. பிரயாணம் செய்யும்போது அதன் பல பாகங்கள் நடுங்கின.

'சீக்கிரம் போங்க! சீக்கிரம் போங்க!'

'புதுசா ரிப்பேர் ஆன இன்ஜினுங்க. ரன்னிங் இன்ல இருக்கிறதால கொஞ்சம் நிதானமா போறேன். அதும் மலை பாருங்க. அங்க வெச்சு எதாவது ஆக்ஸிடெண்ட் ஆயிருச்சுன்னா? அங்க... அங்க போய் யாரையாவது அழைச்சுக்கிட்டுப் போவணுங்களா?'

'ஆமாம். என் மனைவியை!'

மறுபடி பாவநாசத்துக்கு வந்து தூரத்திலிருந்து பார்த்தபோது மதுமிதா நின்று கொண்டிருப்பது தெரிந்தது. உடல் பூராவும் இன்பம் பொங்க, கிட்டே சென்று 'மது!' என்று கூப்பிட்டபோது அவள் திரும்பவில்லை. மது இல்லை. அது பள்ளிக்கூட டீச்சர் மகள். இவனைப் பார்த்துத் திகைத்தாள்.

மது இன்னும் வரவில்லையா? இல்லை, வந்து காத்திருந்துவிட்டு வீடு திரும்பியிருப்பாள். சே! சமயத்தில் வந்திருக்கவேண்டும். இப்போது அவள் வீட்டுக்குப் போகலாம். எப்படியாவது அவளைச் சந்தித்து அழைத்து வந்துவிடலாம்.

வீட்டுக்குப் போனபோது அங்கே நடமாட்டம் அதிகமாக இருந்தது. கிரேட் நிறைய டெம்போவில் குளிர்பானங்கள் வந்து இறங்கின. பந்தல் போடுவதற்கு மூங்கில்களை நிமிர்த்திக் கொண்டிருந்தார்கள். வெள்ளூடைக்காரர்கள் நாற்காலிகளை வரிசைப்படுத்திக்கொண்டிருக்க மரக்கிளைகளில் மின் விளக்குச்சரங்களை அமைத்துப் பகலிலேயே பரிசோதனை பண்ணிக் கொண் டிருந்தார்கள். சுதா ஓடிக்கொண்டிருந்தான்.

'சுதா! சுதா! கொஞ்சம் இங்க வாயேன்!'

சுதா தன் கையிலிருந்து அமெரிக்க விளையாட்டு பொம்மையைத் திருகிக் கொண்டே வந்தான்! 'எஸ் அங்கிள்?'

'மது எங்கே?'

'உள்ள இருக்கா...'

'கொஞ்சம் கூப்பிடேன், அவகிட்ட மட்டும் சொல்லு. ரகு...' சுதா முழுதும் கேட்காமலே உள்ளே ஓடிப்போனான். மூங்கில் கம்பங்களில் குழல் விளக்கு களை அமைத்து ஸ்டார்ட்டரைத் திருகி டெஸ்ட் பண்ணிக்கொண்டிருந்தார்கள்.

'முந்நூறு சேர் போட்டுருய்யா, அரை வட்டமா இருக்கட்டும்!'

'ஹலோ செக் ஹலோ செக்!'

'கெட்டியாப் புடியேன் சவமே!'

'பீஸ் செரியாப் போட்டிருக்கியா!'

டாக்ஸிக்காரன் அங்கிருந்து 'பாம் பாம்' என்றான்.

'இரு இரு' என்று சைகை செய்தான். மது வந்தாள். மெல்ல தூரத்திலிருந்து அவனைப் பார்த்துக்கொண்டு வந்தாள்.

'மது! பஸ் ஸ்டாண்டுக்கு வந்திருந்தியா! ஸாரி மது! லேட்டாயிருச்சு. கார் கொண்டுவந்திருக்கேன் மது. அதோ பார், காத்துக்கிட்டு இருக்குது. வா மது... கிளம்பு கிளம்பு!'

'எங்க போகணும்?'

'அதான் சொன்னேனே காலைல. நாம ரெண்டு பேரும் எங்க வேணா போகலாம். கிளம்பு மது, யாரும் பார்க்கறதுக்குள்ள சீக்கிரம் கிளம்பு.'

'ரகு, நான் வரலை!'

'என்ன மது, காலைல வர்றதாச் சொன்னியே! கார் எல்லாம் கொண்டு வந்துட்டேன். இனிமே யோசிக்காதே. யோசிச்சா உன்னால தீர்மானிக்க முடியாது. ஆனா உனக்கு நல்லது இதுதான். வா, மது! அவங்க யாரும் பார்க்கற துக்குள்ள போயிரலாம். கார் இருக்கு... சுதந்தரம் நம்மை அழைக்கிறது. வா, மது!'

'ரகு! அப்பா என்கிட்ட சொல்லிட்டாங்க. எதுக்காக உனக்கும் எனக்கும் கல்யாணம் வேண்டாங்கற காரணத்தை என்கிட்ட சொல்லிட்டாங்க! உங்கப்பா அந்த ஜெயந்தியை என்னவோ செய்துட்டாராம். அது மாதிரி என்னையும் செய்துருவாராம். அதுக்காகத்தான் கல்யாணம் வேண்டாம்னு சொல்லிட்டாராம். ரகு, எனக்கு அதைக் கேட்டதும் இஷ்டமில்லாமப் போயிருச்சு. அதாலதான் பஸ்ஸ்டாண்டுக்கு வரலை!'

'இதை எதுக்காக உங்கிட்ட சொன்னாங்க? ஓ மை காட்! பிசாசு மாதிரி இந்த அப்பா விவகாரம் என்னைத் துரத்துதே!'

'நான் உங்கூட வரத் தயாராத்தான் இருந்தேன் ரகு. அம்மா எங்கே போயிருந்தேன்னு கேட்டாங்க. கேள்வி மேலே கேள்வியா கேட்டப்ப நடந்ததைச் சொல்லிட்டேன். 'அவன் பின்னாலே போறேங்கறியேடி... அவங்க அப்பா எப்படிப்பட்ட மனுஷர் தெரியுமா?'ன்னு கேட்டாங்க. நீங்க செஞ்சது நல்லா இல்லை. ரகுவைப் பார்த்தா பாவமா இருக்குது'ன்னேன். அப்பதான் 'உண்மையான காரணத்தைத் தெரிஞ்சுக்க'ன்னு சொன்னாங்க. ரகு... அது நிஜமா?'

'நிஜம்தான் மது' என்றான் லேசான குரலில். 'ரகு, அப்ப எங்கப்பா எனக்கு நல்லதுதான் செய்திருக்காங்க. இல்லையா ரகு? நான் ராதாவையே கல்யாணம் செய்துக்கறேன் ரகு. என்மேல கோபப்படாத. நான் அமெரிக்கா போனதும் உனக்கு லெட்டர் போடறேன் ரகு. உனக்குக் கல்யாணம் நடக்கறப்போ எனக்கு இன்விடேஷன் அனுப்பு. சாயங்காலம் ஃபங்‌ஷன் இருக்கு. அப்பா ஃப்ரெண்ட்ஸ் எல்லாம் கூப்பிட்டிருக்காரு. நிச்சயதார்த்தம் பண்ணப் போறாங்க. பந்தல் எல்லாம் போடறாங்க. பார்த்தியா? விளக்கு வெக்கறாங்க! ராதா எனக்கு பெரிசா டைமண்ட் வெச்ச ஒரு மோதிரமும் நெக்லஸ‍ும் வாங்கிட்டு வந்திருக்கான். ரகு நிச்சயம் நீ பார்ட்டிக்கு வரணும். உனக்காகக் காத்திட்டிருப்பேன். பார்த்துக்கிட்டே இருப்பேன். நீ வந்தாத்தான் உனக்கு எம்மேல கோபமில்லைன்னு அர்த்தம். என்ன, வரதானே?'

‘வரேன் மது’ என்று புறப்பட்டான்.

‘குட் பை ரகு!’

இயந்திரம் போல நடந்தான். ‘என்ன தம்பி போகலாமா? மனைவி வரலையா?’

‘இல்லைங்க வரவேண்டியவங்க வரலை! நீங்க திரும்பி விக்கிரமசிங்கபுரம் போயிருங்க. மீட்டரைப் பார்த்து ரிட்டர்ன் ட்ரிப்புக்கும் சேர்த்து எத்தனைன்னு சொல்லுங்க.’

டிரைவர் கொஞ்சம் முகம் மலர்ந்து, ‘நல்லவேளை, நீங்க பாட்டுக்கு மதுரை, மெட்ராஸ்ன்னு சொல்லிக்கிட்டிருந்தீங்க. இந்த வண்டி அவ்வளவு தூரம் போவாதுங்க’ என்று கொடுத்த அட்வான்சுக்கு மேல் பதினைந்து ரூபாய் பெற்றுக்கொண்டு புறப்பட்டான்.

இந்த வண்டி போவாதுங்க. சாதாரண வாக்கியம்! ரகுபதியின் மனசுக்குள் ஏதோ சடக்கென்று அறுந்துவிட்டதுபோல உணர்ந்தான். அந்தக் கணத்திலிருந்து அவனுள் மெல்ல மெல்ல ஒரு பிரும்மாண்டமான அலை உருவாவதற்கு ஆரம்ப அறிகுறிகள் புறப்பட்டன! அந்த அலை ஓயப்போவதில்லை. பெரிசாகிப் பெரிசாகி அவனையே சாப்பிடப்போகும் அலை. தன்னிரக்க அலை.

நடந்தான். எங்கே போவது என்பதைத் தீர்மானிக்கவில்லை. இனி என்ன செய்வது என்பதும் தெரியவில்லை. மனசுக்குள் ஆயிரம் எண்ணங்கள் முட்டி மோதின. சிரித்துக்கொண்டான்.

‘உனக்குக் கல்யாணம்! கெட்ட கேட்டுக்கு உனக்குக் கல்யாணம் வேறா?’ என்று சொல்லிக்கொண்டான். தன்னிரக்கம் உடம்பு பூராவும் பரவியது! ரகுபதி சின்ன வயசிலேயே தாயை இழந்தவன். அப்பாவால் கவனமாக வளர்க்கப் பட்டாலும் இளமையிலிருந்து அடித்தளத்தில் தாயில்லாத ஏக்கத்திலேயே வளர்ந்தவன். அப்பா யாரிடமாவது குழந்தையை விட்டுச் சென்றுவிடும் கட்டாயம் ஏற்பட்டபோது பசியால் வீறிட்டு அழுததும், கொஞ்சம் தாமதமாக அவன் பசி நிவர்த்திக்கப்பட்டு வயிறு நிரம்பி ஏற்பட்ட திருப்தியும், அழுது அழுது அதன்பின் ஆறுதல் வந்து விளையாட்டு காட்டப்பட்டு சந்தோஷம் ஏற்பட்டு அவன் மனத்தின் ஆழத்தில் சந்தோஷமும் துக்கமும் ஒரு விதத்தில் இணைந்துவிட்டன. ரொம்ப சந்தோஷமாக இருந்தால் ரொம்ப துக்கம் வந்தே ஆகவேண்டும் என்று அவன் உள் மனம் ஒருவிதத்தில் தயாராகிவிட்டது. ஏன், பழகிவிட்டது.

அவன் இளவயதில் அடிக்கடித் தோன்றிய பசி உணர்ச்சிகள், உணவுத் தேவைகள் மெல்ல மெல்ல அன்பு ஏக்கங்களாகப் பரிணமிக்க, அதே சமயம் அதிக அன்பைப் பெறும்போது அதன்பின் அதிகமாக நிராகரிப்பும் வந்துதான் ஆகவேண்டும் என்கிற எதிர்பார்ப்பின் பரபரப்பும் சேர்ந்திருந்தது. இதோ மறுபடி அவன் உள்மனத்தில் உருவில்லாத கவலைகள் ஊர்ஜிதம் பெற்று விட்டன. தன்னையே காதலித்துக்கொள்ள, தன்னையே வெறுத்துக்கொள்ள!

நான் தனிமையானவன். எனக்கு அதிக சந்தோஷம் என்பது அதிக துக்கமே! என்னைக் காதலிக்க, விரும்பி அன்பு கொடுக்க என்னைத் தவிர யாரும் இல்லை. அப்பா செய்தார். அதற்குமேல் அவரிடம் எதிர்பார்ப்பது என்னுடைய தப்பு. அவர் செய்கையால் என் சந்தோஷம் குலைந்துவிட்டது என்று நினைப்பதுகூட என் குற்றமே. என் விதியில், முறைப்படி மாறிமாறி அமைய வேண்டிய துக்கம், சுகம் என்கிற இருநிலை அனுபவத்தில், இது எனக்கு நிகழ வேண்டியது தவிர்க்க முடியாதது.

ரகுபதிக்குள் ஓர் அழகான பதுமை இருந்து அது இப்போது முழுவதும் சுக்குநூறாக உடைக்கப்பட்டு விட்டது. அந்தப் பதுமை அழிந்தபின் இனி என்ன இருக்கிறது? மெல்ல மெல்ல நடந்தான்... மலையேறினான். ரெஸ்ட் ஹவுஸை நோக்கி நடந்தான். அங்கிருந்து மதுமிதாவின் வீடு தெரிந்தது. யாரோ ஊதிக்கொண்டு, 'ஹலோ செக்' சொல்லிக்கொண்டிருந்தார்கள். மெல்ல அந்த மண்டபத்துக்குப்போய் உட்கார்ந்தான். வெகு நேரம் உட்கார்ந்திருந்தான். கன்னத்தில் கைவைத்து ஒரு திசையில் பார்த்துக்கொண்டு யோசித்துக்கொண்டு உட்கார்ந்திருந்தான்.

உள்ளத்தில் குழப்பமான எண்ணங்கள் இருந்தாலும் வெளிப்புறத்தில் மிகவும் சாந்தமாகத்தான் காணப்பட்டான். அவ்வப்போது தனக்குள் சிரித்துக் கொண்டான். மண் தரையில் குச்சி உடைத்துக் கோடுகள் வரைந்தான். வட்டங்கள் ஒழுங்காக ஆரம்பித்து இனம் பெருக்கி மிகச் சிக்கலான வட்டங்களாகி எத்தனை நேரம் அப்படி இருந்தான்! மெல்ல மண்டபத்திலிருந்து தாமிரபரணியின் ஆரம்ப உற்சாகம் பொங்கும் அந்தப் பிரதேசத்தை எட்டிப் பார்த்தான். தண்ணீர் வெண்மையான காட்டுக் குதிரைபோல. தண்ணீர் துல்லியமானது. உற்சாகமானது. தண்ணீரில் துக்கமில்லை. தண்ணீருக்கு கவலைகள் இல்லை. தண்ணீரை எல்லாரும் விரும்புவார்கள்.

வானம் கருநீலம் ஆகிக்கொண்டிருக்க, முதல் நட்சத்திரங்கள் தெரிய, ப்ராஜெக்ட் ஆபீசர் வீட்டில் இப்போது அத்தனை வண்ண விளக்குகளும் மரத்துக்கு மரம் பூத்து மின்சாரப் பூங்காவாக மாறி, ஒலிப்பெருக்கியில் பாப் சங்கீதம் கேட்டது.

மண்டபத்தில் வந்து உட்கார்ந்தான். எனக்கு யாருமில்லை, எனக்கு யாருமில்லை என்கிற ஸ்மரணை மெல்ல மெல்ல அவன் பகுத்தறியும் சக்திகள் நீக்கத் தொடங்கியது. இயந்திரம்போல யாருமில்லை யாருமில்லை என்று சொல்லிக்கொண்டான்.

'இங்கிருந்து விழுந்தா எப்படி?'

'சரிதான், வா போகலாம்.'

'இந்த இடத்தில் யாரோ பெரியவர் விழுந்து செத்துப் போயிட்டார் இல்லை.'

'ஆமா, எழுதியிருக்கே பார்க்கலை? வ.வே.சு.அய்யர்.'

'அவர் யாரு?'

‘நீ தமிழ் படிக்கிறதில்லையா?’

‘படிப்பேன் - மதன் ஜோக்ஸ்’

‘அப்ப வ.வே.சு அய்யரைப் பத்தித் தெரிஞ்சிருக்க நியாயமில்லை.’

‘அவர் என்ன செஞ்சார், சொல்லேன்.’

‘அவர் இந்த இடத்தில் இருந்து தவறி விழுந்தார்.’

ரகுபதி தலையைச் சிலிர்த்துக்கொண்டான். ‘நோ!’ சட்டென்று எழுந்து அந்த வீட்டை நோக்கி நடந்தான்.

சூட் அணிந்திருந்தார்கள். மதுமிதாவின் புடைவையில் ஆயிரம் ரூபாய் மின்னியது. அம்மாகூட இளமையாக இருந்தாள். இவர்கள் எல்லாம் பாக்கியசாலிகள். கோபிநாத் கையில் திரவத் தம்ளருடன் விருந்தாளிகள் ஊடே நடந்துகொண்டு அவ்வப்போது புன்னகை செய்துகொண்டு, ‘தாங்க் யூ, தாங்க் யூ! கிளாட் யூ குட் கம் அட் சச் எ ஷார்ட் நோட்டீஸ்!’ ராதாகிஷன் அட்டகாச மாகச் சிரித்துக்கொண்டிருந்தான். தொட்டி நிறைய ஐஸ் போட்டு கோலா பாட்டில்கள் அடைந்திருந்தன. பீங்கான் பீங்கானாக முந்திரிப்பருப்பும் பாதாம் கேக்கும், தலைப்பாகை அணிந்த சர்வர்கள் ‘டீ ஆர் காஃபி சார்?’ என்று விசாரித்துக் கொண்டிருக்க, சற்றே உயர்ந்த ஸ்தலத்தில் கோபி ஒரு நாற்காலி மேல் சட்டென்று ஏறிக்கொண்டு ‘லேடீஸ் அண்ட் ஜெண்டில்மென்! யுவர் அட்டென்ஷன் ப்ளீஸ்! லெட் மீ இன்ட்ரட்யூஸ் மை டாட்டர் அண்ட் ஸன் இன் லா ஃபர்ஸ்ட்!’

ராதா கையில் கோப்பை தவறாமல் ‘கம் ஸ்வீட் ஹார்ட்!’ என்று மதுமிதாவை அணைத்து அழைத்துக்கொண்டு மையமாக நிற்க, அவர்கள் எல்லாரும் கைதட்ட, மதுமிதா கன்னத்தில் ராதா முத்தமிட்டான்.

‘கிவ் மி எ கிஸ்!’

‘பாவம் செத்துப் போய்ட்டார் இல்லை! ரகு, மண்டைல பட்டதும் உடனே உயிர் போயிடுமா, அந்த மாதிரி விழுந்தால்?’

‘ஜெண்டில்மென்! இதில் அதிர்ஷ்டக்காரன் நான்தான். நானும் அமெரிக்காவில எத்தனையோ பெண்ணைப் பார்த்துவிட்டேன். ஆனால் இந்த இந்திய தேவதைக்கு ஈடு செய்ய முடியாது.’

‘ஹியர் ஹயர்!’

‘அவர்கள் உயரமானவர்கள். ஆரோக்கியமானவர்கள். ஆனால் கிட்டே வந்தால் உடல் நாற்றத்தைச் சமாளிக்க ஆயிரம் பர்ஃப்யூம் தேவைப்படுபவர் கள். இந்தப் பெண்... இந்தப் பெண்... இன்னும் எனக்கு நம்பிக்கை இல்லை. நான் காண்பது கனவா? திடீர் என்று விழித்து எழுந்திருக்கப் போகிறேனா!’

ரகுபதி சட்டென்று நடந்து அவர்களுக்கு எதிரே போய் நின்றான். ‘ஹாய் ரகு! ஜெண்டில்மென்! லெட் மி இன்ட்ரட்யூஸ் மிஸ்டர் ரகுபதி - எ ஸ்போர்ட்டிவ்

லூஸர். கோபிநாத் இவருக்குத்தான் தன் மகளைக் கொடுப்பதாக இருந்தது. நல்லவேளை நான் வந்தேன். இந்தப் பெண்ணின் நல்வாழ்வை எண்ணி எனக்காக விட்டுக் கொடுத்த இந்த உத்தமமான இளைஞனுக்கு நாம் எல்லோரும் சேர்ந்து ஒரு டோஸ்ட்!'

'டு ரகுபதி எ க்ரேட் ஹார்ட்டட் லூஸர்!'

'கிளிங்' என்று கண்ணாடித் தம்ளர்கள் ஒலித்தன.

ரகுபதி மதுமிதாவின் அருகே சென்றான். ராதாகிஷன் அவன் கைகளைப் பிடித்து வலுக்கட்டாயமாகக் குலுக்க, ரகுபதி மதுமிதாவையே பார்த்துக் கொண்டு 'குட்பை மது! நான் போறேன்!' என்றான்.

'குட்பை ரகு!'

மறுபடி வ.வே.சு அய்யர் மண்டபத்தை நோக்கி நடந்தான். எப்படி இருக்கும்? ஒரு நிமிஷம், ஒரே ஒரு நிமிஷம்தான்! கீழே விழுந்து மோதும்போது அவ்வளவுதான்! ஊஹூம். ரகுபதி கீழே விழப் போவதில்லை. பாதி வழியில் அப்படியே கரங்களை அகல விரிக்கப் போகிறான். அந்த இடத்திலிருந்தே மேல் நோக்கிப் பறக்கப் போகிறான். பறந்து கருநீல வானத்தில் இன்னும் கொஞ்சம் தெரியும் மேகங்களைச் சந்தித்து, அம்மாவைத் தேடப்போகிறான். அம்மா! உன்னை நான் போட்டோவில்தான் பார்த்திருக்கிறேன். உன்னை அப்பா வர்ணித்ததே இல்லை. நீதான் என் அம்மாவா? நீதான் எனக்காக நிஜமாகவே வருத்தப்படும் ஒரே ஒருத்தியா? எனக்கு இங்கே இடமில்லை. என்னை எல்லாரும் நிராகரித்துவிட்டார்கள்.

'வலித்ததா மகனே?'

'இல்லவே இல்லை, அம்மா'

'வா, வலித்திருக்கும், வா! என் மார்பின்மேல் சாய்ந்து கொள். தடவிக் கொடுக்கிறேன் வா! என் மகனே, உன்னைப் பார்க்கத்தான் இத்தனை காலம் மேகத்தின் இடைவெளியில் காத்திருந்தேன். வா, நாம் இரண்டு பேரும் வெகுதூரம் போய்விடலாம்.'

ரகுபதி மண்டபத்தின் விளிம்புக்கு வந்து நின்றான். அரை இருட்டில் முந்நூறு அடி கீழே வெள்ளி மின்னல்போல் தெரியும் நதியின் சஞ்சலத்தைப் பார்த்தான். குதித்தான்.

23

உண்மைக் காதலர்கள் சொர்க்கத்துக்குத்தான் போவார்கள். ரகுபதி சொர்க்கத்தில் கண் விழித்ததாக எண்ணிக்கொண்டான். இங்கேயும் ஏமாற்ற மாக இருந்தது. சொர்க்கத்தில் பினாயில் வாசனை அடிக்குதே. சுவரில் கரும்பலகையில் ஜனன-மரணக் கணக்கு எழுதியிருக்கிறதே! சொர்க்கத்தில் ஈ உண்டா என்ன? ஜன்னல் வழியாக முகங்கள் எட்டிப் பார்க்குமா? அப்பா இங்கே என்ன செய்கிறார்? தலைமாட்டில் குரல் கேட்கிறதே!

'உனக்கு தற்கொலையைக்கூட ஒழுங்காப் பண்ணிக்கத் தெரியலை.'

தன்னைப் பார்த்துக் கொண்டான். முழங்காலுக்குக் கீழே கட்டு போட்டிருந்தது. வலித்தது. நான் செத்துப் போகலையா?

'இல்லை, அப்படியே சரித்திரத்திலியோ ஆகாயத்திலியோ சூப்பர் மேன் மாதிரி பறந்துகிட்டே தங்க எழுத்துகள்ல பொறிக்க வேண்டி குதிச்சே, சரியாக் குதிக்க மாட்டியோ? முப்பதடியிலே ஒரு ப்ரொஜக்ஷன் நீட்டிக்கிட்டு இருக்கிற இடமாவா பார்த்துக் குதிப்பாங்க? தற்கொலை பண்ணிக்கிறானாம் தற்கொலை! வெட்கமா இல்லை? முழங்கால்கூட உடையலை! சொர்க்கத் துக்குப் போறதுக்குப் பதிலா லோக்கல் ஃபண்டு ஆஸ்பத்திரி!' என்று சிரித்தார்.

ரகுபதி உணர்ச்சி இல்லாமல் அவரைப் பார்த்தான். அப்பா சிரிப்பைச் சட்டென்று நிறுத்திக்கொண்டார். புருவங்கள் பின்னிக் கொண்டன. 'எதுக்கடா ரகு? தற்கொலை பண்ணிக்கவேண்டிய விஷயமா இது?' என்றார் உணர்ச்சியுடன்.

ரகு ஏதும் பேசவில்லை.

'சொல்லு ரகு, சொல்லு! தற்கொலை பண்ணிக்கவேண்டிய சமாசாரமா இது? சொல்லு!'

ரகுபதி மெல்லப் பேசினான். 'எனக்கு அதிர்ஷ்டமில்லை. இருட்டில் சரியாக் குதிக்கலை. இந்த மாதிரி உபதேசங்களைக் கேட்டுக்கிட்டு இருக்கணும்னு விதி!'

'விதி அப்படி இல்லாம, நீ உயிர் பிழைச்சு சாதனைகள் செய்ய வேண்டியது பாக்கி இருக்குன்னு ஏன் நினைச்சுக்கக் கூடாது?'

ரகுபதி அலுப்புடன் தன் காலைப் பார்த்துக்கொண்டான்.

'ஃப்ராக்சர் இல்லை. டிஸ்லொக்கேஷன்தான்' என்றார் அப்பா. 'நான்தான் தாமதிச்சுட்டேன். உன் மனநிலையைச் சரியா ஆழம் பார்க்கலை. தற்கொலை வரை போவேன்னு எதிர்பார்க்கவே இல்லை. உன்னை விட்டு விலகி யிருக்கவே மாட்டேன். நல்லவேளை, எம்.ஆர்.டி காரங்க கவனிச்சு... ரகு காரணம் என்ன? சொல்லு ரகு! மதுமிதாவா, ஜெயந்தியா?'

'இரண்டும்தான்' என்றான்.

'இரண்டுமே உயிரைவிடக் காரணங்கறியா? ஆல்ரைட்! ரெண்டையும் பார்க்கலாம். ஒரு பெண் உன்னை நிராகரிச்சதுக்கா உலகத்திலேயே மதிப்பு வாய்ந்த, உனக்காகக் கிடைச்சிருக்கிற ஒரே ரத்னம்போன்ற ஒரு உயிரை இழக்கறதைப் போல பைத்தியக்காரத்தனமான செய்கை இருக்க முடியுமா? யார் இந்த மதுமிதா? ஒரு பெண், ஒரு உடம்பு! எல்லாத்தையும் ஆதாரமாப் பார்க்கவேண்டிய வேளை இது ரகு. நான் சொல்றதைக் குறுக்கே பேசாம கேளு. மதுமிதா உனக்குக் கிடைக்கலை. கிடைக்காட்டா என்ன? சீ போ... சீயும் குருதிச் செழுநீர் வரும்பு செறிந்தெழுந்து பாயும் புடைவை ஒன்றில்லாதபோது பகல் இரவாய் ஈயும் எறும்பும் புகுகின்ற யோனிக்குள் இரவு பகல் மாயும் மனிதரை மாயாமல் வைக்க மருந்தில்லையே என்று பட்டினத்தார் மாதிரி கதற வைக்குதப்பா நீ செய்கிற காரியம், ஃபண்ட்டமெண்ட்டலாப் பார்த்தா.'

ரகு சிரித்தான். 'அதுக்காகத்தானே நீங்களும் அலையறீங்க?'

'அதுக்கில்லைடா! அதுக்கில்லைடா! இதை உன்கிட்ட சொல்லவிடவே இல்லையே. நான் ஏதோ செக்ஸ் சமாசாரத்துக்காக ஜெயந்தியைக் கட்டிக்கப் போறதா நினைச்சுக்கிட்டே. ஜெயந்தி ஒரு நூலறுந்த பட்டம்...'

'எல்லாம் தெரியும்ப்பா... போரடிக்காதீங்க.'

'இதப் பாரு, நீ கேட்டுத்தான் ஆகணும்! ஜெயந்திகூட காதல் கல்யாணம்தான் செய்துகிட்டா. கலப்புத் திருமணம்! புரட்சி! தெய்வீகக் காதல்! அந்தப் பையன் கோயில்ல குடலை நிறைய இவளுக்கு பூப்பறிச்சுத் தருவானாம். பறிச்சுக் கிட்டே காதல் பேசுவாங்க. ஆத்தங்கரை, மேட்னி சினிமா, ஓட்டல் பக்கோடா பொட்டலம், பௌர்ணமி வெளிச்சத்தில் ஆயிரம் சத்தியங்கள்னு இந்தக் காலத்துக்குத் தகுந்தாப்பல காதல் வளர்ந்துபோய், இவ அழகா இருக்கற வரைக்கும் மோகம் தலைக்கேறிப் போய், வீட்டுல எதிர்ப்பையும் மீறிக் கல்யாணம் கட்டிக்கிட்டான். பையன், குடும்பத்துக்கும் அப்பா, அம்மா

பேச்சுக்கும் கட்டுப்பட்டு வளர்ந்தவன். இந்தப் பெண்ணோட மோகம் கொடுத்த தைரியத்திலே எதிர்த்துத் தனியா வந்துட்டான்.

சரியா ஆறுமாசம் அவகூட இருந்திருக்கான். அவ்வளவுதான். அவமேல மோகம் அடங்கிருச்சு. வீட்டை விட்டு வந்த ஆவேசம் அடங்கிருச்சு. ஃபேமிலி சப்போர்ட் இல்லாதவன். பணக்கஷ்டம் வேற. இவ வெச்சிருந்த கொஞ்ச நகையைப் பிடுங்கியாச்சு, கர்ப்பமாக்கியாச்சு. இவகிட்ட இருந்த எல்லா சரக்கும் தீர்ந்து போச்சு. குடும்பத்தில அவ இல்லாம வந்தா சேத்துக்கறேங்கறாங்க. இண்டியாவிலதான் இது நடக்கும். கணவன் மனைவியை வீட்டுல மாசக்கணக்கா விட்டுட்டுப் போயிர்றதும் நிறைமாசக் கர்ப்பிணியை அவங்க திண்ணைல கூடப் படுக்கவிடாம துரத்தறதும்... இது கொஞ்சம் வெகுளிப் பொண்ணு, அசடு. ஊரைக் கூட்டிச் சண்டை போடத் திராணி இல்லை, அதுக்குப் பதில் பேப்பர்ல எதிலயோ கேட்டான்னு கையெழுத்து போட்டுட்டு வந்திருக்கா. என்ன பேப்பரோ தெரியலை. சூட்டைப் போடவோ என்னவோ! சித்தப்பா வீட்டில கொண்டுவிட்டிருக் கான். 'பக்கத்து வூட்டுக்காரங்கூட எல்லாம் சிநேகிதம் வெச்சுருந்தது இந்தப் பொண்ணு, குழந்தையே என்னுது இல்லை'ன்னு அபாண்டமாப் பழி சுமத்தி, கொண்டு தள்ளிட்டுப் போய்ட்டான். அம்மா வயசான கிழம். என்ன பண்றதுன்னு தெரியாம, பிரசவம் ஆன கையோட உடனே சித்தப்பன் பாபநாசத்துக்கு அனுப்பிச்சுட்டான்.

'நம்ம டர்பைன் சூப்பர்வைசர் ராமுவுக்கு வீட்டுக் காரியங்கள் செய்ய, சமைச்சுப் போட ஒரு ஆள் கேட்டிருந்தாராம். அனுப்பிச்சுட்டான். ராமுவுக்கு சமீபத்தில் மோயார் டிரான்ஸ்ஃபர் ஆயிருச்சு. அவங்ககூட இவளால போக முடியலை. எங்கிட்ட ஒப்படைச்சுட்டுப் போயிட்டாரு. நான் இதை ஏத்துக்கிட்டு ஆதரவு கொடுத்தேன். ஆனா ராமுவுக்கும் எனக்கும் வித்தியாசம் உண்டில்லை? நான் விடோயர். பக்கத்து வீட்டு சாமி மாதிரி ஆசாமிங்க சும்மா இருப்பாங்களா? எதாவது கிளப்பிவிடறாங்க. நான் இந்தப் பொண்ணை வெச்சுக்கிட்டு இருக்கறதா. வீட்டுக்கு தினம் வரா. ராத்திரி லேட்டாச்சுன்னா இங்கயே படுத்துர்றா. வதந்திகளுக்குக் கேக்கணுமா? ஆனா நான் இவளுக்கு ஆதரவு தர கட்டாயமா விரும்பினேன். பார்த்தேன். இந்தப் பொண்ணை ஒப்பேற்ற ஒரே வழி, இது என்கூட இருக்கிறதுக்கு ஒரு விதமான கௌரவம், அந்தஸ்து கொடுக்கறதுக்கு கல்யாணம் ஒண்ணைப் பண்ணிடலாம்னு. கொஞ்ச நாளைக்கு கிழவனுக்குக் காயகல்பம்னு பேசிப்பாங்க. அப்புறம் அடங்கிப் போயிரும். இந்த வயசில எனக்கு செக்ஸ் பிரதானமில்லை. ஆனா அதையெல்லாம் முற்றும் துறந்த ஞானின்னும் என்னைச் சொல்லிக்க மாட்டேன். இந்தப் பொண்ணுக்கு யோக்கியமா வாழ்வு கொடுக்க இது ஒண்ணுதான் எனக்கு வழியாப் பட்டுது.

'இப்ப சொல்லு, நான் தீர்மானிச்சது சரியா தப்பா, சொல்லு. எனக்கு என்ன வருத்தம்னா என்னுடைய செயலைச் சுலபமா நீங்க ரெண்டு பேரும் பயன்படுத்திக்கிட்டீங்க. அவங்களுக்கு உன்னை நிராகரிக்கிறதுக்குக் காரணம் தேவையா இருந்தது. என்னுடைய இந்தச் செயல் சரியான சமயத்தில்

அகப்பட்டது. சுலபமாக் கழன்றுக்க வழி. உனக்கு உன்னுடைய ஏமாற்றத்தைத் தாங்கிக்கறதுக்கு ஒரு காரணம் தேவையா இருந்தது. நீ ஒரு சாதாரண காரணத் துக்காக அவங்க உன்ன நிராகரிச்சாங்க என்கிறதைப் புரிஞ்சுக்க விரும்பலை. சப்ஸ்டிட்யூட் காரணம் தேவையா இருந்தது. அதுக்கும் அப்பன் அகப் பட்டேன். அப்பா கேரக்டர் சரியா இல்லை, அதான் மகனை நிராகரிச் சுட்டாங்க! ஆல்ரைட் அவங்க தீர்மானிச்சுட்டாங்க, அந்த ராதாகிஷன் உன்னை விடச்சிறந்தவன்னு. அமெரிக்கால போய் சம்பாதிக்கிறான். நிறைய சம்பளம். கார் வெச்சிருக்கான். இதெல்லாம் உன்னால முடியாதா ரகு! அமெரிக்கா என்ன பெரிய புடலங்கா! கொஞ்சம் கான்சென்ட்ரேட் பண்ணா, முயற்சி செய்தா, உன்னால அமெரிக்கா போக முடியாதா? அதுவும் உன் சப்ஜெட்டுக்கு? நான் ஆதரவு தரமாட்டேனா? என்ன பிரமாதம்? இருக்கிற யூனிவர்சிட்டிக்கெல்லாம் அப்ளிகேஷன் போடறது. எதிலயாவது ஒண்ணுல அட்மிஷன் கிடைக்குது. அசிஸ்டண்ட்ஷிப் கிடைச்சா நல்லது. கிடைக்கலைன்னா என்ன? நான் பிராவிடண்ட் ஃபண்ட் இல்லை பாங்கில் கடன் வாங்கி உன்னை அனுப்பிவைக்க மாட்டேனா? என்ன பெரிய அமெரிக்கா! ரகு, உனக்கு அமெரிக்கா போக நான் ஏற்பாடு செய்து தரேன். போய் நல்லா படிச்சு, நல்லா சம்பாதிச்சு, இந்த கோபிநாத் முன்னால வந்து காட்டு. 'என்னய்யா அமெரிக்கா! நான் கூடத்தான் அமெரிக்கால சம்பாதிக்கிறேன்'னு காட்டு. இதப் பார் ரகு, ஜி.மாட் ஜி.ஆர்.இ, எல்லாத்துக்கும் புஸ்தகம் வாங்கி வைச்சிருக்கேன். நீயும் அமெரிக்கா போய் ராதாகிஷனுக்குமேல் சம்பாதிச்சுக் காட்டு. எம்.எஸ் பண்ணு, பிஎச்.டி பண்ணு. எம்.பி.ஏ பண்ணு. இந்த ஏமாற்றம் உன் வாழ்க் கையில் ஒரு திருப்பமா இருக்கட்டும். இது ஒண்ணும் ஸவர் கிரேப்ஸ் தியரி இல்லை. வாழ்க்கையில எதையாவது சாதிச்சுட்டு கல்யாணம் பண்ணிக்க. இப்ப அவசரமில்லை. ரகு, காதலைவிட மகோன்னதமான விஷயங்கள் எத்தனையோ இருக்குது.

'நான் சொல்லவேண்டியதைச் சொல்லிட்டேன். இதைக் கேட்ட பிறபாடும் உனக்கு கன்வின்ஸ் ஆகலை. நீ எக்கேடு கெட்டும்போ. ஆனா தற்கொலை பண்ணிக்க நளினமான வழிகள்லாம் இருக்குது. பாறையில விழுந்து சிதறி இல்லை' என்று அவனைக் கையைப் பிடித்து அழுத்திவிட்டுச் சென்றார்.

அவர் போனதும் ஜன்னலில் ஆடும் திரையைப் பார்த்துக் கொண்டிருந்தான். அப்பா விட்டுப் போயிருந்த காகிதங்களைப் பிரித்தான். அமெரிக்கப் பல்கலைக்கழகங்களுக்கு விண்ணப்பப் படிவங்கள்.

ஆள் அரவம் கேட்டது. ஜெயந்தி காரியரில் சாப்பாடு கொண்டு வைத்தாள். இவனைப் பார்த்து, 'எப்படி இருக்கு, இப்ப தேவலையா அண்ணா?' என்றாள்.

அவள் கழுத்தில் தழும்புகளை அவன் பார்ப்பதை உணர்ந்து தன் கழுத்தைப் பார்த்துக்கொண்டு, 'என்ன பார்க்கறேள்? சிகரெட் நெருப்புத் தழும்பு!' என்றாள்.

'ஜெயந்தி, உன் புருஷன் எங்க இருக்கான்?'

'தஞ்சாவூர்லதான் இருக்கார். பிரிஞ்சு போனப்புறமும் ரெண்டு மூணு தடவை ஒரே பஸ்ஸில் பார்த்தேன். பக்கத்து சீட்டில் இருந்துண்டே பாக்காதது மாதிரி இருந்தார். நான்தான் வேண்டாம், குழந்தையைக்கூடப் பார்க்கக் கூடாதா?' கொஞ்ச நேரம் தயங்கியவள், 'அதான் குழந்தையும் தன்னுது இல்லைன்னுட்டாரே!'

'ஜெயந்தி, அப்பா உன்கிட்ட என்ன கேட்டார்?'

'உங்களுக்கே தெரியுமே அண்ணா! நான் என்ன சொன்னேன் தெரியுமா? எனக்கு எத்தனையோ ஏச்சுப் பேச்சு கேட்டு மரத்துப் போச்சு மாமா! ஆனா உங்களுக்கு இதனால பொல்லாப்பு வரக்கூடாது. அதுக்காக நீங்க என்ன சொன்னாலும் கேட்டுக்கறேன்னு சொல்லிட்டேன். அவர் மாதிரி ஆள் ஆம்பட மாட்டா. அண்ணா! நடந்ததைக் கேள்விப்பட்டேன். இவ்வளவு சின்ன விஷயம்! இதுக்காக இப்படிப் பண்ணலாமா? என்னையே எடுத்துக்கங்கோ. எனக்கு நேராத துக்கமா? நான் படாத பாடா? நடுத்தெருவில தரதரன்னு இழுத்துண்டுபோய் இடுப்புப் புடைவையை உருவித் துரத்தி அடிச்சிருக்கா. ஒவ்வொரு நகைக்கும் சூடு போட்டுண்டாச்சி. இதெல்லாத்தையும் முழுங்கிட்டு சமாளிச்சுட்டு குத்துக் கல்லாட்டமா இருக்கேன். எனக்கு ஒரு முழம் கயத்தில தொங்க எத்தனை தேசாலம் ஆயிருக்கும்? நான் பண்ணிக்கலையே! அது பாவம்! உசிர் நமக்குக் கடவுள் கொடுத்ததில்லையா? நாம பொறக்கறப்போ நம்மைக் கேட்டுண்டா கொடுத்தார்? அதைப் போல வேளை வரபோது அவரே எடுத்துக்கறார். அதுக்குள்ள அதை அகாலமா மாய்ச்சுக்கறது மகாபாவம். எதுக்காகச் சாகணும்? அப்படி என்ன ஆயிடுத்து? நமக்கு வேளை வரப்பத்தான் செத்துப் போகணும். நீங்கள்லாம் படிச்சவா. நான் ஏதோ தத்துப்பித்துன்னு உளர்றதா நினைச்சுக்காதீங்கோ. கீரை மசிச்சுண்டு வந்திருக்கேன், உங்களுக்குப் பிடிக்குமேன்னு. சாப்பிடுங்கோ அண்ணா!'

'ஜெயந்தி... இனிமே என்னை அண்ணான்னு கூப்பிடாதே... ரகுன்னு கூப்பிடு...'

'சேச்சே! நீங்க என்னைவிட ஒரு மாசம் பெரியவர்... யாரோ வந்திருக்காப்பல நிழலாடறதே... இருங்கோ! பார்த்துட்டு வந்துர்றேன்!' என்று வெளியே சென்றாள்.

வராந்தாவில் பேச்சுக் குரல் கேட்க, ஜெயந்தி கொண்டுவந்த டிபன் காரியரைத் திறந்தான் ரகு. அவள் படபடப்புடன் உள்ளே வந்தாள்.

'அவாள்ளாம் வந்திருக்கா' என்றாள்.

'யாரு ஜெயந்தி!'

'ப்ராஜெக்ட் ஆபீசர் பொண்ணும் அந்த அமெரிக்கா பையனும் உங்களைப் பார்க்கணுமாம்.'

ரகுபதி சட்டென்று, 'இப்ப இல்லை, அப்புறமாச் சந்திக்கிறேன்னு சொல்லிடு ஜெயந்தி' என்றான்.

இந்தக் கதையைத் தொடங்குமுன் விகடன் ஆசிரியருடன் இதன் அமைப்பை விவாதித்துக் கொண்டிருந்தபோது, இதன் இரண்டாம் பாகத்தை சம்பிரதாயப்படி உடனே தொடராமல் சில மாதங்கள் விட்டு ஆரம்பிக்கலாம் என்று அப்போதே தீர்மானித்தோம். 'பிரிவோம், சந்திப்போம்' என்கிற தலைப்பின் காரணமும் அதுதான். எனவே இப்போது பிரிவோம். மறுபடியும் ரகுவையும் மதுவையும் வேறு சூழ்நிலையில் சந்திப்போம்.

-சுஜாதா

பாகம் 2

மீனம்பாக்கத்தில் முதல் முறையாக அப்பா கண்ணீர் சிந்துவதைப் பார்த்தான் ரகு.

‘எனக்குக் கொஞ்சம் பயமா இருக்கு ரகு.’

‘எதுக்கு? நீங்கதானப்பா ஒரு மனசோட என்னை அப்ளை பண்ண வெச்சு அமெரிக்கா போய்த்தான் ஆகணும்னு ஒத்தைக் கால்ல நின்னிங்க?’

‘அது சரி ரகு. நீ அமெரிக்காவுக்கு எதுக்குப் போற தெரியுமா?’

‘படிக்கிறதுக்கு.’

‘அதுக்கு மட்டும் இல்லை. படிச்சுட்டு திரும்பி வர்றதுக்கு. அதுதான் எனக்கு முக்கியம். திரும்பி வர்றது!’

‘ஏம்பா, திரும்பி வராம எங்கே போயிருவேன்?’

‘அமெரிக்கா மாயதேசம். பெற்ற தகப்பனைக்கூட மறக்க அடிச்சுரும்.’

‘நான் அப்படிப்பட்டவன் இல்லைப்பா. அமெரிக்காலயே இருந்துருவேன்னு கவலைப்படறிங்களா? எப்படிப்பா சாத்தியம்? ஸ்டூடண்ட் விசாவிலே போறேன். கோர்ஸ் முடிஞ்சதும் அவங்களே துரத்திருவாங்க.’

‘இல்லை ரகு. அங்க போயிட்டா, அந்த தேசத்திலயே ஒட்டிக்கிறதுக்கு பல வழிகள் இருக்குது.’

‘எங்கே, ஒண்ணு சொல்லுங்க பார்க்கலாம்?’

‘மாட்டேன்! எனக்கு நீ திரும்ப வேணும்.’ கைக் குட்டையால் கண்ணீரைத் துடைத்துக்கொண்டார். ‘சில வேளையில தமிழ் சினிமா மாதிரி நிஜ வாழ்க்கையில் நடந்துக்கவேண்டியிருக்குது.’

‘அப்பா, உங்களுக்கு அமெரிக்காவில இருந்து என்ன வேணும் சொல்லுங்க?’

'நீதான்! ஜெயந்தி, கேளு. உனக்கு ஏதாவது அமெரிக்காவில இருந்து அனுப்பச் சொல்லட்டுமா?'

'அது என்னமோ சொல்றாளே ரைஸ்-குக்கர்!'

'இந்த குக்கர் புத்தி உன்னை விட்டுப் போகாது!' ஜெயந்தியை இடுப்பில் குழந்தையுடன் பார்க்கும்போது ஒரு மாதிரி இருந்தது. குழந்தையைத் தூங்கப் பண்ணிவிட்டு அப்பாவின் பக்கத்தில் போய்ப் படுத்துக்கொள்ள... சே! அப்படி எல்லாம் நினைக்காதே!

'ரகு கொஞ்சம் தனியா வரியா?'

'என்னப்பா!' பிரயாணிகள் வியர்த்து விறுவிறுத்துக் கொண்டிருந்தார்கள்.

'என்கிட்ட ஒரு சத்தியம் பண்ணிக்கொடுக்கணும்.'

'மதுமிதாவை அங்க சந்திக்க முயற்சி செய்யக்கூடாது, அதானே?'

அவர் சற்று அதிர்ந்துபோய் 'தட் வாஸ் கிளவர்! என் மனசை நீ புரிஞ்சுட்டிருக்கே! அதுவரைக்கும் சந்தோஷம்தான்.'

'அந்தக் காதல் கதையெல்லாம் எப்பவோ முடிஞ்சு போயிருச்சுப்பா. ஒரு வருஷத்துக்கு அப்புறம் இப்ப நினைச்சுப் பார்த்தா என்னைப்போல ஒரு அடி முட்டாள் இருக்க முடியாது. கேவலம் ஒரு பெண்ணுக்காகத் தற்கொலை செய்துக்க இருந்தேன், பாரு! சே! அவ எக்கேடு கெட்டுப்போனா எனக்கென்ன!'

ஒலிபெருக்கி பம்பாய் செல்பவர்களை செக்யூரிட்டிக்கு அழைத்தது. 'அப்ப போய்ட்டு வரியா? லெட்டர் போடு. அந்த டெலிபோன் நம்பர் பத்திரமா வெச்சிருக்கல்ல? பாஸ்போர்ட், டிராவலர்ஸ் செக்.'

'அப்பா நீங்க எத்தனை பெரியவர்' என்றான் அவர் கையைப் பற்றி. 'இருக்கட்டும், பரவாயில்லை' என்று சிரித்தார்.

'என்னை ஸ்திரப்படுத்தி, உபதேசம் தந்து அமெரிக்கா போறதுக்குத் தூண்டுகோலா இருந்து, பிரயாணத்துக்குப் பணம் சேகரித்து, டிக்கெட் வாங்கித் தந்து... இதையெல்லாம் எப்படிப்பா நான் திருப்பித் தரப்போறேன்!'

'இப்ப நீ சென்டிமெண்டலா ஆயிட்டிருக்கே! ஹாவ் எ நைஸ் டிரிப். அமெரிக்காவில இங்கிலீஷ் மெல்லப் பேசு!'

அவரைத் தயங்காமல் முத்தமிடவேண்டும்போல் இருந்தது. சம்பிரதாயமாக டாட்டா காட்டினால் விமானப்படி விலகும்வரை அவர் மாடியிலிருந்து பார்த்துக்கொண்டிருப்பார் என்று தோன்றியது. துக்கம் நெஞ்சை அடைத்தது. எதிர்காலம் தெரியாததன் பயம் வயிற்றில் கனமாக இருந்தது. முதல் விமானப் பயணம். ஏர்பஸ்ஸின் பிரும்மாண்டம் வேறு கலக்கியது. சீட் பெல்ட்டுடன் திணறினான். ஹோஸ்டஸ் கொடுத்த பஞ்சைப் பிரிக்கக்கூடத் தயங்கினான். முட்டை ஜன்னலுக்கு வெளியே சென்னை நகரமும் அப்பாவும் அவனை

விட்டு ஸ்திரமாகப் பிரிந்து நகர்வதுபோலத் தோன்றியது. இப்போதிலிருந்தே அவன் செலுத்தப்பட்டவன்போலத்தான் உணர்ந்தான். சென்னைக்கு வடக்கே அதிகம் சென்றிராதவன் திடீர் என்று தொளாபுளா என்று ஸூட்டையும் மாட்டிக்கொண்டு அமெரிக்காவுக்கு விமானம் ஏறிவிட்டான்.

பம்பாயில் சஹார் பகுதிக்கு மாறி நள்ளிரவில் ஏர் ஃப்ரான்ஸ் விமானத்தில் ஏறிக்கொண்டான். இந்த விமானம் அதைவிடப் பெரிசாக, கல்யாணமே பண்ணலாம்போல இருந்தது. உள்ளே ஒலிபெருக்கி ப்ரெஞ்சு பாஷை பேசியது. பணிப் பெண்கள் கட்டம் போட்ட சட்டை அணிந்து உயரமாக அங்கே இங்கே உலவினார்கள்.

ரகுபதி இத்தனை பிரமிப்புக்குத் தயாராக இல்லை. பகலா இரவா என்று தெரியாத சுமார் பதினெட்டு மணி நேரப் பிரயாணம். பாரிஸில் இறங்கியதா என்ன? எப்போதோ யாரோ அவனை எழுப்பி, 'இந்தா வெஜிடேரியன் சாப்பாடு' என்று பிளாஸ்டிக் பிளாஸ்டிக்காக இலை தழைகளைச் சமர்ப்பித்து விட்டு சிரித்து விட்டுப் போனபோது இன்றைக்கு என்ன கிழமை என்பதுகூட மறந்து போச்சு. விமானத்துக்குள்ளேயே சின்னதாகத் திரை போட்டு சினிமா காட்டினார்கள். ஹெட்போன் வாங்கிக் கொள்ளத் தெரியாமல், அதன் மௌனச் சலனங்களை அரைத்தூக்கத்தில் பார்த்துக்கொண்டிருக்க, ப்ரெஞ்சு சப்-டைட்டில்களுடன் அதிலும் ஒரு காதல் கதை. எதிர்த்த வீட்டுக்குக் கல்யாணம் பண்ணிக்கொண்டு வந்திருப்பவள் பழைய காதலி. காதல்! சே! என்ன ஒரு சிறுபிள்ளைத்தனமாக நடந்துகொண்டுவிட்டேன்! மதுமிதா கிடைக்கவில்லை என்று அழுது ஆகாத்தியம் பண்ணி ஒரு அமெச்சூர் தற்கொலைகூட முயன்று பார்த்து....

மதுமிதாவா! யாரவள்?

ஜே.எஃப்.கே விமான நிலையத்தில் இறங்கும் நிமித்தமாக 747 விமானம் மெல்லச் சரிய ஜன்னலுக்கு வெளியே நியூ யார்க் நகரம் மெல்ல அசைந்தது. உயரம் குறைய அந்த நெளியும் ஒளி மலைப்பாம்பு கார் வரிசை என்பதும், நட்சத்திரக் குவியல்கள் எல்லாம் நகரத்தின் மெகா வாட் மின்சார விழிகள் என்பதும் புலனாயிற்று.

விமானம் தரை தொட்டபோது சற்றே சிணுங்கியது. விமான நிலையம் அம்பர் வெள்ளத்தில் நனைந்திருக்க, மண்டை மேல் பளிச் பளிச் வண்டிகள் அலைய, விமானம் ரதம் போல மெல்ல நகர்ந்து கான்க்ரீட் சிக்கலை நாட, அதன் வாசலை ஓர் இயந்திரக் கை வந்து அணைத்துக்கொள்ள தோளில் 'பாவநாசம் ஏவிஸ்போர்ட்ஸ்' பை உடல் முழுதும் பாஸ்போர்ட், டிக்கெட் போன்ற உபரிக் காகிதங்கள், வயிற்றில் தழை தின்ற பசி, ஒரு நாள் சவரம் துறந்த முகம், களைப்பு, ஆயாசம், கொஞ்சம் பயம், கவலை என்று கதம்பமாக விமானத்தை விட்டு வெளிநடந்தான்.

கைக்கடிகாரத்தில் மணி பார்த்தால் கன்னா பின்னா என்று இருந்தது. எஸ்கலேட்டரில் - அல்லது அதன் பெயர் 'வாக்வே'யா, அதில் - கால்

வைக்கத் தயக்கமாக இருந்தது. எங்கே போவது என்று தீர்மானமில்லாமல் அவர்கள் எல்லோரும் ஊர்ந்த திசையில் தொடர்ந்தான். ஒரு கறுப்பு அதிகாரி அவன் பாஸ்போர்ட்டைக் கேட்டார். அவர் ஆங்கிலம் இவனுக்குப் புரியவில்லை. இவன் ஆங்கிலம் அவருக்கு! சப்பக் என்று முத்திரை குத்தி, 'போ' என்றார். எங்கே போவது என்பது விளங்கவில்லை. அம்புக் குறிகளைச் சாட்சியாக வைத்துக் கொண்டு நடந்தான். நடந்தான் என்பதைவிட, நடக்க வைக்கப்பட்டான் என்பதுதான் பொருந்தும்.

அமெரிக்காவின் முதல் கண்ணாடிக் கதவு ரகுபதிக்கு தானாகவே திறந்து வழிவிட்டது. ஹால் வந்தது. அதில் ரப்பர் பாம்பின் முதுகின்மேல் அவனுடைய அழுக்கு சூட்கேஸ் ஊர்ந்து வந்தது. அதைக் கவர்ந்துகொண்டு ரகுபதி அமெரிக்காவுக்குத் தயாரானான். முதலில் அப்பா கொடுத்த நம்பருக்கு போன் செய்து பார்க்கவேண்டும்.

அருகில் குட்டையான ஸ்டூல்களில் உட்கார்ந்துகொண்டு நிறைய ஜனங்கள் வரிசையாகக் காசு போட்டு உற்சாகமாகப் போன் பேசுவதைப் பார்த்தான். முயன்று பார்க்கலாம் என்று தோன்றியது. அப்பா கொடுத்த டெலிபோன் எண் 212-987-9254, பார்த்தாலே பயமாக இருந்தது. ஒரு காலி போனுக்கு அருகில் சென்று முதலிரவு மாப்பிள்ளைபோல அதைக் கையில் எடுத்துப் பார்த்தான். காசு போடும் விதத்தைப் பற்றி அதன் மூஞ்சியில் ஒரு சரித்திரமே எழுதியிருந்தது. பையிலிருந்து ஏதோ ஒரு காசைப் போட்டு, அந்த எண்களை நம்பிக்கையில்லாமல் பட்டனில் ஒத்தினான்.

'தயவு செய்து இருபத்தைந்து சென்ட் போடவும்' என்றது ஒரு குரல்.

'மிஸ் நான் இருபத்தைந்து சென்ட்தான் போட்டேன் என்று நினைக்கிறேன்.'

'தயவு செய்து இருபத்தைந்து சென்ட் போடவும்' என்றது குரல்.

'என்னிடம் இருக்கும் நாணயம் இருபத்தைந்து என்றுதான் காட்டியதாக ஞா...'

'தயவு செய்து இருபத்தைந்து சென்ட் போடவும்' என்றது குரல். கொஞ்ச நேரத்தில் மற்றொரு க்ளிக் கேட்டு 'குட் ஈவினிங்... ஆர் யூ இன் ட்ரபிள்?' என்றது மற்றொரு பெண் குரல்

'இதற்குமுன் ஒரு பெண் இருபத்தைந்து சென்ட் போடச் சொன்னாள்.' மெல்ல ஆங்கிலம் பேசினான்.

'அது பெண்ணில்லை. கம்ப்யூட்டர் குரல்! நீங்கள் போட்டது பத்து சென்ட். இதோ, அதைத் திருப்பி தருகிறேன்.' டெலிபோன் அவன் கேட்ட நாணயத்தைத் துப்பியது. 'இப்போது இருபத்தைந்து சென்ட் நாணயமா என்று பார்த்துப் போடுங்கள்!'

'தாங்க்ஸ்! நீங்களும் கம்ப்யூட்டரா?'

'இல்லை, நான் மனிதகுலம்தான்!' என்று சிரித்தது மறுமுனை.

ரகுபதி கோட் பாக்கெட்டுக்குள் தேடி நாணயத்தைத் தேர்ந்தெடுத்து அதை ஓட்டைக்குள் செலுத்தி மறுபடி அந்த எண்களை ஒத்திப் பார்த்தான்.

கொஞ்ச நேரம் ஒற்றை ஒற்றையாக அடித்த பிற்பாடு மறுமுனை 'அலோ'! என்றது.

'மை நேம் இஸ் ரகுபதி. ஐம் தி சன் ஆஃப் ஒன் மிஸ்டர் கோவிந்தராஜ் ஆஃப் பாவநாசம் இன் டின்னவேலி டிஸ்ட்ரிக்ட் ஆஃப் டமில்நாடு இண்டியா...'

'ராஜ் மகனா நீ! தமிழ்ல பேசேன்! எதுக்குக் கஷ்டப்பட்டு எங்க ஊர் இங்கிலீஷ் பேசறே...'

ரகுபதிக்கு அந்த ஆசாமியைப் பார்க்காமலேயே பிடித்துப் போய்விட்டது. 'சார், ரொம்ப தாங்க்ஸ் சார்! உங்க ஊர் ரொம்பக் குழப்பமா இருக்குது! வந்த உடனேயே கம்ப்யூட்டர் அதட்டுது!'

'எங்க இருக்கே?'

'விமான நிலையத்திலே.'

'ஜே.எஃப்.கேதானே?'

'அது என்னவோ சார்!'

'ஜே.எஃப்.கேலதான் வந்திருப்பே... எந்த டெர்மினல்?'

'அதான் சார், இமிக்ரேஷன் எல்லாம் செக் பண்ணிட்டு வெளியே ஒரு ஹாலுக்கு...'

'இதப் பாருப்பா, இந்த அடையாளம் போதாது. இந்த ஊர்ல எல்லாமே பெரிசு. ஜே.எஃப்.கே விமான நிலையத்தில் ஏகப்பட்ட டெர்மினல் இருக்கு. எந்த ஃப்ளைட்டில் வந்த?'

'ஏர் பிரான்ஸ்.'

'சரி, அங்கேயே இரு. விலகவே விலகாதே.'

'நான் டாக்ஸி புடிச்சு...'

'சரிதான்! சொத்தையே எழுதி வெக்க வேண்டியிருக்கும்! நான் இருக்கிறது அங்கிருந்து நாற்பத்தஞ்சு மைல்... இந்த ஃபார்மாலிட்டி எல்லாம் வேண்டாம்.'

'நாப்பத்தஞ்சு மைலா!'

'நாப்பத்தஞ்சு மைல்ங்கிறது இந்த ஊர்ல கூப்பிடு தூரம். அங்கேயே இரு, வரேன். எதாவது சாப்ட்டியா?'

'வெஜிடெரியன் மீல்ஸ் கொடுத்தாங்க!'

'செத்த, நீ! வெள்ளாட்டுக்கு வைக்கற தழைகள் எல்லாம் கொடுத்திருப்பாங்களே? சரி, உனக்கு நல்ல தயிர் சாதமாத் தயார் பண்ணி வைக்கறேன். காத்திரு, வரேன்!'

'சரி சார், வெச்சுரவா?'

'சரிதான்! வெச்சுட்டன்னா, நான் உன்னை எப்படி அடையாளம் கண்டுபிடிக்கிறது? நீ இருக்கிறதுக்குப் பக்கத்தில் ஏதாவது ஒரு அடையாளம் காட்டு!'

'ஹெர்ட்ஸ் ரெண்ட் எ கார்னு எழுதியிருக்கு சார்!'

'அது போதும் அடையாளம். ஹெர்ட்ஸ் ரெண்ட் எ கார் டெஸ்க்குக்குப் பக்கத்தில் கண்ணில் பஞ்சடைச்ச ஒரு இந்திய இளைஞன்! வரேன்!'

புன்னகையுடன் டெலிபோனை வைத்தபோது அமெரிக்கா அவ்வளவு அச்சுறுத்தவில்லை.

விமான நிலையமே ஒரு நகரம் போலத்தான் இருந்தது. டெர்மினலுக்கு டெர்மினல் ஷட்டில் பஸ்கள் ஹைட்ராலிக் சுவாசத்துடன் கதவைத் திறந்து பிரயாணிகளைக் கொட்டிக் கொண்டிருந்தன. கண்ணாடிக்கு வெளியே கார்கள். கார்களைக் கார்களால் துரத்திக்கொண்டிருக்க இந்தப் பக்கம் திரும் பினால் நெடுக ஏரோப்ளேன்கள், ஏதோ பொம்மைக் கடையில்போல இறைந் திருந்தன. மின் வெளிச்சம் அங்கங்கே வைர ஊசிகள் பொருத்தினாற்போலத் தாக்கியது. ஓட்டல்களுக்கு அழைப்பு விடுக்கும் இலவச டெலிபோன்கள் வரிசையாக ஒரு சுவர் பூராவும் காத்திருந்தன.

தள்ளு வண்டியில் கோலிக்குண்டுக் கண் பாப்பாக்கள் பனியனில் 'ஐ லவ் நியூ யார்க்', தீப்பிடித்தாற்போலத் தலைமயிர் வைத்துக்கொண்டு ஊசிமுனைக் காலணிகளில் நடக்கும் வெள்ளைக்காரி, தலை முழுவதும் திரிதிரியாகப் பின்னிக் கொண்டு ரத்தச் சிவப்பில் லிப்ஸ்டிக் அணிந்துகொண்டு ஆண் பிள்ளை கோட்டும் பேண்ட்டும் அணிந்துகொண்டு கொசகொச என்று நாயுடன் நடக்கும் நீக்ரோ பெண்மணி. உலகத்தில் உள்ள அத்தனை கலரிலும் ஜனங்கள்.

ரகுபதி தன் சூட்கேஸை அணைத்துக்கொண்டு சற்று நேரம் உட்கார்ந்தான். கதகதப்பாகத்தான் இருந்தது. வெளியே குளிரும் போல் இருந்தது. வெகுதூரத்தில் பல மாடிக் கட்டடம் ஒன்றில் கார்கள் மளிகை சாமான்போல் அடுக்கி வைக்கப்பட்டிருப்பது தெரிந்தது. கீழ்வானம் நகரத்தால் ஒளி பெற்றிருக்க, நிலா அபத்தமான உயரத்தில் தொங்கிக்கொண்டிருந்தது.

'நீதானேப்பா ரகுபதி?'

திரும்பினான். 'பார்த்த உடனே கண்டுபிடிச்சுட்டேன். அம்போன்னு உக்கார்ந்துக்கிட்டு இருக்கியே! எப்படி சௌக்கியம் எல்லாம்? இந்தியாவில் மாதம் மும்மாரி மழை பெய்துகிட்டு இருக்குதா? இந்திரா காந்தி சுகமா இருக்காங்களா? எம்ஜியார் சௌக்கியமா?'

ரகுபதி எழுந்து நின்றான். இவருக்கு சுமார் நாற்பதுக்கு அருகில் இருக்கும் போல இருந்தது. தலை சற்று வழுக்கையாக இருந்தாலும் இருக்கிற முடியை புஸுபுஸுவாக்கிச் சமாளித்திருந்தார். கழுத்துவரை மறைக்கும் பனியன் போட்டிருந்தார். அதில் ஈடி என்று ஆங்கிலத்தில் எழுத்துக்கள் எழுதியிருந்தன. ஜீன்ஸ் அணிந்து ஓட்டக்கார ஷுக்கள் அணிந்திருந்தார்.

‘எம்பேர் மோகன்ராம். உங்கப்பாகூட ஒர்க் பண்ணியிருக்கேன். எப்படி இருக்கார் கோவிந்தராஜ்?’

‘நல்லாயிருக்கார் சார். உங்களுக்குத்தான் ரொம்ப சிரமம்.’

‘அமெரிக்காவில் கார் ஓட்டிக்கிட்டு வர்றது சிரமம். இருந்தாலும் என்ன? அதுக்காக சும்மா வார்த்தைகளை வீண் செய்யாத. சீக்கிரம் வா. தகாத இடத்தில் பார்க் பண்ணிட்டு வந்திருக்கேன். பார்க்கிங் லாட் போகணும்னா அரை மணியாயிரும். வேகமா வா’ என்று அவன் பெட்டியைப் பற்றிக்கொண்டு விரைவாக நடந்தார். ரகுபதி அவருக்குப்பின் ஏறக்குறைய ஓட வேண்டியிருந்தது.

அவருடைய கார் நீளமாக இருந்தது. நாலு பக்கங்களிலும் விளக்கு பளிச்சிட்டுக்கொண்டிருக்க, அதன் பின் சீட்டில் அவன் பெட்டியை வீசிவிட்டுக் கதவை திறந்து உட்காரவைத்து ஸ்டியரிங் கழுத்தில் இருக்கும் சாவியைத் திருகினதும் பாட்டு கேட்டது. உடனே புறப்பட்டு, ‘நல்ல வேளை... போலீஸ்காரன் பார்க்கலை. டோ பண்ணிட்டுப் போயிருப்பான். அங்க நிறுத்தக் கூடாது. பெல்ட் போட்டுக்க. கொஞ்சம் வேகமாப் போக வேண்டியிருக்கும்.’

ரகுபதி இப்போதே மீட்டர் 60 காட்டுவதைப் பார்த்தான்.

‘எங்க அட்மிஷன் கிடைச்சிருக்கு உனக்கு?’

‘நியூ யார்க் யூனிவர்சிட்டில சார். கிராஜுவேட் ஸ்கூல் ஆஃப் பிஸினஸ் அட்மினிஸ்ட்ரேஷன்.’

‘பிசினஸ் அட்மினிஸ்ட்ரேஷனா? அடி சக்கை! அசிஸ்டன்ஸ் கிடைச்சுதா?’

‘இல்லை சார். இன்னும் இல்லை. கொடுக்கறதாச் சொல்லியிருக்காங்க.’

‘ரொம்பக் கஷ்டம்பா. ரொம்பக் காசாகும். டெக்சாஸ் பக்கம் கொஞ்சம் ட்யூஷன் ஃபீ குறைச்சலா இருக்குமே!’

‘இங்கக்கூட அதிகம் இல்லை சார். அசிஸ்டண்ட்ஷிப் கிடைக்கிறதுக்கு நல்ல சான்ஸ் இருக்குன்னு எழுதியிருக்காங்க. காம்பஸ்ல வேலை செய்யறதாகவும் இருக்கேன்.’

‘தட்டு துடைப்பியா?’

‘துடைச்சாப் போச்சு!’

‘என்ன பாக்கறே? இதான் நியூ யார்க்!’

காரிலிருந்து குனிந்து பார்த்தாலும் மாடிக் கட்டட உச்சி தெரியவில்லை.

‘பிரமிப்பா இருக்கலாம்!’

நியான்கள் நடனமிட சதுரம் சதுரமாக ஆயிரம் விளக்குகள், கருநீல வானத்தை ஈட்டி குத்திய கான்க்ரீட் ஸ்தம்பங்கள், ஆறு வரிசையில் கார்கள் பம்பருடன் பம்பர் ஒட்டிக்கொண்டு, எல்லாமே அறுபது மைல் வேகத்தில்!

‘நெர்வஸா இருக்கு சார். முதல்ல இந்த வலப் பக்கத்து டிரைவிங்கே ஒரு மாதிரி இருக்கு. அப்புறம் இத்தனை வேகம்!’

‘இங்கதான் இண்டியாவைவிட கார் ஓட்டறது சுலபம்.’

‘சட்டுனு ஏதாவது டயர் பஸ்ட் ஆயிட்டா?’

‘இன்ஸ்டண்ட் சொர்க்கம்! பயப்படாதே. டயர் எல்லாம் நல்லாத்தான் வெச்சிருக்கோம். எங்க இருக்கு உன் ஸ்கூல்?’

‘சர்ச் அண்ட் தேம்ஸ் ஸ்ட்ரீட்டுனு போட்டிருந்தது. தெரியுமா உங்களுக்கு?’

‘விசாரிக்கலாம். நியூ யார்க் உள்ளதான் இருக்கும். என்னத்தைப் படிக்கப் போறியோ?’

‘ஏன் சார்?’

‘இந்த நகரத்தில் பொல்லாத விஷயங்கள் ரொம்ப ஜாஸ்திப்பா. இதப் பார்... நிக்கறா பாரு.’

ரோடோரத்தில் தனியாக சிகரெட் பிடித்துக்கொண்டு ஒரு பெண் பளிச்சென்று நின்றுகொண்டிருந்தாள்.

‘ஹூக்கர்.’

‘அப்படின்னா?’

‘நியூ யார்க் வந்த முதநாளே தெரிஞ்சுக்கவேண்டாம்.’

‘நீங்க எங்க சார் தங்கியிருக்கீங்க?’

‘ஸ்டாட்டன் ஐலண்ட் தாண்டிப் போகணும். கோவிந்தராஜ் மகன் பிசினஸ் அட்மின் படிக்கப் போறியா? வெரிகுட் வெரிகுட்! நானும் உங்கப்பாவைப் போல அந்த ப்ராஜெக்ட்டில வந்து சேர்ந்தவன்தான். அங்கேயே இருந்திருந்தேன்னா இந்நேரம் ஜூனியர் இன்ஜினியர் ஆகியிருப்பேனா? எத்தனை சம்பளம்? எழுநூறா?’ என்று சிரித்தார். ‘இங்க டெலிபோனுக்கே எனக்கு சில மாதங்களில் எழுநூறு டாலர் ஆகும்.’

பளீர் பளீர் என்று பச்சை விளக்குகள் கண் சிமிட்டும் வாயிலை அடைந்தபோது காரை வேகம் குறைத்து நிறுத்தினார் மோகன்ராம். ‘பாலத்துக்குள்ள நுழையறதுக்கு முன்னாடி கப்பம் கட்டணும், ஒண்ணேகால் டாலர். நியூ யார்க் நகரம் ரொம்ப பாப்பர்... எல்லாத்துக்கும் காசு புடுங்குவாங்க. எனக்கு தினம்

வந்தாகணும். டோக்கன் வாங்கி வெச்சுக்கிட்டேன்' என்று மெஷின் வாயில் போட, தடுப்பு தானாக விலக, பிரும்மாண்டமான பாலத்துக்குள் நுழைந்தது.

'வெர்ரஸானோ பிரிட்ஜ், உலகத்திலேயே மிக நீளமான சஸ்பென்ஷன் பிரிட்ஜ். 4260 அடி.'

எக்ஸ்பிரஸ்வே, த்ரூவே, பார்க்வே என்று என்ன என்னவோ எழுத்துக்களை எல்லாம் புரியாமல் வியந்து பார்த்தான். 'கொஞ்ச நாள்ல எல்லாம் பழகிடும். நீயே கார் ஓட்டலாம். நம்மூர் மாமிங்கள்லாம் ஓட்டறாங்க.'

'நம்மூர்க்காரங்க நிறைய பேர் இருக்காங்களா சார்?'

'நிறைய குஜராத்திக்காரங்க, சர்தார்தான் ஜாஸ்தி.'

'தமிழ்ங்க?'

'இருக்காங்க. எப்பவும்போல மூணு தமிழ்ச் சங்கம் அமைச்சுக்கிட்டு, பிள்ளையார் கோயில், பாரதி, சேஷகோபாலன் கச்சேரி, வீடியோல பாக்யராஜ் படம்னு பார்த்துக்கிட்டு, சௌக்கியமா சண்டை போட்டுக்கிட்டு இருக்காங்க. ஏன், உனக்கு யாரையாவது தெரியுமா?'

ஒருத்தியை மட்டும் தெரியும் என்று மனசுக்குள் சொல்லிக்கொண்டான். 'தெரியாது.'

அவருடைய வீடு மிக அமைதியான சுற்றுப்புறத்தில் தனிப்பட்டு இருந்தது. பிளாட்பாரத்தில் பாதி ஏற்றி, காரை நிறுத்தி அவன் பெட்டியைப் பற்றிக்கொண்டு இடக்கையால் சாவி போட்டுத் திறந்து உள்ளே செல்வதற்குள் நியூ யார்க் குளிர் கொஞ்சம் உறைத்தது. உள்ளே போனதும் மறுபடி சூடாகி விட, 'உக்காருப்பா, ஸ்காட்ச் ஏதாவது சாப்பிடறியா, இல்லை, நேரா தயிர் சாதம்தானா?'

'இல்லை சார்... சரி சார்.'

'எதுக்கு இல்லை? எதுக்கு சரி?'

'சாதமே சாப்பிடறேன்.'

'குட்! ஆனா கூடிய சீக்கிரம் அமெரிக்கால மாமிசம் சாப்பிடப் பழகிக்க. வெஜிட்டேரியனுக்கு இது நரகம். பிட்ஸா பிட்ஸான்னு மூணு வேளையும் சாப்பிட்டா பைத்தியம் புடிச்சிரும்.'

வீட்டுக்குள் நுழைந்ததுமே சமையலறை தெரிந்தது. அங்கிருந்து விலகினாற் போல ஒரு பெரிய ஹால் இருந்தது. பேஸ்மெண்ட்டுக்குப் போகும் படிகள் தெரிந்தன. மேல் பாகத்தில் பெட்ரூம், கெஸ்ட் ரூம் என்று தனித்தனியாக இருந்தன. வீடு முழுவதும் கார்ப்பெட் போட்டிருந்தது. டெலிவிஷன் பெரிசாக இருந்தது. 'முதல்ல உனக்கு தயிர் சாதம்... என்ன பாக்கறே?'

'வீடு ரொம்பப் பெரிசா இருக்கு சார்.'

‘ஒரு ஆளுக்கு கொஞ்சம் அதிகம்தான். நீ டார்மிட்டரிக்குப் போறவரை இங்கயே தங்கலாம்.’

‘நீங்க தனியா இருக்கிங்களா சார்?’

‘ஆமாப்பா, ஒரு வருஷமா தனியாத்தான் இருக்கேன்’ என்றார்.

கொஞ்சநேரம் மௌனமாக இருந்தார். அதற்குமேல் கேட்பது அநாகரிகமாகப் பட்டது.

‘குட்! லெட்ஸ் ஹாவ் தயிர் சாதம் அண்ட் ஊர்காய்!’ மேசை மேல் பீங்கான் தட்டு வைத்து நிறையவே தயிர் சாதம் வைத்தார். ரகுபதி மிகவும் ரசித்துச் சாப்பிட்டான். ‘யூ லைக் இட்?’ என்றார்.

‘டிவைன் சார்!’ ஃப்ரிஜ்ஜின் ஒரு போட்டோவில் இரண்டு குழந்தைகள் சிரித்துக்கொண்டிருந்தன.

‘செல்வம் அண்ட் நீனா! என் செல்லக்கண்ணுங்க.’

‘ஊருக்குப் போயிருக்காங்களா?’

‘இல்லை... அவ அம்மாகூட இருக்காங்க! வீக் எண்ட் மட்டும் வருவாங்க.’

ஒரு நிமிஷம் அவர் கண்களில் லேசாக நீர் திரையிடுவதுபோலத் தோன்றியது. சட்டென்று சிரித்து, ‘ஐம் கிளாட் யூ கால்ட் மி... ரொம்பத் தனியா இருந்து போர் அடிச்சுப் போயிடுச்சு... இந்த வீடு எனக்கு ரொம்பப் பெரிசு. அதுவும் தனியா இருக்கிறவனுக்கு... நீ எத்தனை நாள் வேணுமின்னாலும் இருக்கலாம். ஷ்யூர் யூ டோன்ட் வாண்ட் ஸ்காட்ச்?’ என்று தனக்கு அரை கிளாஸ் ஊற்றிக்கொண்டு அதில் ஐஸ்கட்டி போட்டுக் கலக்கிக்கொண்டார்.

‘அப்பாடா! இப்பத்தான் உன் கண்ல ஒரு ஜோதி கிளம்புது. சொல்லு, உங்கப்பா எப்படி இருக்கார்? ரொம்ப நல்லவராச்சே! இந்தியாவில் எப்படிச் சமாளிக்கிறார்? அப்புறம் இந்தியா எப்படி இருக்கு? என்னை மாதிரி ஆளுங்கள்ளாம் திரும்ப வரலாமா? எம்.பி.ஏ. படிச்சதும் என்ன செய்யறதா உத்தேசம்?’

‘திரும்பிப் போயிர வேண்டியதுதான் சார்.’

‘சரிதான்... அங்க இதுக்கேத்த வேலை கிடைக்குமாப்பா? இங்கேயே இருந்துரு. திஸ் இஸ் எ லாண்ட் ஆஃப் ஆப்பர்ச்சூனிட்டிஸ்... பணம், கேளிக்கை.’

‘எங்கப்பா ஸ்ட்ரிக்டா சொல்லியிருக்கார் சார். முடிஞ்ச கையோட திரும்பி வரணும்னு.’

‘திரும்பிப் போகமாட்டே. இங்க இரண்டு வருஷம் இருந்துட்டா திரும்பிப் போகமாட்டே. இப்ப என் கேஸையே எடுத்துக்க. ஒவ்வொரு வருஷமும் திரும்பிப் போகணும்னுதான் பன்னிரண்டு வருஷமா இருக்கேன். இன்னும் போகலியே! இந்த தேசம் ஒரு போதைப் பொருள். பழக்கமாயிருச்சுன்னா விடறது கஷ்டம். திடுதிடுப்புனு நட்ட நடு ராத்திரியிலே சில்லியா டிவி

ப்ரொக்ராம் பார்த்துக்கிட்டு இருக்கிறபோது தோணும். பேசாம முத்தரசநல்லூர் திரும்பிப் போயிரலாம், காவேரில குளிக்கலாம், சம்பாதிச்சது போதும்னு. காலைல மனசு மாறிடும். நியூ யார்க் அப்படிப்பட்டது. காந்தம் மாதிரி வருஷா வருஷம் மில்லியன் கணக்கில் ஜனங்க வராங்க. திரும்பிப் போறவங்க கொஞ்சம்! இந்த நகரத்தில் இல்லாத சொர்க்கம் இல்லை, இங்கு இல்லாத சாக்கடை இல்லை. ஆனா விட்டுட்டுப் போறது ரொம்பக் கஷ்டம்.'

'பார்க்கலாம் சார். எனக்கு இன்னும் இந்த ஜெட் பிரமிப்பே தீரலை.'

'தூக்கம் வருதா?'

'இப்ப என்ன பகலா, ராத்திரியா?'

'நடு ராத்திரி, கொஞ்ச நேரம் டிவி பார்த்துட்டுத் தூங்கு. பால் சாப்பிடறியா?' என்று ஒரு ராட்சசக் கேனிலிருந்து பால் ஊற்றிக் கொடுத்தார். 'அமெரிக்காவில் உள்ள அத்தனை தமிழர்களையும் கணக்கெடுத்து ஒரு டைரக்டரி தயாரிக்கப் போறேன். பொழுது போகவேண்டாமா? நடந்ததை எல்லாம் மறக்க வேண்டாமா?' என்றார்.

அத்தனை விஸ்கியையும் ஒரே மடக்கில் குடித்துவிட்டு, 'இதப் பாரு, உம் பேர்கூட மறந்துருச்சு அதுக்குள்ள!'

'ரகுபதி சார்.'

'காதல் பண்ணியிருக்கியா நீ?' என்றார்.

3

மோகன்ராம் கையில் கிளாஸுடன் சோபாவில் உட்கார்ந்து கொண்டு, அருகில் இருந்த ரிமோட் கண்ட்ரோல் சாதனத்தை எடுத்து அதில் பட்டனை அழுத்த, சற்று தூரத்தில் எதிரே இருந்த டிவி உயிர் பெற்றது.

'பத்து சானல் இருக்குது. கேபிள் டிவி இருக்குது. வீடியோ இருக்குது. எது வேணும் சொல்லு' என்றார்.

'எதாவது ஒண்ணு சார். எனக்கு எதைப் பார்த்தாலும் ஆச்சரியமா இருக்குது.'

அவர் இங்கிருந்து பட்டன்களை ஒத்த ஒத்த, அங்கே சானல் மாறிக்கொண்டே வர, 'பேஸ்பால் பாக்கறியா?' என்றார்.

வாயில் எதையோ மென்றுகொண்டே பிட்சர் பந்தை எறிய அதை செங்குறியாக ஒரு கறுப்பன் அடித்துவிட்டு பதறிப்போய் ஓடினான். நாற்பதாயிரம் ஜனங்கள் ஆரவாரம் செய்து, கோச் அல்லது மேனேஜர், அவர் எச்சில் துப்பிவிட்டு, மென்று கொண்டே வந்து பந்து போடுபவரை நாடி ரகசியம் பேசினார்.

'இவங்கள்ளாம் என்னத்தை மென்னுகிட்டு இருக்காங்க?'

'புகையிலை அல்லது கஞ்சா... இந்த கேம் புரியுதா உனக்கு?'

'இல்லை சார்... கொஞ்சம் கொஞ்சம் கிரிக்கெட் மாதிரி இருக்கு.' அடுத்த பந்தை அடிக்குமுன் விளம்பரம் குறுக்கிட்டது. 'நாள் பூரா கமர்ஷியல்தான். எல்லாம் எனக்கு நெட்டுரு ஆயிருச்சு!'

'ஆர்ன்ட் யூ ஹஅ...அங்ரி பர்கர் கிங்!' என்று சேர்ந்து பாடினார். 'நான் கேட்டதுக்குப் பதில் சொல்லலையே!'

'என்ன கேட்டீங்க?'

'காதல் பண்ணியிருக்கியா?'

61

'காதல்னு நினைச்சுக்கிட்டு ஏதோ அமர்க்களம் பண்ணேன் சார். இப்ப சரியாப் போச்சு!'

'சரியாப் போச்சில்லே! சந்தோஷம்! இதப் பாரு, நான் வயசானவன் சொல்றேன். இந்த உலகத்தில் சுயநலமா இருக்கணும். அப்பத்தான் பொழைக்க முடியும். அய்ன் ராண்ட் படிச்சிருக்கியா?'

'இல்லை சார்.'

'குடுக்கிறேன், படிச்சுப் பாரு. இப்ப என்ன, தூக்கமா?'

'ஆமா சார். கொஞ்சம் களைப்பா இருக்கு. ப்ளேன்ல தூக்கம் பத்தலை!'

'படுத்துக்க' என்று பரிவுடன் அவனுக்குப் படுக்கை அமைத்து ஏர்கண்டிஷனரை எழுபத்தெட்டில் அமைத்துவிட்டுச் சென்றார்.

நிசப்தமாக இருந்தது. கண்ணாடிக்கு வெளியே ஓய்வில்லாத கார்கள் மௌனமாகச் சென்றுகொண்டிருந்தன. புதிய தேசத்தில் முதல் ராத்திரி. வீட்டுக்குள் எப்போதும் அடைந்திருந்ததால் கொஞ்சம் அடர்த்தியாக உணர்ந்தான். ஒருவித வாசனையும் இருந்தது. வயிற்றை லேசாகப் புரட்டியது.

கொஞ்ச நேரம் இருட்டில் கண் விழித்திருந்தான். அமெரிக்கா அமெரிக்கா என்று, இதோ அமெரிக்கா! எதற்காக வந்திருக்கிறேன்? படிப்பதற்காக! அந்தப் பெண்ணைப் பற்றி இமைப்பொழுதும் எண்ணக்கூடாது. மோகன்ராம் உற்சாகமாக இருந்தாலும் அவர் கண்களில் ஒரு வருத்தம் ஸ்திரமாக இருந்ததைக் கவனித்திருக்கிறான். மனைவி உடன் இல்லை. அப்படியென்றால்?

மோகன்ராம் அமெரிக்காவில் வாழும் தமிழர்களின் விலாசங்களை எல்லாம் சேர்த்து ஒரு டைரக்டரி தயாரிக்கிறாராம். அதில மதுமிதா ராதாகிஷன் என்று... நோ! வேண்டாம். உறங்கிப்போ!

'என்னை சார்னு கூப்பிடாதே மது!'

'பின்ன உங்க பேர் சொல்லலியே.'

'நீ என்னைக் கல்யாணம் செய்துக்கப் போறதானே?'

'ஆமா!'

'அதோ அந்த மரத்தடிக்குப் போயி கொஞ்சம் சரிவில இறங்கிட்டா நம்மை யாரும் பார்க்கமாட்டாதானே?'

'ஆமாம்!'

'அந்தச் சரிவில போய் உட்கார்ந்துகிட்டு நீ வந்து நீ வந்து என்னை கிஸ் பண்றியா?'

ரகுபதி தலையை இப்படியும் அப்படியும் அசைத்துக்கொண்டு நினைவுகளைத் துரத்தினான். 'இன்னொருத்தன் மனைவி. இன்னொருத்தனின் மனைவி' என்று

திரும்ப திரும்பச் சொல்லிக் கொண்டான். இப்போது இதே இரவில் அமெரிக்காவில் எங்கோ ஒரு பகுதியில் அந்த ராதாகிஷன் அவளை...

ரகு நீ எதுக்கு அமெரிக்கா வந்திருக்கே?

படிக்கிறதுக்கு. மதுமிதாவைப் படிக்கிறதுக்கு.

அப்பாவின், 'காதல்ங்கறது Natures way of ensuring pregnancy!' தூங்கிப் போய்விட்டான்.

அதிகாலை எழுந்து மணி பார்த்தபோது நம்பிக்கையாக இல்லை. 'சார், பத்து மணி சார்! எழுப்பறதுக்கு என்ன சார்?'

'குட் மார்னிங். உன்னுடைய அசதி எனக்குத் தெரியும். தூங்கட்டும்னு சும்மா இருந்துட்டேன்.'

'உங்களுக்கு ஆபீஸ் இல்லையா?'

'சொந்த பிஸினஸ்! எப்ப வேணாப் போகலாம். போன்லயே எல்லா வேலையும் முடிஞ்சுரும்! அமெரிக்கால வந்து எப்படியாவது ஒட்டிக்கிட்டே, பணம் சம்பாதிக்கிறது ஒண்ணும் பிரமாதம் இல்லை! கல்லைக்கூடப் பணம் பண்ணான் ஒருத்தன் போன வருஷம்! அதைப் பத்தி அப்புறம் சொல்றேன். காப்பி சாப்பிடு. இன்ஸ்டண்ட் காப்பிதான் என்னால் முடியும். உனக்கு சீரியல் வேணும்னா ஃப்ரிஜ்ஜில் இருக்கு. எடுத்துச் சாப்பிடு. தயங்காதே. உனக்கு காலேஜ்லே எப்ப சேரணும்?'

'திங்கட்கிழமை சார்!'

'அப்ப இன்னிக்கு நியூ யார்க் சுத்திப் பார்க்கறியா?'

'அதுக்கெல்லாம் அத்தனை அவசரம் இல்லை சார்! வீட்டிலேயே இருக்கேன் டிவி பார்த்துக்கிட்டு.'

'இருபத்தி நாலு மணி நேரமும் டிவி இருக்கு. வீடியோவில் டமில் மூவிஸ் இருக்கு. பார்க்கிறியா?'

'அதெல்லாம் எங்க ஊர்லயே பார்த்தாச்சு சார்.'

'எது வேணா இருக்கு, ப்ளூ பிலிம்கூட இருக்கு. இஃப் யூ ஃபீல் லைக் இட்!'

'டிவில எது நல்லா இருக்கும் சார்?'

'என்னைக் கேட்டா... நான் நியூஸ் ஒண்டிதான் பார்ப்பேன் பாஸ்கட் பால், பிலியர்ட்ஸ் ஏதாவது வந்தாப் பார்ப்பேன். அவ்வளவுதான். இல்லைன்னா பைத்தியமா அடிச்சுரும் இந்தப் பெட்டி! ஆனா அறிமுகத்துக்கு ஒரு நாள் பாரு. நல்லாவே இருக்கும். நான் ஆபீஸ்வரைக்கும் போய்ட்டு மூணு மணிக்கு வந்துர்றேன், என்ன? யாராவது கதவைத் தட்டினா, திறக்காதே. பைபிள் விக்கற வங்களா இருப்பாங்க, இல்லை, கம்போடியால குழந்தைகளுக்கு சத்துணவு தர டொனேஷன் கேட்டு வருவாங்க! யாருக்கும் கதவைத் திறக்காதே!'

'சரி சார்...'

பிற்பகல் முழுவதும் திகட்டத் திகட்ட டிவி பார்த்தான். விரலை வைத்தால் வேறு ப்ரோக்ராம். வண்ண வண்ணமாக யாரோ காமெடி பண்ண, ஸ்டூடியோ செயற்கைச் சிரிப்பு. மூன்று பெண்கள் துப்பறிந்தார்கள். கப்பலில் செல்பவர்கள் காதல் புரிந்தார்கள். கறுப்பர்கள் நடனம் ஆடினார்கள். விளம்பரம்! விளம்பரம்! இருபத்து நாலு மணி நேரம் பார்த்தால் ஒரே நாளில் பைத்தியம் பிடித்துவிடும் போலத்தான் இருந்தது. நடுவே ஒரு முறை விணு விணு என்று டெலிபோன் தொடர்ந்து அடித்தது. எடுக்கலாமா வேண்டாமா என்று யோசித்துவிட்டு அது நிற்காததால் எடுத்து 'ஹலோ' என்றான். ஒரு பெண் குரல் 'ஹாய் மோகன்! ஆர் யூ தேர்?'

'மன்னிக்கவும், நான் மோகன் இல்லை. மிஸ்டர் மோகன்ராம் வீட்டில் இல்லை.'

'ஹூ இஸ் திஸ்?'

'என் பெயர் ரகுபதி. அவருடைய நண்பன். ஏதாவது சொல்ல வேண்டுமா?'

'பார்ப்ரா கூப்பிட்டதாகச் சொல்லு.'

'பார்ப்ரா என்று எழுதிக்கொண்டான். எதிரே மோகன்ராம் மனைவி படத்தைப் பார்த்தான். வெள்ளைக்காரி. மோகன்ராமை அணைத்துக்கொண்டு. இரண்டு குழந்தைகளும் சிரிக்க, மேஜை மேல் வைத்திருந்த தபாலில் ஏகப்பட்ட பில்கள் இருந்தன. ரகுபதிக்கு இந்த மாதிரி பார்ப்பது கொஞ்சம் குற்ற உணர்ச்சியாக இருந்தது. ஓர் அந்தரங்கத்தில் எட்டிப் பார்ப்பதுபோல இருந்தது. ஃபிரிஜ்ஜைத் திறந்தான். நிறையப் பால் இருந்தது. விதவிதமான கேக் வகைகள், ஐஸ்க்ரீம் செங்கல், சாக்லேட்.

கொஞ்சம் ரொட்டித் துண்டும் பாலும் சாப்பிட்டான். பசி அதிகம் இல்லை.

திங்கட்கிழமை மோகன்ராம் அவன் சேரப் போகும் காலேஜை விசாரித்து அவனை வாசலில் இறக்கிவிட்டுச் சென்றார். ரகுபதி மெல்ல அந்த வாசலை அணுகி உள்ளே சென்றான். அமெரிக்காவில் அவன் படிப்பின் முதல் தினம்! கையில் வைத்திருந்த கடிதத்தில் வரைபடம் எல்லாம் போட்டு ஆல்ட்ரிச் ஹால் என்னும் இடத்தில் ரூம் நம்பர் 108-ல் ஹாமில்டன் என்பவரை எட்டரை மணிக்குச் சந்திக்கவேண்டும் என்று குறிப்பிட்டிருந்தது. அந்தக் கட்டடத்தைப் பார்த்தால் கல்லூரி என்று பிரத்யேகமாகச் சொல்லிவிட முடியாதபடி எல்லா நியூ யார்க் கட்டடங்கள் போலத்தான் இருந்தது. மூன்று கட்டடங்கள் ஒன்றை ஒன்று காப்பியடித்துக் கட்டினதுபோல நட்டிருந்தன. உயர அழைத்துக்கொண்டு போகும் விசாலமான படிகளுக்கு முன், 'என்.ஒய்.யூ ஸ்கூல் ஆஃப் பிஸினஸ் அட்மினிஸ்ட்ரேஷன்' என்று பித்தளையில் எழுதியிருந்தது. பலர் மர நிழலில் நின்று கொண்டிருந்தார்கள். இவர்கள் எல்லோரும் மாணவர்களா!' எல்லோரையும் சார் என்று கூப்பிடவேண்டும் போல வாட்ட சாட்டமாக இருந்தார்கள். அதில் சுமாரான அளவில் ஒருத்தனைத்

தேர்ந்தெடுத்து ஆல்ட்ரிச் ஹாலுக்கு வழி கேட்டான். அவன் தோளைக் குலுக்கிக்கொண்டு பக்கத்தில் இருப்பவனைப் பார்த்தான்.

'ஸாரி, கம் எகெய்ன்!'

மறுபடி கேட்டான்.

அவனுக்கு இவன் பேசும் ஆங்கிலம் புரியவில்லை. கையில் இருக்கும் கடிதத்தைக் காட்டினான்

'ஓ! ஆல்ட்ரிச் ஹால்? டவுன் தேர் ஆன் யுர் லெஃப்ட்!'

அவர்களைக் கேட்டிருக்கவே வேண்டாம். கொட்டையாக ஆல்ட்ரிச் ஹால் என்று அம்புக்குறியுடன் போட்டிருந்தது. அதன் உள்ளே நுழைந்தான். ஒரு கட்டடத்துக்கும் இன்னொன்றுக்கும் வித்தியாசமே இல்லை. காரிடாரில் சில்லென்று காற்றடித்தது. கோகோ கோலா மிஷின் இருந்தது. எல்லா அறைகளும் ஒரே மாதிரி இருந்தன. அங்கங்கே வழுக்கைத் தலை ப்ரொபஸர் களின் பட்டங்கள் மாட்டியிருந்தன. ரூம் நம்பர் 108-ஐக் கண்டுபிடித்து உள்ளே போனதும் கொஞ்சம் பிரமித்துப் போனான். அவன் எதிர்பார்த்தது ஒரு ஆபீஸ் அறையை. அங்கே பார்த்தது ஒரு வகுப்பறையை. உள்ளே முழுதும் அடைக்கப்பட்டு சூடாக இருந்தது. செயற்கை வெளிச்சம் பரவி ஒரே ஒரு மின்சார கடிகாரம் கரும்பலகைக்கு மேல் பொருந்தியிருக்க, அது எட்டு இருபது காட்டியது. வகுப்பறையில் அங்கங்கே பலர் உட்கார்ந்திருந்தார்கள். எல்லாரும் ரகுபதி உள்ளே வருவதைக் கண்கொட்டாமல் பார்த்தார்கள்.

'ஓ நோ!' என்று குரல் கேட்டது. நிமிர்ந்து பார்க்கத் தயக்கமாக இருந்தது. அந்த முகங்கள் எல்லாமே விரோதமாக இருப்பது போல் தோன்றியது. சீனாக்காரர் களும் தெரிந்தார்கள். சில கறுப்பர்கள், இரானியர்கள் போல இருவர், தான் மட்டும்தான் இந்தியனோ! டெஸ்க்குகள் அரை வட்டத்தில் இருந்தன. லேசாகச் சரிவு இருக்க தனித்தனியாகச் சுழலும் நாற்காலிகள் இருந்தன. கரும்பலகைக்கு அருகில் நீண்ட சதுர மேஜை இருந்தது. அதில் ஒரு பெண் நின்றுகொண்டு சில காகிதங்களை அடுக்கிக்கொண்டிருந்தாள். ரகுபதியைப் பார்த்தாள். வா என்று அவனை சமிக்ஞை செய்தாள்.

ரகுபதி அவளருகில் சென்று தன் கடிதத்தை கொடுத்தான்.

'ரகு பாட்டி!' என்று அவன் பெயரை வாசித்து தன் குறிப்புப் புத்தகத்தில் எழுதிக்கொண்டாள். அவனிடம் அவள் வேகமாகப் பேசிய அமெரிக்க ஆங்கிலம் புரியவில்லை. கையில் ஒரு பட்டியலைத் தந்தாள். மார்பில் அவன் பெயர் எழுதிய நீண்ட சதுர பிளாஸ்டிக்கைப் பொருத்தினாள். பத்தொன்பது டாலர் தொண்ணூற்றாறு செண்ட்டுக்கு சப்ளை கிட் என்று ஒரு பட்டியல் இட்டு, ரிப்போர்ட் பேப்பர், உறைகள் பைண்டர்கள், ஸ்க்ராட்ச் பாட் என்று என்னென்னவோ வாங்கவேண்டியதன் அவசியத்தை உணர்த்தியது. 'கிவ் மி தி மணி ப்ளீஸ்!'

ரகுபதி இன்னும் தன் டிராவலர்ஸ் செக்குகளை மாற்றிக் கொள்ளவில்லை.

'கன் ஐ கிவ் யூ இன் ட்ராவலர்ஸ் செக்ஸ்?'

'ஃபார்ட்வெண்டி டாலர்ஸ்?' என்றாள் சற்று கேலியாக. 'ஓகே! யூ சேஞ்சிட் அண்ட் கிவ் மி. நோ ப்ராப்ளம்!'

'வாட் டு ஐ டு நௌ?'

'வெய்ட் ஃபார் ப்ரொபஸர் ஹாமில்டன்!'

இடம் தேடினான். அந்த முகங்கள் மறுபடி அவனைக் கூர்ந்து பார்த்தன. எல்லாம் புதிய முகங்கள். விரோத முகங்கள். அவன் வந்து சேர்ந்ததையே வெறுப்பதுபோலப் பார்க்கும் முகங்கள். இன்னும் சில நாள்களில் அவனுடன் மிகவும் பரிச்சயமாகி அவனிடம் அளவளாவப் போகும் முகங்கள்.

'இஸ் யூர் நேம் பட்டேல்?' என்று ஒரு குரல் கேட்டது.

'நோ' என்று சிரித்தான்.

'ஐ தாட் ஆல் இண்டியன்ஸ் ஆர் பட்டேல்ஸ்! யூ ஆர் ஃப்ரம் விச் பார்ட் ஆஃப் இண்டியா?'

'டமில்நாடு...'

'சிட் டவுன்.'

ரகுபதி உட்கார்ந்தபோது உடனே விழுந்தான்.

'வெல்கம் ரகுபாட்டி!'

4

கீழே விழுந்ததும் எழுந்திருக்கப் பிரயத்தனப்பட்டபோது ரகுபதி மறுபடி தடுமாறி விழுந்தான். எல்லாரும் சிரித்தார்கள். யாரையும் திரும்பிப் பார்க்காமல் நாற்காலியைப் பரிசோதித்துவிட்டு உட்கார்ந்தான். உயரமான ஒரு மாணவன் அவனருகில் உட்கார்ந்து, 'ஹாய்! ஐம் ஸாம் மக்கயர்! கால் மி ஸாம்' என்று கை கொடுத்தான். 'அவர்களை மதிக்காதே. விளையாட்டு புத்தி உள்ளவர்கள். வகுப்பு தொடங்கியதும் சரியாகி விடும்' என்றான். ரகுபதிக்கு கண்களில் கோடிட்ட கண்ணீரை அடக்கிக்கொள்வது மிகவும் சிரமமாக இருந்தது.

ப்ரொபஸர் ஹாமில்டனைப் ப்ரொபஸர் என்று ஒப்புக்கொள்வது சிரமமாக இருந்தது. இள வயதினராக இருந்தார். கண்ணாடி, விளிம்பில்லாமல் முகத்துடன் பொருந்தியிருக்க, கொஞ்சம் மஞ்சளான பற்களால் சிரித்தபோது கன்னத்துச் சுருக்கங்கள் சற்று வயது காட்டியது. வந்த உடனே மேஜை விளிம்பில் இயல்பாக உட்கார்ந்துகொண்டார். தன்னை அறிமுகப்படுத்திக் கொண்டார்.

ரகுபதி தன்னைச் சுற்றிலும் மெல்லப் பார்த்தான். தொண்ணூற்று நான்கு பேர்! அடுத்த ஜூன் வரை இவர்களோடு சேர்ந்து பழகவேண்டும். முதல் மூன்று அனுபவமே நேராக இல்லை. எல்லாரிடமும் ஒருவித விரோதம் இருக்கிறது. ஒருவித மேல்தட்டு உணர்ச்சி இருக்கிறது. தன்னை எல்லாரும் தாழ்வாகப் பார்ப்பதாகத் தோன்றியது. மெல்ல ப்ரொபஸர் ஹாமில்டன் சொல்வதில் கவனம் செலுத்தினான்.

'நீங்கள் எல்லாரும் என்னை நேசிக்கவேண்டியதில்லை.' மேஜை முன் விளிம்பில் சாய்ந்துகொண்டு சற்றே முன்பக்கம் குனிந்து கொண்டு யாரையும் பார்க்காமல் பொதுவாக ஒரு திசையில் பார்த்துக்கொண்டு பேசினார். 'நீங்கள் என்னை வெறுத்தாலும் பரவாயில்லை. நீங்கள் இந்தப் பள்ளிக்கு எதற்கு வந்திருக்கிறீர்கள் என்பதை உணர்ந்தால் போதும். உங்களில் அதிர்ஷ்டக் காரர்கள் இருந்தால் சிலர் தொழிலில் தலைவர் ஆவீர்கள். சிலர்தான். என்

வகுப்புக்கு வரும் போது கோட், டை அணிந்துவருவது நல்லது. அதை நான் விரும்புகிறேன். இன்றிலிருந்து, இந்தக் கணத்திலிருந்து, உங்கள் படிப்பு தொடங்குகிறது. நாளை நாளை என்று ஒத்திப்போடுவதில் பயனில்லை. எனவே, உங்கள் முதல் அஸைன்மெண்ட் இப்போதே தொடங்குகிறது...' என்று கத்தை கத்தையாகக் காகிதங்களை வகுப்பில் உள்ள மாணவர்களிடம் கொடுக்க, அந்தக் காகிதங்கள் கைமாறி ரகுபதிக்கு ஒரு செட் கிடைத்தது. அதைப் பிரித்துப் படித்தால் புரியும் என்று தோன்றவில்லை. 'கிராஜுவெட் ஸ்கூல் ஆப் பிஸினஸ்,அட்மினிஸ்ட்ரேஷன்' என்ற தலைப்பு கொடுத்து, ஏதோ சிமெண்ட் கம்பெனி திவால் ஆகும் நிலையில் இருப்பதை வருணித்து இந்தச் சூழ்நிலையில் என்ன செய்யவேண்டும் என்று ஆயிரத்து ஐந்நூறு வார்த்தை களுள் இரண்டு நாளில் கொடுக்கவேண்டும் என்று கேட்டிருந்தது. ரகுபதிக்கு மலைப்பாக இருந்தது. ஒன்றுமே சொல்லித் தராமல் இப்படி ஆரம்பித்தால் என்ன எழுதுவது?

காண்டீனில் அவர்கள் எல்லாரும் ஹாம்பர்கர் சாப்பிட்டார்கள். சிரித்துப் பேசிக்கொண்டிருந்தார்கள். அங்கே வகை வகையாக இருந்த பொருள்களில் ஏதாவது ஒரு வகையில் மாமிசம் இருந்தது. கொஞ்சம் கொஞ்சமாக அமெரிக்காவில் தான் மிகவும் வருத்தப்படப் போகிறோம் என்கிற பயம் அவனுக்கு அதிகரித்தது. மரத்தடியில் தனியாக உட்கார்ந்துகொண்டு அப்பாவுக்குக் கடிதம் எழுத யோசித்தான். பாதி எழுதிவிட்டுக் கிழித்துப் போட்டான். முதல் வாரமே எதுவும் முடிவுக்கு வரக்கூடாது.

வாரம் முழுவதும் நடந்த வகுப்புகள் எதுவும் அவனுக்குப் பிடிக்கவில்லை. யாரும் அவனுடன் பேசவில்லை. சாயங்காலங்களில் லேசாகக் குளிர ஆரம்பித்து, லேசாக பனிப் போர்வை படர்ந்துகொண்டது. பாதியில் எழுந்து போய்விடலாமா என்று பலமுறை தோன்றியது. எங்கே போவது? திரும்ப மோகன்ராமின் வீட்டுக்குப் போக சப் வே பிடித்து வேர்ல்ட் ட்ரேட் சென்டரில் ஸ்டாட்டன் ஐலண்ட் ஃபெர்ரி பிடித்துச் செல்ல வேண்டும். ரகுபதிக்கு நியூ யார்க் இப்போது மறுபடி அச்சமளித்தது. வகுப்பு முடிந்ததும் அவர்கள் பெரும்பாலானோர் ஆளுக்கொரு காரில் ஏறி விருட்டென்று சென்று விடுவார்கள். தனியாக நடந்தான். கல்லூரி வாசலை விட்டு வந்ததும் சப் வே ஸ்டேஷன் அருகிலேயே இருந்தது. படி இறங்கி பூமிக்கடியில் செல்லும் போது அவன் அச்சம் முற்றுப் பெற்றிருந்தது. குகை போல வழி. சுவர்களில் விளம்பரங்கள். என்ன என்னவோ கிறுக்கல்கள். படியில் உட்கார்ந்துகொண்டு ஒரு இளைஞன் தாளம் போட்டுக்கொண்டு சித்தார் வாசித்துக் கொண்டிருக்க, அருகே தரையில் சில நாணயங்கள் கிடந்தன. அவன் வாசிக்கும் மெட்டு எங்கும் எதிரொலித்தது. அண்டர் கிரவுண்டின் சுவாசக் காற்று சில்லென்று இருந்தது. எங்கோ பேரிரைச்சல்போலக் கேட்டது. நான்கு நீக்ரோக்கள் காத்திருந்தார்கள். அவர்களில் ஒருவன் ரகுபதியின் அருகில் வந்து, 'ஹே மான்! கிவ் மி எ டாலர்' என்றான். ரகுபதி அவன் என்ன கேட்கிறான் என்று புரியாமல் விழித்தபோது மற்றொருவன் அவன் பையைத் தடவினான். இன்னொருத்தன் அவனை உலுக்கினான். கீழே ப்ளாட்பாரத்தில் சில்லறை

168 ● சுஜாதா

சிதற, அதற்குள் ரயில் வந்துவிட மூவரும் தானாகத் திறந்த கதவுகளில் நுழைந்து உள்ளே சென்று ஜன்னல் வழியாக அவனைப் பார்த்துச் சிரித்தார்கள். ரகுபதி செயலற்றுப் போய், வண்டியில் ஏறிக் கொள்ளத் தைரியமில்லாமல், கீழே கிடந்த நாணயங்களைப் பொறுக்கிக்கொண்டபோது அவனிடம் இருந்த டாலர் நோட்டுகள் அத்தனையும் பறிபோயிருந்ததை உணர்ந்தான். அங்கு ஒரு பெஞ்சில் உட்கார்ந்துகொண்டு கைக்குட்டையை எடுத்து கண்களைத் துடைத்துக்கொண்டான். முழங்காலில் புத்தகங்களை வைத்துக்கொண்டு அழுதான். எதற்காக அழுகிறோம் என்று தெரியாமல் அழுதான்.

'அப்புறம் எப்படி வந்தே?' என்று மோகன்ராம் சிரித்தார்.

'நல்லவேளை, ட்ராவலர்ஸ் செக் எல்லாம் பைக்குள் இருந்தது. மறுபடி மேலே வந்து எக்ஸ்சேஞ்சில மாத்திக்கிட்டு டாக்ஸி புடிச்சு வந்துட்டேன்.'

'டாக்ஸி புடிச்சு வந்தியா? சரிதான்! ரொம்பக் காசாயிருக்குமே?'

'இல்லை சார்! என்னால மறுபடி சப் வேல போகமுடியாது.'

'ஏன்?'

'பயமா இருக்கு!'

'சேச்சே! இதெல்லாம் இங்க சாதாரணம்! நீ இன்னிக்குத் தப்பிச்சே. உங்கிட்ட காசில்லைன்னா மக் பண்ணியிருப்பாங்க. தலைல ஒரு நெத்து! உடனே மயக்கமாயிருப்பே. தப்பிச்சே நீ. சப் வேல போறதுக்கு ஒரு தர்மம் இருக்கு. தனியா எங்கயும் நிக்காதே. யார்கூடயாவது நில்லு. கூட்டமா உள்ள பிளாட்பாரத்தில்! நியூ யார்க் சப் வே ராத்திரி வேளைலதான் டேஞ்சர்னு நினைச்சேன். இப்ப சாயங்காலமே ஆரம்பிச்சிட்டாங்களா? டாக்ஸிக்கு எத்தனை கொடுத்தே?'

'எத்தனையோ சார்! வீடு வந்தாப் போதும்னு ஆயுருச்சி சார். எனக்கு அமெரிக்கா வேண்டாம்.'

'ஏம்ப்பா ஒரு வாரத்தில இப்படிச் சொல்றே?'

'இல்லை சார். கிளாஸ்ல மத்தவங்க கலாட்டா பண்றாங்க. லெக்சர் புரிய மாட்டேங்குது. இந்த ஆக்ஸெண்டே வேற மாதிரி இருக்கு. போதாக்குறைக்கு இந்த அனுபவம் வேற. சார், நான் திரும்பிப் போயிர்றேன். எனக்குப் படிப்பும் வேண்டாம், ஒரு மண்ணும் வேண்டாம்!'

'முதல்லே காப்பி சாப்பிடு, மத்தியானம் என்ன சாப்பிட்டே?'

'காப்பி, கோக்!'

'அதான் நல்ல பசில இருக்கே, ஏன், ஹாட் டாக் ஏதும் சாப்பிடலையா?'

'எல்லாத்திலயும் மாமிசம். எனக்கு மாமிசம் சாப்பிட அப்ஜெக்ஷன் இல்லை. ஆனா இந்த ஊர் மாமிசம் ஒத்துக்காதுபோல இருக்கு. ஒருவிதமான டேஸ்டும் இல்லை!'

‘யோகர்ட், ஸாலட் எதாவது சாப்பிடறது!’

‘எதைப் பார்த்தாலும் பயமா இருக்கு. சார், நான் வரலை! நான் போறேன்!’

‘இரு இரு, அவ்வளவு சுலபமாக உன்னை அமெரிக்கா விட்டுருமா! ஒரு வாரத்தில் இவ்வளவு ஆடிப் போயிட்டியா? நியூ யார்க்கோட கரிய முகத்தைப் பார்த்தே! அதுக்கு ஒரு இனிய முகமும் இருக்கு. அதைப் பார்க்கலாமா இன்னைக்கு?’

‘இல்லை சார், எங்கயும் போகணும்போல இல்லை.’

‘கிளாஸ்ல ஒருத்தரும் இண்டியன்ஸ் இல்லையா?’

‘இல்லே, மத்தவங்க கலாட்டா பண்றாங்க. நாற்காலியை இழுத்துவிட்டு வேடிக்கை பார்க்கறாங்க.’

அவர் சிரித்து, ‘ரொம்ப நொந்து போயிருக்கே! நான் ஒண்ணு சொல்றேன் கேளு. என்கூட வா. சில இந்தியர்களை முதல்ல சந்திக்கலாம். உன் மாதிரி மாணவர்களா வந்து இங்க படிக்கிறவங்க, வேலை கிடைச்சு செட்டில் ஆனவங்க, மாமிகள், குழந்தைகள் எல்லாரையும் சந்திக்கலாம். அவங்கள்ல யாரையாவது ஃப்ரெண்டு பண்ணிக்க. அவங்க முதல் தின அனுபவத்தைக் கேட்டுப் பாரு. கிளாஸ்ல கலாட்டா பண்றாங்கன்னு உடனே ஓடிப் போயிடறேன்னு சொல்றது டிஃபீட்டிஸம்!’

‘என்ன சார்! இந்த மாதிரியே தினம் தினம் இருந்தா என்னால் தாங்க முடியாது!’

‘தினம் அப்படி இருக்கும்னு எப்படி நீ தீர்மானிக்க முடியும்?’

இஷ்டமில்லாமல்தான் அவருடன் புறப்பட்டான். அவனிடம் குளிருக்கு ஆடைகள் சரியாக இல்லாததால் ஓர் அனோராக் கோட் கொடுத்தார். சாயங்காலம் ஏழு மணி சுமாருக்கு அவர்கள் கிளம்பி மன்ஹாட்டன் நோக்கிச் சென்றார்கள்.

இப்போது பனிப்படலம் சற்று விலகியிருந்தது. பாலத்தைக் கடக்கும்போது மன்ஹாட்டன் தீவு ஒரு ரத்தின சொர்க்கம்போல இருந்தது. வேர்ல்ட் ட்ரேட் செண்டரின் இரட்டை டவர்கள் நெட்டையாக மின்சார விழிப்பில் ஜொலித்தன.

‘பார்த்தியா! எத்தனை லைட்டு! எத்தனை ஜாஜ்வல்யம்!’

‘எல்லாம் தூரத்தில் இருந்து நல்லாருக்கு சார். கிட்ட போனா அசிங்கம்.’

‘நல்லது பொல்லாதது எல்லாம் இருக்குப்பா இங்க. நீ அனுகறப்ப பொல்லாததைத் தவிர்க்கக் கத்துக்கணும்! சப் வேல வந்தே. அந்த அனுபவம் ஏற்பட்டது. அதுக்காக சப் வேயை நிராகரிக்க முடியாது. கொஞ்சம் ரிஸ்க்! எச்சரிக்கை போதும். நான் எல்லாம் சொல்லித் தரேன். கவலைப்படாதே! அதுக்காக இந்த சொர்க்கபுரியைத் தொட்டுப் பார்க்காமலேயே டாட்டா

காட்டிட்டு போறேன்னு சொல்லாதே! நீ பார்க்கவேண்டிய நல்ல விஷயங்கள் இன்னும் எத்தனையோ இருக்கு.'

மன்ஹாட்டன் தீவின் பரபரப்பான போக்குவரத்தில் சேர்ந்து கொண்டு ஊர்ந்தார். கட்டடங்களின் உயரமும் பிரும்மாண்டமும் அவர்களை அணைத்துக்கொள்ள பற்பல அவென்யூக்களையும் ஸ்ட்ரீட்களையும் கடந்து கடந்து பார்க் செய்வதற்கு இடம் தேடினார்.

'நாம போகவேண்டிய இடத்திலிருந்து ஒரு மைல் வந்தாச்சு பார்க்கிங்குக்கு!'

'எங்கே போறோம்?'

'இண்டியன் அசோஸியேஷன்ல ஒரு நிகழ்ச்சி'

'என்ன நிகழ்ச்சி?'

'குச்சுப்புடி டான்ஸ். ஆந்திராவில இருந்து பார்ட்டி வந்திருக்கு.'

'குச்சுப்புடியெல்லாம் நான் நிறைய எங்க ஊர்ல பார்த்தாச்சு சார்.'

'குச்சுப்புடி பார்க்கவா கூப்பிடறேன்? அதைப் பார்க்க வர்றவங்களைப் பார்க்க.'

கடைசியாக ஒரு பார்க்கிங் பிரதேசம் கிடைத்து, பெருமூச்சு விட்டு, காரை நிறுத்தி மீட்டரில் காசு போட்டுவிட்டு நடந்தார்கள்.

அவர் கொடுத்த கோட்டு குளிருக்கு இதமாக இருந்தது. சில்லென்று காற்று முகத்தில் அடித்து ரகுபதிக்கு இவரிடமிருந்து சீக்கிரத்தில் கழன்றுகொண்டு தனியே போய்விடவேண்டும் என்று தோன்றியது. எதிலும் விருப்பமில்லாமல் இருந்தது. கண்ணாடிக்குப்பின் அமெரிக்கா வண்ண வண்ணமாகக் குப்பை களை அலங்கரித்து விற்றுக்கொண்டிருந்தது. எல்லாரும் சாப்பிட்டுக்கொண் டிருந்தார்கள். உலகத்தில் உள்ள அத்தனை நிறத்தினரும் வீதியில் தென்பட்டார்கள். காதலர்கள் அவ்வப்போது நின்று நின்று முத்தம் கொடுத்துக் கொண்டிருந்தனர். செய்தித்தாள்கள், வாங்குவார் இன்றி அநாதையாகத் தெரு முனையில் காத்திருந்தன. மஞ்சள் டாக்ஸிகள் மஞ்சள் டாக்ஸிகளைத் துரத்திக்கொண்டிருந்தன. நகரம் முழுவதும் சிவப்பு, அம்பர், பச்சை என்று ஆயிரம் கண்கள் விழித்துக்கொண்டிருந்தன.

இந்த தியேட்டர் அவனுடைய யூனிவர்சிடிக்கு அருகில்தான் இருந்தது. ஏதோ ஒரு கல்லூரியைச் சார்ந்ததாம். இந்த மாதிரி நிகழ்ச்சிகளுக்கு வாடகைக்கு விடுகிறார்களாம்.

இந்தியர்கள் பலர் தியேட்டர் வாசலில் காத்திருந்தனர். குழந்தைகள் ஊடாடின. இந்திய டாக்டர்கள் அமெரிக்க ஆங்கிலத்தில் பேசிக்கொண்டு கோக் உறிஞ்சிக் கொண்டிருந்தார்கள். மனைவிகள் பட்டுப் புடைவையில் உலவ மோகன்ராம் பலரைப் பார்த்துச் சிரித்தார். பலரை அவனுக்கு அறிமுகப் படுத்தினார். ஐந்து டாலர் கொடுத்து உள்ளே போய் உட்கார, செக்ரட்ரி

வீடியோவை அமைத்துக்கொண்டிருக்க அதிலிருந்து கூச்சல் ஒலி கேட்க, திரையை விலக்கி ஒரு குழந்தை எட்டிப் பார்க்க, சிறுவர்கள் காரிடாரில் ஒருவரை ஒருவர் துரத்திக் கொண்டு ஓட, ரகுபதிக்கு மறுபடி இந்தியா வந்துவிட்ட மாதிரி இருந்தது. மிருதங்கம் நியூ யார்க்கில் சுருதி சேர மறுத்தது. பாட வந்த அம்மாள் ஸ்ட்ரெப்ஸில் விழுங்கிக் கனைத்துக் கொண்டிருக்க, கச்சிதமான இரண்டு ஆந்திரப் பெண்கள் 'பாரிஜாத புஷ்பம் சத்தியபாமா' என்று தெலுங்கில் ஏதோ பாடிக்கொண்டு ஆடினார்கள்.

அதற்கு ஒரு ப்ரொபஸர் ஆங்கிலத்தில் விளக்கம் கூற, ரகுபதி சுற்றிலும் பார்த்தான்.

அவன் இருந்த வரிசைக்கு மூன்று வரிசை முன்னே ஓரத்தில் மதுமிதா உட்கார்ந்திருந்தாள்.

5

ஒரு வருஷம் கழித்து அவளைப் பார்க்கிறான். ஒரு காலத்தில் மூச்சுக் காற்று ஒவ்வொன்றிலும் அவளைச் சுவாசித்துக் கொண்டிருந்தான். இரவு பகலாக ஏங்கினான். அவள் கிட்ட வந்து, தொட்டு, ஒதுக்கப்பட்டு, வெறுப்பின் எல்லைகளைத் தொட்டு, மலை முடிவிலிருந்து குதிக்க முயற்சி செய்துவிட்டு, இப்போது...

பக்கத்தில் உட்கார்ந்திருந்த மோகன்ராம், 'என்னப்பா, டான்ஸ் பாக்காம அங்கேயே பார்த்துக்கிட்டு இருக்கியே? எதாவது இன்ட்ரஸ்டிங்கா இருந்தாச் சொல்லு' என்றார்.

'இல்லை சார்.'

மேடையில் மானசீகக் கிருஷ்ணரை 'குளிக்க வா' என்று கெஞ்சிக் கொஞ்சிக் கொண்டிருந்தாள் நடனி.

'வாட்ஸ் ஷி ஆஸ்க்கிங்?' என்றது அமெரிக்காவில் வளர்ந்த ஒரு தமிழ்க் குழந்தை.

'ஷி இஸ் ஆஸ்கிங் கிஷ்ணா டு கம் ஃபர் பாத்.'

'ஹூ இஸ் கிஷ்ணா?'

'இதுக்குத்தான் அமர் சித்ர கதா மாதிரி ஏதாவது வாங்கிக் கொடுங்கோன்னு சொல்றேன். கிருஷ்ணா யாருன்னு கேக்கறது... ரோலிங் ஸ்டோன்ஸ் யாருன்னு கேட்டா பதில் சொல்றது...'

'வாட்ஸ் ஷி வேரிங் இன் ஹர் மூக்கு?'

ரகுபதிக்கு இதெல்லாம் கவலையே இல்லாமல் அவளையே பார்த்துக்கொண் டிருந்தான். மதுமிதாதான். இங்கிருந்து அவளது பரிச்சயமான பக்கவாட்டுத் தோற்றம் தெரிகிறது. அந்த மூக்கை விரலால் ஒட்டிப் பார்த்திருக்கிறான்.

பக்கத்தில் யார் என்று பார்த்தான். கணவனைக் காணோம். அந்தக் கண்ணாடி அம்மாள் மாமியாராக இருக்கலாம். ரகுபதி எழுந்துபோய், ‘ஹலோ மது’ என்று விசாரிக்க ஆசைப்பட்டான்.

எழுந்திருக்கவில்லை.

‘அது யாருப்பா? அங்கே பார்த்துக்கிட்டு இருக்கே?’

‘இல்லை சார்... தெரிஞ்சவங்க மாதிரி இருந்தது. போகலாமா?’

‘போலாமாவது! இன்னும் மெயின் டான்ஸே வரலை. அதுக்கப்புறம் மிமிக்ரி இருக்கு. நாலு டாலர் கொடுத்துட்டு பாதில எழுந்து வர்றதாவது!’

நடனம் முடிந்ததும் சோகையாகக் கைதட்ட, திரை மைக்கில் மாட்டிக்கொள்ள, அதை ஒரு கமிட்டி மெம்பர் வந்து ஒதுக்க, மதுமிதா எழுந்து தன்னை நோக்கி வருவதைப் பார்த்து அப்படியே உறைந்து போனான்.

இதோ வந்து விட்டாள். என்னைப் பார்க்கிறாள். இல்லை பார்க்கவில்லை. இவன்தான் அவளை முழுசாகப் பார்த்தான். புடைவை கட்டிக்கொண்டு இருந்தாள். கரும்பச்சையில் மஞ்சள் பார்டர் போட்டு பளபளவென்று, கொஞ்சம் சதை போட்டிருக்கிறாள். லேசாக லிப்ஸ்டிக். கழுத்தில் ஒரே ஒரு ரத்தினமாலை. காதில் பழங்காலத்து லோலாக்கு. தலையைப் பின்ன முடியாமல் ரப்பர் வளையத்தால் சிறைப்படுத்தி, அவனைக் கடக்கும்போது அந்த வாசனையைக் கொஞ்சம் விட்டுவிட்டுத்தான் சென்றாள்.

‘இந்தப் பொண்ணை நான் தொட்டிருக்கேன் சார்’ என்று சொல்ல வேண்டும்போல இருந்தது.

‘இன்ட்ரஸ்ட்டட்? விசாரிக்கட்டுமா, பொண்ணு கல்யாணத்துக்கு இருக்குதான்னு?’ என்றார் ராம்.

‘இல்லை சார், இந்தப் பொண்ணுக்குக் கல்யாணம் ஆயிருச்சு.’

‘அட! எப்படித் தெரியும்?’

‘ஓ மை காட்! இவளைத்தான் சந்திக்கக் கூடாதுன்னு உங்கப்பா கடிதம் எழுதியிருக்காரில்லை? தி ப்ளாட் இஸ் திக்கனிங்!’

‘பயப்படாதீங்க. நான் அவளைச் சந்திக்கப் பிரயத்தனப்படப் போறதில்லை.’

‘அடடா! நான் சரியாப் பார்க்காம விட்டுட்டனே. அழகாத்தான் இருந்தாப்பல ஞாபகம்...’

‘அழகாத்தான் இருப்பா.’

‘என்ன வயசு?’

‘பத்தொம்பது இருபதுதான் இருக்கும்.’

‘ஹஸ்பெண்ட் பேர் என்ன?’

'ராதாகிஷன்.'

'ஐல் ஃபைண்ட் அவுட்.'

'வேண்டாம் சார். அநாவசியத்துக்குச் சிக்கல் ஆக்காதீங்க. அவங்களைப் பத்தித் தெரிஞ்சுக்க, அவங்களைச் சந்திக்க விருப்பமே இல்லை எனக்கு.'

ரகுபதி மௌனமாக இருந்தான்

'அந்த ராதாகிஷன் என்ன பண்றான்னு நீ தெரிஞ்சுக்க வேண்டாமா?'

'அதெல்லாம் தேவையில்லை.'

'தற்போதைக்கா, எப்போதைக்குமா?'

'வாங்க சார் போயிரலாம். போர் அடிக்கிறது.'

'அவங்க தியேட்டர் வாசல்ல காருக்காகக் காத்திருந்தாங்கன்னா?'

'அப்ப கொஞ்ச நேரம் கழிச்சுப் போகலாம்' என்றான்.

மோகன்ராம் அவனைக் கொஞ்சநேரம் நிதானமாகப் பார்த்தார். 'யூ ஆர் கன்ப்யுஸ்ட்!'

'வில் யூ ப்ளீஸ் கீப் கொயட்' என்று பின் சீட்டு அதட்டியது.

'ஸாரி.'

எட்டரை மணிக்குப் புறப்பட்டு விட்டார்கள். செண்ட்ரல் பார்க் ஃபிப்த் அவென்யூ பக்கம் அழைத்துக்கொண்டு சென்றார். மெல்ல மெல்லப் பச்சை விளக்குகள விழிக்கக் காத்திருந்து இங்கே அங்கே புகுந்து திடீர் என்று அந்த நியான் நகரத்தில் நுழைந்தார்.

மை காட்!

வண்ண வண்ண மின்சார எழுத்துகள் நகர்ந்ததும் கண் சிமிட்டியுடன் வானத்தில் கார்ப்பெட் விரித்ததுபோல் தன்னைத் தானே துடைத்துக்கொண்டு, கலர் மாற்றிக்கொண்டு இரவு ஒரு வானவில் வர்ணப்பகலாக இருந்தது. 'இங்க நின்னுக்கிட்டு லைட்டைப் பார்த்துக்கிட்டு இருந்தாலே ராத்திரி பூராப் போயிரும். இந்தப் பிரதேசத்தில் இல்லாத நாகரிகம், கல்ச்சர் இல்லை. இங்க இல்லாத விகாரங்களும் இல்லை. 42-வது தெரு, ப்ராட்வே தியேட்டர் டிஸ்ட்ரிக்ட் எல்லாம் பார்த்துட்டு, அப்புறம் உனக்கு விருப்பமிருந்தா ஒரு ஷோ பார்க்கலாம் என்ன?'

'சரி சார்.'

'உங்கப்பா என்னைத் திட்டப் போறான்.'

'இல்லை சார்! எனக்குப் பார்க்கணும்போல இருக்கு.'

'அவளை மறக்க! அதுக்குத்தானே?'

பிரிவோம் சந்திப்போம் ● 175

‘அப்படியில்லை.’

‘ஒரு பெண் உடம்புங்கறது எவ்வளவு சல்லிசான விஷயம்னு நீ இங்க தெரிஞ்சுக்கலாம். இதப் பார், இந்தத் தெரு முழுதும் மஸாஜ் பார்லர், டாப்லெஸ் பார், ஸ்ட்ரிப் பர்லஸ்க், ஸ்விங்கர்ஸ் கிளப், அடல்ட் மூவிஸ்...’

கண்ணாடி வழியாகப் பெரிய எழுத்துகள் சந்தேகத்துக்கு இடம் இல்லாமல் ‘கன்டின்யூவஸ் லைவ் செக்ஸ்’ என்று உரத்த வர்ணத்தில் அறிவித்தன. மேலிருந்து வழியும் வெளிச்ச வெள்ளத்தில் நனைந்த ஜனங்கள் கண்ணாடிப் பெட்டிக்குள் மாதிரி பார்த்துக்கொண்டிருந்தார்கள். ‘காமிக் ஸ்டிரிப்னு ஒரு இடம் இருக்கு. ஸ்ட்ரிப்டீஸையே வேடிக்கையாப் பண்ணுவாங்க.’

‘உங்களுக்கு இதெல்லாம் பிடிக்குமா சார்?’

‘இல்லை, உனக்காகத்தான்.’

‘எனக்காகவா?’

‘செக்ஸ் மட்டும்தான்னா எவ்வளவோ சுலபம் இந்த தேசத்திலே. உனக்குத் தேவையான ஒரு பெண்ணை ஒரு வாரத்துக்குகூடக் கொண்டு வெச்சுக்கலாம். இட்ஸ் ஸோ ஈஸி! என் மனைவி என்னை விட்டுப் பிரிஞ்சப்புறம் கொஞ்ச நாளைக்கு வெறி பிடிச்சாப்பல இருந்தது. அப்ப இந்த இடத்துக்கு வந்தேன். என்ன வேணா ஆகட்டும்னு தனியாப் போனேன். தனியாப் போகவே கூடாது. அதை எப்படி விசாரிச்சுக்கிட்டுப் போறதுன்னும் தெரியாது. ஏதோ ஒரு சந்தில நுழைஞ்சேன்.

‘ஸ்விங்கர்ஸ் கிளப், மஸாஜ் பார்லர் எல்லாம் போட்டிருந்தான். உள்ள போய் பிரமை பிடிச்சாப்பல உக்காந்தேன். அந்தப் பொண்ணு நூறு டாலர் கொடுத்தா உன் வாழ்க்கைல மறக்க முடியாத ராத்திரியை உனக்குத் தரேன்னு சொன்னா. நூறு டாலர் கொடுத்தா அதை வெச்சுக்கக்கூட உடம்பில் ஒண்ணும் இல்லை அவகிட்ட! பதினாறு வயசுப் பொண்ணு. எங்கிட்ட நிறையவே பணம் இருந்தது. அவகிட்ட அத்தனையும் வெச்சுக்கன்னு கொடுத்துட்டு சட்டையைப் போட்டுக்கிட்டு வெளியே வந்துட்டேன்.’

‘ஏன்?’

‘அந்தப் பொண்ணு என் டாட்டர் சாயலா இருந்தா. திகீர்னுச்சு. வந்துட்டேன்!’

‘முத முதலா உங்க மனைவியைப் பத்தி சொல்றிங்க சார்.’

‘அது என்னுடைய சொந்த சோகம். வி ஆர் டிவோர்ஸ்ட். வீக் எண்ட் குழந்தைகள் வரும். பார்க்கலாம்.’

‘இந்த வீக் எண்ட் வரலையே!’

‘பொண்ணுக்கு உடம்பு சரியில்லைன்னு போன் பண்ணியிருந்தா.’

‘பேசுவிங்களா?’

‘பேசாம என்ன? நாங்க ரெண்டு பேரும் இன்னும் ஃப்ரெண்ட்ஸ்தான்!’

176 ● சுஜாதா

'மறுபடி கல்யாணம் செய்துக்க உத்தேசமா?'

'இப்போதைக்கு இல்லை. ஆனா அந்தச் சாத்தியம் இருக்குன்னுதான் சொல்லணும். நல்ல பொண்ணாப் பார்த்துச் சொல்லேன்?'

'இங்க டிவோர்ஸ் சகஜமா சார்?'

'ஏன், எதுக்கு கேக்கறே?'

'சும்மா கேட்டேன் சார்.'

'இந்தப் பொண்ணு பேர் என்ன சொன்ன?'

'மதுமிதா'

'நைஸ் நேம்... எங்க பார்த்தே?'

'பாவநாசத்திலே. நான் பாட்டுக்கு சும்மா இருந்தேன். அம்மா, அப்பா, பொண்ணு எல்லாரும் என்கரேஜ் பண்ணாங்க. உங்க கிட்ட சொல்லியிருக்கேன்னு நினைக்கிறேன்.'

'அந்தப் பொண்ணும் ஃப்ரீயா பழகிச்சா?'

'ஆமா சார்.'

'டிட் யூ ஹவ் செக்ஸ்?'

'இல்லை.'

'ரொம்ப ஆதர்சக் காதலாக்கும்?'

'அப்படி ஒண்ணும் இல்லை.'

'இங்க அங்க தொட்டுக்கிட்டு முத்தம் கொடுத்துக்கிட்டு...'

'ஆமா சார்.'

'இண்டியா அவ்வளவு தூரத்துக்கு முன்னேறிடுச்சா? கடைசில என்ன ஆச்சு?'

'சிம்பிள். என்னைவிட நல்ல மாப்பிள்ளையாக் கிடைச்சான். என்னை அம்போன்னு விட்டுட்டாங்க.'

'ஜஸ்ட் லைக் தட்!'

'ஜஸ்ட் லைக் தட்! அதை நான் பெரிசா எடுத்துக்கிட்டு தற்கொலை முயற்சி வரைக்கும் போயிட்டேன். எங்கப்பா என்னைக் காப்பாத்தினார்... என்னை ஸ்திரப்படுத்தினார்.'

'நீ அவ அப்பாவைக் கேக்கலையா?'

'கேட்டேன். 'என் பொண்ணுக்கு நல்ல வாழ்க்கை அமையணும்னு நினைக்கிறது தப்பா?'ன்னு கேட்டார்.'

'பொண்ணு என்ன சொல்லிச்சி?'

‘அது கொஞ்சம் வெகுளி சார். கொஞ்சம் குழப்பமான பொண்ணு! ‘என்ன பண்றது, எங்கப்பா அம்மாவானா இப்படி சொல்றாங்க. ஐம் ஸாரி!’ அவ்வளவுதான்.’

‘நல்லவேளை, அவளை நீ கல்யாணம் பண்ணிக்கலை. அதுக்கப்புறம் பெரிசா எதாவது தப்பு பண்ணிட்டு ‘ஐம் ஸாரி...அவ்வளவ்தான்’னு சொல்லிருக்கும்.’

‘ஒரு பொண்ணு அழகா இருந்தா பல குறைகள் மன்னிக்கப்படுகின்றன சார்.’

‘அழகா இருந்தாளா? நான் சரியா கவனிக்கலையே!’

‘அமெரிக்காவில் இன்னும் கொஞ்சம் அழகா இருக்கா சார். என்னை அந்த ஷோவுக்கு கூட்டிக்கிட்டுப் போறீங்களா!’ என்றான்.

ஐந்தாவது அவென்யூ பதினைந்தாம் தெருவில் இருந்தது அந்த இடம். பார்க் செய்யும் இடத்தில் டாலர் கொடுத்து, மாடிக்கு கார் லிஃப்ட்டில் போகும் வித்தையைப் பார்த்துவிட்டு அங்கிருந்து நடந்தார்கள்.

'பயப்படாதே! நான் உன்னை ஏதும் கெட்ட இடத்துக்கு அழைச்சிட்டுப் போக மாட்டேன். ஒரு பிரம்மச்சாரியைக் கெடுத்த பாவம் எனக்கு வேண்டாம். கெட்டுப்போறதா இருந்தா சொந்தமா கெட்டுப் போய்க்கோ' என்றார் மோகன்ராம்.

'நாம எங்க போறம்?'

'எலக்ட்ரிக் சர்க்கஸ்.'

'சர்க்கஸா?' என்றான்.

'இல்லை, இது டிஸ்கோ கிளப்.'

'அங்கே என்ன?'

'பாரேன்.'

நுழைந்ததும் 1928-ம் வருஷத்திய தீ அணைக்கும் இஞ்சின் அலங்காரமாக வரவேற்றது. பின் பால் இயந்திரங்களில் இரும்பு கோலிகள் உருண்டு உருண்டு, படும் இடத்தில் எல்லாம் சப்தம் பண்ணிக்கொண்டு, பார்வையாளர் முகங்களை ரத்த நிற ஒளியில் காட்டின.

பற்பல வண்ண வண்ணக் கண்ணாடிகளைக் கடந்து சென்றார்கள். விளக்குகள் ஆரவாரமாக அவர்களை விந்தைக் கீற்றுகளோடு வருடிக்கொண்டிருக்க, மையத்தில் த்ரீ ரிங் சர்க்கஸ் போல மூன்று இடங்களில் ஒதுக்கப்பட்டு அதில் டிஸ்கோ சங்கீதத்துக்கு இளைஞர்கள் தொம் தொம் என்று பதறிப்போய் ஆடிக்கொண்டிருந்தார்கள்.

‘உங்க ஊர்ல டிஸ்கோ உண்டா?’

‘உண்டு சார். இவ்வளவு விகரஸ்ஸா ஆட மாட்டாங்க.’

‘ஃபிஸிக்கல்னு ஒலிவியா நியூட்டன் பாட்டு ஒண்ணு இருக்குது. அவளே டிவில வந்து டான்ஸ் பண்ணுவா. அந்த உடம்புக்காகவே அந்தப் பாட்டு கோஸ்ட்-டு-கோஸ்ட் அலறுது. டைனிங் ரூம் தனியா இருக்குது. அங்கு போய் ஏதாவது சாப்பிடலாமா?’

‘இல்லை, பார்க்கலாம் சார்.’

ஆண் பெண் வித்தியாசம் மறந்து பாட்டின் துடிப்பு ஒன்று மட்டும்தான் அந்த இடத்து நிஜம்போல் ஆடிக் கொண்டிருந்தார்கள். மதுமிதாவுக்கு இதெல்லாம் பிடிக்குமோ இல்லையோ. அவள் புடைவை கட்டிக்கொண்டிருந்தாள். இந்த ஊருக்கு வந்து மாமியாகிவிட்டாளா? ஒருகணம் மதுமிதாவை உடை மாற்றி அவளுடன் அந்த மைய வட்டத்தில் ஆடினான்.

‘இவங்கள்ளாம் யாரு?’

‘யாரெல்லாம்?’

‘இங்க ஆடிட்டிருக்காங்களே?’

‘எல்லாரும் இருப்பாங்க. சின்னவங்க மட்டும்னு இல்லை. வயசானவங்களும் ஆடுவாங்க. இவங்க வயசாயிருக்கறதை ஒப்புத்துக்கவே மாட்டாங்க. கிழவிங்கள்ளாம் பிரமாதமா டிரெஸ் பண்ணிப்பாங்க. அம்பது வயசில கல்யாணத்தைப் பத்திப் பேசுவாங்க. உடம்பை ட்ரிம்மா வெச்சுப்பாங்க. எதைக் கண்டாலும் வாங்குவாங்க. வரவுக்கு மேல செலவழிக்கிறதுங்கறது தேசிய குணம். அமெரிக்காவே க்ரெடிட் கார்டில ஓடுது.’

‘எதாவது புதுசுக்காக எப்பவும் அலைஞ்சிக்கிட்டே இருப்பாங்க போல.’

‘அமெரிக்காவில் நாய் பூனைன்னு நிறைய வளக்கறாங்க இல்லை. அதுக்கு செலவழிக்கிற பணம் எவ்வளவு தெரியுமா?’

‘தெரியாது சார்.’

‘வேர்ல்ட் பாங்கில என் ஃப்ரெண்டு ஒருத்தர் சொன்னார். அந்தப் பணத்தை வெச்சுக்கிட்டு இந்தியாவில் இருக்கிற ஏழ்மையை கம்ப்ளீட்டா ஒழிச்சுரலாமாம்!’

‘மைகாட்! நாய்க்கும் பூனைக்குமா?’

‘அதாவது பரவால்லையே. போன வருஷம் புதுசா ஒண்ணு ஆரம்பிச்சாங்க. நாய் பூனைன்னா அதனால ரொம்பத் தொந்தரவு ஆயிருது. அவற்றை வளக்கிறதில் சிக்கல் எல்லாம் இருக்கு. அதுக்காக ஒருத்தன் ஒரு ஐடியா கொடுத்தான். ஆளுக்கொரு கல்லை வளக்கலாம்னான்!’

‘கல்லா?’

'ஆமா, சின்னதாக் கருங்கல்லு! 'பெட் ஸ்டோன்'னு எவனோ ஒருத்தன் கிளப்பிவிட்டான். அது தேசம் பூரா புடிச்சுக்கிச்சு! ஆளுக்கொரு செல்லக் கல்லு. அதுக்கு செக்ஷன்! கல்லுக்கு செல்லச் சட்டை, கழுத்துப் பட்டை! கல்லை வாக் அழைச்சுட்டுப் போறது! பைக்குள்ள வெச்சிக்கறது, கொஞ்சறது!

'எல்லாம் கல்லு!'

'ஆமா! இந்த ஐடியாவை வித்து ஒருத்தன் மில்லியன் டாலர் பண்ணிட்டான்.'

'க்ரேஸி!' என்றான் ரகு.

'பைசாவை வெச்சுக்கிட்டு என்ன பண்றதுன்னு தவிக்கிறாங்க. எல்லாமே அலுக்கறவரைக்கும் கிடைச்சுருது. அடையறதில ஒரு த்ரில் இல்லை! எதுவும் அத்தனை சுலபம்! அதனாலதான் இந்த மாறுதல்களைத் தேடறாங்க. சொர்க்கத்தில் தினப்படி கின்னர கிம்புருடர்களாக இருந்தா சரியா ஒரு வாரத்தில் போர் அடிச்சுரும் இல்லையா? அது மாதிரிதான்! டான்ஸ் ஆடிப் பாக்கறியா?' என்றார் மோகன்ராம்.

'வேண்டாம் சார், பாக்கறதே போதும்' என்றான்.

பீனா கொலாடா என்று எதையோ ஆர்டர் செய்தார். பைனாப்பிள் ஜூஸ், ரம் எல்லாம் கலந்து ஒரு மாதிரியாக இருந்தது. தேங்காய் கூடப் போட்டிருந்தாற் போல இருந்தது. 'இந்த மாதிரி காக்டெய்ல்ங்களும் என்ன என்னவோ ட்ரை பண்ணுவாங்க. நியோ ப்ளடி மேரின்னு ஒண்ணு இருக்குது. ஆளை அடிச்சிடும்'

இரவு திரும்பி வந்தபோது ஒரு மணி இருக்கும். காலை காலேஜ் போகவேண்டும் போலவே இல்லை. லீவு போட்டுவிட்டு நாள் பூரா டிவி பார்த்துக்கொண்டிருக்கலாம் என்று தீர்மானித்தான். ஆனால் நாளைக்கு முக்கியமாக லெக்சர் இருக்கிறது. ஒரு அசைன்மெண்ட்டுக்குக் கடைசி தினம் வேறு. அதை இன்னும் தொடக்கூட இல்லை.

மற்ற மாணவர்கள் மிகவும் உற்சாகமாக இருக்கையில் அவனுக்குக் கல்லூரிக்குப் போவதற்கே வெறுப்பாக இருந்தது. நாளை போய்த்தான் ஆகவேண்டும். நூலகத்துக்குப் போய் எதையாவது புத்தகத்தைப் பார்த்து எழுதி விட வேண்டியதுதான். குறித்த காலத்தில எழுதி முடிக்க வேண்டியது தான் அந்தக் கல்லூரியின் முக்கியம். அவர்கள் ரிப்போர்ட்களை எல்லாம் யாராவது படிக்கிறார்களா என்பது தெரியவில்லை. ராத்திரி படுத்துக் கொண்டபோது மதுமிதாவை அவள் தம்பி என்ன பெயர் சொல்லிக் கூப்பிடுவான் என்று கொஞ்ச நேரம் யோசித்துப் பார்த்தான். நினைவுக்கு வரவில்லை. பீனா கொலாடாவினால் கனவில்லாமல் தூங்கினான்.

லைப்ரரியைச் சுற்றிலும் கண்ணாடி போர்த்தியிருந்தது. உள்ளுக்குள் கதகதப்பாக இருந்தது. வரிசையாக அத்தனை புத்தகங்களும் அவன் படிப்பை ஞாபகப்படுத்தின. மூச்சு விட்டால் வழக்கம்போல் மௌனம். ரகுபதி வெயில்

படும் இடத்தில் உட்கார்ந்துகொண்டு தன் அசைன்மெண்ட்டை அவசரமாக எழுதிக்கொண்டிருந்தான். ஒரு கற்பனை சிமெண்ட் கம்பெனி திவாலாகும் நிலையில் இருக்கிறது. பக்கத்தில் ஒரு பெரிய அணை கட்ட டெண்டர் போட்டிருக்கிறது. அந்த டெண்டர் அதற்குக் கிட்டினால்தான் அதனால் பிழைக்கமுடியும். அதன் முக்கிய போட்டிக்கார கம்பெனி ஏற்கெனவே டெண்டர் கிடைப்பதற்குமுன்பே அந்த அணைக்கட்டின் அருகில் ஒரு ஃபாக்டரி வைக்க ஏற்பாடுகள் செய்துகொண்டிருக்கிறது. இந்தச் சூழ் நிலையில் அந்த கம்பெனி என்ன செய்யவேண்டும் என்பதை 1,500 வார்த்தை களில் ரிப்போர்ட் எழுதித் தரவேண்டும். என்ன எழுதுவது, எப்படி எழுதுவது என்பது தலைகால் புரியாமல் எதையோ கிறுக்கிக்கொண்டிருந்தான். லெக்சரர் நன்றாகத் திட்டப் போகிறார். துரத்தி விட்டாலும் ஆச்சரியமில்லை.

நூலகத்தை விட்டு வெளியேவரும் டெஸ்க்கின் அருகில் இருந்த பெண் அவனைப் பார்த்துச் சிரித்தாள். ஏதோ ஒரு புஷ்பத்தை அவனிடம் கொடுத்ததுபோல இருந்தது. வெளியே வரும்போது வானம் நீலமாக இருந்தது. குளிர் தாங்கும்படியாக இருந்தது.

அந்தப் பெண் அவனை 'அசைன்மெண்ட் எழுதிவிட்டாயா?' என்று கேட்டாள். திரும்பிப் பார்த்தான். இவளை வகுப்பில் பார்த்திருக்கிறான். பெயர் அமாந்தாவோ, மேரியோ, சரியாக ஞாபகம் இல்லை. ஒரு பக்கம் வகிடெடுத்து ஆண் பிள்ளைகள் போல கிராப் வைத்திருந்தாள். சட்டைமேல் சின்னதாக ஜாக்கெட் அணிந்து அதன் காலரை உயர்த்தியிருந்தாள்.

'ஏதோ எழுதி முடித்து விட்டேன்' என்றான் ரகுபதி.

'சிமெண்ட் கம்பெனியில் எல்லோரும் தற்கொலை செய்து கொண்டுவிட வேண்டும் என்று நான் எழுதியிருக்கிறேன்' என்றாள்.

'நானும் ஏறக்குறைய அதைத்தான் எழுதியிருக்கிறேன்' என்றான். 'இதை யெல்லாம் யாராவது படிப்பார்களா?'

'படித்து எல்லார் முன்னிலையிலும் மார்க் கொடுத்து மானத்தை வாங்கப் போகிறார்கள்.'

'உன் பெயர் என்ன?'

'மேரி எமர்சன்.'

'உன் பெயரை உச்சரிக்க இன்னும் ஒரு வாரத்தில் பழகி விடுவேன். எந்த ஊர்?'

'டென்னஸி. ஆனால் இங்கே சிஸ்டம் அனலிஸ்ட்டாக இருக்கிறேன். எம்.பி.ஏ செய்தால் அதிகச் சம்பளம் வரும். அந்த ஒரு குறிக்கோளில்தான் இந்த நரகத்துக்கு வந்திருக்கிறேன். உனக்கு இது பிடித்திருக்கிறதா?'

'எனக்கு இன்னும் தலைகால் புரியவில்லை. சில சமயங்களில் எதற்காக இங்கு வந்து மாட்டிக்கொண்டோம் என்றிருக்கிறது.'

'எனக்கு எப்போதுமே அப்படி இருக்கிறது.' கோக் மெஷினில் காசு போட்டு இரண்டு கோக் வாங்கிக்கொண்டு அவனுடன் நடந்துவந்து மரத்தடியில் உட்கார்ந்தாள். 'உன்னை வகுப்பில் அவர்கள் கலாட்டா பண்ணுவதைப் பார்த்தேன். அது தப்பு. எனக்கு இந்தியாவின்பேரில் ஒரு ஆர்வம் உண்டு. உங்கள் கலாசாரத்தை பற்றி அறிந்துகொள்ள ஆசையாக இருக்கிறது. ஒருமுறை வார இறுதியில் என் அறைக்கு வருகிறாயா?'

'சரி' என்றான். அவள் வாங்கிக் கொடுத்த கோக்கைக் கடித்துத் திறந்து கொண்டான்.

அவள் அவனைப் பார்த்து சிநேகிதமாகச் சிரித்தாள். மெல்லிய மார்பு. ஓட்டக்காரி போல் இருந்தாள். அமெரிக்கப் பெண்களுக்கு வயது சொல்வது ரொம்பக் கஷ்டம் என்று தோன்றியது.

'எதற்கு வந்திருக்கிறேன் என்றே தெரியவில்லை. நான் சம்பாதிக்கும் பணம் போதும். பதவி உயர்வு கிடைத்தால் தலைவலிதான் அதிகமாகும்.'

'நான் ராத்திரி இரண்டு மணிக்கு எழுந்து விட்டத்தைப் பார்த்துக் கொண்டு 'மை காட்! அமெரிக்காவில் என்ன செய்து கொண்டிருக்கிறேன் என்று என்னையே கேட்டுக்கொள்கிறேன்!'

'நம் இரண்டு பேருக்கும் நிறையப் பொது வெறுப்புகள் இருக்கின்றன! நாம் சந்திக்க வேண்டும். எனக்கு ஹிந்துயிஸம் பற்றி என்றைக்காவது ஒரு நாள் நீ சொல்லவேண்டும்.'

'எனக்கு அதெல்லாம் ஒன்றும் தெரியாது.'

'நீ ஒரு ஹிந்துதானே?'

'ஹிந்துக்கள் எல்லாருக்கும் ஹிந்துயிஸத்தைப் பற்றித் தெரிந்திருக்கவேண்டும் என்று அவசியமில்லை. பார்க்கப் போனால் உனக்கு என்னைவிட அதிகமாகத் தெரிந்திருக்கலாம். உன் ஆர்வத்தினால் நீ அதைப் பற்றி நிறையப் படித்திருக் கலாம். இந்த ரிப்போர்ட்டைக் கொடுத்துவிட்டு நாம் இரண்டு பேரும் கிளாஸிலிருந்து தப்பித்துக்கொண்டு எங்கேயாவது போகலாமா? என்ன சொல்கிறாய்?' என்றான்.

'எங்கே?'

'ஏதாவது பஸ்ஸைப் பிடித்துக்கொண்டு நியூ யார்க்கைச் சுற்றலாம்!'

விடுதலை கிடைத்தது போல் ப்ரான்க்ஸ் பார்க்கில் சுற்றினார்கள். அவ்வளவு சுறுசுறுப்பான நகரத்தின் அருகில் இத்தனை ஏக்கர் பச்சைப் பரப்பும் ஏறக் குறைய ஒரு காடு போன்ற சூழ்நிலையும் இருப்பது ஆச்சரியமாக இருந்தது. 'நியூ யார்க் நகரத்தில் மொத்தம் முப்பத்தி ஏழாயிரம் ஏக்கர் பார்க் பிரதேசமே இருக்கிறது' என்றாள். 'இந்த மாதிரி ஜூ உங்க ஊரில் இருக்கிறதா?'

'எங்க ஊரே ஜூதான்' என்று சிரித்தான்.

பிரிவோம் சந்திப்போம் ● 183

'ஏன் அப்படி சொல்கிறாய்?'

'சும்மா விளையாட்டுக்கு! நான் சொன்னதை எல்லாம் சீரியஸாக எடுத்துக்கொள்ளக்கூடாது.'

'முதலில் இந்தியர்களையே எனக்குப் புரியவில்லை. நீங்கள் தலை ஆட்டினால் ஆமாமா, இல்லையா என்பதே தெரிவதில்லை.'

'அதேபோல் அமெரிக்கர்களையே எனக்குச் சுத்தமாகப் புரியவில்லை. 'ஐ டோன்ட் கேர்' என்று நீங்கள் சாதாரணமாகச் சொல்கிறீர்கள். அதற்கு எங்கள் ஊரில் விபரீதமான அர்த்தம்... அலட்சியப்படுத்துவதாக அர்த்தம்!'

'நாம் இரண்டு பேரும் ஒருவரை ஒருவர் இன்னும் தெரிந்து கொள்ளலாம் என்று தோன்றுகிறது.'

அந்த வரவேற்பில் மெலிதான சரசம் இருந்தது.

வீட்டுக்குத் திரும்பி வந்ததும் மோகன்ராம், 'என்ன இன்னிக்கு காலேஜில?' என்றார்

'காலேஜ் இன்னிக்கு கட்' என்றான்

'ஏன்?'

'ஒரு அமெரிக்க சிநேகிதி கிடைச்சா. அவகூட பார்க், மியூசியம்னு சுத்தினேன்!'

'சரியாப் போச்சு, உங்கப்பாவுக்கு லெட்டர் எழுதிரவேண்டியதுதான். அமெரிக்கப் பெண்கள் கிட்ட ஜாக்ரதையா இருக்கணும்!'

'நானே எழுதிர்றேன்' என்றான்.

7

ரகுபதிக்கு வகுப்பில் நடப்பது அத்தனையும் பாசாங்கு போலத்தான் தோன்றியது. பெரிய ப்ரொபஸர்கள், வயது வந்த மாணவர்கள் எல்லாரும் சேர்ந்து ஆடும் விளையாட்டு. சின்ன வயசில் ஆடிய அப்பா-அம்மா விளை யாட்டுக்கும் இப்போது அவன் கற்றுக்கொள்வதற்கும் அதிக வித்தியாசம் இல்லை என்று உணர்ந்தான். இது அப்பா-அம்மா இல்லை. அதற்குப் பதில் கார்ப்பரேஷன்கள்.

முதல் வருஷ மாணவர்கள் அத்தனை பேரையும் பற்பல கார்ப்பரேஷன்களாக (இருபத்தி நாலா?) பிரித்திருந்தார்கள். ஒவ்வொரு கார்ப்பரேஷனுக்கும் மூன்று பேர். ஒவ்வொன்றும் மூன்று டிவிஷன்களாம். ஒவ்வொரு டிவிஷனிலும் இரண்டு தொழிற்சாலைகளாம். இந்த தொழிற்சாலைகளை ஆறு ஆறாகப் பிரித்து, அந்த ஆறும் ஒரே பண்டத்தை உற்பத்தி செய்வதால் அவற்றுக்குள் மார்க்கெட்டில் போட்டியாம். இந்தப் போட்டியைச் சமாளிக்க மார்க்கெட் ரிசர்ச், விளம்பரங்கள், எத்தனை பேரை வேலைக்கு எடுத்துக் கொள்வது, எத்தனை பேரைப் போட்டிக்காரர்களிடமிருந்து ஈர்ப்பது என்றெல்லாம் தீர்மானம் செய்து அந்த விவரங்களைப் பள்ளியின் கம்ப்யூட்டருக்குச் சமர்ப்பிக்கவேண்டும். அது அவர்கள் தீர்மானங்களை அலசி கார்ப்பரேஷன் பிழைக்குமா, திவாலாகுமா என்று அச்சடித்துக் கொடுக்கும்.

விநோதமான விளையாட்டுதான். ஆனால் எல்லோரும் அதை சீரியஸாக எடுத்துக்கொண்டார்கள். கற்பனை இன்ஜினியர்களைத் துரத்தினார்கள். மார்க்கெட்டின் கற்பனைச் சரிவுகளை விவாதித்து சிகரெட் குடித்தார்கள். காப்பியை வெள்ளமாகப் பருகினார்கள். இதற்கெல்லாம் மார்க்! கார்ப்பரேஷன் லாபம் பண்ணினால் இருபது மார்க், கார்ப்பரேஷன் எத்தனை மேலாக இயங்கு கிறது என்று போர்ட் ஆஃப் டைரக்டர்ஸ் தீர்மானிப்பதற்கு முப்பது மார்க்.

ரகுபதிக்கு வாய்த்த கார்ப்பரேஷனில் அந்த மேரி எமர்சனும் ஹோல்டன் என்பவனும் கூட இருந்தார்கள். அவர்கள் கொடுத்த ரிப்போர்ட்டுக்கு

கம்ப்யூட்டர் எத்தனையோ லட்சம் டாலர் நஷ்டம் காட்டியது. காட்டி மார்க் போடாமல் ஒரு பொன்மொழி வேறு கொடுத்து வெறுப்பேற்றியிருந்தது. 'ஒரு விளையாட்டை எப்படி விளையாடுகிறாய் என்பது முக்கியமில்லை, விளை யாட்டில் ஜெயிப்பதுதான் முக்கியம்.'

ஹோல்டன் ரொம்ப நொந்து போயிருந்தான். கப்பல் கவிழ்ந்தாற் போல் கன்னத் தில் கை வைத்து 'உங்களுடன் சேர்ந்ததே தப்பு' என்று அரற்றிக்கொண் டிருந்தான். மேரி 'இட்ஸ் ஆல் சில்லி' என்று சிரிப்பதுவேறு அவன் எரிச்சலை அதிகப்படுத்தியது. ரகுபதிக்கு என்ன உணர்வது என்றுகூடப் புரியவில்லை.

'நம்முடைய கார்ப்பரேஷன் திவால் ஆனதைக் கொண்டாட ஒரு நாடகம் பார்க்கலாம் வருகிறாயா?' என்றாள். அவள் கேட்பது இயல்பாகத்தான் இருந்தது. ஓரத்தில் மோகன்ராமின் எச்சரிக்கை உறுத்தியது.

'ராத்திரி ரொம்ப நேரமாகிவிடும்.'

'கார் இருக்கிறது. நான் கொண்டுபோய் உன் வீட்டில் பத்திரமாக விடுகிறேன். ஏன் பயப்படுகிறாய்? என்னைக் கண்டால் பயமா?' என்றாள்.

விழிகளில் குறும்பு இருப்பதைக் கவனித்தான். அவளைப் பக்கவாட்டில் பார்க்கும்போது அவள் மார்பு திடமாக இருப்பதும் அவள் உள்ளுடைகளும் லேசாகத் தெரிய, ஏதோ ஒரு சந்தர்ப்பத்தில் இவள் என்னைப் படுக்கைக்கு அழைக்கப் போகிறாள் என்கிற எண்ணம் ஒரு வித எச்சரிக்கையாகவும் சுகமாகவும் மலர்ந்தது.

'என்ன நாடகம்?'

'பிராட்வேயில் எதற்கு டிக்கெட் கிடைக்கிறதோ அதற்குத்தான் போக முடியும். எல்லாமே நன்றாகத்தான் இருக்கும்.'

'எனக்குப் புரியாது என்று நினைக்கிறேன்.'

'நான் புரிய வைக்கிறேன். எனக்கு இன்றைக்கு எங்கேயாவது போய் ஏதாவது செய்தாகவேண்டும். ஆர்.எம்.எச் கார்ப்பரேஷன் திவாலானதில் ரொம்பக் கலங்கிப் போயிருக்கிறேன். ஹோல்டன் நாளை வகுப்புக்கு வரவில்லை என்றால் தற்கொலை பண்ணிக்கொண்டுவிட்டான் என்று அர்த்தம்' என்றாள். நாடகம் எட்டரை மணிக்குத்தான். அதற்காக முன்பே போய் டிக்கெட் வாங்கிக் கொண்டாள்.

'இருபத்தைந்து டாலரா! அக்கிரமம்!'

'இருபத்தைந்து டாலருக்கு எங்கே இடம் என்று பார்.'

'முன் வரிசையிலா?'

கடைசி வரிசை. டிக்கெட்டைப் பார்த்தான். கம்ப்யூட்டர் அடித்துக் கொடுத்த டிக்கெட்! பாழாய்ப் போன கம்ப்யூட்டர் நுழையாத இடமே இல்லை - படுக்கை அறையைத் தவிர!

எட்டரை மணிவரை என்ன செய்வது என்று சிறிது யோசித்தார்கள். உலக டிரேட் செண்டரில் பேஸ்மெண்ட் கடைகளில் அலைந்தார்கள். மாடிக்குப் போய் நியூ யார்க் நகரத்தை உயரத்திலிருந்து பார்க்க விரும்பினான். முப்ப தாவது மாடிக்குமேல் கட்டடத்தை மேகம் அணைத்துக் கொண்டிருந்தது. அங்கிருந்து ஒன்றும் தெரியாது என்று ஒரு மக்டானல்ட் கடைக்குப் போய் அவள் ஹாம்பர்கர் வாங்கிக் கொண்டாள்.

'உனக்கு?'

'ஃப்ரெஞ்ச் ஃப்ரை! ஹாட் சாக்லேட்!'

'இதிலே எத்தனை காலம் ஜீவித்திருக்க முடியும்?'

'ஏன்?'

'எப்போது மாமிசம் சாப்பிடப் போகிறாய்?'

'இன்னும் தீர்மானிக்கவில்லை.'

'வெஜிடேரியன்கள் எல்லாம் திறமைசாலிகள் என்று கேள்விப் பட்டிருக் கிறேன்.'

'எதில்?'

'படுக்கையில்!' என்றாள்.

ரகுபதி பேசாமல் ஹாட் சாக்லேட்டைக் கலக்கினான்.

'போன வருஷம் ஒரு சுவாமி இங்கு வந்து யோகாவைப் பற்றிப் பேசினார். பதஞ்சலி யோக சாஸ்த்திரத்தில் ஒரு முறை இருக்கிறதாம். ஒரு பாத்திரத்தில் தண்ணீர் நிரப்பி அதை யோகிகள் முழுவதும் உறிஞ்சி விடுவார்களாம்...' 'பட்டஞ்சலி' என்று உச்சரித்தாள்.

'எதால்?' என்று கேட்க விருப்பமின்றி லேசாகச் சிரித்தான். 'இந்தியாவில் எவ்வளவோ நல்ல விஷயங்கள் இருக்கின்றன. இது ஒன்றுதான் உனக்கு ஞாபகம் இருக்கிறது.'

'இது பற்றி கோஸ்லர்கூட எழுதியிருக்கிறார். எனக்கு அந்த வித்தையைப் பார்க்கவேண்டும்போல் இருக்கிறது.'

'என்னால் செய்ய முடியாது' என்று நிதானமாகச் சொன்னான். அவள் பெரிதாகச் சிரித்தாள். பற்கள் அப்படி ஒன்றும் அழகாக இல்லை என்று தோன்றியது. அதிகம் இனிப்புகள் சாப்பிடுவதாலோ என்னவோ, மஞ்சளாக இருந்தது. அதை அவள் உணர்ந்துகொண்டதுபோல சட்டென்று சிரிப்பை நிறுத்திக்கொண்டுவிட்டாள்.

தியேட்டருக்கு முக்கால் மணி நேரம் முன்பே சென்று விட்டார்கள். விண்டர் கார்டன் என்ற பெயரில், 'கொஞ்சம் பழங்காலத்துக் கட்டடமாக இருக்கிறது' என்றான்.

‘இங்குள்ள பெரும்பாலான தியேட்டர்கள் இப்படித்தான் இருக்கும். உள்ளே பார், இன்னும் பழசு. ஒரு ஐந்தாறு தெருக்களிலேயே சுமார் நாற்பத்தைந்து தியேட்டர்கள் இருக்கின்றன. ஆஃப் ப்ராட்வே என்று அது ஒரு நாற்பது இருக்கும்.’

‘எல்லாவற்றிலும் நாடகங்கள்!’

‘ஆம், உலகத்தில் உள்ள அத்தனை நாடகாசிரியர்களின், நடிகர்களின் மெக்கா இது’ என்று இயல்பாக பிளாட்பாரத்தில் உட்கார்ந்தாள். அதற்கேற்ப அவள் ஜீன்ஸ் அணிந்திருந்தது செளகரியமாக இருந்தது.

ரகுபதி அவளுக்கு அருகில் உட்காரத் தயங்கினான். ‘ஏன் நிற்கிறாய்? உனக்கு அலைந்து கால் வலிக்கவில்லையா?’

‘இல்லை’ என்றான்.

‘தெரிகிறது, நீ என் அருகில் உட்கார வெட்கப்படுகிறாய்.’

ரகுபதி மௌனமாக இருக்க, ‘ஒரு பெண்ணின் பக்கத்தில் உட்கார்ந்ததே இல்லையா நீ? அவ்வளவு வர்ஜினா நீ?’

எதற்கு வம்பு என்று அவளருகில் உட்கார்ந்துகொண்டுவிட்டான். ‘தட்ஸ் பெட்டர்’ என்றாள். ‘உன்னைப் பார்த்தால் ஒரு டாஸ்டாயவ்ஸ்கியன் டிஸ்பேர் தெரிகிறது’ என்றாள்.

‘கேலி செய்கிறாய், பரவாயில்லை.’

‘ஒரு பெண்ணின் விரல்களைப்போல இருக்கின்றன’ என்று அவன் விரல்களைப் பற்றி ஆராய்ந்து, ‘உனக்குக் கைரேகை தெரியுமா?’ என்றாள்.

இவ்வளவு கிட்டத்தில் ஒரு பெண் இருப்பது ரகுபதிக்கு அநியாயமாகப் பட்டது. கைகளைப் பின்னால் நீட்டிக்கொண்டு சோம்பல் முறிக்கும் புலிபோல உடம்பை இழுத்தாள். ஒருகணம் அவள் சட்டை வயிறு தெரிந்தது.

‘உன் பேர் என்ன?’

‘மேரி, மறந்துவிட்டாயா?’

‘இல்லை! எனக்குத் தெரிந்த பெண் ஒருத்தி, நீ இப்போது சோம்பல் முறித்ததுபோலச் செய்த ஞாபகம் வந்தது.’

‘அவளைப் பற்றிச் சொல்லேன். பெயர் என்ன?’

‘மதுமிதா!‘’

‘மது?’

‘மிதா!’

‘என்ன அர்த்தம்?’

'மது என்றால் கள், தேன் என்றெல்லாம் அர்த்தம், மிதா என்றால் என்ன என்று எனக்குத் தெரியாது. சமஸ்கிருத வார்த்தையாக இருக்கலாம்.'

'மதுமிதா!' என்று மறுபடியும் சொல்லிக்கொண்டு 'அழகான பெயர்! பெயரிலேயே ஏதோ ஒரு சரசம் இருக்கிறது.' கொஞ்ச நேரம் கழித்து 'அவளுடன் படுத்திருக்கிறாயா?' (டிட் யூ லே ஹர்?) என்றாள்.

'அங்கே அமெரிக்காவில் போல அத்தனை சுலபமில்லை!' என்றான். மணி அடிக்க, எல்லாரும் உள்ளே சென்றார்கள்.

கொஞ்சம் கொஞ்சம் சென்னை மியூசியம் தியேட்டரை ஞாபகப்படுத்தும் வட்டமான அமைப்பு. அவர்களுக்குக் கொடுக்கப்பட்டிருந்த சீட்டு உச்சாணியில் இருந்தது. நெருக்கமான இருக்கைகள். முழங்கால் இடித்தது. டிராமாவுக்குப் புத்தகம் விற்றார்கள். அவர்கள் உட்கார்ந்த இடத்திலிருந்து நடிகர்களின் தலைகள் ஏரோப்ளேனிலிருந்து பார்ப்பதுபோல இருக்கும் என்று தோன்றியது.

'இருபத்தைந்து டாலர்' என்றாள் மேரி. அரங்கம் இருட்டாக, சட்டென்று எல்லாரும் அமைதியாக விட்டார்கள். மூச்சுவிடும் சப்தம்கூடக் கேட்கும்போல இருந்தது.

நாடகத்தில் மூன்று பெண்கள்தான். வேறு நடிகர்களே இல்லை. ஒரு கன்னி மாடத்தின் மதர் சுப்பீரியர், அதில் ஒரு கன்னிகா ஸ்திரீ, ஒரு மனோதத்துவ டாக்டர். அந்தக் கன்னிகை கர்ப்பமாகி விடுகிறாள். அதை மறைத்து வைத்து, மறைத்து வைத்து, பிறந்த குழந்தையைக் கொன்றுவிடுகிறாள். அதை விசாரிக்க போலீஸ் இலாகா ஒரு மனோதத்துவ டாக்டரை அனுப்புகிறது. அவள் அதை விசாரிக்கும்போது அந்தப் பெண் ஒன்றுமே அறியாத சிறு குழந்தைபோல் இருப்பதையும் அவளும் ஏன், அந்த மதர் சுப்பீரியரும்கூடச் சேர்ந்து, ஆண் சேர்க்கை இல்லாமலேயே அவள் கர்ப்பமானதாக நம்பு கிறார்கள். மனோதத்துவ டாக்டர் அந்தப் பெண்ணை ஹிப்னாடிசத் தூக்கத்தில் ஆழ்த்தி அவளுடைய சின்ன வயசின் நிகழ்ச்சிகளைக் கொண்டு வருகிறாள். அவள் அறியாமைக்கும் செய்கைக்கும் உண்மையான காரணம், சிறு வயதில் அவளுக்கு ஏற்பட்ட கொடுமைகளில் பொதிந்திருப்பதை அறிகிறாள்.

இரண்டரை மணி நேரம் ஒரே செட்டில் இடைவெளி இல்லாது போடப்பட்ட அந்த நாடகம் முடிந்தது. வெளியே வந்தபோது 'எப்படி?' என்று கேட்டாள் மேரி.

'என்னை மிகவும் பாதித்தது! இந்த மாதிரி நாடகங்களை எல்லாம் எப்படிப் போட அனுமதித்தார்கள்? கத்தோலிக்கர்கள் எதிர்க்க மாட்டார்களா?'

'அதற்கெல்லாம் இந்த நாட்டில் கொஞ்சம் அதிகமாகவே சுதந்தரம்தான்.'

'ஏன் என்னவோபோல இருக்கிறாய்?'

'அழுதேன்' என்றாள்.

'ஏன்?'

'அவளுடைய சின்ன வயது நிகழ்ச்சிகள். அதே மாதிரி என் அம்மாவும் எனக்குத் தொடையில் சிகரெட் நெருப்பால் சூடு போட்டிருக்கிறாள், தழும்பு இருக்கிறது.'

'ஓ மை காட்! எதற்கு?'

'நான் குழந்தையில் அழுததற்கு! எனக்கு லேசாக ஞாபகம் இருக்கிறது. அந்த ஒரு சம்பவம் என் மனத்தின் ஆழத்தில் புதைந்துகிடந்தது. இன்றைக்கு மறுபடி தலை காட்டியது. இனி இந்த மாதிரி நாடகத்துக்குப் போகவே கூடாது. தலைவலி' என்றாள்.

காரில் அவளுடன் ஏறி உட்கார்ந்ததும், 'எங்கே போக வேண்டும்?' என்றாள்

'ஸ்டாட்டன் ஐலண்ட். அவர் கவலைப்பட்டுக்கொண்டிருப்பார்.'

'அதற்குமுன் என் தழும்பைப் பார்க்கிறாயா?' என்றாள்

ரகுபதி சற்றே பிரமித்துப்போய், 'வேண்டாம், நீ சொன்னதை நான் நம்பு கிறேன்' என்றான்.

அவள் சிரித்து, 'பயப்படாதே, காட்டிவிட மாட்டேன். என் அபார்ட்மெண்டுக்கு வந்துவிட்டுப் போயேன்' என்றாள்.

'அது எங்கிருக்கிறது?'

'கவலைப்படாமல் வா. என் இந்திய நண்பனை ஸ்டாட்டன் ஐலண்டில் பத்திரமாக அவனுடைய கன்னிமை மாறாமல் சேர்ப்பித்துவிடுகிறேன்' என்றாள். காருக்குள் இருந்த ரேடியோ, 'க்ரேஸி எட்டி'யின் கடையில் அடுத்த ஞாயிற்றுக்கிழமைக்குள் ஆயிரக்கணக்கில் கம்ப்யூட்டர்கள் விலை போயாகவேண்டும் என்று பதறிப்போய் விளம்பரித்துக்கொண்டிருந்தது.

'மூச்சு விடாமல் பேசுகிறார்கள்' என்றான்.

'இந்த ஸ்டேஷனில் கொஞ்சம் க்ளாஸிக்கல் பாட்டுக்கள் வரும். அதற்காக விளம்பரத்தை எல்லாம் சகித்துக்கொள்வேன்.'

மேற்கு 47-வது தெரு வழியே செல்லும் போது 'இந்த இடத்தைப் பற்றித் தெரியுமா?' என்றாள்.

'என்ன?'

'மாலை வேளைகளில் வந்து இங்கே பார்க்கவேண்டும். நிஜமாகவே இந்தத் தெரு முழுவதும் தங்கம் வைரத்தால் இழைத்திருக்கும். டைமண்ட் சென்டர்!'

கடை கடையாக மெல்லிய ஒளியில் பாதுகாப்பில் ஜொலித்துக் கொண்டிருக்க, 'இந்த இடத்தில் அமெரிக்காவின் எண்பது சதவிகிதம் தங்கம், வைரம் புழங்கு கிறது. இங்கிருந்துதான் ரிச்சர்ட் எனக்கு ஒரு மோதிரம் வாங்கிக்கொடுத்தான்.'

'உனக்குக் கல்யாணம் ஆகிவிட்டதா?'

‘ஏறக்குறைய!’

‘புரியவில்லை.’

‘ரிச்சர்டும் நானும் கல்யாணம் செய்துகொள்ளலாமா என்று யோசித்துப் பார்த்தோம். நிச்சயதார்த்தம்கூட நடந்துவிட்டது.’

‘கைவிட்டுவிட்டானா?’

‘இல்லை, நான்தான் கைவிட்டுவிட்டேன்.’

‘ஏன்?’

‘அவனுக்கு நான் அலுத்து விட்டேன். எனக்கு அவன்! என்னை முன்னறையில் வைத்துக்கொண்டே மற்றொருத்தியை அவசரமாக முத்தமிட்டுக் கொண்டிருந்தான். எனக்கு அது சற்றுப் பிடிக்கவில்லை.’

‘இங்கு எல்லாரும் சகஜமாக முத்தமிட்டுக்கொள்கிறார்களே?’

‘சகஜம்தான்! உடம்பில் ஒன்றுமில்லாமல் முத்தமிட்டுக் கொள்வது அவ்வளவு சகஜமில்லை’ என்றாள்.

ரகுபதி பேசாமல் இருந்தான்.

‘என்ன மௌனமாகிவிட்டாய்?’

‘உங்கள் உறவின் அடையாளங்களே எனக்குப் புரியவில்லை.’

‘அடைவது என்பது எங்களுக்கு உச்சக்கட்டமல்ல. அடைகிற வரையில்தான் எதிர்பார்ப்பு, பரபரப்பு எல்லாம்! அடைந்தபின் அடுத்தது எதை அடைவது என்று மாறுதல் தேடுவதுதான் எங்கள் சித்தாந்தம்.’

‘இப்போது என்னை அடைவது என்பது இவளுக்குப் புதிய இச்சையாக இருக்குமோ?’ என்று ரகு கவலைப்பட்டான். அலட்சியமாக கார் ஓட்டிக் கொண்டிருந்தவளைப் பக்கவாட்டில் பார்த்தான்.

அமெரிக்க உடம்பை ஒரு முறையாவது முழுமையாகப் பார்த்து விடலாம் என்ற சைத்தான் இச்சையைக் கஷ்டப்பட்டு விலக்கிக் கொண்டான்.

அவளுடைய அபார்ட்மெண்ட்டுக்கு லிஃப்டில் போகும்போது கண்ணாடியில் தன்னைப் பார்த்துக்கொண்டு தன் தலைமயிரைச் சரி செய்துகொண்டாள். கைப்பையிலிருந்து சாவி எடுத்து கதவைத் திறந்து உடனே விளக்கைப் போட்டு ரெஃப்ரிஜிரேட்டரை திறந்து ஆராய்ந்து ‘உனக்கு வெஜிட்டேரியனாக ஒன்றும் இல்லை. சீஸ், யோகர்ட் ஏதாவது வேணுமா?’

‘ஒரு கப் பால் போதும்.’

‘ஸ்காட்ச் ஏதும் வேணுமா?’

‘வேண்டாம்’ என்று உட்கார்ந்தான். ஒரு சின்ன அறை அது. சோபாவை இழுத்துப் போட்டால் படுக்கை ஆகிவிடும் என்று தோன்றியது அல்லது

சுவருக்குள் எங்கேயாவது படுக்கை ஒளிந்து கொண்டிருக்குமோ என்னவோ! சின்னதாக டிவி வைத்திருந்தது. ஜப்பானிய ஹை-ஃபி செட் ஒன்று இருந்தது. அதனருகில் விவால்டி, பாஹ், ப்ராம்ஸ் என்று அழகழகான ஜாக்கெட்டுகளுடன் நிறைய எல்பி ரெகார்டுகள் இருந்தன. புத்தகங்கள் ஒழுங்காக அடுக்கப்பட்டு... பொதுவாக அறையைச் சுத்தமாக வைத்துக்கொள்ளும் பிரயத்தனம் தெரிந்தது. ஓரத்தில் ஒரு கிச்சன் தெரிந்தது. மிகச் சுத்தமாக இருந்தது. ஓவனின் பற்பல ஸ்விட்சுகளைத் திருகி காப்பிக்குத் தயார் செய்தாள்.

'காப்பி வேண்டாம்!'

'எனக்கு வேண்டும். உட்கார். நன்றாக உட்கார்' என்று காப்பிக் கோப்பையுடன், அவனுக்கு நிறைய பாலுடன் வந்து அவனருகில் உட்கார்ந்தாள்.

'என் மேல் இன்னும் உனக்கு சந்தேகங்கள் இருக்கின்றன. யூ திங் ஐம் எ ஃப்ளர்ட்?'

'இல்லை.'

'நீ எப்போதும் என்னைப் பார்க்கும்போது கண்களில் ஒரு பயம் இருக்கிறது.'

'அது பொதுவாக எல்லா அமெரிக்கர்களைப் பார்த்தாலுமே எனக்கு இருக்கிறது.'

'அமெரிக்கர்களிடம் என்ன பயம்?'

'இன்ஃபீரியாட்டி.'

'நாங்கள் அவ்வளவு மோசமில்லை, தெரியுமா?'

'மோசமில்லைதான்!' பாலில் கொஞ்சம் வனில்லா வாசனை வந்தது. 'நைஸ் மில்க்!' என்றான்.

அவள் சிரித்ததில் புரை ஏறிக்கொண்டது. 'பாலில் என்ன நைஸ்! கேனில் வருவதை ஊற்றிக்கொடுத்தேன். எதற்காக என்னிடம் பாசாங்கு வார்த்தைகள்? என்னைப் பற்றி என்ன நினைக்கிறாய், சொல்லேன்?'

'சொல்லிவிடட்டுமா.'

'சொல்லேன்?'

'கோபித்துக்கொள்ளமாட்டாயே?'

'இல்லை, சொல்லு.'

'நீ தேடும் மாறுதல்களில் நானும் ஒருவன்.'

சொல்லிவிட்டு 'ஏண்டா சொன்னோம்' என்றாகிவிட்டது. அவள் முகம் சற்று மாறி விட்டது. கொஞ்ச நேரம் கோபிப்பதா, சிரிப்பதா என்று தெரியாமல் தவிப்பதுபோலத் தோன்றியது. சட்டென்று சமாளித்துக்கொண்டு, 'நீ அப்படி நினைக்கிறாயா?'

'கேட்டாய், சொன்னேன்.'

'உன்னைப் பற்றி நான் என்ன நினைக்கிறேன் என்று சொல்லவா?'

'சொல்லு, பரவாயில்லை.'

'உன்னைப் பற்றி நான் ஏதும் நினைக்கவில்லை' என்று சட்டென்று சிரித்தாள். 'உன்னை செக்ஸ்ரீதியாகப் பரிசோதித்துப் பார்ப்பது என்பது மிக சுலபம். எந்த ஆணும் லேசில் தவிர்க்க முடியாதபடியான சந்தர்ப்பங்களை ஏற்படுத்துவது ரொம்ப எளிது! இப்போது நான் என் மேல் சட்டையை நீக்கினால் உன்னால் சும்மா இருக்க முடியுமா?'

'இருக்க முடியாதுதான். ஆனால் நமக்குள் சில பாசாங்குகள், சில கலாசார வித்தியாசங்கள் இருப்பதால் பெரும்பாலான சமயங்களில் அவ்வாறு நிகழாது என்றே நான் எதிர்பார்க்கிறேன்.'

'அவ்வாறு நிகழ்ந்தால்?'

'என் உணர்ச்சிகளின் பேச்சைக் கேட்கவேண்டி வரும்.'

அவள் தன் சட்டையின் முதல் பட்டனை மெல்ல, வேண்டுமென்றே மெல்ல, கழற்றினாள். ரகுபதிக்கு உடல் முழுவதும் சில்லென்று ஆகிவிட, 'நோ மேரி, வேண்டாம்' என்றான். அவள் எழுந்து அவனருகில் மெல்ல வந்து அப்படியே ஸ்தம்பித்துப் பார்த்துக்கொண்டிருந்தவனின் முகத்தை இரண்டு கைகளாலும் தாங்கிக் கொண்டு 'எழுந்திரு' என்றாள்.

'எதற்கு?'

'உன் வீட்டில் உன்னைக் கொண்டுபோய் விடுவதற்கு. முட்டாளே! வேறு என்ன நினைத்தாய்?' சட்டென்று விளக்கு அணைத்ததுபோல் அவனது நரம்புகளின் எல்லாத் துடிப்புகளும் இளகிப் போயின. காரில் மௌனமாக வந்தாள். 'உனக்கு இடம் கொடுத்து சோறு போடும் மகானுபாவரைப் பகல் வெளிச்சத்தில் பார்க்கவேண்டும். இப்போது போய் வருகிறேன். குட் நைட்' என்று அவனை வீட்டு வாசலிலேயே விட்டுவிட்டுப் புறப்பட்டாள். 'மேரி, மெதுவாகப் போ' என்று கத்தியது அவள் காதில் விழுவதற்குள் வெர்ரஸோனா பாலம் போயிருப்பாள் என்று தோன்றியது.

இத்தனை லேட்டாக கதவைத் தட்டுவதற்குத் தயக்கமாக இருந்தது. மோகன்ராம் வந்து கதவைத் திறந்தவுடன் 'சார், மன்னிச்சுக்குங்க, ரொம்ப லேட்டாயி...'

'ஷ்ஷ்ஷ்' என்று அவனை அதட்டினார்.

'ஏன் சார்?'

'குழந்தைகள் வந்திருக்குது. தூங்குது! மெல்லப் பேசு.'

'எப்ப வந்தாங்க?' என்றான் மெல்ல.

'சாயங்காலம் உனக்காகக் காத்திருந்தேன். சாப்பிட்டியா?'

'ஆச்சு சார்.'

'எங்க போயிருந்தே?'

'ப்ராட்வே ப்ளே.'

'யார்கூட?'

'மேரி எமர்சன்!'

'போய்ப் படு' என்றார். அவனைச் சீக்கிரத்தில் வெட்டி விட்டாற் போல் தோன்றியது. அவன்மேல் சற்று ஆயாசம் என்று கூடத் தோன்றியது. இத்தனை தாமதமாக வருவதிலிருந்து அமெரிக்காவுக்கு உண்டான அர்த்தங்கள் பண்ணிக்கொண்டு விட்டார் போலும். 'சார், அங்கே ஒண்ணும் செய்யலை. சும்மா பாட்டில் பால் மட்டும்தான் சாப்ட்டுட்டு வந்தேன்' என்று சொல்ல விரும்பினான்.

'குட் நைட்!' என்று விளக்கை அணைத்தார். 'டிவி போட்டுக்கிட்டா சத்தம் குறைச்சலா வையி!'

படுக்கையில் வந்து படுத்தபோது எமர்சன் மாதிரி ஒரு அபார்ட்மெண்ட் கிடைத்தால் போய்விடவேண்டும் என்று தீர்மானித்தான். வாடகை எப்படி இருக்குமோ? மோகன்ராமுக்கு என்மேல் கோபமில்லை. வந்து கொஞ்சம் நாளாகிவிட்ட பழக்கத்தால் அலுத்துவிட்டது. நாளைக்கு அவர் குழந்தை களுக்கு ஏதாவது வாங்கிக்கொடுக்கவேண்டும். விளையாட்டு காட்ட வேண்டும். ஏதாவது அவர் மகிழும்படியாகச் செய்யவேண்டும். அவருக்கு என்மேல் பொறாமைகூட இருக்கலாம். டிவி போட்டுக்கொள்ளவில்லை. பேசாமல் படுத்துக்கொண்டுவிட்டான். மேரி பட்டனைத் தளர்த்தியபோது லேசாக அவள் மார்பில் சிவப்பு நிறம் தெரிந்தது, அவனைக் கிறக்கத்தில் ஆழ்த்தியது. மேரிக்குப் பதில் சட்டென்று மதுமிதா தோன்ற, விளக்கைப் போட்டுக்கொண்டு சம்பந்தம் இல்லாமல் புத்தகத்தைத் தேடினான். மோகன்ராமின் நேஷனல் ஜியாக்ராஃபிக்தான் அகப்பட்டது. அதைப் புரட்டினாலும் பப்புவா நியூ கினி பிரதேசத்தில் மார்பில் எதுவும் இல்லாத பழங்குடிப் பெண்கள் கிராப் வைத்துக்கொண்டு சிரித்துக் கொண்டிருந்தார்கள். மூடி வைத்து, திருவாசகம் சொல்லிப் பார்த்தான். பாதியில் மறந்து விட்டது. கொஞ்ச நேரத்தில் தூங்கி விட்டான் .

'மிஸ்டர் ரகுபட்டி, உங்களை ப்ரொபஸர் ஹாமில்டன் கூப்பிடுகிறார்.'

துணுக்குற்று பேனாவை மூடி வைத்துவிட்டு வகுப்பறையிலிருந்து எழுந்து நடந்தான். மேரி முன் சீட்டிலிருந்து 'பெஸ்ட் ஆஃப் லக்!' என்றாள். எதற்குச் சொல்கிறாள் என்று தெரியவில்லை.

ஹாமில்டன் சிம்ஸன்ஸ் லைப்ரரி கட்டடத்தின் பிரும்மாண்டமான மத்திய ஹாலில் ஓரத்தில் தனியாக கண்ணாடிக்கு வெளியே நகரும் கப்பல்களை

நோக்கிக்கொண்டு பைப் பிடித்துக்கொண்டிருந்தார். அவர் பின் போய் நின்று, 'சார்! என்றான். சற்று நேரம் பொறுத்துத்தான் திரும்பினார். 'சிட் டவுன்!' என்றார். சற்று பயத்துடன் நாற்காலி விளிம்பில் உட்கார, ஹாமில்டன் தன் புகைக்குழாயை ரொம்ப சிரத்தையுடன் கெட்டித்தார். ரகுபதிக்கு அந்த ஹாலே பிரமிப்பும் பயமும் தந்தது. சிம்ஸன் என்கிற ஒரு அதிகம் படிக்காத பணக்காரர் அன்பளிப்பாகத் தந்த கட்டடம் அது. சிம்ஸன் மார்பு மட்டும் வெண்கலச் சிலையாக ரகுபதியைத் துயரமற்ற கண்களுடன் பார்த்துக்கொண்டிருந்தது. இங்கிருந்து வாசக சாலை தெரிந்தது. அதில் ரோஸன், மக்கயர் இருவரும் தெரிந்தார்கள். அவர்கள் இந்தப் பக்கம் அவனை ஓரக் கண்ணால் பார்ப்பதுபோல இருந்தது.

'ரகுபட்டி, உன் ரிப்போர்ட்டை நாங்கள் படித்தோம்.'

மௌனம்.

'நீ எழுதின எல்லா ரிப்போர்ட்களையும் படித்தோம்.'

நீலத்தில் புகை கிளப்பிவிட்டு, 'உன்னால அஸ்ட்ரா கம்பெனிக்கு ஏழு மில்லியன் டாலர் நஷ்டம்' என்று அவனை நிமிர்ந்து பார்த்தார்.

ரகுபதி அசட்டுத்தனமாகச் சிரித்தான்.

'இது சிரிக்கிற காரியமில்லை. உனக்கு டிகிரி கொடுத்து அனுப்பினால், நாளைக்கு நிஜமாகவே ஒரு அஸ்ட்ரா கம்பெனியை மூழ்கடித்துவிடுவாய்.' மறுபடி திரும்பி கண்ணாடி வழியாகக் கப்பல் பார்த்தார். 'சொல்லு! என்ன ஆயிற்று உனக்கு? நாங்கள் சொல்லிக் கொடுக்கும் பாடங்கள் புரிய வில்லையா?'

'நீங்கள் சொல்லிக்கொடுக்கிறீர்களா! அசைன்மெண்ட் அசைன்மெண்ட் என்று உயிரை வாங்கத்தானே உங்களுக்குக்கெல்லாம் நேரம் சரியாக இருக்கிறது?' என்று சொல்வதற்குப் பதில், 'அதெல்லாம் இல்லை சார்' என்றான்.

'உன் கிரேடு, செலக்ஷன் எல்லாம் சரியாகத்தான் இருக்கிறது. ஏன்? உனக்கு இந்த எம்.பி.ஏ பாடத்தில் இஷ்டமில்லையா? இஷ்டமில்லை என்றால் ஏன் வரவேண்டும்? பேசாமல் கம்ப்யூட்டர் சயன்ஸ், எலக்ட்ரானிக்ஸ் ஏதாவது செய்யலாம் இல்லையா? இந்தப் பள்ளிக்கூடத்தில் நாங்கள் குதிரைக்குத் தண்ணீர்தான் காட்டுவோம்.அதைக் குடிக்க வைக்க முடியாது. உனக்கு இதில் ஆர்வம் இல்லை என்றால் இப்போதுகூட தாமதமாகிவிடவில்லை. வேறு பாடம் எடுத்துப் படிக்க வேறு கல்லூரிக்குப் போ!'

'இல்லை சார்! மன்னித்து விடுங்கள்' என்றான்.

சட்டென்று எங்கே இருந்து என்று தெரியவில்லை, அந்தக் காகிதங்களை எடுத்தார். 'இதோ உன் அசைன்மெண்ட் ரிப்போர்ட்' என்று அவன்முன் விசிறினார். காகிதங்கள் பாதி அவன் கையில் சிக்கின. மீதி தரையில் உதிர்ந்தன. அவர் அதை கவனித்ததாகத் தெரியவில்லை. 'இதை எடுத்துக்

கொண்டு போய் இன்னும் இரண்டு நாளைக்குள் மற்றொரு ரிப்போர்ட் எழுதிக்கொண்டு வா. அதை ரிவிஷன் கமிட்டிக்குக் கொடுக்க வேண்டும். அப்புறம் ஓர் இண்டர்வ்யூ இருக்கும். அதை...'

'சரி சார்' என்று காகிதங்களைப் பொறுக்கிக்கொண்டான்.

'மறு ரிப்போர்ட்டையும் இண்டர்வ்யூவையும் பொருத்து உன் எதிர்காலம்!'

'சார்!'

'சரியாகச் செய்யவில்லை எனில் உன்னைக் கல்லூரியிலிருந்து நீக்கிவிடத் தயங்க மாட்டோம்!'

மோகன்ராமின் குழந்தைகள், செல்வம், நீனாவுடன் காலைப் பொழுதைப் போக்கியதில் காலேஜ் கவலை தற்சமயத்துக்கு மறந்து போயிருந்தது. செல்வம் மூத்தவன். பெயரைத் தவிர இந்தியத்தனம் எதுவுமில்லாமல் ஐந்து வயசு அமெரிக்கக் குழந்தை போலவே இருந்தான். நீனா கொஞ்சம் காப்பி கலந்தாற்போல ஒரு ஷேடு. கறுப்பாக அப்பாவைப்போல முகஜாடையுடன் விளையாடிக்கொண்டிருந்தது. சுறுசுறுப்பான குழந்தைகள். ஒரு நிமிஷம் சும்மா இருக்காமல் அவ்வப்போது அபாயகரமான விஷயங்களில் கவனமாக வீட்டைத் தலைகீழாகப் புரட்டிக்கொண்டிருந்தன.

மோகன்ராம் ஏராளமான பொம்மைகள் வாங்கி வைத்திருந்தார். அத்தனை பொம்மைகளையும் அக்கக்காகப் பிரித்து உள்ளே என்ன இருக்கிறது என்று பார்க்க ஆவலாயிருந்தான் செல்வம். எதிர்வீட்டு, பக்கத்து வீட்டு கிழவர்களை எல்லாம், 'ஹாய் க்ரிஸ்! ஹாய் ஸாம்!' என்று பெரிய மனிதன்போல விசாரித்துக் கொண்டிருந்தான். நீனா அவன் நிழலிலேயே அலைந்து கொண்டிருந்தது.

மோகன்ராம், 'வாட் டு யூ திங்க் ஆஃப் தெம்?' என்றார்.

'லவ்லி சில்ட்ரன்' என்றான்.

'வாரம் தவறாமல் அவர்கள் அம்மாவிடம் அடம் பிடித்து வந்து விடுவார்கள்.'

'வாரத்தின் மற்ற நாள்களில் எப்படிப் பிரிந்து இருக்கிறீர்கள்?'

'என்ன செய்வது? கோர்ட் ஆர்டர் அப்படி! இந்த நாட்டின் டிவோர்ஸ் விதிகள் கணவர்களுக்குப் பாரபட்சமானவை.'

குப்புற அடித்தும், ஓடிப் பிடித்துக்கொண்டும், தலையணை சண்டை போட்டுக்கொண்டும் விளையாடும் சந்தோஷப் பறவைகள். 'அவர்களுக்குத் தெரியுமா?' என்றான்.

‘ஏதோ அவர்களுடைய சின்ன வயசு லாஜிக்படி தெரியும். சரியாகப் புரியாமல் தெரியும்... ஒரு முறை பையன் என்னைக் கேட்டான், நீயும் அம்மாவும் ஏன் ஒரே வீட்டில் இல்லை என்று.’

‘என்ன சொன்னீர்கள்?’

‘உண்மையைச் சொல்லிவிட்டேன். ‘அம்மாவும் அப்பாவும் சேர்ந்து வாழ முடியாது. இரண்டு பேருக்கும் அபிப்ராய பேதங்கள் இருக்கின்றன’ என்று.’

‘அது அவனுக்குப் புரியுமா?’

‘புரிகிறதா இல்லையோ- அவர்களைத் தயார்ப்படுத்த உண்மையை முதலிலிருந்தே சொல்லிவிடவேண்டும். மெல்ல மெல்ல அவர்களுக்குப் புரிய ஆரம்பித்துவிடும்.’

‘நீங்கள் உங்கள் மனைவியுடன் மறுபடி சேர்ந்துகொள்ள வாய்ப்பு இருக்கிறதா!’

‘இல்லவே இல்லை!’

‘வாட் வெண்ட் ராங்?’ என்றான்.

‘எவ்ரிதிங்! முதலில் அந்தக் கல்யாணமே தப்பு. காதல் என்னும் ஆவேசம் மற்ற எத்தனையோ விஷயங்களைப் பூசி மழுப்பி விடுகிறது. கொஞ்சம் கொஞ்சமாகத்தான் மற்ற முரண்பாடுகள் மேலுக்கு வருகின்றன. ப்ச்! அதைப் பற்றி என்ன பேச்சு?’

‘இந்தக் குழந்தைகளை நினைத்தால்தான் எனக்கு வயிற்றைக் கலக்குகிறது.’

‘அமெரிக்காவில் பிறந்ததற்கு அவர்கள் கட்டவேண்டிய அபராதம்! பழகிப் போய்விடுவார்கள். மற்ற ஐந்து நாள்கள் அவர்கள் எப்படி வாழ்கிறார்கள் என்பதை நான் கேட்பதே இல்லை. ஆனால் வெள்ளிக்கிழமை இரவு அவர்கள் இங்கு வரவில்லை என்றால் கோபத்தில் தாறுமாறாக அவளைத் திட்டி விடுவேன்.’

நீனா ஓடிவந்து முழங்காலைக் கட்டிக்கொண்டு செல்வத்தைப் பற்றி ஏதோ புகார் செய்தாள். அவள் ஆங்கிலம் ரகுபதிக்குப் புரியவில்லை. குழந்தைகள் இரண்டும் நல்ல புஷ்டியாக இருந்தன. நீனாவின் கன்னத்தில் சின்னதாகக் காயம் இருந்தது.

குழந்தைகளை அழைத்துக்கொண்டு எல்லாரும் சென்ட்ரல் பார்க்கில் கரௌஸில் பெவிலியனுக்குப் போனார்கள். மோகன்ராம் உட்கார்ந்துகொண்டு சுற்றினார். அவர்களுடன் கோமாளித் தொப்பிகள் அணிந்தார். க்ரூய்ஸ் லைனில் ஏறிக் கொண்டு போட்டில் மன்ஹாட்டன் தீவை மூன்று மணிநேரம் சுற்றி வந்தார்கள். பெண்ணுக்குத் தலை வாரி விட்டார். சூசூ போவதற்கு உதவி செய்தார். பையனுடன் பெரியவர்கள் பேச்செல்லாம் பேசினார். பொதுவாகவே இரண்டு குழந்தைகளும் வயசுக்கு அதிகமாக முதிர்ச்சியுடன் தான் இருந்தார்கள். அதிகமான விஷயங்கள், அதிகமான தீனி, அதிகமான

ஊட்டம், பருமன். இந்தியாவில் இந்தக் குழந்தைகள் எட்டு, ஒன்பது என்று வயசிருக்கும்போலத் தோன்றியது. நீனாவைத் தூக்கி மேலே போட்டுப் பிடிக்க ரகு சிரமப்பட்டான்.

குழந்தைகளை அழைத்துப் போக அவர்களின் தாய் வருவாள் என்று எதிர்பார்த்தான். பதிலாக அவள் சிநேகிதிதான் வந்திருக்கிறாள். அந்தக் காட்சி ரகுவின் நெஞ்சை உருக்கியது. குழந்தைகள் இருவரும் அப்பாவுடன் பசை போட்டாற்போல் ஒட்டிக் கொண்டு 'டாடி டாடி ஐ டோன் வான்ன கோ' என்று கண்களில் கண்ணீருடன் அலறின. அவர்களை ஏறக்குறையப் பிடுங்கிக் கொண்டு செல்லும்படியாக இருந்தது.

'பரிதாபம் சார். பெரியவர்கள் தப்பு செய்ததற்கு இவர்கள் மனசை எப்படித் தாக்கறோம் பாருங்க.'

'இதை எல்லாம் ஏத்துக்கற பக்குவம் வந்துரும்!'

'இத்தனை சின்ன வயசிலா? போங்க சார்? பேசாம உங்க ஒய்ஃப்கூட சமாதானமாயிருங்க, குழந்தைகளுக்காக!'

'அதெல்லாம் எப்பவோ போயிருச்சு! அவ மறுகல்யாணம் செய்துக்கப் போறா. நானும் அதை யோசிச்சுக்கிட்டு இருக்கேன். எதாவது நல்ல இந்தியப் பெண்ணா இருந்ததுன்னா சஜஸ்ட் பண்ணேன், ஹோம்லியா, இங்கிலீஷ் தெரியாம, வீட்டை விட்டு வெளிய போகாம!'

'இன் அதர் வேர்ட்ஸ், யூ வாண்ட் எ பேபி ஸிட்டர்!'

பிள்ளைகள் போனதும் மோகன்ராம் ஸ்காட்ச் ஊற்றிக்கொண்டு சோபாவில் உட்கார்ந்து தொடர்ந்து குடித்துக்கொண்டிருந்தார். ராத்திரி படுக்கப் போகுமுன் அவர் தள்ளாடித் தள்ளாடிச் செல்ல கண்களில் கண்ணீர் கரையிட்டிருந்ததைப் பார்த்தான். அவரைச் சிரமப்பட்டு படுக்கைக்கு அழைத்துச் சென்றான். காலணிகளைக் கழற்றி அவரைப் படுக்கவைத்தான். படுக்கைக்கு அருகில் செல்வம், நீனாவின் போட்டோ இருந்தது. அலமாரியில் ஏகப்பட்ட மாத்திரைகள் இருந்தன. ரகுபதிக்குப் பயமாக இருந்தது.

'ஹாமில்டன் என்ன சொன்னார்?' என்றாள் மேரி. நியூ யார்க்கில் அந்த தினம் பகல் வேளையில் மேக மூட்டமாக இருக்க, காற்று வீச, நினைத்து நினைத்து நச நச என்று மழை பெய்ய, குளிர்தாங்கும்படியாக கோட்டு வாங்கிக்கொள்ள வேண்டும். டிசம்பர் வந்து விட்டால் உறைந்து போய் விடுவான். அதாவது டிசம்பர் வரை இங்கு தாக்குப்பிடிக்க முடிந்தால்.

'என் ரிப்போர்ட்கள் எதுவுமே அவருக்குத் திருப்தி தரவில்லையாம். மற்றொரு சந்தர்ப்பம் தந்திருக்கிறார். இந்த முறை சரியில்லை என்றால், பள்ளியை விட்டுத் துரத்தி விடுவார்களாம். மேரி! அவ்வாறு நிஜமாகவே செய்வார்களா?'

'நிச்சயம்! தயக்கமே இல்லாமல் செய்வார்கள்' என்றாள்.

'உனக்கு என்ன சொன்னார்?'

‘என்னை இன்னும் அழைக்கவில்லை, ஆனால் ஒரு பெண் என்பதால் எனக்குச் சில சலுகைகள் இருக்கின்றன. ஹாமில்டன் என்னைப் பார்க்கிற பார்வையிலேயே தெரிந்து போகிறது.’

‘பெண் ப்ரொபஸர்கள் யாரும் இல்லையா?’ என்றான் ரகு.

மேரி சிரித்து, ‘என்ன செய்வதாய் உத்தேசம்?’

‘என்ன செய்ய? ரிப்போர்ட்டை இன்னும் கொஞ்சம் ஒழுங்காகப் படித்துத் திருப்பி எழுதிக்கொடுக்க வேண்டும்.’

‘போன தடவை எழுதித் கொடுத்ததற்கு ஏறுமாறாக எழுதிக் கொடுத்துப் பார்.’

‘மேரி! நிச்சயமாகவே துரத்தி விடுவார்களா?’

‘ஆம், தயங்கவே மாட்டார்கள்!’

‘அப்புறம் எனக்கு என்ன ஆவது?’

‘திரும்ப இந்தியா போவது’ என்றாள்.

‘இத்தனை செலவழித்தபிறகா? என் அப்பா உயிரை விட்டு விடுவார்! அவருடைய சேமிப்பு எல்லாவற்றையும் என்மேல் முதலீடு செய்திருக்கிறார்.’

‘அதை டௌரியாக வாங்கிவிட்டால் போகிறது. உங்கள் ஊரில்தான் அது அதிகமாமே!’

‘என் தந்தை அதெல்லாம் வாங்குகிற ஜாதியில்லை.’

‘எதற்காக இருண்ட பகுதியை நினைத்துப் பார்க்கிறாய்? இரண்டாம் முறை ரிப்போர்ட் எழுதிவிட்டு அதை அவர்கள் ஏற்றுக்கொள்வதாகவே எண்ணிக் கொள்ளேன்!’

‘இண்டர்வ்யூ வேறு இருக்கிறது.’

‘அதில் உன் அப்பா பட்டிருக்கிற கஷ்டங்களை எல்லாம் சொல்லிப் பார்.’

கேலி செய்கிறாளா, நிஜமாகப் பேசுகிறாளா?

போகிற போக்கில் பேசிக்கொண்டே சென்றாள்.

‘இன்றிலிருந்து மிகத் தீவிரமாக ஒரு நாளைக்குப் பன்னிரண்டு மணிநேரம் படிப்பதாகத் தீர்மானித்து விட்டேன். எப்படியாவது இதைச் சமாளித்து விட வேண்டும்.’

‘தட்ஸ் தி ஸ்பிரிட்! வைராக்கியம் இருந்தால் போதும். என் அபார்ட்மெண்டுக்கு வருகிறாயா, இரண்டு பேரும் சேர்ந்து படிக்கலாம்?’

‘உன் அப்பார்ட்மெண்டுக்கு வந்தால் என்னால் படிக்க முடியாது.’

‘ஏன்?’

'ஒன்றுமே தெரியாதவள்போல் பாசாங்கு பண்ணிக்கொண்டு, நீ கேட்கும் கேள்விகள் எல்லாம் மிகவும் ரசிக்கும்படியாக இருக்கின்றன.'

'அப்படியா?'

'இந்த அப்படியாவும் அதில் ஒன்று.'

மேரி அவனைச் சற்று நேரம் கண் கொட்டாமல் பார்த்தாள். 'உன்னிடம் நான் தேடுவது என்ன என்று அன்று நீ சரியாகவே சொல்லிவிட்டாய். எனக்கு உன்னிடம் ஒரு ஆர்வம் இருப்பது போல, உனக்கு என்னிடம் இருந்தாக வேண்டும் இல்லை எனில் நீ ஆண் பிள்ளை இல்லை.'

'நான் ஆண்பிள்ளைதான்' என்றான்.

'இதோ பார்! நமக்குள் காதல் வேண்டாம். காதல் என்பதெல்லாம் ரொம்ப விலை உயர்ந்த, பணம் அதிகம் செலவாகும் விஷயங்கள். அதற்கு அங்கே இங்கே அழைத்துப் போகவேண்டும். கடிதங்கள் கவிதைகள் எல்லாம் எழுதி யாக வேண்டும். பெருமூச்சுகள் விடவேண்டும். உறக்கம் இழக்க வேண்டும். இதெல்லாம் தொந்தரவு. 'லாஸ்ட் டாங்கோ இன் பாரிஸ்' பார்த்தாயா?'

'இல்லை, ஏன்?'

'அதைப் பார்க்காவிட்டால் நான் சொல்வது புரியாது உனக்கு. பரவாயில்லை. சொல்லிப் பார்க்கிறேன். காதல், கல்யாணம், இந்தக் கட்டாயங்கள், தடைகள் இல்லாமல் ஒரு ஆணும் பெண்ணும் சிநேகமாக இருக்க முடியும் என்று நம்புகிறாயா?'

'எதுவரை அந்த உறவு நீடிக்க முடியும்?'

'ஒருவருக்கு ஒருவர் அலுக்கும் வரை. ஒரு ரயில்வே கம்பார்ட்மெண்ட் போன்று ஓர் உறவு... எனக்கு உன்னைப் பிடித்திருக்கிறது. உனக்கு என்னை. இரண்டு பேரும் கொஞ்ச காலம் சேர்த்து இருந்து பார்க்கலாமே!'

'இன்ட்ரஸ்டிங்' என்றான்.

'சீக்கிரம் யோசித்துச் சொல்லு. என் மனசு மாறுவதற்குள்.'

'முதலில் இந்தத் தலைவலியை ஒழித்துவிட்டு வருகிறேன். ஒரு வாரமாவது தீவிரமாக, கடுமையாகப் படித்துவிட்டு. முதலில் என்னை ஸ்திரப்படுத்திக் கொள்கிறேன், என்ன?'

'சரி, பெஸ்ட் ஆஃப் லக்' என்றாள் மேரி.

அவள் கோட்டை முழுவதும் மூடிக்கொண்டு லைப்ரரி கட்டடத்தை விட்டு, குளிரில் நடந்து சென்று, மஞ்சில் கொஞ்சம் கொஞ்சமாக மறைந்தபோது ரகு ஒரு கணம், 'ஏன் கூடாது' என்று யோசித்தான். கடமை ஞாபகம் வந்தது.

டிம், இரண்டாவது வருஷ மாணவன், சொன்னது கொஞ்சம் ஆறுதலாக இருந்தது.

‘முதல் வருஷம் அப்படித்தான் இருக்கும். தரையில் வைத்துத் தேய்த்து விடுவார்கள். அவர்கள் திரும்ப செய்யச் சொல்வதை எல்லாம் முறையாகச் செய்துவிடு. வெளியில் அனுப்புவது என்பது மிகத் தீவிரமான தண்டனை. ஒரு ஆள் மிக மிக மோசமாக இருந்தால்தான் வெளியே அனுப்புவார்கள். கவலைப்படாதே!’

முதலில் தன்னுடைய ரிப்போர்ட்டை எடுத்துப் படித்தான். அதில் என்ன தப்பு என்று அலச விரும்பினான். கொஞ்சம் கால வித்தியாசத்தில் அதைப் படித்துப் பார்த்ததில் அதில் உள்ள தவறுகள் சுலபமாகப் புரிந்தன.

அந்தக் கற்பனை கம்பெனிக்கு ரிசர்ச் பண்ணுவதற்காக ஒரு லட்சத்து அம்பதாயிரம் டாலர் கட்டியிருந்தான். அந்தச் செலவை இருபத்தைந்தாயிர மாகக் குறைக்க முடியும் என்று தோன்றியது. உற்பத்திப் பகுதியில் சிலவற்றை ஆட்டோமெஷன் செய்வதன் மூலம் தொண்ணூறு பேரை நீக்க முடிந்தது. அசெம்பிளியிலிருந்து இன்னும் இருபது பேரை நீக்கினான். போட்டிக்கார கம்பெனிக்கும் இவனுக்கும் விற்பனை விலையில் தொண்ணூறு சென்ட் வித்தியாசம் இருப்பதை உணர்ந்தான்.

இதை எப்படிக் குறைக்கலாம். போட்டிக்காரனுக்குப் பத்து சென்ட் குறைவாக விற்றால் என்ன ஆகும் என்று கணக்கிட்டுப் பார்த்தான். இரண்டு விதமான கம்ப்யூட்டர் மாடல் தயாரித்துப் பார்க்க, இ.டி.பிக்கு சென்று கம்ப்யூட்டர் நேரத்துக்கு மனு போட்டான்.

ரகுபதிக்கு இந்த விளையாட்டில் ஈடுபாடு வந்துவிட்டது. பஸ்ஸில் செல்லும் போது ஃபெர்ரியில் ஸ்டேச்சு ஆஃப் லிபர்ட்டியைத் தூரத்தில் பார்த்துக் கொண்டே நகரும்போது, வீட்டில் காப்பிக்கு கெட்டில் வைக்கும்போதெல் லாம் தன்னுடைய கற்பனை கார்ப்பரேஷனின் நல்வாழ்வைப் பற்றியே சிந்தித்தான். ரிப்போர்ட்டை மறுபடி எழுதுவதற்காக காகிதங்கள், பேனா, பென்சில் கோக் சகிதமாக உட்கார்ந்தபோது டெலிபோன் மணி அடித்தது. மோகன்ராம் இல்லை. அவர் எங்கேயோ போவதாகச் சொல்லி வைத்திருந்த குறிப்பை மேஜை மேல் தேடிக்கொண்டே டெலிபோனை எடுத்தான்.

‘மே ஐ ஸ்பீக் டு ரகுபதி? ஹி இஸ் ஃப்ரம் பாபநாசம்...’

‘எஸ்! திஸ் இஸ் ரகுபதி ஸ்பிக்கிங்! ஹூ இஸ் திஸ்?’

‘ரகு, என்னைத் தெரியலையா? மது பேசறேன்!’

‘மது? யூ மீன் மதுமிதா?’

‘ஆமாம், எப்படி இருக்கே? எப்படிக் கண்டுபிடிச்சேன் பாரு! ஹௌ ஆர் யூ ரகு?’

பிரமித்துப் போய், பேச வராமல் தயங்கினான்.

‘ஹலோ! ஆர் யூ தேர்?’

‘எப்படி, எப்படி நான் இங்க வந்திருக்கிறதைக் கண்டுபிடிச்சே?’

‘அதெல்லாம் அப்புறம் சொல்றேன். நியு ஜெர்ஸி வாயேன். வரியா? வில் பி ஹாப்பி டு ஸீ யூ.’

‘இல்லை மது, எனக்குப் பரீட்சை இருக்கு. இண்டர்வ்யூ இருக்கு.’

‘நான்சென்ஸ். எனக்கு போர் அடிக்குது! ராதாகூட சொல்லித்து! அட்ரஸ் எழுதிக்க, ஆர், ஐ'ல் டூ திஸ் ! நீ எங்க இருக்க?’

‘ஸ்டாட்டன் ஐலண்டில!’

‘அட்ரஸ் சொல்லு’

‘எதுக்கு?’

‘நாங்க வந்து உன்னை பிக் அப் பண்ணிக்கிறோம், இன்னிக்கு சாயங்காலம்!’

‘இல்லை மது, ஸம் அதர் டைம்! எனக்கு ரொம்ப முக்கியமான இண்டர்வ்யூ இருக்கு. ரிப்போர்ட் ஒண்ணு எழுதியே ஆகணும்’ என்று சொல்லுவதற்குப் பதில் ‘அட்ரஸ் எழுதிக்க’ என்றான்.

10

ரகுபதிக்கு என்ன செய்கிறோம், அதன் விளைவு என்ன ஆகும் என்கிற எண்ணமே இல்லாமல் தன் வாழ்நாள் முழுவதும் போன் வரக் காத்திருந்ததுபோல மதுமிதா 'வா' என்றதும், 'சித்தம் மகாராணி' என்று உடனே விலாசத்தைக் கொடுத்துவிட்டுக் காத்திருப்பதை நினைத்து வியந்தான்.

அதற்கு அர்த்தம் அவன் ரத்தத்திலிருந்து மதுமிதா மோகம் இன்னும் விலகவில்லை என்பதே! வெளியுலகத்துக்குத்தான் அவள் கல்யாணமானவள். இன்னும் அவன் அடிமனத்தில் அவள் காதலி. எஜமானி. ஆணையிடும் ராணி.

அவளுக்கு எப்படி என் டெலிபோன் நம்பர் தெரிந்திருக்கும்? அதுவே அவனுக்குப் புரியவில்லை. அதிலேயே விதியின் விளையாட்டு இருப்பதாகப் பட்டது. என்ன செய்வான்? அவன் விதியை நோக்கித்தான் சென்று கொண்டிருக்கிறான்! ரகுபதியால் தன்னிச்சையாக ஆகக்கூடியது ஏதும் இல்லை. செலுத்தப்படுகிறான். இப்படியெல்லாம் தன் செய்கைக்குச் சமாதானம் சொல்லிக்கொண்டான்.

மோகன்ராம் 'என்னப்பா குஷியா இருக்க?' என்று கேட்க,

'ஒண்ணும் இல்லை சார்.'

'இல்லை, உன்னப் பார்த்தா தேன் குடிச்ச நரி மாதிரி இருக்க. காலேஜ்ல எதாவது மெடல் கொடுத்தாங்களா?'

'இல்லை சார், துரத்தி விடாம இருந்தாலே பெரிசாயிடும்போல இருக்கே?'

'இல்லை வேற எதாவதா? அமெரிக்கப் பொண்ணுகிட்ட ஏதாவது விஷமம் பண்ணியா? ஜாக்கிரதையா இருந்துக்க. ஏதாவது வம்பில மாட்டிக்கிட்ட...'

'சேச்சே, அதெல்லாம் இல்லை சார்.'

'என்னவோ இருக்குது.'

இருக்கிறது. சொல்ல விருப்பப்படவில்லை. தப்பாக எடுத்துக் கொண்டு அப்பாவுக்கு நீட்டி முழக்கிக் கடிதம் எழுதிவிடுவார்.

'சார், நீங்க சாயங்காலம் திரும்பி வர லேட்டாகுமா?'

'திரும்பி வர லேட்டாகணும்னு கேக்கறாப்பல இருக்கே? என்ன, யாரையாவது கூப்பிட்டிருக்கியா?'

'சேச்சே, என்ன சார் நீங்க... எதை எடுத்தாலும் குதர்க்கமா அர்த்தம் பண்ணிக் கிட்டு...'

'சரி, சாயங்காலம் வர லேட்டாகும். ஏழாகும்'

'நான் வீட்டுக்கு வந்துட்டு அப்புறம் காலேஜ் லைப்ரரி போகலாம்னு இருக்கேன். அதுக்குத்தான் கேட்டேன்.'

'ஓ அதுக்குத்தானா?' என்று நம்பிக்கையில்லாமல் சொன்னார். 'நோ ப்ராப்ளம். சாவியை நீ எடுத்துக்கிட்டு போயிரு. எங்கிட்ட டூப்ளிகேட் இருக்கிறது.'

'தாங்க்ஸ் சார்!'

'காலேஜ் போறியா இல்லையா?'

'காலேஜ் போகாம?'

போகாமலே இருந்திருக்கலாம் வகுப்பில் எதிலும் கவனம் செல்லவில்லை. ஹாமில்டன் காரிடாரில் பார்த்து, 'ஹௌ இஸ் இட் கோயிங்?' என்றார்.

'வெரி வெல் சார்' என்றான்.

'வார இறுதிக்குள் ரிப்போர்ட் வந்தாக வேண்டும் இல்லை என்றால்...' என்று எச்சரிக்கையாகக் கை காட்டினார்.

'ஷ்யூர் சார்!' மதுமிதாவுடன் அதிக நேரம் செலவழிக்கக் கூடாது. அவர்கள் வீட்டுக்குப் போய் கொஞ்ச நேரம் பேசிக் கொண்டிருந்துவிட்டு உடனே வந்து விடவேண்டும். ரிப்போர்ட்! நியூ யார்க்கில் அலையும்போது முடிதிருத்தம் செய்து கொள்ளலாமா என்று யோசித்தான். பத்து டாலர் பயமுறுத்தியது. கடைகளில் வண்ணக் கண்ணாடிகளில் தன் உருவத்தைப் பார்த்துக் கொண்டான். மேஸீஸில் தொங்கிக்கொண்டிருந்த கோட்டுகளை எல்லாம் மாட்டிக்கொள்ள ஆசையாக இருந்தது. எத்தனை மணிக்கு வரப் போகிறாள்? தெரியவில்லை. நாலரைக்கே வீட்டுக்குப் போய்விட்டான். கதவைத் திறந்து மோகன்ராமின் பர்ஃப்யூம்களை எல்லாம் தன்மேல் பிசிறிக்கொண்டான்.

புதுசாகச் சட்டை எடுத்து அணிந்துகொண்டான். காலணிக்கு, முகம் தெரிய பாலிஷ் போட்டுக்கொண்டான்.

காத்திருந்தான். ஐந்தரை மணிக்கு கார் வந்து நிற்பதைக் கவனித்து விரைவாகச் சென்று கதவைத் திறக்க, மோகன்ராம்! 'என்ன சார், சீக்கிரமா வந்துட்டீங்க?'

'இல்லை, நீ வீட்டுல என்ன விஷமம் பண்ணப்போறேன்னு பார்க்கணும்னுட்டுதான் வந்தேன்' என்று சிரித்தார். எரிச்சலாக வந்தது. 'இதான் நீ லைப்ரரிக்கு கிளம்பற லட்சணமா? ஷோக்கா டிரஸ் பண்ணிக்கிட்டு தலை வாரிக்கிட்டு என்னோட சென்ட்டை எல்லாம் வாரிப் பூசிக்கிட்டு? இத பார் ரகு! என்னை மாமாவா நினைக்காதே. கன்ஸிடர் மி ஆஸ் எஃப்ரண்ட். என்ன விஷயம் சொல்லு?'

'உங்ககிட்ட இனியும் ஒளிச்சு வைக்க விரும்பலை சார். இன்னிக்கு மதுமிதா வரா இங்க!'

'ஓ மை காட்! விஸ்கி பாட்டிலை எல்லாம் ஒளிச்சு வெச்சியா? அவளுக்கு நீ இங்க இருக்கிறது எப்படித் தெரியும்?'

'அதான் எனக்குத் தெரியலை.'

'நீ காண்டாக்ட் பண்ணி சொல்லியிருப்ப.'

'சேசே. இல்லை சார். அவளாத்தான் எனக்கு போன் பண்ணினா. இப்ப வருவா. கேட்டுப் பாருங்க.'

'அப்படியா, கதை இப்படிப் போறதா? இதைப் பாருப்பா, கல்யாணம் ஆன பொண்ணுங்ககூட ஏதும் வெச்சுக்காத! அது இந்த ஊர்லகூட மகா பாவம்!'

'சேசே! என்ன சார், தாறுமாறா இமாஜின் பண்ணிக்கிட்டு.'

இப்போது மிக நீளமாக ஓல்ட்ஸ் கார் ஒன்று வந்து நிற்க அதிலிருந்து 'டுட்' என்று ஹாரன் சிக்கனமாக ஒலிக்க... 'அவதான்னு நினைக்கிறேன்' என்று ரகுபதி படபடத்தான்.

'இரு, சொக்கா மாத்திக்கிட்டு வந்துர்றேன். காதலனும் காதலியும் சந்திக் கிறதை நான் மிஸ் பண்ணவே கூடாது! நீ போய் அவர்களை அழைச்சுக்கிட்டு வா!'

கார் கதவைத் திறந்து ராதாகிஷன் இறங்க, உடனே மதுமிதா இறங்கி வந்தாள்.

'ஹாய்!' என்றான் ராதாகிஷன்.

'ஹாய் ரகு!' என்றாள் மது. நீல நிறத்தில் சட்டை அணிந்து கொண்டு கார்டுராய் பேண்ட் அணிந்துகொண்டிருந்தாள். நேராக அவனிடம் வந்து ராதாகிஷன் கை குலுக்க, அவளிடமிருந்து கண்ணை எடுக்கவில்லை.

'என்ன பார்க்குற ரகு? உன்னுடைய பழைய காதலி எப்படி இருக்கா?' என்று சிரித்தான் ராதா.

'இது யார் வீடு!' என்றாள், பெரிய கண்களால் வீட்டை அளந்து.

'மிட்டி! ஹௌ லாங் டு யூ திங் யுல்பி ஸ்டெயிங் ஹியர்?'

'எபவுட் என் ஆர் ராட்?'

‘ஓகே. நோ ப்ராப்ளம். நான் போய்ட்டு வந்துர்றேன். டேக் கேர் ஆஃப் மை வைஃப்! டோன் டு எனிதிங் நாட்டி’ என்று ராதாகிஷன் அவளைப் பின்பக்கத்தில் தட்டிவிட்டு மறுபடி காரில் ஏறிக் கொண்டு புறப்பட்டு விட்டான். அவன் கிளம்பி கொஞ்ச நேரம் கழித்துத்தான் காரின் பின்புறம் தெரிந்தது. அத்தனை பெரிய கார்!

அதற்குள் மோகன்ராம் முன் வாசலுக்கு வர, ‘எங்கே? போய்ட்டாரா?’

‘ஹாய்! ஐம் மோகன்ராம்!’

‘ஹாய்!’

‘கமான் இன் ப்ரெட்டி கர்ள்!’

அவளை வயது தந்த சலுகையில் அணைத்துக்கொண்டு உள்ளே செலுத்திக் கொண்டு சென்றார்.

ரகுபதி பின்னே சென்றான். உள்ளே உட்கார, ‘வாட் ல் யூ ஹவ்?’ என்றார் மோகன்ராம்.

‘ஜின்’ என்றாள் மது.

‘தட்ஸ் தி ஸ்பிரிட். என்ன ரகு நீ?’

‘நானும் ஜின் சாப்பிடறேன் சார்’ என்றான்.

‘பிரமாதம், வி வில் ஹவ் எ பார்ட்டி. உட்கார். உன்னைப் பத்தி ரகு நிறையச் சொல்லியிருக்கான். ஆனா நீ இவ்வளவு அழகானவன்னு சரியா சொல்லலை. உக்காரு... உக்காரு.’

மதுமிதா கன்னம் கொஞ்சம் உப்பலாக இருந்தாள். அதனால் முகம் சற்று உருண்டையாகி விட்டதுபோலத் தோன்றியது. கழுத்துக்குக் கீழே சதைப் பிடிப்பு அதிகமாகி அவளிடமிருந்த கோணல்களை எல்லாம் மழுப்பிவிட்டாற் போல, இன்னும் அழகாக, இன்னும் பெண்ணாக, முதிர்ச்சி பெற்ற குழந்தை போல அவனை பிரமிக்க வைத்தாள். அவளையே பார்த்துக் கொண்டிருந்தான்.

‘எப்படியிருக்கே ரகு?’

‘ஐம் ஓகே. நீ?’

‘ஸோ ஸோ’ பாவநாசத்தில் பாத்ததுக்கு பெருத்துத்தானே இருக்கேன்.’

‘ஆமா. அதனால பரவாயில்லை..’

‘ஐம் ஸோ ஓரிட்! ராட் கிட்ட ஐஸ்கிரீம் கொடுத்து டெம்ப்ட் பண்ணாத பண்ணாதன்னா, குடுத்துக்கிட்டே இருப்பார்!’

‘யூ நீட் என் ஐஸ்க்ரீம் யங் லேடி?’

‘வேண்டாம் மாமா.’

‘நோ மாமா! மோகன்!’

'ஓக்கே... மோகன்!'

'மது, நான் இங்க இருக்கறது உனக்கு எப்படி தெரிஞ்சது?'

'இங்க இருக்கறது தெரியும். நியு யார்க் பிஸினஸ் ஸ்கூல்ல எம்.பி.ஏ படிக்கிறது தெரியும்.'

'எப்படி?'

'உங்க ஸ்கூல்ல எமர்ஸன்னு ஒரு பொண்ணு படிக்குதில்லை?'

'மேரி எமர்ஸன்?'

'ஆமா, அவ ராட் ஆபீஸ்ல ஒர்க் பண்ணறா. அவ ஒரு பார்ட்டில சொன்னா, ஒரு இண்டியன் படிக்கிறதா. பேர், அது என்ன பேர் ரகுபட்டின்னு, ரகுபட்டி!' என்று கலகலவென்று சிரித்தாள். கழுத்தில் அணிந்திருந்த மாலை மிக விலை உயர்ந்ததாக இருக்கும்போல இருந்தது.

'இன்னும் ஒரு மணி நேரத்தில் வந்துரும் ராட்.'

'ரகு, உன்னுடைய ஓல்ட் ஃப்ளேம்னு சொன்னானே மது?'

'அப்படியா சொன்னான்? தாங்க்ஸ் அங்கிள்! ஸாரி... மோகன், ஜின் கொஞ்சம் ஸ்ட்ராங்கா இருக்கு. கொஞ்சம் லைம் சேத்துக்கட்டுமா?'

மோகன்ராம் உள்ளே செல்ல, ரகுபதி அவளை முழுசாகப் பார்த்தான்.

'என்ன பார்க்கறே?'

'இன்னும் அழகா இருக்க.'

'ஒரு தடவை சொல்லிட்ட! ராட்தான் சொல்லும் குண்டாயிட்டேன்னு! இன்னும் ஒரு மணில வந்துரும். ரகு, அப்புறம், எங்க அப்பா அம்மாவையெல்லாம் பார்த்தியா?'

'இல்லை.'

'ஏன்?'

'கோபம்.'

'உனக்குக் கல்யாணம் ஆயிருச்சா?'

'இல்லை.'

'எப்ப கல்யாணம்?'

'படிப்பு முடிஞ்சப்புறம்தான்.'

'நியு யார்க் புடிச்சிருக்கா?'

'பரவால்லை.'

'மேரி சொன்னாளே, நீங்க ரெண்டு பேரும் பிராட்வே ப்ளே போயிருந்ததா?'

'ஏதோ அழைச்சுக்கிட்டுப் போனா.'

மோகன்ராம் 'ஹியர் யூ ஆர்' என்று அவளை அணைத்துக் கொள்கிறார்போல ஜின்னில் எலுமிச்சை ரசம் சேர்க்க, அவர் நடந்துக்கொள்ளும் விதத்தைக் கண்டு அவனுக்கு ஆத்திரமாக வந்தது. ஏன் இந்த வயசில் இவருக்கு! அவள் அருகில் ஒட்டிக் கொண்டு உட்கார்ந்து அவளிடம் பெண்களிடம் சொல்லக் கூடாத ஜோக் சொல்ல ஆரம்பித்தார். ரகு எதிரில் உட்கார்ந்துகொண்டு இந்த மனுஷன் எப்போது நிறுத்துவார் என்று காத்திருந்தான்.

'சார், எனக்குக்கூட கொஞ்சம் லெமன் வேணும்' என்றான்.

'போய் எடுத்துக்க.'

'சார் ப்ளீஸ்!'

'கழட்டி விடறியா? இதப் பார் யங் லேடி, இவன் உன்னை கிஸ் பண்ண முயற்சி பண்ணா கன்னத்துல பளீர்னு அறைஞ்சுரு.'

மதுமிதா சிரித்தாள். அவர் உள்ளே செல்ல அவளருகில் சென்று 'மது, எதுக்கு என்னைப் பார்க்க வந்தே?' என்றான்.

'சும்மாத்தான்.'

'இல்லை. எதாவது காரணம் இருக்கணும்'

'சேசே? அதெல்லாம் ஒண்ணும் இல்லை. அம்மா அப்பாகிட்ட இருந்து ஏதாவது சேதி இருக்குமான்னுட்டு...'

'நீ சந்தோஷமா இருக்கியா மது!'

'ம்! நீ?'

'நான் இல்லை மது.'

'ஏன்?'

'உன்னையே நினைச்சுக்கிட்டு இருக்கேன்.'

'இன்னுமா?'

'இன்னும்!'

மோகன்ராம் மறுபடி வந்தார்.

'எனக்குத்தான் கல்யாணம் ஆயிருச்சே! மோகன், ராட் வரதுக்குள்ள ஐ'ல் ஹேவ் அனதர், இஃப் யூ டோன்ட் மைண்ட்' என்றாள். 'ரகு என்ன இன்னும் சாப்பிடாமலேயே வெச்சுருக்கே?'

ராதாகிஷன் வரும்வரைக்கும் மதுமிதாவும் மோகன்ராமும் பேசிக்கொண்டிருப்பதை ரகு பேசாமல் பார்த்துக்கொண்டுதான் இருந்தான்.

11

மதுமிதாவுடன் அமெரிக்காவில் முதல் சந்திப்பு எதிர்பார்த்ததற்கு மாறாக இருந்தது. என்ன என்னவோ நினைத்துக்கொண்டு இருந்ததெல்லாம், அவள் திரும்பத் திரும்ப தன் கணவனைப் பற்றிக் குறிப்பிடுவதிலும், சம்பாஷணையைப் பெரும்பாலும் மோகன்ராம் ஆக்கிரமித்ததிலும் கலைந்து போயிற்று. அடிக்கடி அவள் தன் கைக் கடிகாரத்தைப் பார்த்துக்கொண்டாள். 'ராட் வர நேரமாச்சு' என்றாள். அந்தக் கை இன்னும் அழகாக இருந்ததும் அதை அவன் மெல்ல பாவநாசத்தில் வருடியிருந்ததும் இப்போது ரொம்ப தூரத்து விவகாரங்களாகத்தான் பட்டன. உனக்கும் எனக்கும் ஒரு மானசீகமான சுவர் இருக்கிறது என்பதை அவளது சின்னச் சின்ன செயல்கள் அடிக்கடி ஞாபகப்படுத்துவது போலத் தோன்றியது. முடிந்தவரை அவனை நேராகப் பார்ப்பதைத் தவிர்த்தாள். மது இன்னும் ஒரு புதிராகத்தான் இருந்தாள்.

ராத்திரி எட்டு மணிக்கு ராதாகிஷன் அவளை அழைத்துப் போக வந்தான். 'உம் பேர் என்ன? சட்டுனு மறந்து போச்சு.'

'ரகுபதி.'

'என்ன எல்லாம் பேசியாச்சா என் ஒய்ஃப்கிட்ட?'

'ம்...'

'பாக்கணும் பாக்கணும் சொல்லிக்கிட்டே இருந்தா. எனக்கு எங்க டயம் கிடைக்கிறது? எம்.பி.ஏ பண்றியாமே? மேரி சொன்னா. எம்.பி.ஏ எல்லாம் இப்ப இங்க யூஸ்லஸ்ப்பா. பிஎச்.டிக்குத்தான் கொஞ்சம் மவுசு இருக்கு. ரொம்ப ரிஸஷன். டிவி பார்த்த இல்லை? அன்எம்ப்ளாய்மெண்ட் ஃபிகர் பதினோரு பர்சண்ட்! டிப்ரஷன் டயத்திலகூட அப்படி இருந்ததில்லை. கம்ப்யூட்டர் சாஃப்ட்வேர் கத்துக்க. அதுக்குத்தான் இப்ப கொஞ்சம் சான்ஸ் இருக்கு. என்ன மது, போகலாமா?'

'ரகுவை இன்வைட் பண்ணேன் ராட்'

'ஓ எஸ் மறந்துட்டன்! எங்க வீட்டுக்கு வாப்பா... வரியா?'

'வரேன் சார்.'

'எப்ப வரே?'

'வீக் எண்ட்.'

'சரி, போகலாமா?'

மது சிரித்துவிட்டு 'அட்ரஸ் கூட கொடுக்கலை. எப்படி அவனால் வர முடியும்?'

'அதான? நீ அட்ரஸ் குடுக்கலியா? நியூ ஜெர்சில இருக்கேன். சார், என்ன இது? ஸ்காட்சா?'

'ஆமாம்' என்றார் மோகன்ராம்.

'என் பொண்டாட்டி ஜின் சாப்பிட்டிருப்பாளே, சான்ஸ் கிடைச்சா விடமாட்டாளே.'

'ஷி ஹாட் ஒன்.'

'எப்படி பெருத்துப் போயிருக்கா பாருங்க! ஏதாவது வேலை கீலைக்குப் போன்னா... சோம்பேறி!' என்று அவளை அவர்கள் முன் முத்தமிட்டான். மதுமிதா சட்டென்று விலகிக்கொண்டு, 'என்ன இது, பப்ளிக் பர்ஃபார்மன்ஸா?'

'சார், நான் என் மனைவியை முத்தமிடலைன்னா யாரை முத்தமிட முடியும்?' என்றான்.

'வாஸ்தவம்தான். ஷி இஸ் எக்ஸ்ட்ரீம்லி கிஸ்ஸபிள்' என்றார் மோகன்ராம்.

'பார்த்தியா மிட்டி! என்ன சொல்றார் பாரு. உனக்கு இன்னொரு அட்மைரர்' என்று மறுபடி முத்தமிட்டு காதோடு சொன்னான்.

'போ' என்று கன்னம் சிவந்தாள். ரகுபதிக்கு எல்லாமே அருவருப்பாக இருந்தது. அவன் வேணுமென்றே உலகத்துக்கும் பிரத்தியேகமாக ரகுவுக்கும் 'இவள் என் மனைவி' என்பதை அடிக்கடி அநாவசியமாக நிலைநாட்டிக் கொண்டிருப்பதாகப் பட்டது. 'உங்களுக்கு நேரமாயிட்டாப்பலே இருக்கே?' என்றான்.

'வீட்டுக்குப் போன்னு துரத்தறே. அப்படித்தானே?'

அப்படித்தான்!

மதுமிதா, 'ரகு! எப்ப வீட்டுக்கு வரே!' என்றாள்.

'பார்க்கலாம் மது.'

'பார்க்கலாம்னு எல்லாம் சொல்லக்கூடாது. கரெக்ட்டா ஒரு தேதி சமயம் சொல்லு. வந்து நானே பிக் அப் பண்ணிக்கிட்டு போறேன்.'

'என்னை யாரும் இன்வைட் பண்ணலியே' என்றார் மோகன்ராம்.

'ஸாரி ஸாரி.... நீங்களும் தாராளமா வாங்க சார்.'

'வரோம்... என்ன ரகு, வர்ற வெள்ளிக்கிழமை போகலாமா? என் குழந்தை களையும் கூட்டிட்டு வரேன். வி கான் ஹேவ் எ பிக்னிக்.'

'கம் ஒன் கன் ஆல்' என்றான் ராதாகிஷன்.

அவர்கள் வெளியே சென்றபோது வழியனுப்ப வாசலுக்கு மோகன்ராம்தான் போனார்.

ரகுபதிக்கு அழுகை வரும்போல இருந்தது. தான் இனிமேல் கதாநாயகன் இல்லை என்பது அவனுக்குத் தெளிவாகப் புரிந்து விட்டது. இவள் எதற்கு என்னைப் பார்க்க வந்தாள்?

உள்ளே வந்த மோகன்ராம், 'டிலைட்ஃபுல் கர்ள்! இவளை எப்படிப்பா நீ மிஸ் பண்ண? குதிரைமேல கொண்டுபோய் திருட்டுத் தாலின்னா கட்டிருக்கணும்! ராதாகிஷன் ரொம்ப லக்கி.'

'அவன்தான் சார் குதிரை மேல கொண்டுபோய் திருட்டுத்தாலி கட்டிட்டான்.'

'சரியான இளிச்சவாயன்பா நீ!'

'நீங்க ஒண்டிதான் பாக்கி.'

'இப்ப எதுக்கு இங்க வந்தா?'

'அதுதான் எனக்கும் புரியலை...'

'ஒரு வேளை, குற்ற உணர்ச்சியா இருக்கும். வெள்ளிக்கிழமை போறப்ப நான் கேட்டுர்றேன். சந்தர்ப்பம் வருமில்லை?'

'அதெல்லாம் வேண்டாம் சார். வெள்ளிக்கிழமை நான் வரலை. நீங்க போங்க.'

'ஏம்பா... உன்னைத்தான் கூப்பிட்டிருக்கா, நான் ஒட்டுவால்.'

'இல்லை சார். இந்த மாதிரி கணவனும் மனைவியும் முத்தமிட்டுக்கறதை ஃப்ரீ ஷோ பாக்கறதில் எனக்கு அதிகம் சுவாரஸ்யம் இல்லை. அவன் நாகரிக மில்லாதவன். அவ புத்தியில்லாதவ. ரெண்டு பேரும் சேர்ந்து நம்ம டயத்தை வேஸ்ட் பண்ணாங்க.'

'நீ போகலைன்னா நான் போகலை.'

'நீங்க போய்ட்டு வாங்க சார். உங்களுக்கு இதெல்லாம் பிடிச்சிருக்கும்னு நினைக்கிறேன்.'

'வாட் எக்ஸாட்லி டு யூ மீன் பை தட்?' என்றார் சற்றுக் கோபமாக.

'அமெரிக்காவில உள்ளவர்களுக்கு இந்த மாதிரி அமெரிக்க நடத்தை எல்லாம் பிடிச்சிருக்கும்னு சொல்ல வந்தேன்.'

‘இதப் பாரு, எதிர்பார்த்தது நடக்கலைன்னு உனக்குக் கோபம்! அதுதானே’

‘சேச்சே! நான் ஒண்ணும் எதிர்பார்க்கலை. அவளாகத்தானே என்னைத் தேடி வந்தா!’

‘தேடி வந்து, ‘நான் தப்புப் பண்ணிட்டேன். என் கணவன் என்னைச் சரியாவே நடத்தறதில்லை. அவன் ஒரு மூர்க்கன். அவனை விட்டுட்டு உன்கிட்ட வந்துர்றேன்’னு கால்ல விழுந்து கெஞ்சுவான்னு நினைச்சே, அது நடக்கலை. அதனாலத்தானே கோபம்?’

உண்மை அதுதான் என்று அவரிடம் சொல்லாமல், ‘என்ன சார்! நிறையக் குடிச்சுட்டு எகத்தாளமா கற்பனை பண்றீங்க’ என்றான். ‘சார் நான் நினைச்சிருந்தேன்னா இந்தப் பொண்ணை எப்பவோ பாபநாசத்திலேயே கலைச்சிருக்க முடியும். ஷி வாஸ் ரெடி. ஐ வாஸ் நாட்! பெரிய மனுஷன்மாதிரி நடந்துக்கிட்டேன். என் அப்பா என்னை வளர்த்தவிதம் அப்படி. சந்து கிடைச்சாத் தாவற ஜென்மம் இல்லை நான். என்னை உங்களுக்குச் சரியாத் தெரியாது. இந்தப் பொண்ணு இப்ப என்னைப் பார்க்க வந்த மரியாதைக்காக அவங்க பண்ண கோமாளித்தனங்களை எல்லாம் சகிச்சுக்கிட்டு இருந்தேன். ஆனா இந்த உறவை நீடிக்கிறதில எனக்கு எந்த விருப்பமும் இல்லை.’

‘அவளுக்கு இருக்காப்பல இருக்கே?’

‘இதெல்லாம் இல்லை சார், எவ்வளவு பெரிய வீட்டில் சௌகரியமாக வாழறேன் பாருன்னு பெருமைப் பட்டுக்கறதுக்குத்தான், அதை எல்லாம் எனக்குக் காட்டி வெறுப்பேத்தறதுக்குத்தான், என்னைக் கூப்பிட்டாங்க. வேற வேலை இல்லை’ என்று தன் அறைக்குச் சென்று படுத்தான். படுக்கையில் மல்லாந்துகொண்டு அவள் முகத்தையும் உருவத்தையும் யோசித்தான். எப்போதோ அவளைத் தொட்ட கணங்களை எல்லாம் மனத்தில் கொண்டுவந்தான்.

‘நீங்க என்னைக் கல்யாணம் செஞ்சுக்கப் போறீங்களா?’

‘ஆமாம்.’

‘கல்யாணம் எப்படி இருக்கும்?’

‘நீதான் சொல்லேன்.’

‘எனக்கு ஐடியாவே இல்லை. பட் ஐ ஹேட் பேபிஸ்.’

ஒரு வேளை உண்டாகியிருக்கிறாளா என்று சந்தேகம் வந்தது. சரியாகக் கவனிக்கவில்லை. நிறைய உண்டாகட்டும். நிறையப் பெற்றுக்கொள்ளட்டும். இடுப்பில் ஒன்று, கழுத்தில் ஒன்றாக இரட்டை இரட்டையாகப் பிறந்து, ‘மை காட்! இது யாரு?’

‘நான்தான் மது. ஞாபகமில்லையா?’

‘மதுவா? அடடா! உங்கம்மான்னு நினைச்சேன்.’

தூக்கத்தை துக்கம் தடுத்தது. அலமாரிக்குப் போய் அதில் நிறைந்திருந்த மாத்திரைகளில் தேடினான்.

'என்னப்பா?' என்று மோகன்ராம் வந்து விசாரித்தார்.

'ட்ராங்க்விலைஸர் எதாவது இருக்கா? தூக்கம் வரலை. நிறைய வெச்சிருப்பீங் களே!'

'எனக்கும் வரலை' என்று அவனிடம் மாத்திரையைக் கொடுத்து விட்டு தானும் ஒன்று போட்டுக்கொண்டார்.

வெள்ளிக்கிழமைக்குள் அவனுடைய திருத்தப்பட்ட ரிப்போர்ட்டைக் கொடுக்கவேண்டியிருந்தது. லைப்ரரியில் பல மணி நேரத்தைச் செலவழித் தான். விற்பனை விலையைக் குறைக்க முடியாது என்பதை கம்ப்யூட்டர் சொல்லிவிட்டது. அதனால் நஷ்டம் அதிகமாகிறது. அதிக விற்பனையாகும், அதிக நஷ்டமும் ஆகும் விநோதமான சூழ்நிலை. போட்டிக்காரனின் சரக்கு தரத்தில் கொஞ்சம் உயர்வாக இருப்பதால் விற்பனை விலையைக் குறைப் பதால் அதிகம் வாடிக்கைக்காரர்கள் மனம் மாற மாட்டார்களாம். விளம்பரத்தைக் கொஞ்சம் அதிகப்படுத்திப் பார்த்தான். ஒல்லியாக நாலாயிரத்து ஐநூறு டாலர் லாபம் வந்தது. ரொம்ப சந்தோஷமாக இருந்தது. ஏறக்குறைய மதுமிதாவை மறந்துவிட்ட சந்தோஷம். மார்க்கெட்டில் அவனுடைய கம்பெனியின் ஷேர்கள் ஆறு சதம் ஏறியதாகச் சொன்னார்கள். போட்டிக்காரர்களின் விற்பனை கொஞ்சம் குறைந்திருப்பதாகவும் கம்ப்யூட்டர் தகவல் தந்தது. அதில் அவனுக்கு இன்னும் சந்தோஷமாக இருந்தது.

அடுத்த கட்டத்தில் திடீர் என்று ஒரு சீஸன் வந்ததால் நாட்டின் பொருளா தாரத்தில் கொஞ்சம் மேம்பாடு ஏற்பட்டதால் திடீர் என்று விற்பனை அதிகமாகி எண்பதாயிரம் டாலர் லாபம் காட்டியது கம்ப்யூட்டர். நிதி கிடைத்தாற்போலச் சந்தோஷப்பட்டான்.

எல்லாமே மாயை. அந்த மாதிரி கம்பெனியோ, விற்பனைப் பொருளோ, போட்டி கம்பெனியோ கிடையாது. இருந்தும் எல்லாம் நிஜம்போல கம்ப்யூட்டர் காட்டுகிறது. கம்ப்யூட்டரிடம் தன் குறையைச் சொல்லி அழுதால் என்ன? இதோ பார், என்னுடைய எதிரியின் கம்பெனியில் மதுமிதா என்று ஒரு அழகான இன்ஜினியர் இருக்கிறாள். அவளை என்னுடைய கம்பெனிக்குக் கொண்டுவர நான் என்ன செய்ய வேண்டும்?

'அதிக சம்பளம் கொடுக்கவேண்டும்' என்றுதான் அது பதில் சொல்லும். அதற்குத் தெரியுமா பாவநாசத்தில் டென்னிஸ் ஆடியதும், பாணதீர்த்தத்தில் துள்ளி ஓடியதும், குளித்ததும், அவள் ரயிலுடன் ஓடி வந்ததும், எனக்காக ஏங்கியதும், என்னை எல்லாரும் விரும்பியதும், என்னை மாதிரி மாப்பிள்ளை இல்லை என்று அப்பாவும் அம்மாவும் தாங்கித் தாங்கி என்னைப் பைத்தியமாக அடித்ததும்? கம்ப்யூட்டருக்கு என்ன தெரியும்?'

'எப்படி வந்து கொண்டிருக்கிறது?'

நிமிர்ந்து பார்த்தபோது மேரி! 'பரவாயில்லை, எண்பதாயிரம் டாலர் சம்பாதித்துவிட்டேன்.'

'அதில் ஐம்பது சென்ட் கடன் கொடேன், ஒரு கோக் சாப்பிட.'

'கோக் கோக் என்று ஏன் அலைகிறாய்?'

மற்றொரு கோக் இருக்கிறது. அதற்கு அலையாமல் இருக்கிறேனே அதுவே பெரிசு.'

'மேரி, உனக்கு ராதாகிஷனைத் தெரியுமா?'

'சொல்ல மறந்துவிட்டேன்... ராட் உன்னைப் பற்றி விசாரித்தான்.'

'அவனை எப்படித் தெரியும்?'

'ராடைத் தெரியாதவர்கள் எங்கள் கம்பெனியில் உயிர் வாழ முடியாது.'

'பெரிய புள்ளியா!'

'சீனியர் வைஸ் பிரசிடெண்ட். உனக்கு வேலை வேண்டுமானால் கேள்.'

'நீ அந்த கம்பெனியில்தான் வேலை செய்கிறாயா?'

'சகோதர கம்பெனியில். அவன் மனைவியைப் பார்த்திருக்கிறாயா? அழகான இந்திய ராஜகுமாரிபோல் இருப்பாள்.'

'தெரியும்.'

'ராட், கம்பெனியில் ரொம்பப் பிரசித்தமான எக்ஸிக்யூட்டிவ். எம்.பி.ஏ படிக்காமலேயே மார்க்கெட் தகிடுதத்தங்கள் எல்லாம் அவனுக்குத் தெரியும். போன வருஷம் அவனால் மட்டும் கம்பெனிக்கு நிகர லாபம் மிலியன் டாலர் என்று சொல்வார்கள்.'

'அப்படியா?' என்றான் அசுவாரஸ்யமாக.

ரகுபதிக்கு படிக்கவேண்டும், அது முக்கியம் என்று தோன்றியது. எப்போதோ ஏதோ ஒரு சந்தர்ப்பத்தில் ராதாகிருஷ்ணனுக்கு ஈடாக அல்லது அவனை மிஞ்சவேண்டும்.

'வெள்ளிக்கிழமைக்குள் கொடுத்து விடுவாய் அல்லவா? கொடுத்த வாக்கை மீறாதே. ஹாமில்டன் கோபித்துக் கொள்வார்' என்றாள்.

'கொடுத்துவிடுவேன். போன ரிப்போர்ட்டில் உள்ள தவறுகள் சுலபமாகப் புரிந்துவிட்டன. இந்த முறை தன்னம்பிக்கையுடன்தான் இருக்கிறேன்.'

'நல்லது' என்று அவன் கன்னத்தில் லேசாகத் தட்டிவிட்டுப் புறப்பட்டாள்.

வீட்டில் ரிப்போர்ட்டின் கைப் பிரதியை முழுவதும் தயாரித்து விட்டான். ஒரு முறை திருத்திவிட்டு டைப் அடிக்கக் கொடுக்க வேண்டியதுதான் பாக்கி. கம்ப்யூட்டர் ஸ்டேட்மெண்ட்களை இணைப்பதற்காக அவற்றை வரிசைப்படுத்திக்கொண்டிருந்த போது டெலிபோன் வந்தது.

'ரகு! நான் ராதாகிஷன் பேசறேன், மதுஸ் ஹஸ்பண்ட்.'

'ஓ ஹலோ, என்ன விஷயம்?'

'உன் வீக் எண்டுக்கு கூப்பிட்டிருந்தோம் இல்லை? அதுக்கு பதில் ஃப்ளாரிடா போய்ட்டு வரியா?'

'புரியலை.'

'ப்ளோரிடா தெரியாது? வால்ட் டிஸ்னி, எப்காட் சென்டர், மையாமி.'

'நான் அங்க எதுக்குப் போகணும்?'

'எனக்கு ஆபீஸ்ல கொஞ்சம் அர்ஜண்டா வேலை வந்திருச்சு. யூரோப் போகணும். மது கோவிச்சுக்குது. அவளை அழைச்சிக்கிட்டு போய் வாயேன்.'

'எப்ப'

'வெள்ளிக்கிழமைதான்!'

12

வெள்ளிக்கிழமை அவன் மறு ரிப்போர்ட்டைக் கொடுக்க வேண்டிய நாள்.

‘சார் மன்னிச்சுக்கங்க, வெள்ளிக்கிழமை என்னால வர முடியாது. காலேஜ்ல முக்கியமா ஒரு வேலை இருக்கு.’

‘என்னப்பா பெரிய காலேஜ்! தட் கன் வெய்ட்’ என்றான் ராதாகிஷன்.

‘இல்லை சார். ஏற்கெனவே என் பர்ஃபார்மன்ஸ் ரொம்ப மோசம், டெட்லைன் தவறிட்டேனா என்னை வெளியே துரத்திடுவாங்க.’

‘அமெரிக்காவில் அதெல்லாம் பண்ணமாட்டாங்க. ஜஸ்ட் ஒரு வீக் எண்ட்தானே? ரெண்டு நாள் போஸ்ட்போன்மெண்ட் கேட்டுக்க, நான் வேணா கேக்கட்டுமா? உங்க ப்ரொபஸர் யாரு? எனக்கு தெரிஞ்சவராக்கூட இருக்கலாம்.’

‘வெரி ஸாரி, முடியாது’ என்றான்.

‘ஒரு நிமிஷம்...’ போன் கொஞ்ச நேரம் மௌனமாக இருந்தது. வைத்து விடலாமா என்று தீர்மானிக்குமுன், ‘ரகு, நான் மது பேசறேன், என்ன வர மாட்டியா?’

‘அதான் உன் ஹஸ்பண்ட்கிட்ட காரணம் சொன்னேனே மது. என்னால இந்த வாரம் முடியாது.’

‘வெள்ளிக்கிழமை எப்ப குடுக்கணும் ரிப்போர்ட்?’

‘மத்தியானம்.’

‘நாம சாயங்காலம் புறப்படலாம். என்ன ரகு, உனக்கு வரதுக்கு இஷ்டமில்லைன்னா சொல்லிடேன்?’

‘அதுக்கில்லை மது.’

2

'நீ வந்தா நிறையப் பேசலாம். உங்கிட்ட நிறையப் பேசணும். நான் டிஸ்னி வர்ல்ட் எல்லாம் சுத்திக் காண்பிக்கிறேன். வீ வில் ஹாவ் எ நைஸ் டைம். இந்த கிச்சு வேலை வேலைன்னு அலையட்டும். நாம போகலாமே! யோசிச்சுப் பாரு. மாட்டேன்னு சொல்லாதே. ஃபர் ஓல்ட் டைம் ஸேக்!' என்றாள். அவள் குரலில் கொஞ்சல் இருந்தது.

'சாயங்காலம்தான் போகணுமா?'

'காலைல கிளம்பறதா இருந்தது. உனக்காக சாயங்காலம் புறப்படலாம். நேர உன்னை வந்து பிக் அப் பண்ணிக்கிடறேன். இங்கிருந்து லா கார்டியா போய்ட்டு, ராத்திரிக்கு ஆர்லண்டோ போயிடலாம். டிஸ்னி வர்ல்டிலேயே தங்கறதுக்கு ஏற்பாடு பண்ணியிருக்கு.'

'சரி வரேன்' என்றான்.

'தட்ஸ் தி பாய்!'

வெள்ளிக்கிழமைவரை அவனால் புத்தகங்களில் கவனம் செலுத்த முடியவில்லை. படிப்பு என்பது இரண்டாம்பட்சமாகி விட்டது. ஆர்வமாக ரிப்போர்ட் எழுதி முடிக்க இருந்தவன் ஏனோதானோ என்று பூர்த்தி செய்தான்.

'என்னப்பா, எங்க புறப்படறாப்பல?'

'வந்து சார்..... ராதாகிஷன் சொன்னார்...'

'ராதாகிஷன், மதுவின் கணவர்! என்ன சொன்னாரு!'

'ஃப்ளாரிடா போகப்போறேன்.'

'கூட யாரு?'

'மதுமிதாவுக்கு எஸ்கார்ட்டா...' என்று அவரை நேராகப் பார்க்காமல் சொன்னான்.

'கணவன் வரலையா?'

'அவருக்கு வேலை இருக்காம்.'

'மோகன்ராம் கொஞ்ச நேரம் மௌனமாக இருந்தார். 'எனக்கு ப்ளாட்டு போற தினுசு புரியலையே' என்றார்.

'ஏன்?'

'கணவன் தன் மனைவியை அவளுடைய மாஜி காதலனோட அதும் ஃப்ளாரிடாவுக்கு... அனுப்பறதாவது! அமெரிக்கால இதெல்லாம் நடக்கும். ஆனா அமெரிக்காக்காரங்களுக்கு உள்ளதான நடக்கும்...'

'இதை விபரீதமாப் பார்க்காம சாதாரணக் கண்களோடு பார்க்கலாமே சார்?'

'சரி, சாதாரணக் கண்களோடு பார்த்து எனக்குச் சொல்லு, இதுக்கு என்ன அர்த்தம்?'

பிரிவோம் சந்திப்போம் ● 219

'கணவனுக்கு அவமேல அபார நம்பிக்கைன்னு அர்த்தம்!'

'அப்படியும் இருக்கலாம். உனக்கு நம்பிக்கை இருக்கா?'

'யார்மேல?'

'உன்மேல்தான்' என்றார்.

'இருக்கு சார்' என்றான்.

'இருந்தாச் சரி. ஹேவ் எ நைஸ் டைம், ஒண்ணே ஒண்ணு வெச்சுக்க, இந்த ஊர்ல தப்பு செய்யறது ரொம்பச் சுலபம். ரெண்டு பேர் வாழ்க்கையும் சிக்கலாக்கிக்காதீங்க!'

'சேச்சே! அதெல்லாம் நடக்காது சார்!'

'குழந்தைகள் வராங்க, நீயும் இருப்ப, ஜாலியாச் சுத்தலாம்னு நினைச்சேன். பரவாயில்லை. குழந்தைகளைவிட மற்றவன் மனைவி சகவாசம் கொஞ்சம் சுவாரஸ்யமானதுதான்.'

'எல்லாத்தையும் படுக்கைவரை கொண்டுபோகாதீங்க சார்.'

'படுக்கையைப் பத்தி யார் பேசினா? அந்த வார்த்தை ஸப்கான்ஷஸா வரது பாரு!'

மோகன்ராமின் மேல் இப்போது ஆத்திரம் பரிபூரணமாகி விட்டது. இவருடைய இடக்கான பேச்சுகளை அதிக நாள்கள் தாங்க முடியாது. எப்படியாவது காலி பண்ணி... ஃப்ளாரிடாவுக்குப் பணம் வேண்டுமே? கையில் நூறு டாலர்தான் இருந்தது. இவரிடம் கேட்கலாம். வேண்டாம்! மதுவிடம் கடன் கேட்டு வாங்கிக்கொள்ளலாம். அப்புறம் கொடுத்துவிடலாம்.

லாகார்டியாவில் ஈஸ்டர்ன் ஏர்லைன்ஸ் விமானத்தின் நுழைவாசலில் இருந்த பெண் சிரித்து மதுமிதாவைப் பார்த்து 'ஹேவ் எ நைஸ் ட்ரிப்' என்று தன் டெர்மினலின் பட்டனைத் தட்ட அருகே இருந்த இயந்திரம் கார் கார் என்று கமறி இருவருக்கும் சேர்த்து போர்டிங் கார்ட் அடித்துக் கொடுத்தது. மதுமிதா ஏகப்பட்ட சாமான்கள் வைத்திருந்தாள். கைப்பை, போர்வை, கோட்டு என்று பெரிசாக எல்லாவற்றையும் அணைத்துக் கொண்டு புன்னகையிலேயே அதிகப்படியாக 'ஸாரி ஸாரி' என்று சொல்லிக்கொண்டு, வா என்று அவன் புஜத்தைப் பிடித்து இழுத்து அழைத்துக்கொண்டு விமானத்துக்குள் ஓடினாள். பணிப்பெண் அவளுடைய கோட்டை வாங்கி அதற்கான பிரத்யேகமான இடத்தில் மாட்டினாள். இரண்டு பேரும் அவள் ஜன்னல் ஓரத்திலும் அவன் எய்ல் சீட்டிலும் உட்கார்ந்துகொள்ள, அவளை ஆற அமர கவனிப்பதற்குக் கிடைக்காத சந்தர்ப்பம் இப்போது கிடைத்தது. சின்னப் பெண்கள்போல இரட்டைப் பின்னலாக ஏறக்குறைய காதருகில் இருந்தே இறக்கிப் பின்னியிருந்தாள். அவளிடத்தில் வாசனையாக இருந்தது. சீட்டு நிறைய உட்கார்ந்து அவன்மேல் அவள் லேசாகப் பட்டுக் கொண்டிருந்தாள். 'அட் லாஸ்ட், ஐ மேட் இட்! எத்தனை தடவை போஸ்ட்போன் ஆயிடுச்சு

தெரியுமா? அழைச்சுட்டுப் போறேன்னு பாச்சா காட்டிக்கிட்டே இருந்தது! பிசினஸ் பிசினஸ்தான். எப்பவாவது அதை விட்டுட்டு வரணுமா இல்லையா? நீயே சொல்லு. இந்தத் தடவை பார்த்தேன். நீ வராட்டி போ, நான் ரகுகூட போய்க்கறேன்னு சொல்லிட்டேன். நான் செய்தது சரியா இல்லையா?'

'ரூம் ரிசர்வ் ஆயிடுச்சா மது?'

'அதுக்கென்ன? அமெரிக்காவில் அதெல்லாம் அஞ்சு நிமிஷ வேலை.'

'தனித்தனி ரூம்தானே?'

'என்னது?'

'உனக்கும் எனக்கும் தனித்தனியாத்தானே ரூம் போட்டிருக்கு?'

'தெரியலை. அங்க போனாத்தான் தெரியும்' என்றாள் அலட்சியமாக. ஹோஸ்ட்டஸ் சிரித்துக்கொண்டே ஆக்சிஜன் மாஸ்க் உபயோகிப்பதுதான் உலகத்திலேயே சுவாரஸ்யமான விஷயம்போல, அதை மாதிரி காட்டினாள். டாக் டாக் என்று ஆண்பிள்ளைத்தனமாக நடந்து சீட் பெல்ட் ஒன்றை இறுக்கி இறுக்கி விடுவித்துக்கொண்டே எய்லில் கடந்து சென்றாள். கோக்கும், அலுமினிய பாக்கெட்டில் கடலைக் கொட்டையும் கொடுத்தார்கள். விமானம் சரக்கென்று எழ ஜன்னலில் நியூ யார்க் மின்சார வைரங்களாகக் காட்டியது.

மதுமிதா ஆர்வத்துடன் வேடிக்கை பார்த்து, 'எத்தனை அழகா இருக்கு பாத்தியா?'

மிக அருகில் மிகத் தொலைவில் அவன் காதலி! இன்னும் அவளை அவன் காதலிக்கிறானா? உடல் இச்சைகளை நீக்கிவிட முடியுமானால் அதைக் காதல் என்று சொல்லலாமா? தாலி கட்டி, சென்னையில் ஒரு சிறிய வீட்டில் சிறைப் படுத்தி, மனைவி என்று பிரத்யேக சொந்தம் கொண்டாடித் தன் உரிமையை உடைமையை நிலை நிறுத்திக்கொண்டால்தான் காதலா? இவளைத் தொடாமல், இவளிடம் மரியாதையாகப் பழகி, உள்ளுக்குள் இவளை நேசிக்க முடியாதா? எல்லா ஆண் பெண் உறவும் எதற்காக கொச்சையாக சாட்டின் விரித்த படுக்கைகளில் முடிய வேண்டும்?

'என்ன யோசிக்கிறே ரகு?'

'மது, நீ இங்க வந்ததில இருந்து உன் அனுபவத்தைப் பற்றி எனக்குச் சொல்லு.'

'அனுபவம்னா... முதல்ல அமெரிக்கா ரொம்ப த்ரில்லா இருந்தது. டெலிவிஷன், எத்தனையோ சௌகரியம் எல்லாம் பிரமிப்பாவே இருந்தது.'

'இப்ப?'

'இப்ப கொஞ்சம் பழகிப் போச்சு. கொஞ்சம் போர் அடிச்சுப் போச்சு.'

'வேலைக்குப் போகலியா நீ? நிறையப் பேர் பெண்கள் வேலைக்குப் போறாங்களே?'

‘ராதா வேலைக்குப் போன்னுதான் சொல்லுது. நான் சோம்பேறி. ஒத்திப் போட்டுக்கிட்டே இருக்கேன்...’

‘ஏன்?’

‘தெரியலை. ராதா கம்பெனிலயே வேலை கிடைக்கிறது ஈஸி. நானே வேலை பார்த்துக்கறேன்னு சொன்னேன். கொஞ்சம் படிக்க ஆசையா இருக்குது.’

‘என்ன படிப்ப?’

‘டீச்சருக்குத்தான். இல்லை சைக்காலஜி. ராதா கம்ப்யூட்டர் ப்ரொக்ராமிங் படின்னு சொல்லுது. அதுலதான் நிறையக் காசாம். ஒரு லெவலுக்கு அப்புறம் காசு அலுத்துப்போகுது, இல்லை?’

‘எனக்கு இன்னும் அலுக்கலை. பை தி வே, நீ எனக்குக் கடன் தரணும்.’

‘நத்திங் டூயிங், செலவு முழுக்க என்னதுதான். குளுருது இல்லை?’

ரகுபதி லூவரை மூடியபோது அவள்மேல் பட்டான். அதை அவள் மதித்ததாகத் தெரியவில்லை.

‘நீ எங்கப்பா அம்மாவை அப்புறம் பார்க்கவே இல்லையா? பாபநாசம் போகலை?’

‘எங்கப்பாவை மாத்திட்டாங்க. மணிமுத்தாறுக்குப் போட்டுட்டாங்க.’

‘ஒண்ணரை வருஷமா பாபநாசம் போகலைன்னு சொல்லு.’

‘போயிருந்தேன்.’

‘எங்கப்பாவைப் பார்க்கலையா?’

‘இல்லை.’

‘ஏன்?’

‘சொன்னேனே... கோபம்.’

‘என்னை உனக்குக் கல்யாணம் செய்து கொடுக்கலைன்னு கோபம். இல்லை?’ என்று சிரித்தாள்.

‘ஆமாம். அந்த ஏமாற்றம் என்னை ரொம்ப பாதிச்சுச்சு. அதுக்கப்புறம் நடந்தது எல்லாம் தெரியுமே உனக்கு!’

‘என்ன நடந்தது?’

‘அப்புறம் சொல்றேன்.’

‘நானும் நீயும் கல்யாணம் பண்ணிக்கிட்டு இருந்தா எப்படி இருந்திருக்கும்?’

‘நீதான் சொல்லேன்?’

‘ம்... வந்து.... நீ எங்க வேலைல இருந்த, மெட்ராஸ்ல இல்லை?’

‘வீடு எல்லாம்கூடப் பார்த்து வெச்சிருந்தேன்.’

‘நிறைய டமில் மூவிஸ் பார்த்திருக்கலாம் இல்லை? அதெல்லாம் இப்ப விடீயோல வர்றது. அன்னிக்கு என்ன பார்த்தேன்? சுஹாஸினியும் நாலு ஃப்ரெண்ட்ஸூம்...’

‘நான் மூவிஸ் பார்த்து ரொம்ப நாளாச்சு.’

‘ஈ.டி பார்த்தியா?’

‘மது, எப்பவாவது நடந்ததைப் பத்தி வருத்தப்பட்டிருக்கியோ?’

அந்தக் கேள்விக்குப் பதில் சொல்லாமல், ‘ஆர்லண்டோ போன உடனே ராதா போன் பண்ணச் சொல்லிருக்கு’ என்றாள். ‘இங்க போன் எவ்வளவு வசதி பார்த்தியா?’

‘மது, உனக்கு நடந்தது எல்லாம் ஞாபகம் இருக்கா? திருநெல்வேலி ஜங்ஷன்ல என்கூட ரெயிலோட ஓடி வந்தியே... அது ஞாபகம் இருக்கா?’

‘எப்ப?’

‘எனக்கு உன்கூட இருந்த ஒவ்வொரு செகண்டும் ஞாபகம் இருக்குது. நீ பேசின பேச்சு, எழுதின லெட்டர்!’

‘லெட்டர் எல்லாம் கூடவா ஞாபகம் வெச்சுட்டிருக்க?’

‘டியர் ரகு, எனக்கு நீ போனப்புறம் ரொம்ப சாப்பாடு பிடிக்கலை...’

‘அப்படியா எழுதியிருந்தேன்?’

‘மிஸ் யூ அண்ட் கிஸ் யூ’ன்னு கூட எழுதியிருந்தே மது. உன்னோட முழுசா பேச சந்தர்ப்பம் இப்பத்தான் கிடைக்கிறதினால உங்கிட்ட இதை நான் சொல்லியே ஆகணும். நீ என்னை ரொம்ப ரொம்ப ஏமாத்திட்டே!’

‘அப்படியா?’ என்றாள். அவனை நேருக்கு நேர் பார்த்தாள். இவள் யார்? குழந்தையா? அசடா? அழுத்தக்காரியா? இன்னும் தெரியவில்லையே... எப்படி அத்தனையையும் ஒரு சின்ன ‘அப்படியா’வில் அடக்க முடிகிறது இவளால்? எப்போதும் உள்ளத்தில் உள்ளதைத் திறந்து சொல்ல முடியாதவளா? சொல்லத் தெரியாதவளா?

‘அதோ நிலா பாரு! நம்ப கூடவே வருது?’ என்றாள்.

ரகுபதி இவளுடன் எதற்காக வந்தோம் என்று வருத்தப்பட்டான்.

ஆர்லண்டோ விமான நிலையத்தில் இறங்கியபோது ராத்திரி மணி ஒன்பதாகி விட்டது. ரகுபதிக்கு அப்போதிலிருந்தே ரூம் பிரச்னை நரம்பில் துடித்தது. இரண்டு பேரும் ஒரே ரூம் என்றால்?

விமான நிலையத்திலிருந்து வாக் வே, தரையடி தானியங்கி ரயில் இதிலெல்லாம் போகும்போதுகூட அதைப் பற்றியே நினைத்துக் கொண்டிருந்தான். டிஸ்னி வேர்ல்டுக்கும் எப்காட் சென்டருக்கும் வழிகாட்டி விமான நிலையத்திலேயே இருந்தாள். அவளிடம் மதுமிதா பழக்கப்பட்டதுபோல தன் விசா கார்டைக் காட்டி விசாரிக்க, இருவரும் அமெரிக்க ஆங்கிலம் பேசுவதை விந்தையாகப் பார்த்துக்கொண்டிருந்தான்.

'வா, ரகு! நமக்கு டிஸ்னி வேர்ல்டிலேயே தங்க ஏற்பாடாயிருக்கு.'

'அங்க எப்படிப் போறது?'

'ஓட்டல்ல இருந்தே பஸ் வரும், பத்து நிமிஷத்தில.'

'வெளியே வந்தபோதே 'கம்பா போகலாமா?' என்றாள்.

'நீ எங்க அழைச்சுட்டு போறியோ அங்க!'

'டிஸ்னி வேர்ல்ட் வந்திருக்கியா நீ?'

'நியூ யார்க்கே முக்கால்வாசி பார்த்ததில்லை நான். ஸ்டாட்டன் ஐலண்டிலிருந்து காலேஜ் போகிற வழி தெரியும். அவ்வளவ்தான்.'

'நான் டிஸ்னி லாண்டு பார்த்திருக்கேன் டிஸ்னி வேர்ல்ட் பார்த்ததில்லை. எப்காட் சென்டர்னு புதுசா வந்திருக்கு. அதையும் பார்த்துரலாம்.'

'நீதான் கேப்டன் இப்ப' என்றான். 'நான் உன் பின்னாடியே பெட்டியைத் தூக்கிட்டு வர்றேன். தாஹித்தி ஓட்டலா? நாம இப்ப ஹவாய்க்கு வந்திருக்கமா என்ன?'

‘இல்லை டிஸ்னி வேர்ல்டில்கூட ஒரு தாஹித்தி இருக்கு!’

பஸ் கதவுகள் தானாகத் திறந்துகொள்ள, டிரைவர் இறங்கி அவர்கள் பெட்டிகளை ஒரு கையால் லாவி பஸ் அடியில் செலுத்திவிட்டு, ஏறிக்கொண்டு ஸிபி ரேடியோவில் பேசிவிட்டுப் புறப்பட்டதை ஆச்சரித்துடன் பார்த்தான் ரகு.

‘ஒரு டிரைவர்தான் எத்தனை காரியம் செய்யறான் பாரு - டிரைவர், போர்ட்டர், ரேடியோ ஆப்பரேட்டர்!’

நவீனமாக இருப்பதே தெரியாமல் பசிபிக் தீவின் அம்சங்களுடன் வேடிக்கையாக இருந்தது அந்த ஓட்டல். பணிப்பெண்கள் காதில் பெரிதாக பூ வைத்திருந்தார்கள். பணியாளர்கள் காரேமுரே என்று சட்டை அணிந்திருந்தார்கள். தலைக்குமேல் மானோ ரயில் போய்க்கொண்டிருந்தது. ஓட்டலின் லாபிக்குள்ளேயே நுழைந்துவிடும் போல இருந்தது.

‘ஹுலா ஆடாமல் இருந்தால் சரி’ என்றாள். ‘வெல்கம் டு டிஸ்னி வோர்ல்ட்!’ ஒரு பெண் கலர் கலராகக் காகிதங்களைக் கொடுத்தாள். அறையின் சாவியே பிரம்மாண்டமாக இருந்தது. சாவிதான்.

ரகுபதி காதுகளில் உஷ்ணமாக உணர்ந்தான். அரை டிராயர் போட்டுக்கொண்டு அமெரிக்கர்கள் அலைந்தார்கள்.

‘என்ன சிரிக்கறே மது?’

‘இந்த மாதிரி நீ டிராயர் போட்டுக்கிட்டா எப்படி இருப்பேன்னு யோசித்துப் பார்க்கறேன்.’

எல்லாரும் ஹாய் ஹாய் என்று ரொம்ப நாள் பழக்கம்போல் சிரித்துப் பேசினார்கள்.

அறை மிகப் பெரிதாக இருந்தது. இரட்டைப் படுக்கை. முன் படுக்கை தனியாகப் பிரிக்கப்பட்டு அதில் ஒரு திவான் அமைந்திருந்தது. டெலிவிஷன் இருந்தது. பெரிசான கண்ணாடியில் மதுமிதா பக்கவாட்டில் தெரிந்தாள். ‘அப்பா, ஐம் டயர்ட்’ என்று படுக்கையில் படுத்துக்கொண்டு சோம்பல் முறித்தாள். படுத்துக்கொண்டே திருக டிவி உயிர் பெற்று அதன் சானல்களை பட் பட்டென்று மாற்றினாள். பேஸ்பால் -போலந்து-கார்ட்டூன்-புட்பால் என்று ராட்சச ஆட்டம். யாரோ யாரையோ பச்சென்று முத்தம்.

‘போர்’ என்று உட்கார்ந்தாள். ‘ராத்திரி என்ன சாப்பிடறே?’

‘ஏதாவது ஸ்டோருக்குப் போய் பழங்களும் யோகர்ட்டும் வாங்கிண்டு வந்துர்றேன். எனக்கு அது போதும்.’ பெட்டிகளை அலமாரியில் வைத்தான். ‘உட்காரு ரகு, சங்கோஜப்படறியே?’

பக்கத்துப் படுக்கை விளிம்பில் உட்கார்ந்தான்.

‘சொல்லு!’ என்றாள்.

‘என்ன சொல்ல?’

'என்னைக் கல்யாணம் பண்ணிக்கலைன்னு ரொம்ப நொந்து போய்ட்டியா?'

'ஆமாம்!' தற்கொலை முயற்சியைச் சொல்லவேண்டாம் என்று தோன்றியது.

'உங்கப்பா உனக்கு வேற பெண் பார்க்கலையா?'

'கல்யாணம் வேண்டாம்னுட்டேன்.'

'ஏன்?'

'படிச்சப்புறம் பார்த்துக்கலாம்.'

'அமெரிக்காவில் எத்தனை நாள் இருக்கப்போறே?'

'படிப்பு முடியற வரைக்கும். ரெண்டு வருஷமாவது இருந்தாகணும்.'

'வேலை கிடைச்சா இங்கேயே பர்மனண்டா இருந்துருவியா?'

'அதெல்லாம் இப்ப சாத்தியமில்லை. படிப்பு முடிஞ்சப்புறம் துரத்திவிட்டிரு வாங்க.'

'இந்தியாவில் இந்த படிப்பு இல்லையா?'

'இருக்கு!''

'பின்ன!'

'எதுக்கு இங்க வந்தேன்னு கேக்கறியா? அப்பாதான் பிடிவாதமா உன்னாலயும் முடியும்னு சாதிச்சுக்காட்டுன்னு அனுப்பிச்சு வெச்சிருக்காரு.'

அவள் எழுந்து, 'எனக்கு லேசா தலைவலியா இருக்கு. நீ ஸ்டோருக்கு போய்ட்டு வர்றப்ப எனக்கு ஏதாவது மாத்திரை வாங்கிட்டு வரியா?' என்று பாத்ரூமுக்குள் போனாள்.

சற்று நேரம் ரகுபதி அநாதையாக அசைந்துகொண்டிருந்த டிவியைப் பார்த்தான். படுக்கைகள் ஒட்டவைத்துப் போடப்பட்டிருந்தன. ஏர்கண்டிஷனரைத் திருகிப் பார்த்தான். வாசல்புறம் போட்டிருந்த சோபா அவனுக்குப் போதுமானதாக இருக்கும் என்று தோன்றியது.

மதுமிதா வெளியே வந்து, 'நீயும் போய் டிரஸ் சேஞ்ச் பண்ணிக்க. ஓ, நீ ஸ்டோருக்குப் போகணும்னு சொன்ன இல்லை? இங்க ஸ்டோர் இருக்கு மாங்கறது சந்தேகம்தான். சிட்டி பக்கம் போக வேண்டியிருக்குமோ என்னவோ? என்ன பார்க்கறே?'

'இந்த டிரஸ்ஸை நீ பாவநாசத்திலே ஒருமுறை போட்டுக்கிட்டு இருந்தே!'

'ஞாபகம் வெச்சிருக்கியா?'

'மது, நீ சந்தோஷமா இருக்கியா?'

'இப்பவா?'

'எப்பவுமே. இங்க அமெரிக்காவில கல்யாண வாழ்க்கை எப்படி இருக்கு?'

‘எப்படி இருக்குன்னு கேட்டா... அது வந்து, ராதா வந்து ரொம்ப பிஸி. எனக்கு வீட்டில நிறைய டைம் இருக்கு. டிவி பார்த்து போர் அடிக்கும். நிறைய திங்ஸ் வாங்கிட்டேன். ஏராளம் பாக்கிங் கேஸ்ல இருந்து பிரிக்காமயே நிறைய இருக்குது. எனக்குன்னு தனி கார் இருக்குது. டிரைவ் பண்றேன். ப்ளேஸ் பார்க்கறேன். அப்பப்ப இண்டியன் அசோஸியேஷன்ல ஃபங்ஷன் வரப்ப போவேன். டமில் மூவிஸ் வீடியோல பார்ப்பேன். வீக் எண்ட் எப்பவாவது வெளியே போவோம். பிட்ஸ்பர்க் போவோம். ஹூஸ்டன் ஒரு முறை போய் வந்தேன். இப்படிப் போய்க்கிட்டு இருக்கு லைஃப்...’

‘இது உனக்குப் பிடிச்சிருக்கா?’

‘அமெரிக்கால எல்லாரும் இப்படித்தான் இருக்காங்க. சில இண்டியன்ஸ் வேலைக்குப் போறாங்க... வேலைக்கு எதுக்குப் போகணும்? பணம் வர்றதுக்கு ராதா நிறையவே சம்பாதிக்கிறது... ராதா சம்பளம் எத்தனை தெரியுமா? நைன்ட்டி! ரொம்ப டாக்ஸ் கட்டறோம். எங்க வீட்டை நீ பார்க்கலை இல்லை? மூணு லெவல்...’

‘ராதாகிஷன் உன்னை நல்லா வெச்சிக்கிட்டு இருக்காரா? நல்லா ட்ரீட் பண்றாரா?’

‘நான் கேட்டது எல்லாம் கொடுத்துடுவாரு. எனக்குன்னு க்ரெடிட் கார்டு நாலு இருக்கு. ஓ, எப்பவாவது உட்லண்ட்ஸ் போய் மசால் தோசை சாப்பிடுவோம். மற்ற இண்டியன்ஸ்கூட பார்ட்டி வைப்போம்...’

‘குக்கிங் எல்லாம்?’

‘வீக் எண்ட்தான் குக்கிங். மற்றபடி ஃபிரிஜ்ஜுக்குள்ள எது இருக்கோ அதை எடுத்துச் சாப்பிடுவோம். ராதா ஹெல்ப் பண்ணுவார். இங்கதான் எல்லாமே ப்ரீ-குக்ட். சப்பாத்திகூட ப்ரீ-குக்டா கிடைக்கும்.’

‘மது, இதுதான் உன்னோட குறிக்கோளா?’

‘குறிக்கோள்னா?’

‘உன் கணவனுக்கு உன் மேல நல்ல நம்பிக்கை, மது.’

‘ஆமாம் பைசா கணக்கு கேக்கவே கேக்காது.’

‘அதுக்குச் சொல்லலை மது. தைரியமா உன்னை என்கூட அனுப்பியிருக் காரே!’

‘ஏன் அதுல என்ன? சேகர்கூட பிட்ஸ்பர்க் போயிருந்தேனே கார்ல. அப்பகூட ராதா வரலையே?’

‘அதில்லை மது! நானும் நீயும் ஒரு காலத்தில்...’

‘ஓ எஸ்! காதல் பண்ணம்கறியா... அதான் ஆயிருச்சே, நீ...’

‘நிஜமாவே தீர்ந்துபோச்சா மது?’

'நீ என்ன கேக்கறே?'

'என்மேல உனக்கு எந்தவிதமான ஃபீலிங்கும் இல்லையா?'

'ஃபீலிங்னா? லவ் அண்ட் ஆல் தட்?'

'இல்லை, ஏமாத்திட்டமேன்னு ஒருவிதமான சிம்பதிகூட?'

'ரகு, நீயும் நானும் இன்னும் ஃப்ரண்ட்ஸ்' என்றாள்.

ரகு எழுந்து, 'நான் போய் சாப்பிட ஏதாவது கிடைச்சா வாங்கிட்டு வர்றேன்.'

'சரி போய்ட்டு சீக்கிரம் வந்துரு' என்றாள்.

கீழே போனால் அந்த மாதிரி ஸ்டோர் அந்த வட்டாரத்திலேயே இல்லை. அதற்காக ஆர்லாண்டோ டவுன் போகவேண்டும் என்றும் ராபிட் பஸ்கள் வரும், அதில் ஏறிக்கொண்டு அஞ்சு டாலரோ என்னவோ கொடுத்தால் போகலாம் என்றும் செய்தி கிடைத்தது. பையில் சில்லறை அதிகம் இல்லை. ட்ராவலர்ஸ் செக்காக இருந்தது.

அறைக்குப் போய் அவளிடம் கொஞ்சம் பணம் கேட்டு வாங்கிச்செல்லலாம் என்று திரும்பிச் சென்று அறைக்கதவைத் திறந்தபோது டிவி ஓடிக் கொண்டிருக்க மதுமிதா அயர்ந்து தூங்கிக்கொண்டிருந்தாள். ஒரு காலை மடக்கிக் கொண்டு வாய் திறந்து, மார்பு மேலும் கீழும் அசைய, கவலை யில்லாத பூனைக்குட்டி போல உறங்கிக் கொண்டிருந்தாள். வயிறு லேசாகத் தெரிந்தது.

'இந்த ஷர்ட் எனக்கு நல்லா இருக்கா சார்!'

'பிரமாதம். உனக்கு எல்லா டிரஸ்ஸும் நல்லாவே இருக்கு.'

'சுதா ரொம்ப கலாட்டா பண்றான். குதிரைக்குட்டி மாதிரி இருக்குன்னான்.'

'இங்க குண்டாயிட்டனாம். அம்மா சொல்றாங்க. இந்த வயசுக்கு இப்படித்தான் இருக்கணுமாம். சார், ஐ டோண்ட் வேர் ப்ரா, தெரியுமா?'

பரிசோதித்துப் பார்க்க இப்போது ஆவலாக இருந்தது. அவன் பெருமூச்சு விடுவதும் மெல்ல அவள் மார்பகம் அலைவதும்...

அருகே சென்றான். அவள் முகத்தின் அருகே குனிந்தான். லேசாக வாசனை வீசியது. அவள் மார்பின் பித்தான் தெரிந்தது. அவள் மூச்சின் சூடு தெரிந்தது.

விலகிக் கொண்டான். ஒரு தலையணையை எடுத்துக்கொண்டு வெளிப் பகுதிக்கு வந்து சோபாவில் சாய்ந்து படுத்தான். சற்று நேரம் பசித்தது. பசிக்கட்டும். அந்த எண்ணத்துக்குத் தண்டனை அதுதான். வயிறு காயட்டும்.

'குட்மார்னிங்! என்ன இப்படி குறட்டை விடறே? காப்பிக்கொட்டை மிஷின் மாதிரி?'

'குட்மார்னிங்!'

'நான் குளிச்சாச்சு. ஷவர் இஸ் வெரி குட்! என்ன என்னவோ அட்டாச்மெண்ட் எல்லாம் இருக்கு. முதுகு கூட பிடிச்சுவிடும். சீக்கிரம் குளிச்சுட்டு வா. இன்னிக்கு டிஸ்னி வேர்ல்ட் பார்த்துட்டு நாளைக்கு எப்கார்ட் சென்டர் போகலாம்.'

அதைத் தனி உலகம் என்றுதான் சொல்லவேண்டும். பெரியவர்களைக் குழந்தைகளாக்கும், சில வேளை பைத்தியமடிக்கும், உலகம். மெயின் ஸ்ட்ரிட் யூ.எஸ்.ஏ.யில் சினிமா செட்டின் இடையில் நடந்துபோவது போலத்தான் இருந்தது. பிரமாதமான முகப்பு கொண்ட கடைகள், தூரத்தே கனவு மாளிகைபோல ஒரு கோட்டை. டுமாரோ லாண்ட், ஃப்ராண்டியர் லாண்ட். எந்தப் பக்கம் திரும்புவது என்று பிரமிப்பு.

'இஷ்டத்துக்கு நடக்கலாம் ரகு, எங்க வேணா நுழையலாம். தின்னுக்கிட்டே இருக்கலாம். முதல்ல ஐஸ்க்ரீம், அப்புறம் ஐஸ்க்ரீம், பாப்கார்ன்...'

டிஸ்னியின் முதல் கார்ட்டூன் படங்களைப் பார்த்தார்கள். நின்று கொண்டே பழைய சாப்ளின் படங்கள் பார்த்தார்கள். ஜெனரல் எலக்ட்ரிக் பொம்மை மனிதர்கள், மின்சாரத்தில், சாதனங்களில் ஏற்பட்டிருக்கும் அபிவிருத்தியைப் பேசினார்கள். ராக்கெட்டில் சந்திரனுக்குச் சென்றார்கள். கேபிள் கார், ரோலர்கோஸ்டர்... நடுப்பகல் வரை ஐந்தில் ஒரு பகுதிதான் பார்க்க முடிந்தது. களைத்துப்போய் ஒருபெஞ்சில் உட்கார்ந்துகொண்டு, 'ரொம்பப் பார்த்தா போர் அடிக்கிறது இல்லை?' என்றாள்.

'எல்லாமே அப்படித்தான்!'

'சொல்றது சரிதான் ரகு. அமெரிக்கா, அமெரிக்கான்னு அங்க இருக்கறப்ப எல்லாம் எதிர்பார்த்துக்கிட்டு இருந்தேன். இங்க வந்ததும் எதிர்பார்த்த அளவு, போட்டோல காட்டறமாதிரி இல்லை. கொஞ்சம் அதுக்குக் கம்மியாத்தான் இருக்கு.'

'டிஸ்னி வேர்ல்ட் தவிர.'

'இது உண்மையான அமெரிக்கா இல்ல ரகு!'

'உண்மையான அமெரிக்கா என்ன, சொல்லேன்?'

'அது எங்கேயோ கண்ட்ரி சைடில இருக்குங்கறாங்க. வாஷிங்டன் போய்ப் பாரு. அது வேற! மத்தபடி எல்லா அமெரிக்காவும் ஒண்ணு. எல்லா நகரமும் ஒண்ணுதான். டௌன்டவுன் இருக்கும். ஃபாஸ்ட் புட் மக்டானல்ட்ஸ், வெண்டிஸ் ஸ்கைஸ்க்ரேப்பர்ஸ் பளபளன்னு ஏர்போர்ட் நம்ம ஊர் அழுக்கா இருந்தாலும் ஊருக்கு ஊர் வேறவிதமான அழுக்கா இருக்கும். ஒரு ஊர் போல இன்னொரு ஊர் சொல்ல முடியாது.'

'ராதா திரும்பிப் போறதைப் பத்தி பேசறாரா?'

'அதைப்பத்தி பேசினா, 'அங்க என்ன இருக்கு? நீ வேணா போய்ட்டு வா'ங்கறது.'

‘அப்ப பர்மனண்டா உனக்கு அமெரிக்காதானா?’

‘ஆமா, ராதா சிட்டிசன், நான் க்ரீன் கார்டு.’

‘பாவநாசத்திலே பாணதீர்த்தத்தில் போட்டிங் போயிருந்தமே, ஞாபகம் இருக்கா?’

‘வா ரகு, போகலாம். பொம்மை ரயில்ல சுத்தலாம்.’

ஆலிஸின் மாட் ஹாட்டர்ஸ் பார்ட்டியில் பிரம்மாண்ட தேநீர்க் கோப்பைகளில் குடை ராட்டினம் சுற்றிவிட்டு, அதை அடுத்து இரட்டை இரட்டையாக ஊர்ந்து குகைக்குள் சென்ற வண்டியில் ஏறிக்கொண்டார்கள். உள்ளே நுழைந்ததும் அவர்களை இருள் சூழ்ந்துகொண்டது. வண்டி மெதுவாகச் சென்றுகொண்டிருந்தது.

திடீர் என்று வேகமாக, பொம்மை வௌவாலும் ஒரு சூனியக்காரியும் இருட்டில் திடுதிப்பென்று தோன்ற, மதுமிதா ஊ என்று அலறி ரகுபதியை இறுக்கி அணைத்துக்கொண்டாள்.

சற்று நேரம் இருட்டில் அவளை அணைத்துக்கொண்ட போது, ரகுபதிக்குப் பழைய நாள்கள் நினைவு வந்து, இரண்டு பேரும் பாபநாசத்தில் இருப்பது போல உணர்ச்சி ஏற்பட்டது. மதுமிதாவுக்கு என்று அவள் அலங்காரங் களையும் பவுடர் பர்ஃப்யூம்களையும் மீறி ஒரு வாசனை இருந்தது. கல்யாணமோ, அமெரிக்காவோ இன்னும் அழித்து விடாமல், அந்த வாசனை பத்திரமாக இருந்தது. அவள் அவன் கழுத்தருகில் தலை சாய்ந்திருந்தாள். பக்கத்தில் அவள் மார்பு அவன்மேல் பட்டது. இந்த ராத்திரி யுக இறுதிவரை நீடிக்கக் கூடாதோ என்று யோசிப்பதற்குள் பளிச்சென்று வெளிச்சம் வந்து விட, மது அவனைக் கட்டிக்கொண்டிருப்பதை உணர்ந்து, 'ஸாரி' என்றாள்.

பயமாக இருந்தது. ரகுபதிக்குப் பேச வரவில்லை. அவன் வைராக்கியங்கள் எல்லாம் நீர்த்துப்போயிருந்தன.

'டிஸ்னிலாண்டில் இந்த மாதிரி ஒண்ணு இருக்கு. போன தடவை போனதும் பயந்துபோயிட்டேன். ஸாரி ரகு, தப்பா நினைச்சுக்காதே, என்ன?'

'சேச்சே...'

'பயமா இருக்கிறதா எதுவும் வேண்டாம். வேற எதாவது பார்க்கலாம். ஸீ வேர்ல்ட் போகலாம்' என்றாள்.

'அது எங்க இருக்கு?'

'எங்க இருந்தா என்ன ரகு? கார் ரெண்டல் எடுத்துர்றேன். ஏவிஸ்னு இங்க எங்கயாவது இருந்தாப் பாரு. ரெண்டு நாளைக்கு எடுத்துரலாம். இஷ்டப்படி சுத்தலாம்...'

'பணம்?'

'க்ரெடிட் கார்டு இருக்கு, கவலைப்படாதே. ஒரு காசு இல்லாம இந்த அமெரிக்கால ப்ளாஸ்டிக்கைக் காட்டியே ஜீவிக்க முடியும்.'

‘எப்பவாவது பே பண்ணித்தானே ஆகணும்?’

‘அதுக்குத்தான் ராதா இருக்குதே! ராதான்னப்புறம் ஞாபகம் வருது. அதுக்கு போன் பண்ணனும். யூரோப் போறதுக்குள்ள போன் பண்ணுன்னு சொல்லிருக்கு. கொஞ்சம் இரு. இங்க எங்கேயாவது பூத் இருக்கான்னு பாக்கறேன்...’

‘சில்லரை வேணுமா?’

‘எங்கிட்ட இருக்கு. கலெக்ட் கால்தான் போடப்போறேன்.’

நவீனமாக இருந்த போன் தடுப்புகளின் இடையில் நின்று, பட்டன்களை ஒத்தினவளைக் கண்கொட்டாமல் பார்த்தான். சடுதியில் விஞ்ஞானம் வேலை செய்து டிஸ்னி வேர்ல்டில் ஒரு மூலையிலிருந்து உடனே நியூ யார்க் இணைப்பு கிடைத்தது. அவள் கணவனுடன் கையை ஆட்டிச் சிரித்துக் கொண்டு பேசியதை ஆர்வத்துடன் கவனித்தான். இவளை என்ன என்று எண்ணுவது? அவள்மேல் வேணும் என்றே பட்டபோது அவள் கொஞ்சம்கூட விலகவில்லை. பல சமயம், தன் கைகளை அவன் கைகளுடன் கோத்துக் கொண்டு ஒட்டினாற்போல் வருகிறாள். தகாத இடத்தில் பட்டாலும் தப்பாக எடுத்துக்கொள்வதில்லை...

சே, என்ன மோசமான மனசு எனக்கு என்று கடிந்துகொண்டான்.

டெலிபோன் பேசிவிட்டுத் திரும்பி வந்து, ‘ராதா கிட்ட பேசிட்டன்’ என்றாள் குதூகலத்துடன்.

‘என்ன சொன்னார்?’

‘‘எல்லாம் சுத்திப் பாத்துட்டு மெல்ல வா’ன்னு. யூரோப்ல இருந்து திரும்பி வர மூணு நாளாகுமாம். உன்னை அப்படியே பயந்து போய் கட்டிப் புடிச்சுட்டதை ராதாகிட்ட சொல்லிட்டேன்.’

‘அதுக்கு என்ன சொன்னார்?’

‘சிரிச்சுது. ‘ஹேவ் எ நைஸ் டைம்’னு... சொன்னது.’

‘நீங்க ரெண்டு பேரும் ரொம்ப ஸ்ட்ரேஞ்ச் கப்பிள் மது!’ என்றான்.

‘ஏன்?’

‘இது இந்தியாவில் நடக்குமா? தன் மனைவியை ஒரு கணவன் அவளுடைய மாஜி காதலனோடயே அனுப்பறது? அவ போன் பண்ணி, அவனை இறுகக் கட்டிக்கிட்டேன்னு சொல்றது? அதுக்கு அவன் ‘ஹேவ் எ நைஸ் டைம்’னு சொல்றது.’

‘அதை நீ எப்படிப் பாக்கறங்கறதில இருக்கு இல்லையா ரகு? இதில என்ன தப்புன்னு இருந்துட்டா? எனக்கு ராதாகிட்ட ரொம்ப ஃபெய்த் ஜாஸ்தி. ராதாவுக்கும் எங்கிட்ட. நான் ஒண்ணையும் மறைச்சு வைக்கமாட்டேன். ராதாவும் எல்லாத்தையும் சொல்லிடும். கல்யாணத்துக்கு முந்தி ஒரு பெண்

கூட நெக் பண்ணதெல்லாம் சொல்லியாச்சு. ரெண்டு பேருக்குள்ளேயும் ரகசியம் இல்லாட்டி ரொம்ப ஈஸியாயிடுது. சந்தேகம், சண்டை எதுவுமே கிடையாது. இல்லையா ரகு? நீ கேட்டியே... நான் ரொம்ப சந்தோஷமாத்தான் இருக்கேன் ரகு. ராதா ஒரு ஜெம் ஆஃப் எ ஹஸ்பெண்ட். நான் கேட்டது எல்லாம் வாங்கித்தரும். யார்கூட வேணாப் பேசலாம், போகலாம். ராதாவுக்கு நல்லாத் தெரியும். நான் வந்து பேஸிக்கா அதுங்கிட்ட ஃபெய்த்ஃபுல்லா இருக்கேன். அதை நான் லவ் பண்றேன்னு தெரியும். 'கல்யாணத்துக்கு முந்தி நீ எப்படி இருந்தேன்னு எனக்குக் கவலையே கிடையாது மது. நான் ஒண்ணும் ஒண்ணுமே செய்யாம ப்யூரா இல்லை. அப்படி யாராவது சொன்னா அது பொய். நீ ரகுவைக் காதலிச்சாப்பல நான் ஒரு பெண்ணோட டேட் பண்ணிட்டிருந்தேன். அதனால என்ன? கல்யாணம் ஆனபிறகு எப்படி இருக்கணும்ங்கறதுதான் முக்கியம்'னு சொல்லும். அந்த விஷயத்தில் நான் ரொம்ப லக்கி ரகு.'

'அவரும்தான் மது, உன் மாதிரி ஒரு பெண் கிடைக்கறதுக்குக் கொடுத்து வச்சிருக்கணும்...'

'அப்படிச் சொல்லாத. அமெரிக்கால பல பொண்ணுங்க என்ன ப்ரெட்டி தெரியுமா?'

'இருக்கலாம். ஆனா, உன் அழகு தனிப்பட்ட அழகு மது.'

'எத்தனை நாளைக்கு வரும்... எல்லாருக்கும் உள்ளுக்குள்ள ஒரு அழகு இருக்குது ரகு. அதுதான் அப்படியே இருக்கும். நான் சொல்றது புரியுதா?'

'புரியுதுன்னு நினைக்கிறேன்.'

ஸீ வேர்ல்டுக்கு சாயங்காலம் போய்ச் சேர்ந்தார்கள். டால்பின் மீன்கள் சகஜமாக மேலே எம்பி, கையில் இருப்பதை லாகவமாகப் பறிப்பதைப் பார்த்தார்கள். ஏரியில் நீர்ச் சறுக்கல் ஆடும் யுவன் யுவதிகளைப் பார்த்து பிரமித்தார்கள். ஸீல் மீன்களை வைத்து சிரிப்பாக நாடகமே நடத்திக்காட்டினார்கள்.

'நம்ம மனுஷங்களைவிட புத்திசாலித்தனமாக இருக்குது பாரு மீன்கள்...' என்றாள்.

'கையைத் தட்டினா, அவன் திரும்பிப் பார்த்தா, அதுவும் திரும்பிப் பார்க்கறது!'

'எல்லாம் பழக்கம்தான். ரிஃப்ளக்ஸ் ஆக்ஷன்தான். அப்பப்போ அதுக்கு சின்ன மீனை வாயில கொடுத்துக்கிட்டே இருக்கான் பாரு... அதுதான் அதுக்குத் செலுத்தற சக்தி - உணவு. அதை வெச்சுக்கிட்டு மனுஷன் அதை டீஸ் பண்ணி டீஸ் பண்ணி பழக்கறான்.'

'அப்ப இந்த மீனுக்குக் கதை தெரியாதா? கண்ணை எல்லாம் கசக்குது, நடக்குது, பிரேக் போட்டாப்லே நிக்குது?'

'எல்லாம் பசியால செலுத்தப்பட்ட இயந்திரச் செயல்கள்.'

'நாமகூட ஒரு காலத்தில் இப்படித்தான் இருந்தமோ?'

'இப்பவே சோஷல் பிஹேவியர் படிக்கிறபோது பற்பல விதத்தில் அந்த மீனுக்கும் நமக்கும் வித்தியாசம் இல்லேன்னுதான் தோணுது...'

'போடா பொய்யி!' என்று ரகுபதியின் தலைமேல் நெத்தினாள். 'ராதாகிட்ட சொன்னா சிரிக்கும். 'மேனேஜ்மெண்டில் ஒவ்வொருத்தரும் ஒரு தனிப்பட்ட ஐலண்டு. யாரையும் யாரும் முழுக்கத் தெரிஞ்சுக்க முடியாது'ன்னு ராதா சொல்லும்.'

'அது ஒருவிதத்தில் வாஸ்த்தவம்தான் மது.'

கார் பார்க் பண்ணியிருந்த இடத்துக்கு நடந்து செல்லவே அரை மணி ஆயிற்று. மதுமிதா ஸ்ட்ராப் போட்டுக்கொண்டு, அவனுக்கும் மடியில் பெல்ட் கட்டிவிட்டு காரைக் கிளப்பி ஸர்ர் என்று பறந்தாள்.

'நல்லா கார் ஓட்டறே...'

'ராதா சொல்லும், அமெரிக்கால ஆடுகூட கார் ஓட்டலாம்னு. இந்த கார்ல பாரு எல்லாம் ஆட்டோமாட்டிக். ஒரே கியர். பார்க்ல இருந்து தள்ளணும். இப்படி டிரைவுக்குத் தள்ளணும். அப்புறம் பெடலை மிதிக்கணும். அவ்ளதான். ஹைவேல போனா ஒரு ஸ்பீட் செட் பண்ணி, இந்த பட்டனைத் தொட்டுட்டா காலையும் எடுத்துரலாம். ஸ்டியரிங்குக்குத்தான் இன்னும் ஆட்டோமாட்டிக் கண்டுபிடிக்கலை' என்றாள்.

திரும்ப வந்து அறைக்குள் நுழைந்தபோது, டெலிபோன் ஒலித்துக் கொண்டிருக்க, 'ராதாவாத்தான் இருக்கும். யூரோப் போறதுக்கு முன்னாடி குட்பை சொல்லிக்க போன் பண்றேன்னு சொல்லிச்சு' என்று, அதை ஆவலுடன் எடுத்துக் கேட்டுவிட்டு 'ஹாய் ராதா? என் கண்ணாச்சிக் குட்டி' என்று ரகுபதி இருப்பதை முற்றிலும் மறந்து பேசத்தொடங்கினாள்.

ரகுபதி ஜன்னலுக்கு வெளியே பார்த்துக்கொண்டிருந்தான். மாலை ஏழரை மணிக்கு சூரியன்போல, மதுமிதா பேசுவதெல்லாம் பொய் போல, பாசாங்கு போல இருந்தது. அது அமெரிக்க வழக்கம். அன்பை மிகைப்படுத்துவது. இந்தத் தேசமே மிகைதானே? விளம்பரங்கள் பூராவும் மிகைதான்.

'கண்ணு, டேக் கேர் ஆஃப் யூர் ஹெல்த். டோண்ட் டிரிங்க் டூ மச்.'

'நானா? நான் கொஞ்சம் இரு... நாம எப்பத் திரும்பறோம் ரகு?'

'நாளன்னைக்கு' என்றான். 'இட் வாஸ் ஸோ நைஸ் ராட், யூ ஷட்'வ் கம் ஸ்டுப்பிட்...'

இருவரும் பிச்சு பிச்சு என்று டெலிபோனிலேயே முத்தம் பரிமாறிக் கொண்டார்கள். ரகுபதி தன் நெற்றியைத் தேய்த்துக் கொண்டான். இந்த மாதிரி நடத்தை அமெரிக்கர்களுக்குப் பொருத்தமாக இருக்கிறது. இந்தியர்களுக்குச் செயற்கையாக இருக்கிறது.

போனை வைத்து விட்டு, 'கோபன்ஹாகன் போகப் போறதாம். டு வாட்ச் ஆல் தோஸ் ந்யூட் கர்ள்ஸ்! போகாது. பிசினஸ் பிசினஸ்தான்! புதுசு புதுசா சின்ன

கம்பெனியெல்லாம் வாங்கி வாங்கிப் போடறதுதான் பொழுதுபோக்கு. வாங்கிட்டு எங்கிட்ட ஒரு மாசம் அதைப் பத்தி போர் அடிக்கும்.'

நீ இப்ப உன் கணவனைப் பத்தி பேசிப் பேசி போர் அடிக்கிறியே அதுபோல...

மதுமிதா படுக்கையில் படுத்தவாறே தலைவழியாகத் தன் சட்டையைக் கழற்றி, சாதுர்யமாக மாற்று உடையை மாட்டிக் கொண்டாள். காட்சியில் இருந்த சாமர்த்தியம் அவனைக் கிறங்க அடித்தது. இவளை இன்றிரவு கேட்டுப் பார்த்தால் என்ன?

கோபிக்க மாட்டாள். ஆனால் பத்தினித்தனத்தைக் காட்டுவாள். அமெரிக்கன் ரக பத்தினித்தனம்.

ரகு! நீயே யோசிச்சுப் பாரு, எட்ஸெட்ரா... இவளைத் திறமையாக மாற்றியிருக் கிறான் ராதா. அதற்காக அவனுக்கும் பரிசுக் கொடுக்கவேண்டும்.

'சேச்சே! ஏன் அப்படி எண்ணுகிறாய்? உன் சினிசிஸம் உன்னை விடாது. கணவன் மனைவி என்றால் இப்படித்தான் இருக்க வேண்டும். ஒருவரை ஒருவர் நம்பிக்கொண்டு, ஒருவர் மேல் ஒருவர் பூர்ண விசுவாசம் கொண்டு, ரகசியங்கள் ஒளிவு மறைவு எதுவும் இல்லாமல்...'

மதுமிதா தன் சட்டைக்குள் விரல் செலுத்தி ஒரு தங்க செயினை எடுத்து, 'இது என்ன தெரியுமா ரகு?'

'ராதாகிஷன் படமா?' என்றான்.

'கரெக்ட், எப்படிக் கண்டுபிடிச்சே?'

'அது ஒருவிதமான ஹாபி எனக்கு' என்றான்.

எக்ஸ்பெரிமெண்டல் ப்ரொட்டொடைப் கம்யூனிட்டி ஆஃப் டுமாரோ (எப்காட்) மறுதினம் முழுவதும். ரகுபதி தன்னையும் மதுமிதாவையும், தன் அமெரிக்க சூழ்நிலையையும் மறந்து, உலக சரித்திர நேற்றைய நாள்களை, நாளைகளை எலக்ட்ரானிக்ஸ் வித்தைகள் மூலம் ஆடியோ அனிமட்ரானிக்ஸ் முறைப்படி பிரமாண்ட டினோசார்கள் எலக்ட்ரானிக்ஸ் உயிர் பெற்று உலவ, நகங்கள், நாகரிகங்கள், அத்தனையும் டிஸ்னியின் வழிவந்த இளைஞர்கள், அவர் கனவை நிஜப்படுத்தியிருந்த விந்தை நகரில் நாள் முழுவதும் போனதே தெரியாமல் கழிந்து விட்டது அவனுக்கு.

'மது! திஸ் இஸ் ரியலி ஒர்த் இட். ஒரு நாள் போதாது. நாளைக்குப் போகணும்...'

மதுவுக்கு அது அதிகம் பிடித்ததாகத் தெரியவில்லை. 'போதும் ரகு, பாத்ததையேதானே பார்க்கிறோம்? எனக்கு இந்த கம்ப்யூட்டர் எல்லாம் சரியாப் புரியவே இல்லை.'

'இதைவிடச் சுலபமா எக்ஸ்ப்ளெய்ன் பண்ண முடியுமா மது?'

'பச்! வா போகலாம்.'

'எங்க?'

'வீட்டுக்குத்தான், நியூ ஜெர்ஸி திரும்பிரலாம்.'

'ராதா இன்னும் வந்திருக்க மாட்டாரே...'

'பரவாயில்லை, நாம போயிரலாம். என் வீட்டையும் பார்க்கணும் இல்லையா?'

'இனி வீட்டுக்கு எதுக்கு?'

'டிவி பார்க்கலாம். நான் உனக்கு ஒரு நாள் குக் பண்ணி சாப்பாடு போடறேன். ஹௌ எபௌட் இட்?'

'அதுகூடச் சரிதான்'

'மேரி உன்னை ப்ளே அழைச்சுட்டுப் போனாப்பல நானும் அழைச்சுட்டுப் போறேன், கோரஸ்லைன்.'

'சரி, போகவேண்டியதுதான். இட்ஸ் யுர் ட்ரிப்.'

ஃப்ளாரிடா விஜயத்தை ஒரு நாள் குறைத்துக்கொண்டு, இரண்டாம் நாள் ராத்திரி திரும்பிவிட்டார்கள். ல கார்டியாவில் பார்க் பண்ணியிருந்த காரை மறுபடி பெற்றுக்கொண்டு அவர்கள் இருவரும் ஜெர்ஸி திரும்பியபோது மணி இரவு ஒன்பது இருக்கும்.

'தப்பு பண்ணிட்டம். நெவார்க்ல ப்ளேன் பிடிச்சிருந்தா எங்க வீடு கிட்டக்க.'

வீட்டின் வாசலில் சாவியை அவனிடம் கொடுத்துவிட்டு 'நீ உள்ளே போய் ரிலாக்ஸ் பண்ணிட்டிரு ரகு. நான் போய் ஸ்டோர்ல தயிர் வெஜிடபிள்ஸ் எல்லாம் வாங்கிட்டு வந்திர்றேன். ராத்திரி சமையல் பண்ணணுமே' என்றாள்.

'எனக்கு லைட்டெல்லாம் எங்க இருக்குன்னு தெரியாது மது.'

'நோ ப்ராப்ளம். கதவைத் திறந்ததும் இடது பக்கத்தில் ஸ்விட்ச் இருக்கும். அதைப் போட்டுக்க. பத்து நிமிஷத்தில வந்துர்றேன். ஸ்டோர் மூடிருவான். அதுக்குத்தான்.'

அவள் காரைக் கிளப்பிக்கொண்டு செல்ல, அவள் கொடுத்த சாவியுடன் மெதுவாக அந்த வீட்டை அணுகினான். நிசப்தமாக இருந்தது. பெரிய வீடுதான். வெளியே விளக்கு எரிந்துகொண்டுதான் இருந்தது. அதன் மெலிய வெளிச்சத்தில் அவள் கொடுத்த சாவியை துவாரத்தில் முயன்று பார்த்தான். திறந்தது. கதவைத் தள்ளி தயக்கத்துடன் உள்ளே நுழைந்தான். இடப் பக்கம் துழாவி அகப்பட்ட ஸ்விட்சைப் போட்டான். வெளிச்சம் பரவி வீட்டின் அடையாளங்கள் தெரிந்தன. நீலமான காரிடார் தெரிய, இடப் பக்கத்தில் ஹால் இருக்கும்போல, கார்ப்பெட்டில் நடந்தான். ஹால் விளக்கு ஸ்விட்ச் இருக்கும் இடம் மட்டும் ஃப்ளாரஸண்ட் வெளிச்சத்தில் தெரிய அதைப் போட்டான்.

அவர்களைப் பார்த்தான்.

15

வீட்டில் யாருமில்லை என்று எதிர்பார்த்து உள்ளே நுழைந்தவனுக்கு அந்தக் காட்சி அதிர்ச்சி தந்தது. தரையில் ஒரு பெண்ணின் ஆடைகள் கிடந்தன. அருகிலேயே அவிழ்த்து வைக்கப்பட்ட ஷூ, பேண்ட்டை சோபா மறைத்துக் கொண்டிருக்க, வெண்மையான கால்கள் விளிம்பில் தெரிந்தன. விளக்கைப் பொருத்தினபின் அதன் ஆச்சரியம் அவர்களுக்கு உறைக்க கொஞ்ச நேரம் ஆயிற்று. விடியோவில் ப்ளூ ப்லிம் ஓடிக்கொண்டிருந்தது.

'மை காட்! ஹூ த ஹெல் இஸ் இட்!' என்று ஒரு தலை எட்டிப் பார்த்தது.

ராதாகிஷனின் தலை! எழுந்தான். மார்பில் ஏதும் இல்லாமல் அரை டிராயரை அவசரமாகப் போட்டுக்கொண்டிருக்க, ரகுபதி அப்படியே ஸ்தம்பித்துப் பார்த்துக்கொண்டிருக்க, அந்தப் பெண்ணும் மெல்ல எழுந்தாள். வாயில் எதையோ மென்று கொண்டிருந்தாள்.

'ஹனி, யூ டின்ட் டெல் மி இட்ஸ் எ பார்ட்டி!'

ராதாகிஷன் ரகுபதியை பார்த்து, 'என்னது... எப்ப வந்தீங்க? எங்க மது?'

'ஸ்டோருக்குப் போயிருக்கா.'

இதைக் கேட்டவுடன் ராதாகிஷன் உடனே சுறுசுறுப்பாகி, 'நெல்லி, அப்! க்விக்!' என்றான்.

'வாட்ஸிட் ராட்?' அவள் மார்பில் பற்பல இடங்களில் சிவந்து கன்னிப் போயிருந்தது. அவளுக்குப் பதினெட்டு வயது இருக்கலாம்.

'லேட்டர்! நௌ பீட் இட்!' என்றான். வீடியோவை நிறுத்தி அதன் காஸெட்டை உதறினான்.

அந்தப் பெண் தன் அரை நிர்வாணத்தைப் பற்றிக் கவலைப் படாமல் மெதுவாகக் கீழே கிடந்த தன் உடைகளைப் பொறுக்கிக் கொண்டு, அதைத்

தன் மார்பின்மேல் அணிந்துகொண்டு, 'கன் ஐ ஹாவ் எ ட்ரிங்க் ராட்?' என்றாள்.

'நோ டைம்! பீட் இட்! பிஃபோர் ஷீ கம்ஸ்' என்று அவள் உடை அணிவதில் அவசர அவசரமாக உதவி செய்து மேலுடைகளைத் தாறுமாறாக அவள்மேல் அணிவித்து, அவள் தோளை அணைத்து, அவள் செருப்பைக் கையில் கொடுத்து அவளைத் தள்ளிக்கொண்டே சென்று 'கொஞ்சம் இரு ரகு, இவளை அனுப்பிவிட்டு வந்துர்றேன்' என்று வாயிற் பக்கம் மறைந்தான்.

ரகுபதி பிரமை பிடித்தாற்போல நின்றுகொண்டிருந்தான். வாசலில் கார் புறப்படுவது தெரிந்தது. 'பை, ஸீ யூ லேட்டர்!' குரல்கள் கேட்டன. சற்று நேரத்தில் ராதாகிஷன் வந்தான்.

'என்னது, நாளைக்குன்னா வரதா இருந்திங்க? ஒரு நாள் முன்னால் வர்றதா இருந்தா ஒரு போன் பண்ணக்கூடாதா? யூ கேவ் மி எ ஷாக்!'

'யூ ஆல்ஸோ கேவ் மி எ ஷாக், நீங்க யூரோப் போறதான்னா...'

'கேன்சல் ஆயிருச்சு, ஹௌ வாஸ் யுர் டிரிப்? டிட் யூ ஹேவ் எ நைஸ் டைம்?'

ரகுபதிக்கு ஆச்சரியமாக இருந்தது. எப்படி இவனால் ஒன்றுமே நடக்க வில்லைபோல விசாரிக்க முடிகிறது? எப்படி?

'மது ஸ்டோருக்குப் போயிருக்காளா?'

'ஆமாம்'

'ஃப்யூ! தட் வாஸ் க்ளோஸ்! நல்லவேளை!' என்று அவனைப் பார்த்துக் கண்ணடித்தான்.

வாசலில் கார் வந்து நிற்பது கண்ணாடி வழியாகத் தெரிய, அவன் அவசரமாக 'ரகு! அவகிட்ட இப்ப சொல்லாத இதைப் பத்தி. முன்னால லெட்ஸ் டாக் இட் ஓவர். மேன் டு மேன், இப்ப ஒண்ணும் சொல்லாத, ஓக்கே?' என்று கீழே கிடந்த பிராவைச் சுருட்டிப் பைக்குள் போட்டுக்கொண்டு 'ஷி ஃபர்காட் ஹர் ப்ரா!' என்றான்.

மதுமிதா ஒரு பெரிய பிரவுன் பேப்பர் பை நிறைய தண்டுக்கீரை, தக்காளி, தயிர் என்று நிரம்ப முகத்தை மறைக்கும் அளவுக்கு எடுத்துக்கொண்டு வர, ராதா 'ஹலோ ஓ! ஸ்வீட் ஹார்ட்! லுக் ஹூ இஸ் ஹியர்!' என்றான்.

ராதாவைப் பார்த்தும் மதுமிதா சட்டென்று முகம் பிரகாசமாகி 'ராட்! நீ யூரோப் போகலை?'

'இல்லை கண்ணு, கடைசி நிமிஷத்திலே கேன்சல் ஆயிருச்சு...'

'லுக் அட் தட்! எனக்கு ஏன் போன் பண்ணலை ராட்? ஐ மிஸ்டு யூ வெரிமச். நீ வந்திருந்தா எவ்வளவு என்ஜாய் பண்ணியிருக்கலாம்! ரகு இதைக் கொஞ்சம் புடிச்சுக்க... என் ஹஸ்பண்டை கிஸ் பண்ணிட்டு வாங்கிக்கறேன்' என்று

ரகுபதியின் கையில் அந்த பார்சலைக் கொடுத்துவிட்டு, அவன் கன்னத்தில் முத்தமிட்டு காதைக் கடித்தாள்.

ரகுபதி இந்த பக்கம் தெரிந்த ராதாவின் முகத்தையே பார்த்தான். அவன் லேசாகக் கண்ணடித்தான்.

'பாவி! படு பாவி!' என்றான் கண்களால்.

'என்னோட பர்ஃப்யூம் எல்லாம் வாரிப் பூசிக்கிட்டு என்ன பண்றே?'

'டிவி பார்த்துட்டு இருந்தேன், ஆர்லாண்டோ எப்படி இருந்தது? ஓட்டல்ல போன் பண்ணேன், நோ ரெஸ்பான்ஸ்னு சொன்னாங்க. எப்படி இருந்தது டிரிப்?'

'ரொம்ப நல்லா இருந்தது ராட். நீ பார்க்கலையேன்னுதான் எனக்கு வருத்தமா இருந்தது. ரகுவை கேளு. உன்னைப் பத்தியே பேசிக்கிட்டு இருந்தேன்!'

பாரேன் பேதைப் பெண்ணே! ஏன் அந்தக் குள்ள மேஜைமேல் இரண்டு கிளாஸ் இருக்கிறது என்று, ஏன் சோபா கலைந்திருக்கிறது என்று, ஏன் ஆஷ்ட்ரே நிறைய சிகரெட் நிரம்பியிருக்கிறது... அவற்றில் சிலவற்றில் லிப்ஸ்டிக் கறை படிந்திருக்கிறது... அத்தனை அடி முட்டாளா நீ?

'நான் போய் உங்க ரெண்டு பேருக்கும் சமையல் பண்றேன். இதோ பதினஞ்சு நிமிஷத்தில...'

'ரகு! உனக்கு ரொம்ப லேட்டாயிருச்சில்லை? உன்னை வேணா ஸ்டாட்டன் ஐலண்டில் ட்ராப் பண்ணட்டுமா?' என்றான் ராதாகிஷன்.

மதுமிதா, 'நத்திங் டூயிங்! நான் அவனை சாப்பிடக் கூப்பிட்டிருக்கிறேன். சாப்ட்டப்புறம்தான் எல்லாம்.'

'ஓகே. ஓகே! யூ கோ அண்ட் குக்!'

அவள் உள்ளே செல்ல, ராதாகிஷன் அந்த ஆஷ்டிரேயையும், காலி கிளாஸையும் எடுத்துக்கொண்டான். 'எக்ஸ்க்யூஸ் மி' என்று சொல்லி, பேஸ்மெண்ட் பக்கம் சென்றான். ரகுபதி இன்னும் அந்த அதிர்ச்சியிலிருந்து விடுபடவில்லை.

கொஞ்ச நேரத்தில் விசில் அடித்துக்கொண்டே ராதா வந்ததும், 'ஸோ' என்றான். 'என்ன, சொல்லுப்பா!'

'நீங்கதான் சொல்லணும்!'

'உனக்குக் கொஞ்சம் ஷாக்காயிருச்சு, இல்லை?'

'அண்டர்ஸ்டேட்மெண்ட் ஆஃப் தி இயர்.'

'என்ன பண்ணப் போறே?'

'என்ன பண்ணப் போறேன்னா?'

‘அவகிட்ட சொல்லப் போறியா?’

‘யோசிக்கணும்.’

‘இப்ப சொல்ல மாட்டதானே?’

‘யோசிக்கணும்.’

‘ராட்! ரகுவுக்கு க்ரீன் பெப்பர்னா என்னன்னு சொல்லு?’ என்றது கிச்சன்.

‘க்ரீன் பெப்பர்னா காப்ஸிக்கம்னு சொல்வாங்க. குட மிளகாய்!’

‘குட மிளகாய்’ என்று சிரித்தான்.

‘இதப் பாரு! நீ ஒரு ஆண், நான் ஒரு ஆண், நான் உன்கிட்ட நடந்ததைச் சொல்ல முடியும். உங்கிட்ட ஒரே ஒரு வேண்டுகோள். அவகிட்ட சொல்லப் போறியா, சொல்ல மாட்டியா, அது உன் தீர்மானம். சொல்றதா இருந்தா இன்னிக்கு ராத்திரி வேண்டாம்!’

‘ஏன்?’

‘எனக்குக் கொஞ்சம் யோசிக்க டயம் வேணும்.’

‘ராதாகிஷன், எப்படி உங்களால மற்றொரு பெண்ணைப் பத்தி நினைக்கக்கூட முடியுது. மது மாதிரி ஒரு ஜெம் இருக்கறப்ப?’

‘ஷ்ஷ்ஷ்! கொஞ்சம் மெல்லப் பேசு.’

‘என்ன, என் பேர் வரது?’

‘டார்லிங்! உன்னைப் போல ஜெம் யாரும் இல்லைன்னு சொல்றான் ரகு.’ ராதாகிஷன் டிவியின் சப்தத்தைச் சற்று உயர்த்தினான்.

‘ஒரு ராத்திரில சொல்ல முடியாதப்பா. அதுக்குத்தான் டயம் வேணும். நாளைக்கு நான் கார் அனுப்பறேன். என்னை ஆபீஸ்ல வந்து பாரு. அதுவரைக்கும் இதைப் பத்திப் பேசவேண்டாம். என்ன, இட்ஸ் எ டீல்?’ என்று அவன் கையை வலுக்கட்டாயமாகப் பற்றி, ‘கம், லெட்ஸ் ஹாவ் எ ட்ரிங்க். பேஸ்மெண்டுக்குப் போகலாம் வா!’

‘ராட்! ரகுவுக்கு நம்ம வீட்டைச் சுற்றிக்காட்டு!’

‘அதான் பண்ணப் போறேன் கண்ணு.’

‘ராட்!’ சமையலறையிலிருந்து இனிமையாக அவள் குரல் ஒலித்தது.

‘என்ன?’

‘ஐ லவ் யூ!’

‘ஓக்கே.’

‘ஓக்கே சொல்லாத. ஐ லவ் யூ டூன்னு சொல்லு.’

'ஐ லவ் யூ டூ!'

ராதாகிஷன் அவன் பார்வையைத் தவிர்த்தான். ரகுவுக்கு ஏனோ சிரிப்பு வந்தது.

'வா. கீழ போகலாம்!' ராதாகிஷன் விரல்கள் நடுங்குவது தெரிந்தது.

மௌனமாக அவன்பின் மரப்படிகளில் இறங்கி பேஸ்மெண்டுக்குச் சென்றான். ரகுபதிக்குத் தான் செய்ய வேண்டியது என்ன என்பதைத் தீர்மானிக்க முடியவில்லை. ஒருவிதமான அருவருப்பான உணர்ச்சிதான் இருந்தது.

அவசரமாக ஒரு கிளாஸில் விஸ்கி ஊற்றிக்கொண்டான். 'யூ வாண்ட் எ ட்ரிங்க்?' என்றான் ராதா.

'நோ! தாங்க்ஸ்.' பேஸ்மெண்ட் வசதியாக இருந்தது. பெரிசாக டிவி. அதன் ரிமோட் கண்ட்ரோல். மினி-பார். ஹ்யுமிடிஃபையர். அட்டாச்ட் பாத்ரூம். கேஸ் ஹீட்டரின் ப்ளான்ட். இந்த இடத்திலேயே தாராளமாக ஒரு குடும்பம் தங்கலாம்போல இருந்தது.

மளுக் என்று முழுங்கிவிட்டு ராதா, 'இதப் பார், நீ என்ன செய்யறதா இருந்தாலும் நாளைக்குச் செய்!'

'நான் எதுவும் தீர்மானிக்கவில்லை, மிஸ்டர் ராதாகிஷன்!'

'நோ மிஸ்டர் ப்ளீஸ்! நானும் நீயும் இப்ப ஃப்ரண்ட்ஸ் ஆயிட்டோம். ரெண்டு பேருக்கும் பொதுவா ஒரு ரகசியம் இருக்கிறதால. ரகு, ஸ்லீப் ஓவர் இட். நீ பார்த்ததை அப்படியே மனசில் இருத்திக்க. நாளைக்கு முதல் காரியமா என் ஆபீசுக்கு வா. கார் அனுப்பறேன். நான் உன்கூடப் பேசியே ஆகணும். நான் பேசினப்புறம் நீ என்ன செய்யப்போறேங்கறதைத் தீர்மானம் பண்ணிக்க. ஓக்கே?'

'இதில என் காரியம் அவ்வளவு முக்கியம்னு நினைக்கறிங்களா?'

'முக்கியமோ, முக்கியமில்லையோ, நாளைக்குச் செய். அதுதான் கேட்டுக்கறேன்.'

'பயப்படாதிங்க! ஆனா நீங்க செய்யறது துரோகம்ங்கறதாவது உங்களுக்குத் தெரியுதா?'

'துரோகம்ங்கறதுக்கு இந்த ஊர்ல அர்த்தம் வேற.' மறுபடி ஒரு முழுக்கு. 'கண்ணால பார்க்கறது மட்டும்தான் முக்கியம்.' நியூ யார்க் டைம்ஸ் பிரதி ஒன்றை எடுத்தான். 'நியூஸ்பேப்பர்ல எட்டாம் பக்கத்தில் ஒரு செய்தி இருக்கு. அதைப் படிச்சுப்புறம்தானே உனக்கு அது உண்மையாறது. படிக்காமயே இருந்தா அது உண்மை இல்லைதானே?'

'எதுக்கு இந்த உதாரணம்னு புரியலை.'

'இன்னிக்கு நீ பத்து நிமிஷம் லேட்டா வந்திருந்தா என்னுடைய ஒரு பக்கம் உனக்குத் தெரியறதுக்கு வாய்ப்பே இல்லைதானே! நீ பார்த்ததாலே என்னைப் பத்தின உன் அபிப்ராயமே வேறவிதமா இருக்கும் இல்லையா?'

'சொல்லுங்க' என்றான்.

'அதுபோல அவளுக்கு இது தெரியாம இருந்தா, அதனால விளையற நன்மைகளைப் பாரு.'

'நன்மைகளா?'

'அவளுக்கு அனாவசியா மனக்கலக்கம் வேண்டாம். வருத்தம் வேண்டாம். ஒரு சின்ன விஷயத்தாலே...'

'இதை நீங்க சின்ன விஷயம்னு சொல்றது எனக்கு ஆச்சரியமா இருக்கு.'

'டின்னர் இஸ் ரெடி!' என்று மேலேயிருந்து மதுமிதாவின் உற்சாகமான குரல் கேட்க,

'வா, சாப்பிடலாம். நாளைக்கு நான் உனக்கு கார் அனுப்பறேன். அப்ப தொடர்ந்து இதைப் பத்திப் பேசலாம்.'

மறுபடி மேலே வந்தபோது, 'என்ன ரெண்டு பேரும் ரொம்ப சீரியஸா டிஸ்கஷன்?' என்றாள்.

'ஒண்ணுமில்லை மது.'

சப்பாத்தி, சாம்பார், ரசம், கூட்டு என்று என்ன என்னவோ வரிசையாக மேஜைமேல் அடுக்கியிருந்தாள்.

'எதுக்கு மது இவ்வளவு செஞ்சிருக்கே?' என்றான் ரகு.

'எல்லாம் சுட வெச்சது! ராதா ராத்திரி ஒண்டித்தான் நல்லா சாப்பிடும், என்ன ராதா?'

'ஆமாம்!' என்றான் ராதா, தலை நிமிராமல்.

'இதை மட்டும் ரெண்டு பேரும் சாப்ட்டு முடிக்கலை, எனக்கு அழுகையே வந்துரும் ராட்! படுக்கைல பணம் இறைஞ்சு கிடந்தது. டாலர் பில்லா இருந்தது! இப்படியா பணத்தை இறைப்பா?'

'எடுத்து வெச்சுரு மது.'

படுக்கைல வேற எதும் இறைஞ்சிருக்கலையா! பார்க்கலையா முட்டாள் பெண்ணே?

ராதாகிஷன் அவனை நிமிர்ந்து பார்த்தபோது கண்கள் அவனைக் கெஞ்சின.

'நான் செய்திருக்கிறது நல்லா இருக்கா ரகு? நல்லா சமைக்கிறேனா?'

'நல்லா சமைக்க மட்டும் தெரிஞ்சுண்டிருக்கே மது.'

ராதாகிஷன் அவனை நிமிர்ந்து பார்க்க, 'உனக்கு ரொம்ப நேரமாயிட்டுதில்லை மது. நான் ரகுவை ஸ்டாட்டன் ஐலண்டில் கொண்டுவிட்டுர்றேன். நீ டிவி பார்த்திட்டு படுத்துத் தூங்கிப் போயிரு. யூ மஸ்ட் பி டயர்ட்.'

'இல்லை, நானும் வர்றேன்.'

'எதுக்கு மது? ரொம்ப லேட்டாயிருச்சு.'

'இல்லை ராட், ராத்திரி தனியா திரும்பி வந்தா ரொம்ப வேகமா ஓட்டுவே. ஏற்கெனவே கொஞ்சம் குடிச்சிருக்கே. எனக்குக் கவலையா இருக்கும். தூக்கம் வராது.'

'அவரைப்பத்தி நீ கவலைப்படாத மது! ஹி கேன் டேக் கேர் ஆஃப் ஹிம்செல்ஃப்!'

'ரகு, வி மஸ்ட் மீட் டுமாரோ' என்றான் ராதா. சாப்பிட்டவுடன் கணவனுக்கு ஒரு கிளாசில் தண்ணீரும் விட்டமின் மாத்திரைகளும் கொண்டுவந்து கொடுத்தாள். 'நான் இல்லாட்டி மாத்திரைகூடச் சரியா சாப்பிடாது இது' என்று அவன் தலையைக் கலைத்தாள்.

இரவு திரும்பும்போது காரில் மூவரும் மௌனமாகத்தான் இருந்தார்கள். மதுமிதா அவ்வப்போது பாடிக்கொண்டே வந்தாள். பாடாத சமயம் தன் கணவனை சிலாகித்துப் பேசிக்கொண்டு வந்தாள்.

இருட்டில்கூட அவன் முகம் இறுகுவது தெரிந்தது.

'என்ன செய்வது, சொல்வதா? அவர்கள் வாழ்வில் குறுக்கிட்டு அதைப் பாழடிக்க எனக்கு என்ன உரிமை இருக்கிறது. உரிமை இல்லையா என்ன? நான் மணந்திருக்கவேண்டிய பெண். இவளை அநியாயமாகக் கவர்ந்து சென்று இப்படி துரோகம் செய்ய இவனுக்கு மட்டும் என்ன உரிமை இருக்கிறது? இது என்ன நியாயம்?'

'என்ன ரகு, பேசவே இல்லை?'

'யோசிச்சுக்கிட்டு இருக்கேன் மது!'

'என்ன யோசனை!'

'நாளைக்கு என்ன செய்யலாம்னு!'

வீட்டில் இறங்கி, அவர்கள் குட்நைட் சொல்லி, தூக்கத்திலிருந்து மோகன்ராமை எழுப்பி 'ஸாரி' சொல்லிவிட்டு, தன் படுக்கையில் போய்ப் படுத்துக்கொண்டபோது ரகுவுக்கு என்ன செய்ய வேண்டும் என்பது சட்டென்று தோன்றிவிட்டது.

மோகன்ராம் பாதித்தூக்கத்தில் விழித்தார். ஃபிரிஜ் வெளிச்சத்தில் தெரிந்தது.

'என்ன? எப்படி இருந்தது ட்ரிப்பு?' என்றார் ஓர் ஆப்பிளைக் கடித்துக் கொண்டு.

'ஐ ஒப்பனர் சார்' என்றான் ரகு.

'எந்தவிதத்தில்?'

'எல்லா விதத்திலயும்தான்.'

'பொண்ணு மாட்டேன்னுட்டாளா?'

'இல்லை சார், கதையே மாறிருச்சு... அந்தப் பொண்ணு...' வேண்டாம், இவரிடம் சொல்லவேண்டாம். அவன் தீர்மானித்ததுதான் சரி.

'என்ன படுத்துக்கலியா?' என்றார்.

'இல்லை சார், கொஞ்ச நேரம் ஆகும். நீங்க படுத்துக்குங்க சார். உங்க தூக்கத்தைக் கலைச்சுட்டேன்.'

'என்ன எழுதற?'

'அப்பாவுக்கு லெட்டர். ரொம்ப நாளாச்சு...'

அவனைச் சந்தேகத்துடன் பார்த்துவிட்டு, 'குட்நைட்' என்றார்.

> அன்புள்ள அப்பாவுக்கு, உங்களிடமிருந்து என்னால் எந்த விஷயத்தையும் அதிக நாள்கள் இந்த அமெரிக்க தூரத்திலும்கூட மறைத்துவைக்க முடியாது. உண்மையாக என் மனத்தில் உள்ளதை எல்லாம் பங்குகொள்ள எனக்கு உள்ள ஒரே ஒரு நண்பர் நீங்கள்தான்... நான் இங்கு வந்து மதுமிதாவைச் சந்தித்துவிட்டேன்...

பாதியில் நிறுத்திவிட்டு சற்று யோசித்தான். அவனுக்குத் தூக்கம் வந்தது. என்ன செய்யவேண்டும் என்பதைத் தற்போதைக்கு ஒத்திப் போட்டு விட்டான். அப்பா யோசிக்கட்டும். அப்பா என்ன சொல்கிறாரோ, அப்படியே செய்யலாம். அவர் விட்டுவிடு என்றால் விட்டுவிடலாம். விட்டுவிடு என்றுதான் சொல்வார்... ராதாகிஷனைச் சந்தித்துவிட்டுச் கடிதத்தைத் தொடரலாம்.

மறுதினம் காலேஜுக்குச் சென்ற போது இன்று வேறு தினம் என்பது ஒரு ஃபர்லாங் தூரத்திலே தெரிந்து விட்டது. காலேஜ் சதுக்கத்தை அணைத்துக்கொண்டிருக்கும் குட்டி நதிப்பாலத்தில் நிரம்ப மாணவர்கள் மௌன வரிசையாகக் கடந்து கொண்டிருந்தார்கள். மரங்களில் 'ஸ்ட்ரைக் ஸ்ட்ரைக்' என்று எழுத்துக்கள் அலறின. ஸ்ட்ரைக் எதற்கு என்று புரியவில்லை. ஏதோ விழா போலத்தான் இருந்தது. மாணவ மாணவிகள் கேன் கேனாக கோக் குடித்துக்கொண்டு உற்சாகமாக நடந்து சென்றுகொண்டிருக்க, நீல உடை போலீஸ்காரர்கள் வேடிக்கை பார்த்துக்கொண்டிருந்தார்கள்.

மேரி தூரத்திலிருந்து அவனைப் பார்த்துக் கையசைத்தாள். 'இங்கே வா' என்று சைகை செய்தாள். அவளை அடைய முடியாமல் மாணவ வெள்ளம் தடுத்தது. ஸ்ட்ரைக்கைச் சாக்கிட்டு ரிப்போர்ட் கொடுப்பதை இன்னும் தாமதித்து விடலாம். இந்த ஊர் ஸ்ட்ரைக் வேறு தினுசாக இருக்கிறது. சந்தோஷ ஸ்ட்ரைக். போலீஸ்காரர்கள்கூட கூட்டம் கலைவதற்கு முகத்தில் தண்ணீர்தான் அடிக்கிறார்கள். கழிவுகளை உபயோகப்படுத்துவதில்லை. நகர மறுக்கும் நாய்க்குட்டிகளைப் போல்தான் மாணவர்களை இழுத்துச் செல்கிறார்கள். ஸ்ட்ரைக் எதற்கு என்பது மரத்தில் ஒட்டியிருந்த சுவரொட்டியிலிருந்து தெளிவாகவில்லை. அதில்-

'போராட்டம். எட்டு கோரிக்கைகளுக்கு போராட்டம், போலீஸ்காரர்களை (காப்ஸ்) நாங்கள் வெறுப்பதால் உன் ரூம்மேட்டை அடித்தால் போராட்டம், உன் வாழ்க்கையைக் கட்டுப்படுத்துவதால் போராட்டம், இன்னும் கொஞ்சம் மனிதத்தன்மை காட்டுவதற்கு, உன் வகுப்பறைகளில் கவிதை இல்லாததற்கு, வகுப்புகள் போரடிப்பதால், அதிகாரம் இல்லாததால், கார்ப்பரேஷனை ஒழித்துக் கட்டுவதற்கு, உன்னை விடுதலை செய்வதற்குப் போராட்டம்' என்று எழுதியிருந்தது.

மேரி ஒரு வழியாகக் கூட்டத்தை விலக்கிக்கொண்டு அவனை அடைந்து, 'அப்பாடா! உன்னைக் கண்டுபிடிப்பதற்குள் பெரிய பாடு' என்றாள்.

'மேரி, இந்த ஸ்ட்ரைக்கின் அர்த்தமே புரியவில்லை. காரணம் புரியவில்லை, எதற்காக இது?'

ஸ்ட்ரைக் பண்ணவேண்டும் என்று யாருக்காவது தோன்றியிருக்கும்.'

'போஸ்டர் ஒட்டியிருப்பதில் கொடுத்திருக்கும் காரணங்கள் எதுவும் விளங்கவே இல்லையே?'

'காரணங்கள் புரியவேண்டும் என்கிற கட்டாயமில்லை. நான் உன்னைப் பார்க்க வந்தது அதற்கல்ல. ராதாகிஷன் உன்னுடன் தொடர்பு கொள்வதற்கு

அவசரமாக முயற்சி செய்து கொண்டிருக்கிறார். உடனே போன் செய். கார் அனுப்புகிறேன்' என்று சொல்லியிருக்கிறார். என்ன அத்தனை அவசரம்?'

'தெரியவில்லை' என்று பொய் சொன்னான்.

'உனக்கு ஏதாவது வேலை கொடுக்கப் போகிறாரா?'

'கேட்டால் நிச்சயம் கொடுப்பார்.'

'இன்னும் முதல் வருஷமே முடிக்கவில்லை நீ.'

'பரவாயில்லை, ஆனால், எனக்கு வேலைக்குப் போகும் உத்தேசமில்லை. அதுவும் ராதாகிஷனுக்கு...'

'உனக்கு உறவா!'

'ஒரு விதத்தில்' என்றான். மேரி அருகிலேயே இருந்த கியாஸ்க்கில் போன் எடுத்துப் பேசிவிட்டு, 'உடனே கார் அனுப்புகிறார்களாம். பாலத்தின் அருகிலேயே நிற்கும்படிச் சொன்னார்' என்றாள். 'உன்மேல் ராதாகிஷனுக்கு என்ன இந்த அக்கறை?'

'அப்புறம் சொல்கிறேன்' என்றான் ரகு.

வெண்சீருடை அணிந்த ஷாஃபர் கார் அது. சமீபத்திய மெர்ஸிடிஸ் ஸுப்பர் சார்ஜர், ட்ரிப் கம்ப்யூட்டர் எல்லாம் கொண்டு பிரமாதமாக இருந்தது. 'பார்க்கக் கூடாத ஒரு காட்சியைப் பார்த்து விட்டதால் திடீர் என்று எனக்கு என்ன மதிப்பு!' எண்ணிக்கொண்டான்.

ஐந்தாவது அவென்யூவில் லாக்ஸ் பக்கத்தில் பிரத்தியேகமான பேட்டையில் நாற்பதாவது மாடியில் இருந்தது அந்த அலுவலகம். உச்ச கதி லிஃப்ட்டிலிருந்து வெளிப்பட்டபோது, வெளிர் பச்சைக் கண்ணாடிக்கு வெளியே மன்ஹாட்டன் பகுதி முழுவதும் தெரிந்தது. 'சீனியர் வைஸ் பிரசிடெண்ட்' என்று பித்தளையில் பளபளப்பாக அதிக ஆடம்பரம் இல்லாமல் எழுதியிருந்த ஓர் அறைக்கு அழைத்துச் செல்லப்பட்டு, ராதா கிஷனின் வெளிப்புற ஆபீசில் சற்று நேரம் உட்கார்ந்திருந்தான். மிகத் துல்லியமான ஒரு பெண் அவனைப் பார்த்துச் சிரித்து, 'ப்ளீஸ் வெய்ட், மிஸ்டர் கிஷன் வில் ஸீ யூ ஷார்ட்லி' என்றாள்.

பெண்ணின் நகத்தின் சுத்தத்தையும் பாட்டில் பச்சை சட்டையை மீறித் தெரிந்த மார்பகத்தையும் சற்று நேரம் பார்த்தான்.

ராதாகிஷன் இவளையும் படுக்க வைத்திருக்க மாட்டான் என்று என்ன நிச்சயம். அப்ப... ராதாகிஷன் வெளியே வந்து, 'அப்பவே வந்துட்டியா? ஸாரி, கொஞ்சம் பிஸியா இருந்துட்டேன். லூயிஸ், நோ கால்ஸ் ஃபர் தர்ட்டி மினிட்ஸ்' என்று செகரட்டரியிடம் சொல்லிவிட்டு, அவனைத் தோளோடு அணைத்துக்கொண்டு உள்ளே சென்றான்.

இந்த மாதிரியும் ஆபீஸ் இருக்குமா என்று தோன்றியது. கண்ணாடிக்கு வெளியே மிக மௌனமாக விரிகுடா தெரிந்தது. அபாயமான சரிவில் கன்கார்ட்

விமானம் சப்தமில்லாமல் மேலே ஏறுவது தெரிந்தது. போலீஸ் ஹெலிகாப்டர்கள் தெரிந்தன. தூரத்தில் நியூ யார்க்கின் அத்தனை பாலங்களும் தெரிந்தன. சமீபத்திய ஒரு கட்டட உச்சி, மணி பத்து நாற்பது, உஷ்ணம் எழுபத்தெட்டு என்று காட்டியது.

'இஸ்ன்ட் இட் ப்யூட்டிஃபுல்?' என்றான். 'வாட்'ல் யூ ஹாவ்?' என்று எங்கிருந்தோ ஒரு மாயச்சுவரைத் திறந்து அதிலிருந்து ஒரு குட்டியான பாரை விடுவித்தான். 'உட்கார்!' நீள சிகரெட் பற்ற வைத்துக்கொண்டு அவசரமாகப் புகைத்துவிட்டு எதிரே அவனைக் கண்கொட்டாமல் பார்த்தான். 'என்ன தீர்மானிச்சே?'

'ஒண்ணும் தீர்மானிக்கலை. நீங்க எதுக்கு என்னைக் கூட்டிக்கிட்டு வந்தீங்க?'

'நேத்திக்குப் பார்த்த காட்சி உனக்கு ஆச்சரியம் தந்திருக்கும் இல்லையா?'

'அதிர்ச்சி!'

'ஓக்கே, அதிர்ச்சி, நீ இண்டியால இருந்து வர்றதாலே அதிர்ச்சி! இங்க இது காமன்.'

'அதே மாதிரி...'

'அதே மாதிரி!'

'ஒண்ணுமில்லை, சொல்லுங்கள்.'

'சொல்லுப்பா, உன் மனசில ஏதாவது வெச்சிட்டிருந்தா சொல்லு.'

'இல்லை சார், என் மனசில ஏதாவது ஒண்ணும் இல்லை. ஆஃப்டர் ஆல் இட்ஸ் யூர் லைஃப். ஷி இஸ் யூர் ஒய்ப்! இப்ப எதுக்காக எனக்கு இத்தனை முக்கியத்துவம் கொடுத்துக் கூப்ட்டு வந்திருக்கங்கன்னே தெரியலை.'

'மதுமிதாகிட்ட நேத்து நீ பார்த்ததைச் சொல்லவேண்டாம்னு சொல்லத்தான்.'

'அவளுக்கு இது தெரிய ரொம்ப நாளாகாது சார்.'

'அவளுக்குத் தெரியாம பார்த்துக்கவேண்டியது என் பொறுப்பு.'

'என்ன நீங்க, எனக்கு இதில என்னவோ ரொம்பக் கவலைங்கற மாதிரி சொல்றீங்களே. ஆனா நீங்க பண்றது அக்கிரமம். அவ பாட்டுக்குப் பூ கணக்கா பாபநாசத்தில பட்டாம்பூச்சி துரத்திக்கிட்டு இருந்தா. அவளைப் புயல் காத்து மாதிரி வந்து கவர்ந்துக்கிட்டு இங்க நியூ யார்க் வந்து அவளோட படுக்கை யிலேயே... சே! ஏன் சார், லெட் மி பி ஃப்ராங்க்? ஒரு மனைவிங்கற தகுதி எதிலயும் அவ குறைஞ்சு போயிட்டாளா? எதுக்காக இப்படிச் செய்யணும் நீங்க. அவ ஏதாவது உங்கிட்ட விசுவாசம் இல்லாம...'

'சேச்சே, அதெல்லாம் இல்லை, அவளுக்கு எங்கிட்ட ரொம்ப அன்பு, விசுவாசம் எல்லாம், அதில்லை காரணம் ரகு!'

'பின்ன எது!'

'நான் சொன்னா உனக்குப் புரியுமோ புரியாதோ!'

ஜன்னலுக்கு வெளியே தெரியும் நகரமே தனக்குச் சொந்தம்போல அதைப் பார்வையால் உட்கொண்டு ராதாகிஷன் பேசத் தொடங்கினான்.

'இண்டியாவுக்கு வந்தபோது எனக்குக் கல்யாணம் பண்ணிக்கிற எண்ணமே இல்லை. மதுமிதாவைப் பார்த்த கணமே தீர்மானிச்சுட்டேன். இவளை எப்படியாவது, பை ஹுக் ஆர் க்ருக், அடைஞ்சே தீர்றதுன்னு. அவ அப்பா உனக்கு வாக்குக் கொடுத்திருக்கிறதா சொன்னார். உன்னைப் பார்த்த உடனே நீ அதிகம் கலாட்டா பண்ண மாட்டேன்னு கணிச்சுட்டேன்...

'என்னைப் பொருத்தவரையிலும் ஒரு பொருள் எனக்குப் பிடிச்சுருச்சுன்னா அதை அடைஞ்சே தீரணும். அடையறதில்தான் சவால் இருக்கு. அந்த அடையற கணம் எனக்கு ஒரு க்ளைமாக்ஸ். அமெரிக்கா வர்றப்ப எங்கிட்ட பத்து டாலர்தான் இருந்தது. இப்ப எனக்கு எத்தனை சம்பளங்கறே?'

'மதுமிதா சொன்னா.'

'மதுமிதாவுக்கே சரியாத் தெரியாது, நான் எத்தனை சம்பளம் வாங்கறேன், எத்தனை டாக்ஸ் காட்டறேன்னு. பணமும் ஒரு காலத்தில் எங்கிட்ட பாச்சா காட்டிக்கிட்டு இருந்தது. இப்ப பணத்திலே போதை இல்லை. பணத்தை அடைஞ்சாச்சு. விரும்பின பெண்ணை அடைஞ்சாச்சு. மனசில ஆனா அந்தத் தாகம் இன்னும் பாக்கியிருக்கு. நான் சொன்ன மாதிரி ஒண்ணை நினைச்சு அதை அடைஞ்சப்புறம் ஒரு விதமான ஆண்ட்டி க்ளைமாக்ஸ்தான். ஒரு வித ஏமாற்றம்தான். சமீபத்தில் ஒரு மைனர் கார்ப்பரேஷன், கம்ப்யூட்டர் பெரிஃபரல்ஸ் செய்யறாங்க. அதை எங்க கம்பெனி வாங்கணும்னு தீர்மானிச்சேன். அதைப் போன வாரம்தான் சாப்ட்டோம். அதை இன்டைரக்ட்டா திவால் ஆற நிலைமைக்குக் கொண்டுவந்து, வித்தே ஆகணுங்கற நிலைமைக்குக் கொண்டுவந்து... காட்டில் வேட்டையாடற அதே நியாயங்கள்தான் பிசினஸ்லயும், என் வாழ்க்கைலயும்.'

ரகுபதி கொட்டாவியை அடக்கிக்கொண்டான்.

'போர் அடிக்கிறதில்லை? மதுமிதாவைப் பத்திப் பேசினாத்தான் நீ முழிச்சுப்ப. அதுவும் எனக்குத் தெரியும்! நீ எதுக்காக அமெரிக்காவுக்கு வந்திருக்க? அவளைத் துரத்திக்கிட்டுத்தான்! எனக்குத் தெரியாதா என்ன?'

'ஐ அப்ஜெக்ட் டு திஸ்! என்னை உங்களுக்குத் தெரியாது.'

'ஷி இஸ் மை லைப். யூ காண்ட் டச் ஹர்! யூ வோன்ட் டச் ஹர். அதுக்கு உனக்குத் தைரியம் கிடையாது. அதுவும் எனக்கு நல்லாவே தெரியும். என் தொழில்ல மனுசங்களை நல்லா எடை போடத் தெரியணும். அமெரிக்கன் நீக்ரோ எப்படி பிஹேவ் பண்ணுவான், ஜ்யூ எப்படி, ஒரு குஜராத்தி எப்படி, ஒரு திருநெல்வேலி இஞ்சினியர் இளைஞன் எப்படி... எல்லாம் தெரியும் எனக்கு.'

'சந்தோஷம்' என்றான் கிளம்புவதற்கு ஆயத்தமாக.

'மிச்சத்தையும் கேட்டுட்டுப் போ. மதுமிதாவை இங்க கூட்டிக்கிட்டு வந்தப்புறம் கொஞ்சம் கொஞ்சமா எனக்கு ஏமாற்றம் ஆரம்பிச்சுது. இந்தப் பொண்ணுக்கு எதிர்பார்த்த அளவு புத்திசாலித்தனம் இல்லை. வேலைக்குப் போக ஆர்வம் இல்லை. அமெரிக்காவில் பழக சாமர்த்தியம் இல்லை. இட்லி சாம்பார் வத்தக் குழம்பு ரசம், இதை விட்டா வேற எதையும் தொடமாட்டா. புடிச்சது பாக்யராஜ் படம், படிக்கிறது ட்ராஷ், குப்பை நாவல்கள். சுருக்கமாச் சொன்னா அமெரிக்க சூழ்நிலையில் கொஞ்சம் மங்கிப் போயிட்டா. படிப்பு போதாது. ஷி இஸ் பேஸிக்லி ஸ்டுப்பிட். டெலிவிஷன்ல சோப் ஒண்டிதான் பார்ப்பா. நியூஸ் பார்க்கமாட்டா, வெயில்ல உக்காந்துகிட்டு நிட்டிங் போடறது. எப்பப் பார்த்தாலும் அப்பா அம்மா சுதா இவங்களைப் பத்தித்தான் பேச்சு. அப்பா இந்நேரம் தூங்கிக்கிட்டு இருப்பாரு. அம்மா இந்நேரம் தையல் மெஷின்ல உக்காந்துக்கிட்டு எம்பராய்டரி போட்டுக்கிட்டு இருப்பாங்க. மெயில் மான், எனி லெட்டர் ஃப்ரம் இண்டியா? ஆரம்பத்தில் இப்படித்தான் இருக்கும்னு பாத்தா ஆரம்பமே இன்னும் ஓயலை. மேலும்...' ராதாகிஷன் கொஞ்சம் தயங்குவதுபோல இருந்தது. 'ஷி இஸ் வெரி புவர் இன் பெட்!'

ரகுபதிக்கு அதிர்ச்சியாக இருந்தது. 'எனக்கு இவ்வளவு விவரம் வேண்டாம் சார்.'

'இல்லை, வேணும். நீ எல்லாத்தையும் பார்த்தப்புறம் எல்லாத்தையும் கேட்டுத்தான் ஆகணும். செக்ஸ் பத்தி அவளுக்கு ஒருவிதமான அவர்ஷன்தான் இருக்கு. சைக்கியாட்ரிஸ்ட்கிட்ட கூட்டிட்டுப் போனேன். எதோ சைல்ட்ஹுட் ரிப்ரஷன், ராங் இரோட்டிக் இன்டக்ஷன்னு சொல்லி நாநூறு டாலர் வாங்கிட்டுப் போயிட்டான். மதுமிதா அப்படியேதான் இருக்கா...'

'இதெல்லாம் நீங்களா உங்க துரோகத்துக்குக் கொண்டுவர காரணங்கள்.'

'இல்லை, ஒண்ணரை வருஷம் பார்த்துட்டேம்பா. உனக்குத் தெரியாது'

'சின்னப் பொண்ணு சார். பெரிய பெரிய விஷயங்கள்ளாம் அவ தலைமேல் ஏத்தாதீங்க!'

'ஒரு வேளை அப்படியும் இருக்கலாம். நான் வந்து கொஞ்சம் லார்ஜர் தன் லைஃப்னுதான் சொல்லணும். எனக்குள்ள இருக்கற ரெஸ்ட்லஸ்னஸ்ஸும் காரணமா இருக்கலாம். ஒருவேளை உள்ளுக்குள் நான், நிஜமாகவே கொஞ்சம் கிருஷ்ணனோ என்னவோ?' என்று அவனைப் பார்த்துச் சிரித்தது எரிச்சலாக வந்தது.

'எது எப்படியோ, நீ பார்த்துட்ட. அவ யாருங்கறது எல்லாம் சொந்த விஷயம். இதை நீ மதுகிட்ட சொல்லப் போறியாங்கறது எனக்குத் தெரியணும்.'

'அதைப் பத்தி நான் யோசிக்கணும்.'

'யோசிச்சுட்டு எங்கிட்ட சொல்லுவ இல்லை?'

‘உங்களுக்குத் தெரியாம போயிருமா?’

‘இல்லை. சொல்றதா இருந்தா, அவளை ஒரு மாதிரி தயார் படுத்தணும். அதற்குத்தான் சொல்லாம இருந்தா, உனக்குச் சில நன்மைகள் எல்லாம் ஏற்படுத்தித் தர முடியும்.’

‘டிவோர்ஸ் பண்ணிருங்களேன்.’

‘நோ. அவளால அதைச் சமாளிக்க முடியாது’ என்றான் தீர்மானமாக.

‘அவள் ஒரு நல்ல மனைவி. எங்கிட்ட ரொம்ப விசுவாசம். உங்கூட வந்தாளே, ஒரு கணமாவது விகல்பமா நடந்துக்கிட்டாளா? உன்னைப் பயத்தில் கட்டிப்பிடிச்சதைக்கூட போன்ல சொல்லிட்டா. எனக்கு உடம்புக்கு வந்தா என்னமா சிசுருஷை பண்ணுவா தெரியுமா? ரொம்ப ஓர்ரி பண்ணிப்பா. இந்த மாதிரி ஸ்திரமா ஒரு மனைவியும் வேணுமில்லையா? பிற்காலத்தில் வயசானப்புறம் ரொம்ப உபயோகமா இருப்பா. அவளுடைய நம்பிக்கையை எதுக்குக் கலைக்கணும்னு பாக்கறேன். அதனால சொல்லாம இருந்தன்னா உனக்கும் நல்லது, அவளுக்கும் நல்லது. சில உண்மைகளை மறைக்கிற திலயும் நல்லது இருக்கு... தெரியுமில்லை?’

சற்று நேரம் இருவரும் மௌனமாக இருக்க அந்த மௌனத்தை உறுத்தாமல் லேசாக டெலிபோனில் பஸ்ஸர் கலைத்தது. ராதாகிஷன் ஆயாசத்துடன் எடுத்து,

'லூயிஸ், ஐ ஸெட் நோ கால்ஸ்' என்றான். சற்றுநேரம் வெளிப்புறத்தவளின் விளக்கத்தைக் கேட்டுக் கொண்டிருந்துவிட்டு 'ஆல்ரைட்! புட் ஹர் ஆன்' என்றான்.

'ஹலோ மது!'

'...'

'ஒண்ணுமில்லை... சொல்லு...'

'...'

'அப்படியா? லெட் மி ஸீ! பதினெட்டாம் தேதி... இல்லை, ஐம் இன் டவுன்! ட்ரு! மறந்து போனா மகா பாவம்! ஓக்கே! லெட்ஸ் கீப் இட் எ சர்ப்ரைஸ்! கூப்பிடணுமா என்ன? நமக்குள்ள இருக்கக் கூடாதா? ஓக்கே... ஓக்கே, ஆஸ் யூ விஷ். ஓ யெஸ், கூப்பிடலாம். இங்கேதான் இருக்காரு' என்று, 'ஹியர், ஷி வாண்ட்ஸ் டு டாக் டு யூ!' என்று போனை அவனிடம் கொடுத்தான்.

'யாரு? மதுவா?' என்றான் தெரியாததுபோல். 'ஹலோ!'

'ஹலோ ரகு! எப்படி இருக்கே?'

'எப்பவும் போலத்தான். என்ன விஷயம்?'

'ராட் ஆபீசுக்கு எங்க வந்தே?'

'சும்மாத்தான். காலேஜ் இன்னைக்கு ஸ்ட்ரைக், அதனால பாத்துட்டுப் போகலாம்னு. என்ன விஷயம் சொல்லு?'

‘வர்ற பதினெட்டாம் தேதி எங்க வெடிங் ஆனிவர்ஸரி... அதுக்காக வீட்டில ஒரு சின்ன பார்ட்டி கொடுக்கப்போறேன். நீ கட்டாயம் வந்தாகணும்.’

‘பதினெட்டாம் தேதியா? லெட் மி ஸீ...’

‘அதெல்லாம் கிடையாது. வந்தே ஆகணும். அதிகம் பேரைக் கூப்பிடப் போறதில்லை. யூல் மீட் ஸம் இன்டரஸ்டிங் பீப்புள். அதுல ஒரு சர்ப்ரைஸ் வெச்சிருக்கேன், சொல்லமாட்டேன், பட் நோ ப்ரெஸன்ட்ஸ் ப்ளீஸ்!’

‘அப்ப நான் வரலை.’

‘சேச்சே அப்படிச் சொல்லாதே! ஓக்கே! எதையாவது கொண்டு வா. ஆனா வந்து சேரு. உன்னை நிச்சயம் எதிர்பார்ப்பேன். பை!’ என்றாள். அவள் குரலில் இருந்த உற்சாகம் ரகுபதிக்கு வலித்தது. எதிரே அவளுக்குத் துரோகம் செய்து கொண்டிருக்கும் கணவன், மற்றொரு நீள சிகரெட்டைப் பற்றவைத்துக் கொண்டிருந்தான்.

‘தாங்க்ஸ்’ என்றான்.

‘எதுக்கு?’

‘சமாளிச்சதுக்கு! பிரஸண்ட் என்ன கொடுக்கப் போறே? நீ பார்த்த தகவலை இல்லையே!’

‘சேச்சே! என்னைத் தப்பா எடை போட்டிருக்கிங்க. எனக்கு என்ன சோகம்னா மது அவ்வளவு நம்பிக்கிட்டு இருக்கறப்ப நாம ரெண்டு பேருமே பாசாங்கு பண்ணிக்கிட்டு வேஷம் போட்டுக்கிட்டு இருக்கிறோம்!’

‘லைஃப்ல எல்லாருமே வேஷம் போடலியா?’

‘இல்லை சார். உங்க மனைவியைப் பத்தி நிச்சயம் சொல்ல முடியும். அவ வேஷம் போடலை.’

‘எக்ஸப்ஷனல். இருந்தாலும் இதைக் கொஞ்சம் நீ தீர யோசிச்சுப் பாரு. அவகிட்ட சொல்றதால மூணு பேரும் நம்ம வாழ்க்கைகளைச் சிக்கலாக்கிப் போம். மூணு பேருக்கும் டென்ஷன் வரும். என்ன செய்யறதுன்னு தெரியாம முழிப்போம். இதையெல்லாம் உன்னால தவிர்க்க முடியும். மேலும் இப்பதான் மதுமிதாவை போன்ல கேட்டியே, சந்தோஷமா இல்லையா? அவ குரல்ல உற்சாகம் இல்லையா? வேற என்ன வேணும்? அவளைப் பொருத்தவரையில் நான் ஒரு முழுமையான கணவனாத்தான் இருக்கேன். அவ என் முன்னால இல்லாதபோது நான் என்ன செய்யறேங்கறது... டஸ் இட் ரியலி மேட்டர்?’

‘இட் மேட்டர்ஸ் சார்!’

‘நீ இன்னும் இந்தியப் பண்பாடு, அப்படி இப்படிங்கற கண்ணோட்டத்தில தான் இதைப் பார்க்கறே. எல்லாருக்கும் எல்லாமும் தெரிஞ்சுதான் ஆகணும்னு கட்டாயமில்லை ரகு.’

'கணவன் மனைவி உறவுங்கறதை, நீங்க ஏதோ பிசினஸ்போலப் பாக்கறீங்க. நீங்க செய்யறது மாரலி ராங்! அவ்வளவுதான் சொல்வேன். அதை உங்க மனைவிகிட்ட சொல்லணுமா வேண்டாமாங்கறதைப் பத்தி நான் இன்னும் யோசிக்கலை. யோசிக்க எனக்கு இன்னும் அதிர்ச்சி நீங்கலை. வரேன்' என்று கிளம்பினான்.

'ஒண்ணு மட்டும் கேட்டுட்டுப்போ. இதை வெச்சுக்கிட்டு என்னை ப்ளாக்மெயில் பண்ணனும்னு நினைச்சின்னா நடக்காது.'

'சேச்சே! அந்த மாதிரி எண்ணமே எனக்குக் கிடையாது. இது என்னுடைய சொந்தத் தீர்மானம். இப்போதைக்கு, ஐ கீப் தி ஆப்ஷன்ஸ் ஓப்பன்' என்று சொல்லிவிட்டுப் புறப்பட்டான்.

வெளியே வந்தபோது எல்லாமே விரசமாக இருந்தது. ராதாகிஷன் அநியாய மாகக் கணவன் மனைவி உறவைக் கொச்சைப்படுத்திவிட்டான். சொல்வதா வேண்டாமா என்கிற கேள்விக்கு எனக்கு இன்னும் பதில் கிடைக்கவில்லை.

அப்பா! அதற்காகத்தான் இந்தக் கடிதம். இந்தச் சூழ்நிலையில் நீங்கள் என்ன செய்வீர்கள்? எனக்கு மதுமிதாவின்மேல் எந்தவித துரோகம் கலந்த எண்ணங்களோ, விபரீத இச்சைகளோ இல்லை. இருந்தும் ஒரு அறியாத பெண் ஏமாற்றப்படுகிறாள். இந்த ஏமாற்றும் நாடகத்தில் நானும் பங்கெடுத்துக்கொள்ளவேண்டுமா என்ற ஆதாரமான கேள்வி எழுகிறது. மதுமிதாவின் பெற்றோரைப் பார்த்து 'அமெரிக்கா அமெரிக்கா' என்று மோகித்துக் கல்யாணம் செய்துகொடுத்தீர்களே, உங்கள் மாப்பிள்ளை செய்யும் திருட்டுத்தனத்தைப் பாருங்கள் என்று கேட்கவேண்டும் அப்பா. எந்த இந்தியப் பெண் தன் கணவன் பிற பெண்களுடன் தொடர்ந்து சகவாசம் வைத்துக் கொண்டிருப்பதைச் சகித்துக்கொள்வாள்? இதில் என் பங்கு என்ன? எனக்கு இதில் சம்பந்தமே இல்லை என்று விலகிப் போய்விட வேண்டுமா? இல்லை, 'பெண்ணே, உன் கணவன் இப்படி உன்னை ஏமாற்றுகிறான் பார்' என்று உடைத்துச் சொல்லிவிட வேண்டுமா? இதில் உள்ள நீதி, நியாயம் சம்பந்தமான விஷயங்கள் எனக்கு மிகவும் குழப்பமாகவே இருக்கின்றன. உங்களைத்தவிர இதை நிர்தாட்சண்யமாக அலசிப் பார்த்துச் சொல்லக்கூடியவர்கள் வேறு யாரும் இல்லை. சென்ற கடிதத்தில் என் ரிப்போர்ட்டைப் பற்றி எழுதியிருந்தேன். அது இந்த வாரம் முடிந்துவிடும். குறுக்கே ஒரு ஸ்ட்ரைக் வந்து விட்டதால், ப்ரீத்திங் ஸ்பேஸ் எனக்குக் கிடைத்தது. இந்த ரிப்போர்ட்டில் எங்கள் கம்பெனிக்கு நிகர லாபம் ஏராளம். தப்பித்துவிடுவேன் என்றுதான் நினைக்கிறேன். எதாவது புதுசாகப் புஸ்தகம் படித்தீர்களா? ஜெயந்தியும் குழந்தையும் சௌக்கியம் என நம்புகிறேன். உங்கள் பதிலை மிக்க ஆவலுடன் எதிர்பார்த்துக்கொண்டிருக்கும் உங்கள் மகன்...

ரகுபதிக்கு நிம்மதி ஏற்பட்டது. போவதற்கு ஒரு வாரம், வர ஒருவாரம், சில சமயம் ஆறு நாள்களில் வந்துவிடும். மொத்தம் பதினாறு நாள் என்றே வைத்துக்கொண்டாலும், இன்று தேதி இரண்டு; பதினெட்டாம் தேதி வரை

பதிலை எதிர்பார்த்து விட்டுத்தான் அங்கே போகவேண்டும். அதுவரை ஒத்திப் போட்டுவிட்டுப் படிக்கிற வழியைப் பார்க்கலாம் என்று தீர்மானித்தான்.

மறுதினம் காலேஜ் போனபோது இன்னும் ஸ்ட்ரைக் ஓயவில்லை என்று தெரிந்தது. எதற்காக ஸ்ட்ரைக் என்றே புரியாத வகை இது. ஏகப்பட்ட இளைஞர்கள் புரட்சிக் கரம் வரைந்த டி ஷர்ட் அணிந்துகொண்டே கோகோ கோலாவைப் புரட்சி கோலா என்று உறிஞ்சிக்கொண்டு சந்தோஷமாக ஸ்ட்ரைக் பண்ணிக்கொண்டு இருந்தார்கள். கல்லூரி வாசலில் இருந்த ஸ்தாபகரின் மார்பளவு சிலைக்குக்கூட தலையில் சிவப்புப் பட்டை கட்டியிருந்தார்கள். மைக்ரோபோன்களும் ஆம்ப்ளிஃபையர்களும் நிருபர்களும் டிவி கேமராக்களுமாக, இவர்கள் எதைச் செய்தாலும் பிரும்மாண்டமாகச் செய்கிறார்கள். ஸ்ட்ரைக் எத்தனை நாளைக்கு என்று சரியாகத் தெரியவில்லை. ஓட்டு எடுக்கப் போகிறார்களாம். போலீஸ் சும்மா பார்த்துக் கொண்டிருந் தார்கள். இளைஞர்கள் போலீஸ்காரர்களை அசிங்கமாகத் திட்டுவதை அவர்கள் புன்னகையுடன் பொறுத்துக் கொண்டிருந்தார்கள். கைகளில் கழிகள் மட்டும் பொறுமை இல்லாமல் சுழன்றுகொண்டிருந்தன. யூனிவர்ஸிட்டி ஹாலை எஸ்.டி.எஸ் (ஸ்டூடண்ட்ஸ் ஃபர் எ டெமாக்ராட்டிக் சொசைட்டி) காரர்கள் கைப்பற்றிவிட்டதாகவும் காலையில் போலீசார் கைப்பற்றிய இடத்தை 'விடுதலை' செய்துவிட்டதாகவும் கைத்தடிகள் சுழற்றியதில் ஐம்பது பேருக்குக் காயம் (ஐந்து போலீஸ்காரர்கள் உட்பட) என்றும் தெரியவந்தது. இதையெல்லாம் பற்றிக் கவலையே படாமல் ஒரு கோஷ்டி டென்னிஸ் ஆடிக்கொண்டிருந்ததும் விந்தையாக இருந்தது. சற்று தூரத்தில் கல்லூரியின் மற்றொரு பகுதியில் ஆல்பட்ராஸ் என்று ஒரு ராக் குழுவினர் தங்கள் வாத்தியங்களைத் தீட்டிக் கொண்டு அந்த வட்டாரம் முழுவதும் தொம் தொம் என்று சப்தம் பண்ணிக்கொண்டிருந்தனர்.

என்ன ஸ்ட்ரைக் இது என்று இன்றைக்கும் ரகுபதிக்குப் புரியவில்லை. எதிர்பாராமல் கிடைத்த விடுமுறையினால் சந்தோஷமாகவே இருந்தது.

பார்ன்ஸ் அண்ட் நோபிள்ஸுக்கு நடந்து சென்று ஏறக்குறைய தெருவையே ஆக்ரமித்துக்கொண்டிருந்த அந்தப் புத்தகக் கடையில் மேய்ந்தான். ஒரு டாலருக்கு ஒரு புத்தகம் என்று ஆயிரக்கணக்கில் இறைந்திருந்தன. நேற்று முன்தினம் பதிப்பித்த புத்தகங்கள் எல்லாம் நேற்று விலை போகாததால் இன்று பாதி விலைக்கு வந்து சீப்பட்டன. எல்லாமே அவசரம் இவர்களுக்கு. புத்தகம் வெளியிடுவதில், விற்பதில், விற்கவில்லை என்றால் கொட்டுவதில், கல்யாணம் கட்டுவதில், மனைவியை நிராகரிப்பதில், மற்ற சகவாசம் வைத்துக்கொள்வதில்... தப்பு ராதாகிஷனிடமா அல்லது அமெரிக்காவிடமா என்று ரகுபதிக்குச் சரியாக விளங்கவில்லை. புத்தகங்களுக்குப் பணம் கொடுக்கும் போது கவுண்ட்டரில் வேலை செய்துகொண்டிருந்தது இந்தியப் பெண் என்பது தெரிந்தது. தலைமயிரை வாராமல் அகல விரித்துக்கொண்டு அமெரிக்கர்களைப்போல் ஆங்கிலம் பேச முயன்றுகொண்டு சதா மென்றுகொண்டு, எதற்காக இந்தப் பாசாங்கு? இந்தப் பெண் இங்கேயே

பிறந்து வளர்ந்தவளா? அப்படியே இருந்தாலும் எதற்காகத் தன் அடையாளம் அத்தனையும் மாற்றிக்கொள்ள அவசரப்படவேண்டும்? என்னை மற்றோர் இந்தியனாக, ஒருவித போட்டிக்காரனாகத்தான் பார்க்கிறாள். கண்களில் வெறுப்பு தெரிகிறது. இங்கு வந்து சேர்ந்த இந்தியர்கள் மட்டும்தான் இப்படி இருக்கிறார்களா? யூதர்கள் அமெரிக்காவில் இருந்தாலும் பண்டைய பழக்க வழக்கங்களை மாற்றிக்கொள்ள மாட்டார்கள் என்று மேரி சொல்லக் கேட்டிருக்கிறான். ஏன் நாம் மட்டும் சடுதியில் மாறவேண்டும்?

மூன்று நாளைக்கு ஸ்ட்ரைக் என்று கடைசியில் தீர்மானமாகி விட்டதாம். ரகுபதிக்கு மறுபடி காலேஜ் போகவேண்டுமே என்றுதான் இருந்தது. ரிப்போர்ட்டை கொஞ்சம் புதுப்பித்து மறுபடி டைப் அடிக்கக் கொடுக்க தயார் செய்தான். வீட்டில் உட்கார்ந்துகொண்டு தினம் முழுவதும் டிவி பார்த்தான். 'சார்லிஸ் ஏன்ஜல்ஸ்' கதையில் அரை மணிக்குள் இருபது பேர், அந்த மூன்று யுவதிகளைத் தவிர, செத்துப் போனார்கள். 'டல்லஸி'ல் யார் யாருக்கு வைப்பாட்டி என்று தீர்மானிப்பது சிரமமாக இருந்தது.

'இந்த மாதிரி டிவில இருந்து இவங்க எப்படி தப்பிச்சு வந்து அபார சாதனைகள் எல்லாம் செய்யறாங்கன்னு ஆச்சரியமா இருக்கு சார்!'

'உண்மைதான். எல்லாரும் இந்த நாட்டில் டிவியை 'இடியட் பாக்ஸ்'னு திட்டறாங்க. ஆனா டிவி பார்த்துக்கிட்டுதான் இருக்காங்க. 'டல்லஸ்'ல ஒரு ஸ்பாட், ஒரு நிமிஷம் விளம்பரம் கொடுக்க, ஒரு மில்லியன் டாலரோ என்னவோ சார்ஜுன்னு சொன்னாங்க. நான் நியூஸ்தவிர வேறு எதுவும் தொடறதில்லை. இந்தப் பாழாப்போற டிவியால்தான் எனக்கும் என் மனைவிக்கும் தொடர்பே இல்லாம போயிட்டுது. அவ ஒரு கம்பல்ஸிவ் டிவி வ்யூவர். ஒரு தடவை குழந்தை தோட்டத்தில ஊஞ்சல்ல இருந்து கீழ விழுந்துட்டுக் கையை முறிச்சுக்கிட்டு அழுதுகிட்டு இருக்கு. இவ ஷோ முடிஞ்சு, கமர்ஷியல் முடிஞ்சு, அப்புறம்தான் போய்ப் பார்த்திருக்கா.'

'சார்! உங்க பிரச்னை ஒரு அமெரிக்கப் பெண்ணைக் கல்யாணம் செய்து கிட்டதாலதான்னு சொல்றிங்களா?'

'இந்தியப் பெண்ணைக் கல்யாணம் கட்டிக்கிட்டு அனுபவம் இல்லைப்பா. அமெரிக்காக்காரிங்களைக் கல்யாணம் கட்டிக்கிட்டவங்க எல்லாருமே திண்டாடறாங்கன்னு நான் சொல்ல வரலை. என் ப்ரெண்டு ராமசாமின்னு இருக்கான். வெள்ளைக்காரியைத்தான் கட்டிக்கிட்டான். அவ வத்தக்குழம்பு எல்லாம் பண்றா. வெள்ளிக்கிழமை மஞ்சப் பூசிக் குளிச்சு, சாமி படத்துக்கு முன்னால கோலம் போட்டு, ஸ்லோகம் எல்லாம் இங்கிலீஷில எழுதி வைச்சுக்கிட்டு மனப்பாடம் பண்ணிட்டா!'

'இது பாசாங்கு சார்!'

'ஏன், நாம அவங்க மாதிரி பாசாங்கு பண்ணலையா? ஜீன்ஸ் கட்டிக்கிட்டு 'தி ஹூ' பாட்டெல்லாம் பாடிக்கிட்டு? இது ஒரு விதமான ரிவர்ஸ் ஸின்ட்ரோம்தான். பிட்ஸ்பார்க் போய்ப் பாரு. அங்க இருக்கிற பட்டர்

சொல்லுவார். ஒரு நீக்ரோ வந்து தினம் காலட்சேபம் கேக்கறானாம். கல்யாணம் இந்திய முறைப்படி பிட்ஸ்பார்க்லதான் கட்டிப்பேன்னு ஒத்தைக் கால்ல நின்னானாம். 'ஜம்புத்வீபே பாரதவர்ஷே பரதகண்டே' எல்லாத்தையும் இவர் ராவோட ராவா மாத்திக் கல்யாணம் பண்ணி வெச்சிருக்கார்! என்ன சொல்றே இதுக்கு?'

'இதெல்லாம் ஒரு விதமான ஃபெட்டிஷ்னுதான் சொல்லணும் சார்! உங்களை நான் ஒண்ணு கேக்கணும்.'

'சொல்லு.'

'வாட் டு யூ திங்க் ஆஃப் அடல்ட்டரி!'

'இட்ஸ் ராங்! இங்கக்கூட அது தீவிரமான மன்னிக்க முடியாத பாவம்தான்! அடப்பாவி! அந்தப் பொண்ணு மேல கை வெச்சிட்டியா?'

'சேச்சே? என்ன சார்! என்னை நீங்க சரியா தெரிஞ்சுக்கலைன்னு தோணுது. நான் இல்லை சார்...'

'பின்ன யாரு?'

'எங்கப்பாகிட்ட இருந்து லெட்டர் வரட்டும், சொல்றேன்' என்றான்.

18

அப்பாவிடமிருந்து கடிதம் வருவதை பத்தாம் நாளிலிருந்து எதிர்பார்க்கத் தொடங்கினான். மெயில்மேன் வரும்வரை காத்திருந்து மோகன்ராமுக்கு வரும் ஜங்க் மெயிலை எல்லாம் அலசிப் பார்த்து தனக்கு ஒன்றும் இல்லை என்று தினம் தினம் ஏமாந்து வாரம் கடந்துபோய்விட்டது. ரிப்போர்ட்டை சமர்ப்பித்ததில் அதுவேறு, கிணற்றில் கல்லாக இருந்தது. ப்ரொபஸர் இன்றைக்குக் கூப்பிடுவார், நாளைக்குக் கூப்பிடுவார் என்று எதிர்பார்த்தான். எல்லாரும் ஸ்ட்ரைக்கின் அதிர்ச்சியிலிருந்து இன்னும் சுதாரித்துக்கொள்ள வில்லை என்று தெரிந்தது. இடையில் ப்ரொபஸர்களிலேயே மாற்றம் இருக்கும் என்றும் ஹாமில்டன் வேறு டிபார்ட்மெண்ட் போகிறார் என்றும் பேசிக்கொண்டார்கள். மேரி ஒரு போட்டோரிக்கனுடன் சென்று கொண்டிருப்பதை ஒரு நாள் பார்த்தான்.

நியூ யார்க் கொஞ்சம் கொஞ்சமாகக் குளிர்ந்துகொண்டிருந்தது தினங்கள் மந்தமாக இருந்தன. சூரியன், 'கொஞ்சம் இரேன், வருகிறேன்' என்று மெல்லத் தான் புறப்பட்டும் சோகையாகத்தான் இருந்தது. நிழல்களில் குளிர் அதிகரித்துக் கொண்டே வந்தது. மழை பெய்தாலோ காற்றில் ஊசி ஏறிக் கொண்டது. ஸ்மாக், கட்டடங்களை மறைத்தது. ரகுபதிக்கு எதுவும் பிடிக்கவில்லை.

மதுமிதா மறுமுறை போன் பண்ணி பார்ட்டிக்கு வரும்படி அழைத்திருந்தாள். அப்பாவிடமிருந்து பதில் வராமல் போக வேண்டாம் என்றுதான் தீர்மானித்திருந்தான். ஏதாவது சாக்கு சொல்லி தப்பித்துக்கொள்ளலாம் என்று யோசித்தான். இந்த நாள்களில் ரகுபதி தன்னுடைய தர்மசங்கடத்தை அவ்வப்போது யோசித்துக்கொண்டுதான் இருந்திருக்கிறான்.

எத்தனை கணவர்கள் எத்தனை மனைவிமார்களை ஏமாற்றுகிறார்கள். அவர்களுக்கெல்லாம் வக்காலத்து வாங்க முடியுமா என்று யோசித்தான். மதுமிதா என்ன பிரத்யேகம்? எப்போதோ முட்டாள்தனமான கணங்களில் அவளைக் காதலிக்கிறேன் என்றதால் அவள் இல்வாழ்க்கையில் என்னைத்

துருத்திக்கொள்வதா? அவள் எக்கேடு கெட்டுப் போகட்டும். அப்பாவும் இப்படித்தான் எழுதுவார். எப்படி எழுதினாலும் எதாவது எழுதினால் சரி, பதினெட்டு தினங்கள் ஆகிவிட்டன. ஒரு வார்த்தை பதிலைக் காணோம். ஒருவேளை நான் மறுபடி மதுமிதாவைச் சந்தித்ததில் அவருக்குக் கோபமோ? கோபம் இருந்தாலும் எழுதாமல் இருக்கமாட்டாரே. உன்மேல் கோபம், நீ செய்தது நன்றாயில்லை என்று பளிச்சென்று எழுதி விடுவாரே!

சாயங்காலம்வரை பார்ட்டிக்குப் போவதைப் பற்றித் தீர்மானிக்கவில்லை. கல்லூரியிலிருந்து திரும்பி வந்ததும் மோகன்ராம் தன் குழந்தைகளை அழைத்துவரச் சென்றிருப்பார் என்று தோன்றியது. வெள்ளிக்கிழமை கெடுவாயிற்றே! அதை மட்டும் தவறவிட மாட்டார். காலையில் மெயில் மேனை விசாரிக்கத் தவறிவிட்டான். மெயில் பாக்ஸின் கொடி, அதனுள் கடிதம் இருக்கிறது என்று அறிவித்தது. அவசரமாகத் திறந்து பார்த்ததில் அப்பாதான்! அப்பாடா!

நெஞ்சம் கொஞ்சம் பதற வாயிற்கதவைக்கூடத் திறக்காமல் குளிரை மதிக்காமல் உறையைக் கிழித்துப் படித்தான்.

அன்புள்ள ரகுவுக்கு,

உன் கடிதம் இன்று கிடைத்தது. நான் டூர் போயிருந்ததால் உன் கடிதம் வந்து நான்கு தினங்கள் கழித்துத்தான் படித்தேன். உன் கடிதம் எனக்கு ஆச்சரியம் அளிக்கவில்லை (தமிழில் நிறையப் பிழைகள் இருந்தன). நீ மதுமிதாவைச் சந்திப்பதைப் பற்றி மோகன்ராம் இதற்கு முன் கடிதம் எழுதியிருந்தார். அப்போதே உனக்குக் கடிதம் எழுதலாம் என்று நினைத்திருந்தேன். இதைப் பற்றி நீயே எனக்குத் தெரிவிக்கிறாயா என்று பார்க்க ஆசையாக இருந்தது. தெரிவித்துவிட்டாய். நீ அமெரிக்காவில் என்னவெல்லாம் செய்யக்கூடாது என்று நினைத்துக் கொண்டிருந்தேனோ அவற்றையெல்லாம் செய்து வருகிறாய். நன்றாகப் படிப்பாய் என்று எதிர்பார்த்தேன். உன் படிப்பைப் பற்றி நீ கொடுக்கிற அரைகுறைத் தகவல்கள் அவ்வளவு திருப்தி தரும்படியாக இல்லை. சிரமப்படுகிறாய் என்று தெரிகிறது. நீ மதுமிதாவைச் சந்திக்க முயற்சி பண்ணமாட்டாய் என்று நினைத்தேன். சந்தித்து அவளுடன் பிக்னிக் போய், இப்போது அவள் கணவனின் துரோகத்தைத் துப்பறிந்து கண்டுபிடித்து என்ன செய்வது என்று என்னைப்போய் கடல்கடந்து கேட்டிருக்கிறாய். என்னத்தைச் சொல்வேன்? நடப்பது எல்லாமே வருத்தம் தரும் வகையில் இருக்கிறது. அவர்கள் வாழ்க்கையில் குறுக்கிட உனக்கு என்ன பாத்தியதை என்ற கேள்விக்குப் பதிலே கிடையாது. மதுமிதா உனக்கு ஒருவிதமான அப்ஸெஷன். அவள் உன்னைத் தற்கொலைவரை கொண்டு சென்றிருக்கிறாள். அமெரிக்காவில் தற்கொலைகள் நவீன ரகமானவை. அதற்கான வசதிகள் எல்லாம் நிறைய இருப்பதாகக் கேள்விப் பட்டிருக்கிறேன். அதில் எதையும் நீ முயன்று பார்க்கமாட்டாய் என்று கடவுளைப் பிரார்த்தித்துக் கொண்டிருக்கிறேன்.

உன் பிரச்னையை, உன் தர்மசங்கடத்தை உன்னால் தீர்த்துக் கொள்ள முடியவில்லை என்பதால் அந்தக் குரங்கை என் தோளில் ஏற்றியிருக் கிறாய். நான் சொல்லி நீ அதைச் செய்யப் போகிறாய் என்பதை நான் நம்ப மறுக்கிறேன். இது என்ன ரிமோட் கண்ட்ரோலா? இருந்தும் நீ கேட்டதற்காக இதில் என் அபிப்பிராயத்தை மட்டும் சொல்கிறேன். அது நீ நினைத்து வைத்துக்கொண்டதோடு ஒத்துப்போயிருந்தால் ஏற்றுக் கொள்வாய். உபதேசம் கேட்கிற வயசெல்லாம் கடந்து விட்டது உனக்கு.

பிரச்னை என்ன? ஒரு கணவன் மனைவியை ஏமாற்றுகிறான். மனைவி நல்ல பெண் என்றும், அவள் உன்னுடன் சிநேகிதமாக இருந்திருக்கிறாள் வெகுளி என்றும் உனக்குத் தெரியும். கணவன் அவளை ஏமாற்றும் விஷயத்தை நீ அவளிடம் சொல்வதா, வேண்டாமா? இது உன் பிரச்னை. இதை இரண்டுவிதமாகப் பார்க்கலாம். உலகத்தில் பற்பல இடங்களில் பற்பல அநியாயங்கள் நடக்கின்றன. ஒவ்வொன்றையும் நம்மால் நிவர்த்தித்துக்கொண்டிருக்க முடியுமா?

இரண்டாவது, ஒரு டாக்டரின் உவமை. ஒரு டாக்டர் ஒரு பேஷண்டுக்கு கேன்சர் என்று பரிசோதனை மூலம் தெரிந்து கொள்கிறார். இதைச் சொன்னால் பேஷண்டுக்கு வருத்தமும் மிகவும் கவலையும் ஏற்படும். சொல்லாவிட்டால் பேஷண்ட் ஒரு தப்பான பிரமை பிடித்த உலகத்தில் கொஞ்ச காலம் சந்தோஷமாக இருக்கலாம். அது ஒரு கோணம், என்னைப் பொருத்தவரையில் எல்லாப் பிரச்னைகளுக்கும் தீர்வு நம் முடைய திருக்குறளில் உள்ளது

செய்தக்க அல்ல செயக்கெடும் செய்தக்க

செய்யாமை யானும் கெடும்

செய்யக்கூடாததைச் செய்தாலும் தப்பு, செய்ய வேண்டியதைச் செய்யாவிட்டாலும் தப்பு.

நீ மதுமிதாவிடம் விஷயத்தைச் சொல்லிவிடுவது இதில் எந்த வகை? அதனால் அவர்களுடைய வாழ்க்கை எந்தவிதத்தில் பாதிக்கப்படும். எந்தவிதத்தில் திசை மாறும் என்று யோசித்துப் பார். அந்த மாற்றத்தின் சுழற்சியில் நீயும் அகப்பட்டுக் கொள்வாய். அதிலிருந்து தப்பிக்க முடியுமா என்பதையும் யோசித்துப் பார்.

ஒரு சமயத்தில் மதுமிதாவையும் அவளுடைய இன்னொஸன்ஸையும் யோசிக்கும்போது அவளுக்கு நிகழ்வது அநியாயம்தான் என்று தோன்றும். அதற்குப் பரிகாரம் உன்னிடம் இல்லாதவரையில் சொல்வதில் எந்தவித லாபமும் இல்லை. அதனால் துக்கம்தான் அதிகமாகும்.

பெண்களை அதிக காலம் ஏமாற்ற முடியாது. நீ சொல்லாவிட்டாலும் ஒரு நாள் இல்லை ஒரு நாள் மதுமிதாவுக்குத் தெரியத்தான் போகிறது.

திருக்குறளில் மற்றும் ஒரு அதிகாரம் இருக்கிறது. பிறனில் விழையாமை. அதில் ஒரு குறளை நான் சொல்லியே ஆகவேண்டும்.

எனைத்துணையர் ஆயினும் என்னாம் தினைத்துணையும்

தேறான் பிறன்இல் புகழ்

எத்தனை பெருமைப்பட்டவனாக இருந்தாலும் மற்றொருத்தன் மனைவியை விரும்பினால் உருப்படமாட்டாய் என்கிறார். அதையும் ஞாபகம் வைத்துக்கொண்டு செயல்படு.

ஜெயந்தியையும் குழந்தையையும் நீ விசாரித்திருந்தது எனக்குக் கொஞ்சம் ஆச்சரியமாக இருந்தது. இரண்டு பேரும் சௌக்கியம்தான். அக்கம்பக்கத்தில் இந்தப் பெண் எனக்கு மனைவியா, மகளா என்கிறதில் அபிப்ராயபேதம் இருக்கிறது. குழந்தை வளரும் விதம் உலகத்தில் உள்ள மிகப் பெரிய விந்தைகளில் ஒன்று. அதற்கு ஏதாவது பொம்மை வாங்கி அனுப்பு. நான் படித்துக்கொண்டிருக்கும் புத்தகம் விவேக சிந்தாமணியின் பழைய பிரதிகள். சொன்னால் மலைப்பாய். 1895 டிசம்பர்! பி.ஆர் ராஜமையர் பி.ஏ யின் 'சீதை' என்கிற கட்டுரையும் மாட்சிமை தாங்கிய இந்திய கல்யாணி ராகத்தில் மிஸ்ரசாபு தாளத்தில் காப்புச் செய்யுளும், 'அழுகிற ஆணையும் சினக்கிற பெண்ணையும் நம்பாதே' போன்ற பழமொழிகளுக்கு விளக்கமும் கொண்டு தற்போது வெளிவரும் பத்திரிகைகளை விட, எனக்கு சிந்தாமணி சுவாரஸ்யமாகவே இருக்கிறது. உட்ஹவுஸின் 'ஓவர் செவண்டி' கிடைத்தால் வாங்கி அனுப்பு. என்ன தீர்மானித்தாய் என்பதை அடுத்த கடிதத்தில் எழுது.

அன்புள்ள அப்பா.

கடிதத்தைப் படித்துவிட்டு சாவியைப் பொருத்தும்போது வாசலில் கார் வந்து நின்றது. அதிலிருந்து ஒரு பெண் இறங்கி, 'இஸ் திஸ் நம்பர் ட்வெண்டி?' என்றாள்.

'யா!'

'ஆர் யூ ராகுப்பட்டி?'

'யா!'

'கமான், டிரஸ் அப்! ராட் ஆஸ்க்ட் மி டு பிக் யூ அப் ஃபர் தி பார்ட்டி!'

'ஆர் யூ...'

'ஐ வொர்க் ஃபர் ஹிம்.'

அவசரமாக டிரஸ் பண்ணிக்கொண்டு அந்தப் பெண்ணுடன் புறப்பட்டு காரில் நியூ ஜெர்ஸிக்குப் போனான். ராதாவின் வீட்டின் முன் சைட் வாக்கில் எல்லாம் கார்கள் இறைந்திருந்தன. உள்ளே திரைக்குப் பின் பலர் நின்றுகொண்டிருப்பது தெரிந்தது. வாசலில் கதவைத் திறந்ததும் கலகலப்பான இரைச்சல் சிகெரெட் புகையுடன் தாக்கியது. ஹால் நிறைந்து விருந்தாளிகள் இருந்தார்கள். ஆளுக்கொரு கிளாஸ் வைத்திருந்தார்கள். வீடியோ கேமரா இயங்கிக் கொண்டிருக்க, திரையில் சிரிப்பெல்லாம் குளோஸப்பில் தெரிந்தது. மதுமிதா

பட்டுச்சேலை அணிந்திருந்தாள். கழுத்தில் சேலையின் நிறத்துக்கு ஏற்ப சிவப்புக்கல் நெக்லஸ் போட்டிருந்தாள். அதன் நடுவே தனிப்பட்டு வைரம் பதிந்திருந்தது. மதுமிதா அழகாகவே இருந்தாள். புடைவை அவளுக்கு நிரம்பப் பொருத்தமாக இருந்தது. லிப்ஸ்டிக் அதிகம் இல்லாமல், தொட்டால் உடைந்து போகக்கூடிய கண்ணாடி தேவதைபோல இருந்தாள். ராதா அவளைத் தோளோடு அணைத்துக்கொண்டு ஓர் அமெரிக்கனுடன் ஜோக் பண்ணிக்கொண்டிருந்தான். ஒரு வெள்ளைக்காரி மதுமிதாவைக் கன்னத்தில் முத்தமிட்டு அவள் கழுத்து மாலையை ஆராய்ந்தாள். கேமராக்கள் அவ்வப்போது கண் சிமிட்டிக்கொண்டிருக்க, கேட்டரர்ஸிலிருந்து வந்திருந்த குஜராத்தி இளைஞன் பேஸ்மெண்டிலிருந்து சூடாக எடுத்துவந்து அவர்களிடையே உலவினான். யாரோ பாடிக்கொண்டிருக்க, மதுமிதா ரகுபதியைக் கவனிக்கக் கொஞ்ச நேரமாயிற்று. 'ஹாய் ரகு' என்று அங்கிருந்து கையசைத்தாள். 'போய்டாதே, உனக்கு ரொம்ப முக்கியமா ஒண்ணு இருக்கு!' ராதாகிஷன் ரகுவைப் பார்த்து உடனே தன்னைப் பிய்த்துக்கொண்டு அருகில் வந்து 'ஹாய் ரகு! க்ளாட் யூ குட் கம்! ரத்னா ரத்னா! மது! ரத்னா எங்கே?'

'அடுத்த ரூம்ல இருக்கா.'

'கூப்டேன்!'

'நீதான் கூப்டேன், நான் பிஸியா இருக்கேன்.'

நிறைய இந்தியர்கள் இருந்தார்கள். ஆண்கள் பாரில் குடித்துக்கொண்டிருந் தார்கள். பெண்கள் பெரும்பாலும் புடைவை கட்டியிருந்தார்கள். அந்நியர்கள் அந்நியர்களை அறிமுகப்படுத்திக்கொண்டிருந்தார்கள். ரகுபதிக்கு அருகில் 'யூ ஆர் ராதாஸ் பிரதர்?' என்றவனுக்கு முப்பத்தைந்து இருக்கலாம். குறுந்தாடி வைத்திருந்தான். பைப் புகைத்துக்கொண்டிருந்தான்.

'நோ, ஹிஸ் ஃப்ரெண்ட்!'

'யூ வொர்க் ஃபார் அஸ்ட்ரா?'

'நோ ஐம் எ ஸ்டூடண்ட்.'

'ஓ!' அவன் மதிப்பில் கொஞ்சம் மாற்று குறைந்துவிட 'எக்ஸ்யூஸ் மி!' என்று பிரிந்துசென்றான்.

யாரோ ரகுவின் கையில் ஒரு ஸ்காட்சைத் திணித்தார்கள். குச்சி குத்தி பக்கோடா எடுத்துக்கொண்டான். பரிசுப் பொருள் எதுவும் வாங்கி வரவில்லையே என்று வருத்தப்பட்டான். கீழே நிறைய பரிசுகள் இறைந்திருந்தன.

கூட்டத்தை விலக்கிக்கொண்டு மது ரகுவின் அருகில் வந்து, 'என்கூட வா' என்றாள். கோட்டைப் பிடித்துத் தரதரவென்று இழுத்துக்கொண்டு சென்றாள். அடுத்த அறையில் நான்கைந்து பெண்கள் வீடியோவில் என்னவோ தரானா என்று படம், இந்திப் படம், பார்த்துக்கொண்டிருந்தார்கள். 'ரத்னா! எங்க இந்த ரத்னா!'

அவர்களில் ஒரு பெண் ‘எஸ் மிட்டி?’ என்றாள்.

‘நான் சொல்லலை, தி ஃபேமஸ் ரகு! இதான்! எங்கே உங்கப்பா?’

‘கீழே குடிச்சுக்கிட்டு இருப்பாரு!’

‘ரகு, திஸ் இஸ் ரத்னா, திஸ் இஸ் ரகு! இண்ட்ரொட்யூஸ் பண்ணியாச்சும்மா. இனிமே உன் பாடு! எனக்கு வேலை நிறைய இருக்கு.’

அந்த பெண்ணைச் சற்று நிமிர்ந்து பார்த்து தன் கையைப் பார்த்துக் கொண் டான். அவள் கூந்தலைப் பின்னாமல் அலைய விட்டிருந்தாள் என்பதை மட்டும்தான் கவனித்தான்.

‘நீங்கதானா அது?’

ரகுபதிக்குப் புரியவில்லை. ‘என்ன இது, என்னைப் பத்தி ஏதாவது புரளியா?’ என்றான்.

‘இல்லை, இல்லை. ஐம் ஸப்போஸ்ட் டு மீட் யூ இன் திஸ் பார்ட்டி.’

‘எதுக்கு?’

‘நமக்குக் கல்யாணம் பண்ணி வெக்கலாமான்னு ஜனங்க யோசிச் சுக்கிட்டிருக்கு.’

‘ஜனங்கன்னா?’

‘நியூ யார்க் வாழ் தமிழ்க் குடும்பங்கள்! பயப்படாதீங்க, கல்யாணம் பண்ணிண்டுர மாட்டேன். கவலைப்படாதீங்க.’

‘யூ மஸ்ட் பி ஜோக்கிங்!’

‘என்னைப் பார்த்தா கல்யாணம் பண்ணிக்கிறா மாதிரி இல்லையா?’

‘அதுக்கில்லை, ஐம் எ ஸ்டூடண்ட்!’

‘உங்க சரித்திரமே தெரியும். மதுஸ் ஒல்ட் ஃப்ளேம். அதுவும் தெரியும்! என்ன சாப்பிடறீங்க? விஸ்கியா? ஆரம்பமே நல்லால்லையே!’

‘நான் அதிகம் குடிக்கிறதில்லை. பார்ட்டிக்கு வந்துதான்...’

‘எனக்குக் கொடுக்காம தனியா குடிக்கிறீங்களேன்னு கேட்டேன்.’

‘இந்தாங்க இதை எடுத்துக்கங்க... நான் சாப்பிடலை...’

‘சே! எச்சல்!’ என்று பக்கத்தில் சென்றுகொண்டிருந்த ட்ரேயிலிருந்து ஒரு கிளாஸைப் பொறுக்கிக்கொண்டாள்.

அவனைக் கண்ணாடியில் தொட்டு, ‘சியர்ஸ், லெட்ஸ் மாரி ஸம் டைம்’ என்று உயர்த்தினாள்.

ரகுபதி அவளை இப்போதுதான் நேராகப் பார்த்தான்.

19

பார்ட்டி முழுவதுமே ரகுபதிக்குப் பாசாங்காக இருந்தது. முழுநேரப் பாசாங்கு. ராதாகிஷன் தன் மனைவியுடன் நடத்துவது. அப்பா கழன்று கொண்டுவிட்டார் என்றுதான் தெரிந்தது. சொல்லு, சொல்லவேண்டாம் என்று திட்டவட்டமாகக் கூறாமல் திருக்குறள் என்ன திருக்குறள்? ரத்னா என்கிற பெண் அவனைப் புறக்கணித்துவிட்டு வெள்ளைக்கார கிழவருடன் பேசிக் கொண்டிருந்தாள். ராதாகிஷன் அவ்வப்போது அருமை மனைவியை அணைத்துக்கொண்டு கன்னத்தை முத்தமிடுவதைக் கவனித்தான். வயசானதைப் பரிபூர்ணமாக மறுக்கும்வகையில் டி ஷர்ட்டும் ஜீன்ஸும் அணிந்திருந்த பெரியவர், அவனருகில் வந்து 'ஹாய்! ஐம் வைத்தி, நீதானே ரகுபதி?'

'ஆமா சார்.'

சற்றுப் பின்வாங்கி அவனை ஏற இறங்கப் பார்த்தார். 'ஸ்மார்ட்! எம்.பி.ஏ பண்றியாமே?'

'ஆமா சார்.'

'ஷல் ஐ கெட் யூ ட்ரிங்க்?'

'வேண்டாம் சார், ஆய்டுத்து. நான் அதிகம் சாப்பிடறதில்லை.'

'ஏன் ஏதாவது ரிலிஜியன் அப்ஜெக்ஷனா?'

'இல்லை தலைவலி வந்துருது.'

'மிட்டி உன்னைப் பத்திச் சொன்னா. ரத்னாவை மீட் பண்ண இல்லை? ரத்னா?'

'மீட் பண்ணிட்டேன் சார்.'

'வாட் டு யூ திங்க் ஆஃப் ஹர்?'

'இட்ஸ் டூ எர்ளி டு திங்க் ஆஃப் ஹர்! பாத்து ரெண்டு வார்த்தை பேசினேன். அவ்வளவுதான்.'

‘ஷி இஸ் ஒர்க்கிங். யூ நோ தட்?’

‘தெரியாது சார்!’

‘உங்கப்பா ஜாதகம் எல்லாம் பார்ப்பாரா?’

‘எதுக்குக் கேக்கறீங்க?’

‘கல்யாணத்துக்குத்தான், வேற எதுக்காவது ஜாதகம் பார்ப்பாங்களா?’

‘கல்யாணமா? எனக்கா? எனக்கு இன்னும் வேளை வரலை சார்.’

‘எம்.பி.ஏ முடிக்கப்போறேன்னா?’

‘இல்லை, இன்னும் ஒரு வருஷம் இருக்கு.’

‘முடிச்சுட்டு என்ன பண்றதா உத்தேசம்?’

‘அதை ஒண்ணும் தீர்மானிக்கலை.’

‘அமெரிக்காவில கண்டினியூ பண்ணப் போற இல்லை?’

‘ஸ்டூடண்ட் விசால வந்திருக்கேன். கண்டின்யூ பண்ண முடியாது.’

‘அதெல்லாம் பார்த்துக்கலாம். இங்கேயே கல்யாணம் பண்ணிக்கிட்டன்னா, யார் உன்னை அசைக்கப் போறாங்க? நாங்க எல்லாருமே சிட்டிசன்ஸ்தான். நியூ யார்க் வந்து பதினெட்டு வருஷம் ஆச்சு.’

‘சொந்த ஊர் எது உங்களுக்கு?’

‘டாஞ்சுர்க்குப் பக்கத்தில். அங்க யாரும் இல்லை. அப்பா அம்மா கூட இங்க வந்துட்டாங்க. வி கான்ட் கோ பேக்! இட்ஸ் இம்பாஸிபிள். மூணு டாட்டர் எனக்கு. மூணு பேரும் இங்கதான் பிறந்து வளர்ந்தவா. ரத்னா முதல் டாட்டர். இஸ்ன்ட் ஷி ராவிஷிங்!’ என்று தன் மகளைப் பார்த்து தொலைதூரத்திலிருந்து புகழ்ந்தார். ‘யூ மஸ்ட் டாக் டு ஹர். டாக் டு ஹர் சீரியஸ், லைக் ஐ மீன் இன்னும் அவ இந்தியப் பெண்தான். நம்ம டிரெடிஷன் எல்லாத்திலயும் அவளுக்கு இன்ட்ரஸ்ட். கர்னாடக சங்கீதத்தில ராகம் எல்லாம் கண்டுபிடிப்பா, தமிழ் வாசிப்பா, தெரியுமா? விகடன், கல்கி எல்லாம் வாசிக்கிறா, தெரியுமா?’

‘நைஸ்’ என்றான்.

‘மிட்டி உன்னைப் பத்திச் சொன்னா. ரொம்ப நல்ல பையனாமே நீ! ஐ லைக் பாய்ஸ் லைக் யூ. பாய்ஸ் வித் எ பர்ப்பஸ் இன் லைஃப்! நம்ம இண்டியன்ஸ் புத்திசாலித்தனத்தில் கொஞ்சம்கூடக் குறைச்சல் இல்லை தெரியுமா? கொஞ்சம் லேஸி, அவ்வளவ்தான். எல்லா ஃபீல்டிலயும் அவங்களைத் தூக்கிச் சாப்ட்டுரலாம் தெரியுமோ? தேசாய் அதான் சொல்வான்! தேசாயை இன்ட்ரொட்யூஸ் பண்ணிவிட்டாளோ உனக்கு?’

‘இல்லை சார். பரவாயில்லை.’

‘புவர் சாப், லாஸ்ட் ஹிஸ் டாட்டர்!’

'ஸாரி.'

'லாஸ்ட்டுன்னா செத்துகித்துப் போயிரலை! தனியா விலகிப் போயிட்டா, பாய் ஃப்ரெண்ட்கூட! இது என் மகளுக்கு நிகழக்கூடாதுன்னு விரும்பறேன் ரகு. அதான் இந்த அமெரிக்கால டேஞ்சர். என்ன இருந்தாலும் நாம அவங்ககிட்டருந்து மாறுபட்டவங்கதான். அவங்ககூட இண்டர்ஃபியர் பண்ணாம நம்மால இங்க ரொம்பச் சுகமா வாழ முடியும். ஆனா, கல்ச்சர் ரொம்ப வேறுபட்டது. நம்ம கல்ச்சர் வேற, அவங்க கல்ச்சர் வேற!'

மதுமிதா அருகில் வந்து, 'என்ன, எல்லாம் பேசிட்டிங்களா மாமா?' என்றாள்.

'இப்பத்தான் பேச ஆரம்பிச்சிருக்கேன். நான்தான் பேசிட்டிருக்கேன், ரொம்ப ஷையா இருக்கான்.'

'அவன் எப்பவுமே அப்படித்தான். மனசில இருக்கிறதைச் சொல்லவே மாட்டான்.'

ரத்னா அவர்களை நோக்கிவர, 'என்ன ரகுகிட்ட பேசினியா?'

'அப்பாதான் பேசிட்டிருக்காரே! என்னப்பா, போர் அடிச்சுட்டிங்களா?'

'சேச்சே! அதெல்லாம் இல்லை' என்றான் ரகு.

'ரத்னா, அந்த ட்ரிக் பண்ணிக்காட்டேன்!'

'காட்டேன்... ரகு அவகிட்டே ஒரு டாலர் நோட்டு கொடேன்.'

ரகு அவளிடத்தில் ஒரு டாலர் நோட்டைக் கொடுத்தபோது. ரத்னா அதை வாங்கிக்கொண்டு, 'நம்பர் பாத்துக்கங்க' என்றாள்.

ரகு அசுவாரஸ்யமாகப் பார்த்துக் கொடுக்க, ரத்னா பக்கத்தில் இருப்பவரிடம் ஒரு லைட்டர் வாங்கி அதை எரித்துச் சாம்பலாக்கி, சாம்பலை ஒரு கிளாஸ் தண்ணீரில் போட்டுக் கலக்கிக் குடித்தாள்.

எல்லோரும் சிரித்துக்கொண்டே பார்த்துக்கொண்டிருக்க ரத்னா ரகுவை அழைத்து அவன் பாக்கெட்டை நிரடி அதிலிருந்து டாலர் நோட்டை எடுத்துக்கொடுத்து 'நம்பர் பாருங்க!' என்றாள்.

மதுமிதா கை தட்டி, 'பார்த்தியா! எப்படி?' என்றாள்.

ரகுபதி சிரித்தான். 'நூறு டாலர் நோட்டா இருந்தாலும் இப்படிப் பண்ணுவிங்களா?'

'முடியுமே?'

'அப்படின்னா சொந்த நூறு டாலர் நோட்டை எரிக்கிறதுக்கு நீங்க தயாரா இருக்கிங்கன்னு அர்த்தம்.'

'அதெல்லாம் இல்லை, இது சூ மந்திரக்காளி!' என்றாள் மதுமிதா. 'யாராலயும் கண்டுபிடிக்க முடியாது.'

பிரிவோம் சந்திப்போம் ● 265

‘இந்த மாதிரி பல பேர்கிட்ட ஏமாந்துகிட்டு இருக்கே மது நீ’ என்றான்.

‘யார்கிட்ட, யார்கிட்ட சொல்லு பார்க்கலாம்.’

‘சொல்றேன், மது! சமயம் வர்றப்ப சொல்றேன்.’

‘ஏய் ரத்னா, கண்ல புகை வர்றதைக் காட்டேன்... இல்லை அந்த மாட்ச் பாக்ஸ் டிரிக் காட்டேன்...’

‘இவருக்கு அதிகம் இஷ்டமில்லைன்னு தோணுது’ என்றாள் ரத்னா.

‘சேச்சே! இஷ்டம்தாங்க.’

‘வித்தைமேலயா, வித்தை காட்டறவங்கமேலயா?’

ரகு மௌனமாக இருக்க, ‘ஏய்...ய்...வெக்கப்படறான் பாரு. பொண்ணு போல கன்னம் எல்லாம் சிவந்துக்குது பாரு’ என்றாள். மதுவை ஆதுரத்துடன் பார்த்தான். பைத்தியக்காரப் பெண்ணே!

ராதாகிஷன் குறுக்கிட்டு, ‘என்ன இங்க ரகசியம் பேசியாறது! மது, யூ ஆர் வாண்ட்டட். ஐஸ் க்யூப்ஸ் ஆயிருச்சு பாரு. எக்ஸ்யூஸ் மீ’ என்று அவளை அழைத்துக்கொண்டு செல்ல, சற்று நேரம் ரத்னாவுடன் தனியாக இருப்பதை உணர்ந்தான்.

‘உங்களுக்கு ட்ரிக்ஸ் பிடிக்காதா?’

‘ஏமாத்தறது பிடிக்காது.’

‘என்ன பிடிக்கும் உங்களுக்கு?’

‘தனிமை’ என்றான்.

‘‘என்னை விட்டுரு. போர் அடிக்கிறாய்’னு சொல்றீங்க.’

‘சேச்சே! தப்பா எடுத்துக்காதிங்க. எனக்குப் பேசத் தெரியாது. ஏதாவது அசந்தர்ப்பமாச் சொல்லிருவேன்.’

‘ஸாரி, நாங்க எங்க நட்பை உங்கமேல திணிச்சுக்கறதா நினைச்சுக்காதீங்க! கல்யாணம் கில்யாணம்னு சொல்லி எங்கப்பா உங்களை பயப்படுத்தி விட்டிருக்கார்போல இருக்கு.’

‘சேச்சே! அப்படியெல்லாம் இல்லை. இதில் பயப்படறதுக்கு என்ன இருக்கு? யூ ஆர் வெரி அட்ராக்டிவ், வெரி ஜாலி. என்னை உங்க குடும்பத்தில் கன்ஸிடர் பண்றதையே பெரிய விஷயமாத்தான் நான் எடுத்துக்கணும். ஆனா இந்த மாதிரி பார்ட்டியில கல்யாணத்தைப் பத்திப் பேசறது வினோதமா இருக்கு.’

‘வீட்டுக்கு வாங்களேன், என் தங்கைகளையும் மீட் பண்ணலாம். நைஸ் கர்ள்ஸ்!’

‘வரேன்.’

266 ● சுஜாதா

‘செஸ் ஆடுவீங்களா?’

‘அதெல்லாம் ஒண்ணும் கிடையாது. ஐம் ஜஸ்ட் ஆர்டினரி!’

‘அப்படி ஒப்புத்துக்கறதே எக்ஸ்ட்ரார்டினரி’ என்றாள். ‘கொஞ்சம் தனியா வாங்க.’

ரகு சற்றுத் தயக்கத்துடன்தான் அவள் பின் சென்றான். பேஸ்மெண்டுக்குப் போனால் அங்கே பாதி இருட்டில் பலர் பீட்டர் ஓ டூல் படம் பார்த்துக் கொண்டிருந்தார்கள். மாடிப்படியில் உட்கார்ந்துகொண்டாள். ‘உட்காருங்க, சீரியஸ்’ என்றாள். ரகுபதி கொஞ்சம் தயக்கத்துடன் மேல் படியில் உட்கார ‘ரகு, நீங்க என்னைக் கல்யாணம் பண்ணிக்கிட்டா ஒண்ணே ஒண்ணு ப்ராமிஸ் பண்ணுவிங்களா? என்னை இண்டியா அழைச்சுட்டுப் போயிருவிங்களா?’

ரகுபதி அவளை நேராகப் பார்த்து, ‘ஐ திங்க் யூ ஆர் ட்ரங்க்’ என்றான்.

‘கொஞ்சம்தான். ஆனா நான் சொல்றது குடிச்சதுனால இல்லை. இங்கிருந்து சொல்றேன்’ என்று அவன் கையை எடுத்து மார்பைத் தொட்டுக் காட்டினாள்.

அவன் கை சூடாக இருந்தது. ‘நீங்க என்னைக் கல்யாணம் பண்ணிக்கணும்னு கட்டாயம் இல்லை. பண்ணிக்கிறதாத் தீர்மானிச்சா இது மட்டும் எனக்கு ப்ராமிஸ் பண்ணிருங்க. என்னை அழைச்சிட்டுப்போயிருங்க.’

‘அமெரிக்கா பிடிக்கலையா உங்களுக்கு?’

‘இல்லை அலுத்துப் போச்சு.’

‘அமெரிக்காவா? இல்லை, அமெரிக்காவில உள்ளவங்களா?’

‘எல்லாமே! எல்லாரும் பொய் சொல்றாங்க. கட்டடங்கள் பொய் சொல்லுது. விளம்பரங்கள் பொய் சொல்லுது. அப்பா அம்மா தங்கைங்க எல்லாருமே வேற வேற விதத்தில் பொய் சொல்றாங்க.’

‘உண்மைங்கிறது இருக்கா?’

‘இல்லைதான். உண்மைங்கறது ‘பெரும்பாலானவர்கள் ஒப்புத்துக்கற பொய்’னு சொல்வாங்க. ஆனா எனக்கென்னவோ இண்டியாவில இவ்வளவு பொய் சொல்லப் பழகிக்கலைன்னு தோணுது.’

‘உங்களுக்கு ஏமாற்றம்தான் காத்திருக்கு. அங்கயும் பொய் நிறைய உண்டு. இங்கயாவது பணக்காரப் பொய்.’

‘இருக்கட்டும், பரவாயில்லை. நான் சொன்னதை ஞாபகம் வெச்சுக்கங்க. இன் கேஸ் நம்ம ரெண்டு பேருக்குள்ள விஷயம் கொஞ்சம் முன்னேறிச்சுன்னா...’

‘சரி’ என்று சிரித்தான்.

‘தாங்க்ஸ்’ என்று அவன் கையைப் பிடித்து ஒரு முறை அழுத்தினாள். டெலிவிஷன் திரையின் வெளிச்சத்தில் அவள் செலுத்தப்பட்டிருந்தவள் போலத் தோன்றினாள். மதுவைவிட சற்று நிறம் கம்மி என்றுதான்

சொல்லவேண்டும். இருந்தாலும் மதுவிலிருந்து முற்றிலும் வேறுபட்டவள். தலைமயிரை வாராமல் விட்டிருந்தது அவள் முகத்துக்கு ஒருவிதமான சென்ஷுவாலிட்டியைத் தந்திருந்தது. உதடுகள் ஈரச்சிவப்பு. அப்படியே நகங்களுக்கு கருநீலத்துக்கு அருகே ஒரு நிறத்தில் சாயம் பூசியிருந்தாள். நகங்களைக் கவனமாக வளர்த்திருந்தாள். அவளிடம் தென்பட்ட பர்ஃப்யூம் வாசனை மிக லேசாக இருந்தது. முழங்காலை இறக்கிக்கொண்டு உட்கார்ந் திருந்ததில் அவள் மார்பு அழுந்தியிருந்தது. உள்ளுடைகள் அணிந்திருந்தால் மிக சாமர்த்தியமாக அவை மறைந்திருக்கவேண்டும். கண் இரப்பைகளில் நிறைய இடமிருந்தது. மூக்கு முகத்தில் பட்டால் வலிக்கும்போல இருந்தது.

'முழுப்பேரு ரத்னாதானா?' என்றான்.

'ஏன், போதாதா? ரத்னகுமாரின்னு வெச்சுக்கங்களேன்...'

'தமிழ் படிக்க தெரியுமாமே உங்களுக்கு!'

'அப்பா அதிகப்படியா சொல்லியிருக்கார். ஏதோ கொஞ்சம் எழுத்துக்கூட்டிப் படிப்பேன். டச்சே இல்லை. நீங்க சொல்லித் தரிங்களா?'

'பார்க்கலாம்'

'பிடி கொடுக்காம பேசறீங்களே! என்னைக் கண்டா பயமா இருக்கா?'

'சேச்சே! அதான் சொன்னேனே, எனக்குக் கல்யாணத்தைக் கண்டாதான் பயம். நான் பார்த்த கல்யாணங்கள் ஒண்ணும் சிலாகித்துச் சொல்லும்படியா இல்லை, அதனால...'

'நீங்க எங்க வீட்டுக்கு வந்தே ஆகணும். என் தங்கைகூட அட்டாரி ஆடிப்பாருங்க, சாப்ட்டுருவா! அப்புறம் எங்கம்மா சமைக்கிறது, எங்க பாட்டி அமெரிக்காவில கந்தரலங்காரம், திருப்புகழ் பஜனை செய்யறது... இங்கேயும் இல்லாம அங்கேயும் இல்லாம ரெண்டு கலாசாரத்துக்கு இடையில் நாங்க தவிக்கிறதைப் பார்க்கறதுக்காவது நீங்க எங்க வீட்டுக்கு வரணும். இன்னொரு தங்கை ஸ்வரங்களை எல்லாம் இங்கிலீஷ்ல எழுதி வெச்சுக்கிட்டு பாட்டு கத்துக்கறதையும் நீங்க பார்த்துத்தான் ஆகணும்.'

'வரேன்' என்றான்.

ராத்திரி எல்லாரும் விடைபெற்றுக்கொண்டு கிளம்புவது என்பது ரொம்ப இழுத்தடிக்கும் சமாசாரமாக இருந்தது. ஒவ்வொருத்தராகக் கிளம்ப, ரகுபதி காருக்காகக் காத்திருக்க வேண்டியிருந்தது. ராதா காரை எடுத்துக்கொண்டு யாரையோ ட்ராப் செய்யப் போயிருந்தான். வைத்தியநாதன் மகளுடன் புறப்பட்டுவிட, ரகுபதியும் மதுமிதாவுக்கு பீங்கான் தட்டுகளையும் மற்ற பார்ட்டி உற்சாகக் குப்பைகளையும் அப்புறப்படுத்துவதில் உதவி செய்தான்.

'வெச்சுரு ரகு, டிஷ் வாஷர்ல போட்டுரலாம். நாளைக்கு க்ளீனிங் உமன் வருவா.'

'பரவால்லை மது, எல்லாத்தையும் அலம்பி வைக்கிறேன்.'

268 ● சுஜாதா

இருவரும் அருகருகே ஸிங்கில் வெந்நீர்க் குழாயில் அலம்பிக் கொண்டிருக்கையில் மது திடீர் என்று 'நீ அப்ப என்ன சொன்னே?'

'என்ன சொன்னேன்' என்றான்.

'என்னை யாரோ ஏமாத்திக்கிட்டு இருக்கா, சமயம் வர்றப்ப சொல்றேன்னு சொன்னியே, இப்ப ரெண்டு பேரும் தனியாத்தானே இருக்கோம், சொல்லேன்?'

'இல்லை மது, சும்மா சொன்னேன்.'

'சே! நீ சும்மா சொல்லலை, உம்முகம் சீரியஸாத்தான் இருந்தது. சொல்லு ரகு, கண்ணோல்லியோ! சொன்னா உனக்குன்னு ராஸ்ப்பெரி மில்க் தனியா பண்ணித் தருவேன். சொல்லு... என்ன விஷயம் சொல்லு?' என்றாள்.

மதுமிதா திரும்பத் திரும்ப ‘சொல்லு சொல்லு’ என்று வற்புறுத்தினதில் ரகுபதிக்கு விதியின் விளையாட்டு இருப்பதாகவே தோன்றியது. இரண்டு பேரும் தனியாக இருக்கும் இந்த கிச்சன் சந்தர்ப்பம் சாமியாகவே ஏற்படுத்திக் கொடுத்ததுபோல இருந்தது. ராதா விருந்தாளிகளைக் கொண்டு விட வெளியே போயிருக்கிறான். அமைதியான இரவு. அவர்கள் திருமண நாள். திருமண வாழ்க்கை திசை திரும்பப் போகிற நாள். கேட்கிறாள். உண்மையைச் சொல்லித்தான் ஆகவேண்டும்.

இதில் இருக்கும் குரூரமான நியதியைத் தன்னால் ஒன்றும் செய்துவிட முடியாது. எப்போதாவது அவள் தெரிந்து கொள்ளத்தான் வேண்டும். இப்போது?

‘மது நான் சொல்றது உனக்குக் கொஞ்சம் ஷாக்கிங்கா இருக்கும்.’

‘எதைப்பத்திச் சொல்லப் போறே?’ என்றாள் அலம்பிய தட்டுகளைக் கவனமாகத் துடைத்துக்கொண்டே.

‘நான் பார்த்த ஒரு காட்சி. அன்னிக்கு நாம ஆர்லாண்டோலேர்ந்து திரும்பிவந்தம் இல்லையா? நீ ஸ்டோருக்குப் போறேன்னு சொல்லி எங்கிட்ட சாவியைக் கொடுத்துட்டு வீட்டுல இருன்னு சொன்னியே, ஞாபகம் இருக்கா?’

‘இருக்கு, வீட்டைத் திறந்து பார்த்தா உள்ளுக்குள்ள ராதா இருக்குது! உனக்கு அப்படியே ஷாக் ஆயிருச்சாக்கும்?’

‘ராதா இருந்ததால ஷாக் இல்லை மது... ராதா கூட....’

‘ராதாகூட?’

‘மது, நான் இதை உங்கிட்ட சொல்றதுக்கு ரொம்ப வருத்தப்படறேன். உன்னுடைய சந்தோஷத்திலே எனக்கு எப்பவுமே அக்கறைதான். இதைச் சொல்றதனால உன் சந்தோஷம் நிச்சயம் பாதிக்கப்பட்டுடும்னு தெரிஞ்சும்

இதை உங்கிட்ட சொல்றது ஒருவிதமான கொடுமைதான். ஆனா, நீயே தெரிஞ்சுக்கறப்ப உனக்கு இன்னும் ஷாக் அதிகமா இருக்கும்னு தோணுது. நீ ஒளிவு மறைவில்லாம இருக்கறப்ப உங்கிட்ட இருந்து எதையும் மறைச்சு வைக்க விரும்பலை நான். எனக்கு இதை உங்கிட்டச் சொல்றதில வேறு ஒரு குறிக்கோளும் கிடையாது. இதை நீ முதல்ல தெளிவாத் தெரிஞ்சுக்கணும்.'

'என்ன ரகு, போர் அடிக்கிறே! நீ இப்ப சொன்னதில பாதி புரியலை. சொல்லவந்ததைச் சுருக்கமா சொல்லிட்டுப் போயேன்.'

'சரி, சுருக்கமாச் சொல்றேன். அன்னிக்கு நான் திரும்ப வந்து கதவைத் திறந்து பார்த்தபோது உன் கணவன், ஹால்ல, சோபால, ஒரு வெள்ளைக்காரப் பொண்ணோட...' சட்டென்று ஆங்கிலத்துக்குத் தாவினான். 'ஹி வாஸ் ஹாவிங் செக்ஸ் வித் ஹர்.'

'நீ பாத்தியா?' என்றாள் தட்டு துடைப்பதை நிறுத்திவிட்டு.

'ஆமாம், நல்லவேளை நீ பார்க்கலை! ராதா அவளை அவசர அவசரமாக வீட்டுக்கு அனுப்பிச்சுட்டு, அங்க இருந்து...'

'இதை ஏன் நீ அப்பவே சொல்லலை?'

'ராதாதான் கேட்டுக்கிட்டாரு, உங்கிட்ட சொல்ல வேண்டாம்னு.' என்ன இது! அதிர்ச்சி எங்கே?

'இப்ப ஏன் சொல்றே?'

'நீ கேட்டதாலே.'

'சரி, மேலே சொல்லு!'

'மேலே சொல்ல என்ன இருக்கு மது? உன் கணவன்கிட்ட, 'மதுமாதிரி ஒரு அறியாப் பெண்ணை ஏமாத்தறது அக்கிரமம்'னு சொல்லிப் பார்த்தேன்! ராதா ரொம்ப விநோதமான தர்க்கவாதம் பண்ணி, அவ பார்க்காத இருக்கறப்ப என்ன நடக்கிறதுங்கறது அவளை எதுக்கு பாதிக்கணும்'னு கேட்டார்.'

'ராதா எங்கிட்ட கூடச் சொன்னார்!'

'என்னது! இதை ராதா உங்கிட்ட சொல்லிட்டாரா? அதைக் கேட்டுக்கிட்டு நீ...'

'ராதா சொன்னபடியே நடந்துருச்சு.'

'ராதா வரட்டும். அதுங்கிட்ட பேசிறலாம்!' என்றாள். ரகுவுக்குச் சற்று அதிர்ச்சியாகவே இருந்தது.

'மது, இது உங்க ரெண்டு பேருக்குள்ள தீர்மானிக்கப்பட வேண்டிய சொந்த விஷயம்.'

'அப்படின்னா ஏன் சொன்னியாம்?' என்றாள்.

'நீ கேட்டதால.'

‘இதப் பார் ரகு. இந்த வேலையெல்லாம் எங்கிட்ட நடக்காது. நீ ராதாகிட்ட என்ன பயமுறுத்தினே?’

‘பயமுறுத்தினேனா?’

‘ராதா தன்னோட கம்பெனியில உனக்கு வேலை கொடுக்கணும், இல்லைன்னா ராதாவைப் பத்தி எங்கிட்ட இல்லாத்தையும் பொல்லாத்தையும் சொல்லி எங்க ரெண்டு பேருக்குள்ளே இருக்கிற ஒற்றுமையைக் கலைப்பேன்னு சொல்லி, ப்ளாக்மெய்ல் பண்ணது எனக்குத் தெரியாதா ரகு? ராதா எல்லாத்தையும் சொல்லியாச்சு? ஏன் ரகு! நான் சந்தோஷமா இருக்கிறதில உனக்கு வயிற்றெரிச்சலா? நாங்க ரெண்டு பேரும் சந்தோஷமா இருக்கக்கூடாதா? நாங்க என்ன தப்புப் பண்ணோம்! உன்னைக் கல்யாணம் பண்ணிக்க நான் சம்மதிக்கலைங்கிறதுக்காக இந்த மாதிரி சைல்டிஷா பழி தீர்த்துக்கப் பார்க்கறியா? ரகு! எனக்கும் ராதாவுக்கும் இடையில் எந்தவிதமான ரகசியமும் கிடையாது. எதுக்காக எங்க ரெண்டு பேருக்குள்ள சந்தேகத்தை விதைக்கப் பாக்கறே? ராதாகிட்ட நீ என்னைப் பத்தி என்ன அவதூறெல்லாம் பேசினேன்னு எனக்குத் தெரியாதா? ஆர்லாண்டோல நான் உன்னைப் படுக்கைக்குக் கூப்பிட்டதாகவும் நீதான் என்னவோ சத்தியசந்தன்மாதிரி இன்னொருத்தன் மனைவியைத் தொடமாட்டேன்னு சொன்னதாகவும் சொன்னியாமே? இதையெல்லாம் நாங்க நம்புவோம்னு கனவு காண்றியா?’

‘ஸ்டாப் இட்! கடவுள் சத்தியமா நான் அப்படி எல்லாம் உன் கணவன்கிட்ட பேசவே இல்லை மது!’

‘ரகு! யூ நோ வாட்ஸ் ராங் வித் யு? இன்னும் என்னையே நினைச்சுட்டு இருக்கே! அதுக்காகத்தான் உன்னை வைத்தியநாதன் ஃபேமலிக்கு அறிமுகப் படுத்தினேன். சின்னப் பிள்ளைகள் மாதிரி கோள் சொல்றே. என்னை மறந்துரு ரகு! நான் இனிமே உனக்குக் கிடைக்க மாட்டேன். அந்த மாதிரி எண்ணமே வேண்டாம் உனக்கு. இந்த விளையாட்டெல்லாம் விட்டுட்டு ஒழுங்கா படிப்பை முடிச்சுட்டு ஊருக்குப் போய்ச் சேரு! என்ன?’

‘மது! இனிமே நான் எதுவும் பேச விரும்பலை. உன்னைப் பார்க்க விரும்பலை. உங்க வீட்டுக்கு வர விரும்பலை. இந்த மாதிரி ஒரு ஃபூல்ஸ் பாரடைஸ்ல இருக்க உனக்கு இஷ்டம்னா தாராளமா இருந்துக்க. ஐ டோண்ட் கேர்! நான் வரேன்.’

‘இரு இரு! இந்தக் குளிரில் ஸ்டாட்டன் ஐலண்டில யார் உன்னைக் கொண்டுவிடுவாங்க? ராதா வரட்டும், ட்ராப் பண்ணச் சொல்றேன்.’

‘இல்லை, நான் பஸ் பிடிச்சுப் போயிர்றேன்.’

மதுமிதா சிரித்தாள். ‘ராதா என்னைத் திட்டும். கொஞ்சம் இரேன். ராதாவையும் பார்த்துப் பேசிட்டுப் போயிரேன். இப்ப வந்துரும். அதுவரைக்கும் வீடியோவைத் திருப்பிப் போட்டுப் பார்த்துக்கிட்டு இருக்கியா? இல்லை, டிவில லேட்நைட் ஷோ பார்க்கறியா? நீ இதை எங்கிட்ட சொன்னதை நான் உடனே மறந்தாச்சு. பரவாயில்லை! உன்னை செலுத்தறது என்மேல் இன்னும் உள்ள ஆசைதான்! என்னால புரிஞ்சுக்க முடியறது!’

உன்னை விட முட்டாளான பெண் உலகத்தில இருக்க முடியுமா! என்ன மனைவி நீ? உன் கணவன் கண்ணுக்குமுன் ஏய்க்கிறான். அதைப் பார்க்க மறுக்கும், மறைப்பு கட்டின பொட்டைக் குதிரையா நீ?

'இதோ, ராதா வந்தாச்சு.'

ரகுபதிக்குக் கொஞ்சம் அச்சமாகவும் அருவருப்பாகவும் இருந்தது.

'ராட், நீ சொன்னபடியே ஆயிருச்சு!' என்று அவன் தோளைக் கட்டிக் கொண்டாள்.

'ஹலோ ரகு, நீ இன்னும் போகலை, இல்லையா?'

'ராட், நீ சொன்ன அதே வார்த்தைகளை உபயோகிச்சான். என்ன ரகு? அப்படியே நீ சொன்னபடி ஆச்சு!'

ராதாகிஷன் ரகுபதியை ஒரே ஒரு முறை நிமிர்ந்து பார்த்துவிட்டு, 'இஸ் இட்!' என்றான். 'சொல்லியாச்சில்லை ரகு?' என்றான்.

'ராதா, நீங்க ரொம்ப கெட்டிக்காரர்.'

'கெட்டிக்காரர் இல்லைன்னா சீனியர் வைஸ் ப்ரெஸிடண்டா இருக்க முடியுமா?' என்றாள் மது.

'ராட்! ரகு உன்னைப்பத்தி என்ன சொன்னாலும் அதைப் பத்திக் கவலைப் படாத. இந்தக் குளிர்ல வீட்டுக்கு நடந்துபோவேன்னு சொன்னான். நான்தான், 'வேண்டாம், ரெண்டு பேரைப் பத்தியும் நீ என்ன அவதூறாச் சொன்னாலும் நாங்க கோவிச்சுக்கப் போறதில்லை'ன்னு சொல்லி நிறுத்தி வெச்சிருக்கேன். கிவ் மி எ கிஸ் மை டியர்!'

'ஹாப்பி ஆனிவர்ஸரி சொல்லவே இல்லையே! யார் வந்தாலும் நம்மைக் கலைக்க முடியுமா?'

'முடியாது மது!'

'லெட்ஸ் ட்ரிங் டு தட்! கிச்சன்ல கொஞ்சம் ஷெர்ரி இருக்கு. ரகு, நீயும் சேர்ந்துக்கயேன்!'

ராதா கண்ணாடிக் கோப்பையை உயர்த்தி, 'டு மாரேஜ்' என்றான் புன்னகையுடன்.

காரில் மௌனத்தை ராதாதான் கலைத்தான். 'ஸோ! சொல்லிப் பார்த்துட்ட?'

'பிரமாதமாத் தயார் பண்ணிட்டீங்க ராதா. ஐ கங்கராஜுலேட் யூ!'

'ரகு, இட்ஸ் எ மான்ஸ் வர்ல்ட்! மனைவிகள் விசுவாசம் உள்ளவர்கள். மனைவிகள் ஏமாற்றப்படவேண்டியவர்கள்.'

'விக்கெட்' என்றான் ரகு.

'இந்த மாதிரி இருந்தாத்தான் இங்க பிழைக்க முடியும்.'

'இந்த மாதிரி பிழைக்க விரும்பலை நான்.'

'அப்ப பேசாம தின்னவேலி போயிரு.'

'நன் ஆஃப் யுர் பிஸினஸ்!'

'ஈஸி ஈஸி! என்னைப் பகைச்சுக்கறதனால உனக்கு ரொம்ப நஷ்டங்கள் ஏற்படும்.'

'பரவாயில்லை.'

'இதப் பாரு ரகு! எல்லாத்தையும் மாரலா, எத்திக்கலாப் பார்க்காதே. நடைமுறைல பாரு. மதுமிதா என்னதான் நவீனமா உடை அணிந்தாலும் என்னதான் இங்கிலீஷ் பேசினாலும் அவ உள்ளுக்குள்ள ரத்தத்தில் கொஞ்சம் சாவித்திரி, சீதை சமாசாரங்கள் கலந்திருக்கு! அதை நம்ம அட்வான்டேஜுக்கு உபயோகப்படுத்திக்கிறதில எவ்ரிபடி இஸ் ஹாப்பி! இல்லையா? கொஞ்சம் ஆர அமர இதை யோசிச்சுப் பாரு. மனைவி இல்லாதபோது ஒரு கணவன் என்ன செய்யறாங்கறது அவளுடைய சந்தோஷத்தை எதுக்கு பாதிக்கணும்?'

'இதே ரிவர்ஸா இருந்தா?'

'மை டியர் ரகு! அதுதான் இந்தியப் பெண்ணின் தனித்தன்மை. தேவடியா வீட்டுக்கு கூடைல தூக்கிட்டுப் போவா! இதைப் பாரு, எல்லாத்தையும் மற. எங்கூட ஒரு முறை யூரோப் வா! வாழ்க்கைங்கறது என்னதுன்னு காண்பிக்கறேன்.'

'தாங்க்ஸ்! குட் நைட்! இங்கதான் நான் இறங்கிக்கணும்' என்றான் ரகு.

படுக்கையில் வந்து படுத்தபோது தன் வாழ்க்கையில் மதுமிதா சகாப்தம் முடிந்து விட்டது என்றே நினைத்தான். இனி அவர்களுடன் பேசுவதிலோ பழகுவதிலோ அர்த்தமில்லை. சுலபமாக ஏமாளி ஆக்கிவிட்டான். பொறாமை பிடித்த பழைய காதலன் பாத்திரத்தைக் கொடுத்துவிட்டான். மதுமிதாவைப் போல வெகுளியாக.... வெகுளியா... முட்டாள்!

காலேஜில் அவன் ரிப்போர்ட் ஏற்றுக்கொள்ளப்பட்டதுகூட அவனுக்கு அவ்வளவு சந்தோஷத்தைத் தரவில்லை. இந்த வருஷம் தப்பித்துவிடலாம். இனி கோடை காலத்தில் வரப்போகும் பரீட்சைதான் கெடு. வகுப்புகளுக்கு ஒழுங்காகச் சென்று, ஒழுங்காகப் பாஸ் பண்ணி, ஒழுங்காக ஒரு பெண்ணைக் கல்யாணம் செய்துகொண்டு... இப்படியெல்லாம் சம்பிரதாயமாக நினைத்தான். வகுப்புகளில் ஜன்னல்கள் இல்லாதது ஆறுதலாகவே இருந்தது. சீஸன் மாறி காற்று மரங்களில் அலைந்தது. மாணவர்கள் வகுப்புக்குள் ஃப்ரிஸ்பி விளையாடினார்கள். அவர்கள் உற்சாகத்தின் இடையே பரீட்சை பயம் ஊடாடுவதையும் உணர முடிந்தது. ப்ரொபஸர் வரும்வரை அந்தச் சிறிய ப்ளாஸ்டிக் தகட்டைச் சுழற்றிப் பிடித்துக் கொண்டிருக்க, உள்ளே வந்த ப்ரொபஸர் மீஹன் தன்மேல் அது படாமல் தலையைத் தாழ்த்திக்கொள்ள வேண்டியிருந்தது! எல்லாரும் திடீரென்று மௌனமாகிவிட அவர் கோபித்து வகுப்பை டிஸ்மிஸ் பண்ணிவிடுவார் என்று எதிர்பார்த்தான்.

பதிலாக அவர் அந்த வண்ணத் தகட்டைப் பொறுக்கி மேஜை மேல் வைத்து விட்டு மன்னிக்கும் புன்னகையுடன், 'இந்தக் கல்லூரி ரொம்ப மாறிவிட்டது' என்று பாடத்தைத் தொடங்கினார். மாணவர்கள் செப்டம்பரிலிருந்து ரொம்பத்தான் மாறிவிட்டார்கள். தைரியம் பிறந்துவிட்டது. எர்விங்கர் தைரியமாகிப் பாதி வகுப்பில் காப்பி சாப்பிட எழுந்துபோகும் புது வழக்கத்தை அறிமுகப்படுத்திவிட்டான். வகுப்பின் ஆரம்பத்தில் பாதிப்பேர்தான் இருப்பார்கள். மற்றப் பேர் அஞ்சு நிமிஷத்திலிருந்து முப்பது நிமிஷம்வரை லேட்டாக வருவார்கள். காரணமே இல்லாமல் திடீர் என்று வகுப்பே 'ஸ்ஸ்ஸ்' என்று சப்தமிடும். விரிவுரையாளர் தப்பித்தவறி ஜோக் அடித்தால், மிகையாகக் கைகொட்டி ஆரவாரித்துச் சிரிப்பார்கள். எதற்காகச் சிரித்தார்கள் என்பது யாருக்கும் தெரியாது என்றுதான் தோன்றியது.

ரகுபதிக்கு இந்தக் கோலாகலங்களில் எல்லாம் ஒரு முழு அமெரிக்க உற்சாகத்துடன் பங்கேற்க முடியவில்லை. சிறுமையாகவே உணர்ந்தான். அடிக்கடி தன்னையே அவர்கள் கேலிப் பேச்சுக்கு உள்ளாக்குவதையும் ஒருவாறு சகித்துக் கொண்டுவிடும் நிலைமைக்கு வந்துவிட்டான். நிஜமான சிநேகிதர்கள் என்று யாரும் இல்லை. மேரி இப்போதெல்லாம் வாரம் ஒருமுறைதான் 'ஹாய்' என்கிறாள். அப்பாவுக்குக் கடிதம் எழுதாமல் ஒரு மாதம் போய்விட்டது. அப்பாவிடம் நடந்ததைச் சொல்வதற்கே அவமானமாக இருந்தது.

இடையே அந்த வைத்தியநாதன் இரண்டு முறை போன் பண்ணியிருந்தார். மோகன்ராம் டூர் போயிருந்தார். அவருடைய பெரிய வீட்டில் தனியாக இருப்பது அவன் வெறுமையை அடிக்கோடிட்டுக் காட்டியது. ஒரு நாள் வைத்தியநாதன் வீட்டுக்கு, முன்னறிவிப்பில்லாமல் சென்றான்.

எங்கிருந்து குலைத்தது என்று சொல்ல முடியாமல் குட்டி நாய்! அதை நாற்காலிக்கு அடியிலிருந்து எடுத்துப் பொட்டலமாக ஓர் இளம்பெண் தூக்கிக் கொண்டு 'நீங்க யார்?' என்று கேட்டாள். ரத்னாவின் தங்கையாக இருக்கும் போலத் தெரிந்தது.

'மிஸ்டர் வைத்தியநாதனைப் பார்க்கணும்.'

'உங்க பேர்?'

'ரகுபதி!'

'ஓ, நீங்களா அது! வாங்கோ!' என்றாள். உள்ளே நுழைந்ததும் பிடிவாதமாக இந்தியா, நடராஜர் சிலை, ராஜஸ்தான் பெயிண்டிங், சுவரில் சங்கராச்சாரியார் படம், அலங்கார ரத்னக் கம்பளம். 'அப்பா பேஸ்மெண்ட்ல யோகாசனம் பண்ணிட்டிருப்பார். அம்மா வந்துருவா, பேப்பர் படிக்கிறிங்களா?' என்று ஹிந்துவின் வாராந்தர வெளிநாட்டுப் பதிப்பை எடுத்துக்கொடுத்தாள். கேஸட்டில் கர்னாடக சங்கீதம் கனவில்போல ஒலித்துக்கொண்டிருக்க, ஊதுவத்தி வாசனை மூக்கைத் தாக்கியது. ரத்னா கையைத் துடைத்துக் கொண்டு உள்ளே வந்தாள். 'வாங்க!' ரத்னா அவன் எதிரே உட்கார்ந்து கொள்ள, ரகுபதி அவள் இப்போது வேறுவிதமாக இருப்பதைக் கவனித்தான்.

21

ரகுபதி அவளைப் பார்த்து, 'அன்னிக்கு பார்ட்டிக்கு வந்திருந்தது நீங்கதானா?' என்றான்.

ரத்னா 'ஏன்?' என்றாள்.

'அன்னிக்கு வேற மாதிரி ஸ்டைலா டிரஸ் பண்ணிக்கிட்டு இருந்திங்க.'

'இன்னிக்கு?'

'கொஞ்சம் மைலாப்பூர் தெரியுது.'

'அவ்வளவு தூரத்துக்கு என்னைக் கவனிச்சிருக்கிங்களா, பரவால்லையே! இந்த தேசத்தில் நிறைய வேஷம் போடணும். நிம்மு! இதுதான் ரகு... சொன்னேனே...'

அந்தத் தங்கை சட்டை பேண்ட் அணிந்து திருத்தப்பட்ட புருவத்தின்கீழ் கறுத்த கண்களால் அவனைப் பார்த்து, 'நீங்க அட்டாரி ஆடுவிங்களா?' என்று கேட்டாள்.

'அட்டாரின்னா?'

'வீடியோ கேம்' என்றாள் ரத்னா.

'எனக்கு அதெல்லாம் தெரியாதும்மா.'

'செஸ்!'

'நோ சான்ஸ்.'

'இப்ப புதுசா ஒரு வீடியோ கேமுக்கு அமெரிக்கப் பெண்கள் இயக்கம் மறுப்பு தெரிவிச்சு கலாட்டா பண்ணிக்கிட்டு இருக்காங்க, தெரியுமோ? ஒரு ரெட் இண்டியன் பெண்ணை மரத்திலே கட்டி வெச்சிருக்காங்களாம்! இண்டியன்ஸ் எல்லாரையும் கொன்னுட்டுக் கடைசில அந்தப் பெண்ணை ரேப் பண்ணா நூறு பாயிண்டாம்! எப்படி?'

'இவங்க கான்க்ரீட்லகூட செக்ஸ் இருக்குது!'

'நிம்மு பரதநாட்டியம் ஆடுவா, தெரியுமா?'

'அப்படியா?'

'அப்பாகிட்ட நிம்மு பரதநாட்டியத்தைப் பத்தி பேச்சே எடுக்காதிங்க. அரங்கேற்றம் வீடியோல வெச்சிருக்கார். மூணரை மணிநேரம்! போட்டே தீர்த்துடுவார். இது எங்க பாட்டி... பாட்டி, இதுதான் மிஸ்டர் ரகுபதி.'

பட்டுப் புடைவை உடுத்திக்கொண்டு காது மூக்கில் எல்லாம் வைரம் தொங்க, கையில் 'திருமூலர் தவநெறி' புத்தகத்துடன் கண்ணாடியை மூக்கில் தள்ளிக்கொண்டு பாட்டி ரகுபதியை ஆராய்ந்தாள். 'உங்கப்பா பேர் என்ன?'

'கோவிந்தராஜ்.'

'தஞ்சாவூரா?'

'இல்லை, இல்லை.'

'நாங்கள்ளாம் தஞ்சாவூர்.'

'பாட்டி இப்படி இருக்காளே, ஒலிவியா நியூட்டன் ஜான் யாருன்னு கேளுங்க, சொல்லிடுவா!'

ரத்னாவின் அம்மா வந்து ஈரக்கையைப் புடைவையில் துடைத்துக்கொண்டு 'நமஸ்காரம்' என்றாள். மகாலட்சுமிமாதிரி இருந்தாள். குங்குமம் பெரிசாக இட்டுக்கொண்டு மாமியார் மரியாதையுடன் நாற்காலி விளிம்பில் உட்கார்ந்துகொண்டு, 'ரத்னா, இவருக்கு காப்பி கொடு' என்றாள்.

'வேண்டாம், தாங்க்ஸ்.'

'வேண்டாம்னா காப்பி பிடிக்காதா, இல்லை இங்க சாப்பிடப் பிடிக்கலையா?'

ரகு சற்று யோசித்து, 'ஓகே! காப்பி குடுங்க.'

'தட்ஸ் தி ஸ்பிரிட்!' அருகில் வந்து, 'அன்னிக்கு பார்ட்டியில ஜின் சாப்பிட்டதை அம்மாகிட்ட சொல்லாதிங்க... மீனுக்குட்டி!'

மீனுக்குட்டி மற்றொரு தங்கை போலும். பதின்மூன்று வயசுக்கு அமெரிக்க சைஸில் இருந்தாள். 'ஹாய்!' என்றாள். 'திஸ் இஸ் ரகு. மீனு ஸ்கூல்ல வயலின் வாசிப்பா. செஸ் ஆடுவா. அப்புறம் என்னடி, ஸாஃப்ட் பால்கூட ஆடுவே இல்லை? மீனுக்குட்டி. பேரு மீனாட்சி.'

பெயருக்கும் காட்டுத்தனமாக வளர்ந்திருந்த அந்தப் பெண்ணுக்கும் பொருத்தம் இல்லாமல் இருக்க, சிரிப்பு வந்தது ரகுபதிக்கு. வைத்தியநாதன் டென்னிஸ் ராக்கெட்டுடன் அரை டிராயரில் வந்தார். 'அட! ரகுபதி! எங்கப்பா... எங்க வீட்டுக்கு வழி தெரிஞ்சுதா? ரத்னா காப்பி கொடுத்தியா? வா, லெட் மி சேஞ்ச்! ஒரு நிமிஷம்! அப்புறம் பேஸ்மெண்டுக்குப் போயிரலாம். ஐல் ஷோ யு ஸம் இன்டரஸ்டிங் திங்க்ஸ்!' என்றார்.

பிரிவோம் சந்திப்போம் ● 277

‘எச்சரிக்கை! வீடியோ வருகிறது!’ என்று ரத்னா சிரித்தாள்.

‘உங்களை எல்லாம் பாக்கறப்ப அமெரிக்கா அவ்வளவு உங்களை அஃபெக்ட் பண்ணலைன்னு தோணுது’ என்றான்.

‘இவளுக்கு இண்டியாதான் சொர்க்கம். இண்டியாவுக்குப் போகணும்! இண்டியால செட்டில் ஆயிறணும். இதேதான் பேச்சு. இண்டியால என்ன இருக்கு? என்னால முடியாதும்மா. நீயே கல்யாணம் பண்ணிண்டு போய்க்கோ! என்னம்மா?’

பாட்டி, ‘இங்கதான் சகலமும் கிடைக்கிறதே. கோயில் இருக்கு. கணேசர், மீனாட்சி, வெங்கடேசப் பெருமாள்! தமிழ் பொஸ்தகங்கள் எல்லாம் வந்துர்றது. வத்தல் பாருங்கோ, கொட்டிக் கிடக்கிறது. எனக்கு அமெரிக்கா புடிச்சுருக்குப்பா. ஒண்ணு ரெண்டு குட்டிகளுக்கு பாட்டு சொல்லிக்கொடுத்தா இவளுக்கு ஐநூறு டாலர் வரது தெரியுமா, சொல்லேண்டி’ என்று மருமகளைப் பார்த்தாள்.

அம்மா ரகுபதியையே பார்த்துக்கொண்டிருந்தவள், கவனிக்கவில்லை.

‘இங்க பண்ற மாட்ச் பாக்ஸ்கூட என்ன அழகா பண்றான் பாருன்னு பாட்டி சிலாகிப்பா.’

‘உங்க ஒருத்தராலயும் திரும்பிப் போக முடியாதுன்னு நினைக்கிறேன்.’

‘நான் போகத்தான் போறேன். எனக்கு இந்த மெஷின் வாழ்க்கை போர் அடிச்சுப் போச்சு.’

‘நீங்க எங்க வேலை பாக்கறீங்க?’

‘ஒரு கம்பெனில. வேர்ட் ப்ராஸஸர் தெரியுமா உங்களுக்கு?’

‘கேள்விப்பட்டிருக்கேன், பார்த்ததில்லை.’

‘ஒரு நாள் வாங்க, காட்டறேன். ஆபீஸ் பயங்கர ஆட்டமேஷன்! எங்க ஆபீஸ்ல பாதி வேலைதான் மனுசங்க. பாதி கம்ப்யூட்டர் பண்ணிடறது. ஏதோ சயன்ஸ் ஃபிக்ஷன்மாதிரி இருக்கும்.’

‘ஒரு முறை வந்து பாக்கறேன். என்ன சார்?’

வைத்தி அவனை பேஸ்மெண்டுக்கு அழைத்துச் சென்றார். பெண்கள் ஏதோ ஒரு ரகசிய ஒப்பந்தம்போல் உடன் வரவில்லை.

பேஸ்மெண்டில் ரத்னக் கம்பளம் விரித்து மறுபடி நடராஜர் சிலை. ‘டான்ஸ் ஸ்கூல், பாட்டு கிளாஸ் இங்கதான் நடக்கிறது. ரெண்டு மூணு அமெரிக்கப் பெண்கள்கூடக் கத்துக்கறா. பத்மினி ராமச்சந்திரன் சிஷ்யை ப்ரேமலதான்னு வந்து கத்துக் கொடுக்கறா. என்ன சாப்பிடறே, விஸ்கி?’

‘வேண்டாம் சார், பேசத்தான் வந்தேன்.’

‘இஃப்யூ டோண்ட் மைண்ட், ஐ’ல் ஹாவ் ஒன்.’

'கோ அஹேட்.'

'ரத்னா சொன்னா. எதுக்காகப்பா நம்ம சிநேகிதத்தை அவர்மேல திணிக்கணும்னு கோபப்பட்டா. ரத்னா இஸ் எ சென்ஸிட்டிவ் கர்ள். நிறையச் சம்பாதிக்கிறா. வெரி குட் இன் ஹர் ஒர்க். அவளுக்கு இந்த வருஷம் எப்படியாவது கல்யாணம் பண்ணி வெச்சுரணும்னு பார்க்கறேன். எனக்கு திருவிடைமருதூர், தஞ்சாவூர், மெட்ராஸ்னு எல்லாம் ஏகப்பட்ட ஜாதகம் வரது. எல்லாம் தயிர் வடைகள். எனக்கு ரத்னா கல்யாணத்தைப் பத்தி ரெண்டு பிரின்ஸிப்பிள்ஸ். முதல்ல இண்டியனாகத்தான் இருக்கணும். அப்புறம் அமெரிக்கால கண்டின்யூ பண்ண வாய்ப்புள்ளவனா இருக்கணும். ரெண்டு விதத்திலயும் நீ பொருந்தியிருக்கே. என்ன சொல்றே? ஐம் எ ப்ளெய்ன் மேன்!'

'ரத்னாவுக்கு அமெரிக்கால தொடர்ந்து இருக்க இஷ்டமில்லை போல இருக்கு.'

'நான்சென்ஸ்! அவ அப்படித்தான் சொல்லுவா. இங்க விட்டா எங்களுக்கு வேற வாழ்வு கிடையாது. அங்கல்லாம் போய் இருக்க முடியாது.'

'என்ன சார்?'

ஸ்காட்சை விழுங்கிக்கொண்டு, 'அங்கே போனா முதல்ல ஒரு டெலிபோன் கிடைக்குமா சொல்லு?'

'கொஞ்ச நாளாகும். டெலிபோன்ங்கறது அவ்வளவு முக்கியமா?'

'மை காட்! போன் இல்லாம என்ன பண்ண முடியும்? உங்க டிவி பாரு, பூவைக் காட்டிண்டு அரை மணி தில்ருபா வாசிச்சுண்டு இருக்கான்.'

ரத்னா ஒரு தட்டில் பகோடாபோல ஏதோ கொண்டுவந்து கொடுத்தாள். 'பார்த்திங்களா? குடிக்க ஆரம்பிச்சாச்சா இப்பவே?' என்றாள்.

'ஒன்லி ஒன் டிரிங்க் டார்லிங்! என் டாட்டரைப் பாருங்கோ. லுக் ஹௌ ப்யூட்டிஃபுல் ஷி இஸ்!'

'அவரை எம்பராஸ் பண்ணாதப்பா. மதுவையே பார்த்திருக்கிறவர் அவர்.'

'மிட்டி! ஷி இஸ் ஜஸ்ட் எ ப்ரெட்டி டால்! என் டாட்டர் இன்டெலிஜண்ட், தெரியுமில்லையா?'

'ஓ யெஸ்! டாலர் நோட்டை மாயமா மறைய வெச்சுட்டாங்க.'

'கேலி பண்றிங்க இல்லை? எங்கப்பா குடிச்சிருக்கிறதால கண்டுக்காம இருக்கார்.'

'சேச்சே ரத்னா! கம் மை சைல்ட்!' என்று தன் புத்திரியைத் தோளோடு அணைத்துக்கொண்டு 'டூ யூ லைக் திஸ் யங்ஸ்டர்?' என்றார்.

'அவரை முதல்ல கேளுங்கப்பா. இப்பவே கன்னம் சிவந்து வெட்கப்பட்டுக் கிட்டு இருக்கார்.'

‘ரகு, ப்ளெயினாச் சொல்லு. டு யூ லைக் மை டாட்டர்?’

ரகுபதி தயக்கத்துடன், ‘ஷி இஸ் ஓகே’ என்றான்.

‘இந்த ஓகே கீகே எல்லாம் வேண்டாம். டு யூ லைக் ஹர், ஆர் நாட்? ஐ வாண்ட் ப்ளெயின் யெஸ் ஆர் நோ.’

‘யெஸ்’ என்றான்.

‘உட் யூ மாரி ஹர்?’

‘நோ!’ என்றான்.

ரத்னா வசீகரமாகச் சிரித்தாள். ‘அப்பா! யூ ஆர் ஸங்க்!’

‘ஏன் கல்யாணம் பண்ணிக்கமாட்டே?’

‘இன்னும் இரண்டு வருஷத்துக்குக் கல்யாணம் பண்ணிக்கிறதா இல்லை.’

‘தேர் யூ ஆர்!’ என்றாள் ரத்னா.

‘எம்.பி.ஏ முடிக்கணும், அதானே?’

‘அதில்லை, எம்.பி.ஏ முடிச்சுட்டு எனக்குன்னு ஸ்திரமா வேலை கிடைக்கணும்.’

‘வேலைதானே, நாளைக்கே வேலை வேணுமா, வாங்கித் தரேன்.’

‘அவரை ஏம்ப்பா போட்டுத் தொந்தரவு பண்றிங்க! அவர்தான் க்ளியராச் சொல்றாரே?’

‘லுக் யங் மேன், நான் உன்னை ஃபோர்ஸ் பண்றதா நினைச்சுக்காதே. நான் உன்னைப் ப்ரோப் பண்றனா?’

‘இல்லை சார், சொல்லுங்க.’

‘இதப் பாரு. நீ எங்க சாதிகூட இல்லை! இஃப் யூ டோண்ட் மைண்ட், யூ ஆர் நாட் எ ப்ராமின், ஆம் ஐ ரைட்?’

‘யூ ஆர் ரைட்.’

‘ஸோ வாட்? ஸோ ப்ளடி வாட்? யூ ஆர் என் இண்டியன்! யூ ஆர் நாட் எ பிள்ளே, யூ ஆர் நாட் எ முதலியார், நாட் எ செட்டியார், யூ ஆர் இண்டியன்! ரைட்!’

‘ரைட்!’

‘ஐ வாண்ட் டு மாரி அன் இண்டியன்!’

‘அப்பா, எங்கயோ உங்க வாக்கியம் உதைக்குது. கல்யாணம் செய்துக்க வேண்டியது நான்!’

‘அதான் சொன்னேன். ஸோ மிஸ்ட்டர் ரகுபதி! நீங்க எதுக்கும் கவலைப் படாதீங்க. ஐ டோண்ட் வாண்ட் அன் ஓவர்நைட் ஆன்ஸர். யோசிச்சுப் பாரு.

எம்.பி.ஏ எங்க வீட்டில இருந்து படிக்கலாம். எங்க வீட்டில இருந்து அப்ளை பண்ணலாம். ஜாப் கிடைக்கும். எதுக்கும் யோசிச்சுச் சொல்லு. ஐம் நாட் ரஷ்ஷிங் யூ. ஆனா ஒண்ணு மட்டும் சொல்லுவேன். உனக்கு என் டாட்டர் கிடைச்சா நீ ரொம்பவும் லக்கி.'

'அப்பா இப்பத்தான் நல்லாக் குடிச்சிருக்காருன்னு அர்த்தம்! டாட், போதும். சாப்பாடு எல்லாம் தயார். அம்மா கூப்பிடறா.'

'என் மத்த டாட்டர்ஸ் பாத்தல்ல! அர்ண்ட் தே எஞ்சல்ஸ்? தேசாய் பத்தி சொன்னனா உங்கிட்ட? தேசாய்க்கு ஒரு டீன் ஏஜ் டாட்டர் இருந்தா. ஒரு அமெரிக்கனை டேட் பண்ணணும்னு கேட்டா. தேசாய் பர்மிஷன் தரமாட்டேன்னுட்டான். அப்பாகிட்ட சொல்லாம வீக் எண்ட் டேட் பண்ணிட்டு ராத்திரி பன்னண்டு மணிக்கு வந்தா! தேசாய் என்ன பண்ணான் தெரியுமா? அவ வந்த உடனே பளீர்னு கன்னத்தில் அறைஞ்சான்!'

'அதுக்கு அந்தப் பொண்ணு என்ன பண்ணான்னு, அதையும் சொல்லிடு.'

'அந்தப் பொண்ணு என்ன பண்ணித்து தெரியுமா? பெட்ரூமுக்குள்ள கதவைச் சாத்திண்டு போலீஸுக்கு இந்த மாதிரி எங்கப்பன் என்னை அடிக்கிறான்னு போன் பண்ணிடுச்சு! அரெஸ்டட் அண்ட் செண்ட் டு ஜெயில்! கான் யூ பிலீவ் தட்?' என்று உச்சரித்துக் கேட்டார்.

'அமெரிக்கால நம்ப முடியும் சார்.'

'என் பொண்ணு அப்படி இல்லை! ஜெம்.' மாடிப்படிகளில் ரத்னாவின் தலையை வருடிக்கொண்டே சென்றார்.

சரியான ஐயர் சாப்பாடு. ஸ்வீட் இவனுக்காகவே வைத்திருந்தார்கள்போல இருந்தது. என்ன என்னவோ பருப்புப் பொடி, சட்னி எல்லாம் இருந்தது. பாயசம், வாழைப்பழம். அவன் இலை எதிரில் உட்கார்ந்துகொள்வதற்குள் ரத்னா அழகாகப் பரிமாறினாள்.

வைத்தி கவனமில்லாமல் சாப்பிட்டுக்கொண்டே 'இதப் பாருப்பா, உன்னை வீட்டு மாப்பிள்ளையா வெச்சுக்கிறதில உனக்கு எத்தனை அட்வான்டேஜ் பாரு! வீட்டைப் பார்த்த இல்லை?'

'டாட், ஷட் அப்! ஈட்' என்றாள் ரத்னா.

'சாப்ட்ட உடனே அட்டாரி ஆடறிங்களா என்னோட?' என்றாள் நிம்மு.

'என்னைத் தோக்கடிக்கணும்னு வைராக்கியம்போல இருக்கு உங்களுக்கெல் லாம்!' என்றான்.

ரத்னா ஒரு முறை அவனை நிமிர்ந்து பார்த்தாள். விரல் நுனியை அவள் உதடு களுக்குள் வைத்திருந்தது ரகுபதிக்கு ஒருவிதமான கிறக்கத்தை ஏற்படுத்தியது. சரி என்றால் இவள் உன்னுடையவள்! ஒருகணம் அவர்கள் பார்வைகள் கோத்துக் கொண்டபோது மேம்போக்கான சகஜத்தை மீறிக் கொஞ்சம் புதிதாக ஒன்று இருந்தது. ரத்னா சட்டென்று பார்வையைத் தணித்துக்கொண்டாள்.

'உங்களுக்கு எங்க வீட்டு சமையல் பிடிச்சிருக்கா?' என்றாள் அம்மா.

'பர்மனண்டாவே வந்துருங்ளேன்ங்கறா' என்றார் வைத்தி.

'டாட், டோன்ட் ரப் இட் இன்!' அந்தப் பெண்களையும் பாட்டியையும் மாமியையும் வைத்தியையும் ஒட்டுமொத்தமாகப் பார்த்தபோது ரகுபதிக்கு 'ஏன், கூடாதா?' என்று தோன்றியது.

முதல் வருஷ மாணவர்களுக்கு,

மார்க்கெட்டிங் கற்பிக்கும் பகுதியிலிருந்து மே 21 பரீட்சைக்கு உபயோகிக்கும் உதாரணம் கொஞ்சம் பெரிதாக இருப்பதால் (22 பக்கங்கள் வர்ணனை, 11 பக்கங்கள் சார்ட்கள்) பரீட்சை நேரம் நாலு மணியிலிருந்து நாலரை மணியாக நீட்டிக்கப்பட்டிருக்கிறது. சனிக்கிழமை பரீட்சை காலை ஒன்பது மணிக்கே தொடங்கும். பிற்பகல் ஒன்றரை மணிவரை பரீட்சை எழுத அனுமதிக்கப்படும். க்ரூகர் ஹால், மதிய உணவுக்காகப் பரீட்சை முடியும்வரை திறந்து வைத்திருக்கப்படும்.

நோட்டீஸ் போர்டில் அறிவிப்பைப் பார்த்ததும் ரகுபதிக்கு நிஜமாகவே முதல் வருஷப் பரீட்சை வந்துவிட்டதை உணர்ந்ததில் உடம்பில் ஒரு வித பரபரப்பு ஏற்பட்டிருந்தது. ஒரு வருஷம் கொஞ்சம் கொஞ்சமாக, ஸ்ப்ரிங் தளரும் பொம்மை போலத் தீர்ந்துவிட்டது. இனி கொஞ்ச நாள் பரீட்சை ஜுரம். எல்லார் இயக்கத்திலும் பரீட்சை பயம் இருந்தது. வகுப்புகள் முடிந்துவிட்டன என்பதை நம்ப முடியவில்லை. கொஞ்சம் சுரத்தாகப் படித்தால் போதும். கொஞ்சம் கஷ்டப்பட்டால் போதும். அதன்பின் கோடை விடுமுறை. அதன்பின் மற்றொரு வருஷம்.

ஒவ்வொரு தினமாக என்றைக்கு எந்தப் பரீட்சை எழுதினோம் என்பது மறந்துபோய் பேனாவைப் பிடித்ததில் விரல்கள் கன்னிப் போக கடைசிப் பரீட்சை (ஃபைனான்ஸ்) முடிந்ததும் யாரும் விழா நடத்தக் காணோம். அவர்கள் குரல்கள் ஆல்ட்ரிக் ஹாலில் கொஞ்சம் கொஞ்சமாகத் தேய்ந்து போனபோது எல்லாரும் பரீட்சை நன்றாக எழுதியிருப்பார்கள் என்று தோன்றியது! என்னைத் தவிர! இருந்தும் என்னை நிறுத்த மாட்டார்கள். தான் அவ்வளவு மோசமில்லை என்பதும் புரிந்தது. எதிர்நோக்கிய சம்மர் இனித்தது. பாஸோ, பெயிலோ, செப்டம்பர்வரை இதைப் பற்றிக் கவலைப் படவேண்டாம். எங்கே போவது? தெரியவில்லை. மோகன்ராம் பார்ட்

டைமாக ஒரு லைப்ரரியில் வேலை வாங்கித் தருகிறேன் என்று சொல்லியிருக் கிறார். நானூறு ஐந்நூறு டாலர் கிடைத்தால் போதும். உயிர் வாழ்வதில் பிரச்னை இல்லை. ஸ்டாட்டன் ஐலண்டில் பெட்ரோல் பங்க்கில் ஒரு வேலை இருக்கிறது என்றார்கள். கண்ணாடிக்கு உள்ளிருந்து பம்ப்பின் ஹோஸை இயக்கவேண்டும். சுலபமான வேலை. அல்லது வேறு யாராவது வேறு ஏதாவது வேலை தருகிறார்கள் என்றால்...

வேறு யாராவது என்றால்?

வைத்தியநாதனைப் பற்றித்தான் நினைத்தான். சந்தர்ப்பம் வைத்துக்கொண்டு ரத்னாவைப் பார்க்கப் போகலாம் என்று தோன்றியது. அதே சமயம் தயக்கமும் இருந்தது. அதிகம் அவர்களுடன் ஒட்டிக்கொள்ளக்கூடாது என்று தோன்றியது. இருந்தும் ரத்னாவுக்கு போன் பண்ணினான்.

'ஹாய்! எப்படி எழுதினிங்க பரீட்சை?'

'பரவாயில்லை, அதைப் பத்தி செப்டம்பர் வரைக்கும் நினைக்க வேண்டாம்.'

'அப்போ செப்டம்பர் வரைக்குமா லீவு? யூ ஆர் லக்கி!'

'என்ன லக்கி? மூணு மாசம் என்ன செய்யறது?'

'எங்க ஆபீசுக்கு வாங்களேன்.'

'வந்து?'

'வேலை கீலை வாங்கித் தர முடியாது. அப்பாகிட்ட வேணா சொல்லிவைக் கிறேன். எங்க ஆபீஸ் எப்படி இருக்குன்னு பார்க்க வாங்களேன்.'

மிக நவீனமாக இருந்தது. அங்கங்கே பல வர்ணத்தடுப்புகள். அவற்றின் அருகில் பொம்மை பொம்மையாகப் பெண்கள். ஒவ்வொருத்தரிடமும் ஒரு கம்ப்யூட்டர் டெர்மினல்.

'பேப்பர்லெஸ் சொசைட்டி?' என்றாள் ரத்னா. மெல்ல ரோஜா நிறச் சட்டையும் கருநீல பேண்ட்டும் அணிந்திருந்தாள். கோட்டைக் கழற்றி வைத்திருந்தாள். கழுத்தில் பிடிப்பாக டை கட்டியிருந்தாள். இடுப்பும் மார்பும் பெண்ணென்று காட்டிக் கொடுத்தாலும் அமைப்பில் உடை ஆண்களுக்கு அருகில் இருந்தது. நீண்ட விரல்களால் டெர்மினலின் கீபோர்டை 'க்ளிக் க்ளிக்'என்று கொத்தினாள்.

அது இனிமையாக ஒரு சத்தம் செய்துவிட்டுத் திரையில் என்னவோ எழுதிக் காட்டியது.

'இது என்ன?'

'மெனுன்னு சொல்லுவாங்க. எடிட் பண்ணணும்னா 'இ' அடிச்சாப் போதும், என்று ஆங்கில 'இ'யைத் தொட்டாள்.

'டாக்குமெண்ட் நேம்?' என்றது கம்ப்யூட்டர்.

‘கான்ட்ரா 23’ என்று அடித்தாள்.

கம்ப்யூட்டர் உறுத்தாமல் ‘கிர்ரக் கிர்ரக்’ என்றது. ‘ஃப்ளாப்பி டிஸ்க்ல முதல்ல தேடும். இங்கேயே டாக்குமெண்ட் இருந்தா, அதைக் கொண்டுவந்து காட்டும். இல்லைன்னா உள்ள போய் பெரிசா கம்ப்யூட்டர் இருக்குது, அதுக்கு ஒரு டிஸ்க் இருக்குது, அதிலிருந்து எடுத்துக்கிட்டு வரும்.’ கம்ப்யூட்டர் திரையில் அந்த காண்ட்ராக்ட் ஃபாரத்தை விரித்தது. ரத்னா கர்ஸரை அங்கங்கே நகர்த்தி அதில் சில மாறுதல்கள் செய்தாள். ‘இதிலிருந்து எனக்கு காப்பி எடுக்க பிரிண்ட் ஃபேஸ் போகணும்னா...’

ரகு புரியாமல் விழிக்க...

‘என்ன அப்படிப் பார்க்கறீங்க?’

‘நீ சொல்றதைக் கவனிக்கவே இல்லை. நம்மூர்க்காரப் பொண்ணு நியூ யார்க்குல பார்க் அவென்யூல நாப்பதாவது மாடில ஒரு கம்ப்யூட்டர்கூட சம்பாஷிக்கறாங்கறது... எனக்கு ஆச்சரியமாத்தான் இருக்கு ரத்னா.’

‘முதல்ல நம்மூர்க்காரி இல்லை நானு. இதெல்லாம் முதல் தடவை பார்க்கறதுக்குத்தான் பிரமாதமா இருக்கும். கொஞ்ச நாளில போர் அடிச்சுரும்.’

பக்கத்தில் இருக்கும் ப்ரிண்டர் ‘கிர்ரக் கிர்ரக்’ என்று அதிவேகமாக டைப் அடித்துக்கொண்டிருக்க, ‘டெய்ஸி வீல் ப்ரிண்டர்’ என்றாள்.

‘ஐம் வெரி மச் இம்ப்ரஸ்டு. ஆபீஸ் பூரா இந்த மாதிரிதானா?’

‘ஆமா, இது அடிச்சு முடிக்கிறவரைக்கும் நான் ஜன்னல் வழியா நியூ யார்க்கைப் பார்த்துக்கிட்டே இருக்கணும்.’

‘உனக்கு நியூ யார்க் பிடிச்சிருக்கா?’

‘பிடிச்சுத்தான் ஆகணும். தாய்நாடு இதுதானே? நான் ஒரு அமெரிக்கன் சிட்டிசன், தெரியுமா?’

இரண்டு பேரும் மான்ஹாட்டனில் நடந்து செல்கையில் கடைக் கண்ணாடி களில் மற்றொரு ரத்னா, மற்றொரு ரகு அவ்வப்போது அவர்களுடன் சேர்ந்துகொண்டார்கள். ‘எனக்கு சிட்டிசன் மாதிரியே தோணலை இங்க. இங்க பிறந்து, இங்க படிச்சு, இங்க பாஸ் பண்ணி, இங்க வேலை செஞ்சுக்கிட்டு இருந்தாலும் என் மனசு ஒரு கற்பனை இந்தியாவில்தான் இருக்கு. எல்லாமே சூப்பர்ஃபிஷியல், எல்லாருமே ஹாய் ஹாய்! இந்தியர்கள்னா, எல்லாருமே ‘உனக்குப் பல்வரிசை எவ்வளவு அழகா இருக்கு பாரு! நீ ஒரு டார்க் ப்யூட்டி. பிரவுன் ப்யூட்டி’ம்பாங்க. இந்த சொஸைட்டியே மிகைப்படுத்தற சொஸைட்டி. எதை எடுத்தாலும் பெரிசு, பெஸ்ட்! எல்லாமே இவங்களுக்கு உச்சம்தான். புகழ்ச்சி இகழ்ச்சி எல்லாம். எந்தப் புஸ்தகத்தை வேணா எடுத்துப் பாருங்க. இந்த மாதிரி புஸ்தகம் உலக இலக்கியத்திலேயே இதுவரை வெளிவந்த தில்லைன்னு. புஸ்தகம், சினிமா, சோப்புத்தூள் எல்லாமே சூப்பர்லேட்டிவ்! எங்கயோ படிச்சேன், எதிர்காலத்தில் எல்லாரும் ஒரு செகண்ட் உலகப்

பிரசித்தியா இருப்பாங்கன்னு. எதிர்காலத்தில் இல்லை, நிகழ்காலத்திலேயே அப்படி நடந்துக்கிட்டு வர்றது. இங்க, ஹார்ப்பர் லீன்னு ஒருத்தர் அருமையான நாவல் ஒண்ணு எழுதினாரு - ‘டு கில் எ மாக்கிங் பர்டு’ன்னு. அதுக்கு புலிட்ஸர் ப்ரைஸ், லிட்டரிரி கில்டுனு எத்தனையோ பரிசுகள். இது மாதிரி எழுத்தாளர் இருந்ததே கிடையாதுன்னு ஓஹோன்னு எல்லாப் பத்திரிகைகளிலும் பாராட்டினாங்க... அடுத்த வருஷம் ஹாப்பர் லீ அட்ரஸ்ஸே இல்லை, அவரு போய்...’

‘ப்ரூஸ் லீயா இப்ப? இது நாகரிகத்தோட சாபக்கேடு, வளர்ச்சியோட சாபக்கேடுன்னு தோணுது. எல்லாமே அவசரம். எல்லாத்திலயும் இவங்களுக்கு ஒரு அவசரம் வந்துட்டிருக்கு.’

‘நான் ஆப்பரேட் பண்ணறனே கம்ப்யூட்டர், அதை இன்னும் கொஞ்சம் மாடர்னைஸ் பண்ணா லெட்டர் எழுதற தேவையே இல்லாமப் பண்ணிரு வாங்க. லெட்டர் எழுதி போஸ்ட் பண்றதைவிட இந்த ஆபீஸ் கம்ப்யூட்டர் அந்த ஆபீஸ் கம்ப்யூட்டரைக் கூப்ட்டுத் தகவலைக் காட்டிறலாம் இல்லை? அது மாதிரி நெட்வொர்க்கிங்னு என்னவோ விந்தைகள்லாம் செய்துகிட்டு இருக்காங்க. சாட்டிலைட் ஆன்டென்னா வெச்சிறப் போறாங்களாம். இங்கிருந்து யூரோப்புக்கு நேராவே ப்ரைவேட்டா கம்ப்யூட்டர் தொடர்பு வெச்சுக்கலாமாம். ஒரு காலத்தில் பேப்பர்ங்கறதே போயிரப்போவுது அமெரிக்கால. அதே போல பேப்பர் மணியும். பேப்பர் இல்லாட்டா புத்தகம் இல்லை. புத்தகம் இல்லாட்டா எழுத்தாளர்கள் இல்லை...’

‘அதுதான் அவர்களைப் புகழறதுக்கு அவசரம்!’

‘இதெல்லாம் இண்டியாவில கிடையாதா?’

‘அங்க வர கொஞ்ச நாளாகும்.’

‘அதுக்குள்ள நாம செத்துப் போயிரலாம்’ என்றாள். ‘வாட்’ல் யூ ஹாவ்?’

‘சாக்லெட் மில்க்’

‘ஹய்யோ, அதையா சாப்பிடறீங்க?’

‘எனக்குப் பிடிச்சிருக்கு. இந்த ஊர் காப்பி நல்லால்லை.’

வெயில் தாராளமாக அடிக்க, வட்டமான மேசையின் அருகில் உட்கார்ந்து கண்ணாடிக்கு வெளியே மத்தியான அமெரிக்கா இயங்குவதைச் சம்பந்தமில் லாமல் வேடிக்கை பார்த்தார்கள்.

‘ஆபீசுக்குப் போகவேண்டாமா?’

‘மத்தியானம் லீவு போட்டுட்டேன். என் பாஸ்கிட்ட சொன்னேனே, கவனிக்கலையா?’

‘அவன்தான் உன் பாஸா! நீங்க பேசறது புரிஞ்சாத்தானே?’

‘என்ன, ஏதாவது தீர்மானம் பண்ணிங்களா?’

‘கல்யாணத்தைப் பத்தியா?’

‘கல்யாணத்தைப் பத்தின்னா சொன்னேன்? நீங்களா கற்பனை பண்ணிக்கிறீங்களே?’

‘ரொம்ப மடக்கறிங்க. நான் வேலையைப் பத்தி யோசிச்சுக்கிட்டு இருக்கேன்.’

‘ஆர்யூ சீரியஸ்? அப்பாகிட்ட சொல்லட்டுமா? கவலைப் படாதீங்க, கண்டிஷன் ஏதும் போட மாட்டேன். ‘வேலை வாங்கித் தரேன். எம் பொண்ணைக் கல்யாணம் பண்ணிக்கிறியா?’ன்னு அப்பா பிளண்ட்டாக் கேட்டா எப்பவும் போல சிரிச்சு மழுப்பிருங்க’ என்றாள்.

‘எனக்கு வெக்கேஷன்லதான் வேலை வேணும்.’

‘ஊருக்குப் போகலியா?’

‘ஆசையா இருக்கு. எங்கப்பாவைப் பார்க்கணும். எங்கப்பா ரொம்பப் பெரிய ஆளு, தெரியுமா?’

‘எல்லா அப்பாவும் அப்படித்தான். ஆயிரம் டாலர்தானே? போகலாமே?’

‘எங்க?’

‘இண்டியாவுக்குத்தான்.’

‘சேச்சே! என்ன, விளையாடறிங்களா?’

‘அப்ப ஒண்ணு செய்யுங்க, என்கூட லாஸ் வேகாஸ் வரிங்களா?’

‘அது எங்க இருக்கு?’

‘நெவாடா. வெஸ்ட் கோஸ்ட். எங்க பாஸ் போறார். எங்க கம்பெனிக்கு அங்கு ஒரு ஃபினான்ஸிங் பிராஞ்ச் இருக்குது. அட்லாண்டிக் சிட்டியிலயும் இருக்குது. அங்க ஒரு கான்பரன்ஸ். நான் போய்த்தான் ஆகணும். கூட ஒருத்தரை அழைச்சுட்டுப் போகலாம். அது ஒரு கனவு லோகம்.’

‘வந்து...வந்து...’

‘என்னது? மதுகூட டிஸ்னி வேர்ல்ட் போயிட்டு வந்திங்க. என்கூட வரமாட்டீங்களா? இல்லை, மதுதான் முக்கியமா உங்களுக்கு? அவளையும் வேணும்னா கூட்டிட்டுப் போகலாம், வருவா.’

‘வேண்டாம்.’

‘வேண்டாம்னா? மதுவா? லாஸ் வேகாஸா?’

‘நான் வரேன். எப்ப சொல்லுங்க, போகலாம். ஓசிதானே?’

‘ஓசி இல்லை. செலவழிச்சதை எல்லாம் திருப்பி வாங்கிடுவேன்.’

‘எப்ப?’

‘கல்யாணம் ஆனதும்.’

எல்லா ஏர்போர்ட்களும் ஒரே சௌந்தர்யத்துடன் இருக்கிறதாக ரகுபதி கண்டு கொண்டான். லாஸ் வேகாஸ் போய்ச் சேர்வதற்குள் அமெரிக்கா எத்தனை பெரிசு என்பது புரிய வந்தது. இரண்டு மணி நேரம் கடிகாரத்தை அட்ஜஸ்ட் பண்ணும் அளவுக்கு உள்ள பிரயாண விமானத்தில் திரைப்படம் காட்டும் அளவுக்கு அமெரிக்கா பெரிசு. பாலைவனப் பிரதேசம் என்பது விமானத்தை விட்டு வெளியே வந்ததும் தெரிந்தது. அனல் காற்று அடித்தது. தார்ச்சாலைகளில் மரங்கள் இல்லை. வானம் துல்லிய நீலமாக இருந்தது.

'ஸ்ட்ரிப்லயே ஒரு ஓட்டல்ல ஏற்பாடு பண்ணியிருக்காங்க. ஓட்டல்ல இருந்தே பஸ் வந்திருக்கும். கொஞ்சம் இருங்க. பார்க்கலாம்' என்றாள். 'டெஸர்ட் ரோஸ். பேர் எல்லாம் பிரமாதமாத்தான் இருக்கும்' என்றாள். ஓட்டல் மினி பஸ்ஸில் எப்போதும்போல ரேடியோ இருந்தது. எப்போதும்போல வம்பளக்கும் டிரைவர். 'இந்தப் பொட்டைக் காட்டிலயா ஊரு?'

'பொட்டைக் காடா பாருங்க. இந்தப் பிரதேசத்தில் ஒரு நாளைக்கு மில்லியன் கணக்கில் டாலர் புரளும்.'

'வியாபாரமா?'

'இல்லை... சூதாட்டம். ஆடறிங்களா?'

'ஊஹூம்... எனக்கு அதில எல்லாம் ஈடுபாடில்லை.'

'அப்படித்தான் சொல்லுவாங்க. பட்டுப் புடைவை மாமி எல்லாம் வெறிபிடிச்சாப்பல ஆடியிருக்காங்க. நான் அழைச்சுட்டுப் போயிருக்கேன். அந்த டெம்ப்டேஷனைத் தவிர்க்கவே முடியாது.'

'பார்க்கலாம்' என்றான்.

'மத்தியான வேளையில என்ன டல்லா இருக்குது. ராத்திரி பாருங்க. அட்லாண்டிக் வந்தப்புறம் இதுக்குக் கொஞ்சம் மவுசு குறைஞ்சுடுத்து.'

ரகு பெரிய பெரிய போர்டுகளைப் படித்துக்கொண்டே வந்தான்

ஃப்ராங் சினாட்ரா இங்க வந்து பாடறானா என்ன?'

'ஆமாம், டீ மார்ட்டீன், பிரபலமான பாடகர்கள் எல்லாரும் வருவாங்க. பணம் எத்தனை தெரியுமா? உங்களுக்கு மயக்கம் வந்துரும். ஏற்கனவே டயர்டா இருக்கிங்க.'

தாழ்வான கட்டடங்களில் பரந்து விரிந்திருந்தது ஓட்டல். நடுவே கோபால்ட் நீலத்தில் ஸ்டாம்ப் ஒட்டினதுபோல் நீச்சல் குளம் தெரிந்தது. அறைக்குள் நுழைந்ததும், 'ஊருக்கு ஊர் உங்க ஓட்டல்களில் வித்தியாசமே இல்லை. ஒரே மாதிரி படுக்கை, ஃபர்னிச்சர், கலர் டிவி ... பாத்ரூம் அமைப்பு.'

'எங்க பாத்திங்க?'

'ஆர்லாண்டோல மதுகூடப் போயிருந்தபோது.'

'மதுவை நீங்க இன்னும் காதலிக்கிறிங்களா?'

'இல்லை, ஏன்?'

'கேட்டேன். சும்மா. கேட்கக்கூடாதோ? உங்களைப் பார்த்தா அந்த மாதிரி டைப்போன்னு சந்தேகம் வந்தது.'

'அந்த மாதிரி டைப்புன்னா?'

'"எங்கிருந்தாலும் வாழ்க' டைப்பு. அதாவது 'என்னுடைய காதல் மட்டும் மாறாது. அது நூறு பர்சன்ட் அமரத்துவக் காதல்.' இந்த மாதிரி இல்லையா? ஸாரி, கோவிச்சுக்காதிங்க.'

'கோவிச்சுக்கணும், கோவிச்சுக்க முடியலை.'

'நான் ஒர்க்குக்குப் போகணும். சாயங்காலம் வந்ததும் சுத்திப் பார்க்கலாம். அதுவரைக்கும் சமத்தா டிவி பார்த்துக்கிட்டு இருங்க.'

ரத்னா சென்றதும் அவன் கொஞ்ச நேரம் செய்வதறியாது திகைத்துப் படுக்கையின்மேல் படுத்துக்கொண்டிருந்தான். ஜன்னல் திரைகளைத் திறந்ததும் பாலைவன வானம் மிகத் துல்லியமாகப் பிரகாசித்தது. நீச்சல் குளத்தில் ரப்பர் வாத்துகளில் குழந்தைகள் மிதந்துகொண்டிருந்தனர். கண்ணாடி ஆவிபோல உஷ்ணம் தவழ்ந்துகொண்டிருக்க, காற்று, வண்ணக் கொடிகளைத் துன்புறுத்திக்கொண்டிருந்தது. ரத்னா வருவதற்குச் சாயங்காலம் ஆகிவிடும். கொஞ்ச நேரம் தூங்கலாம் என்று யோசித்தான். ஏதோ நினைத்துக் கொண்டு அறையைப் பூட்டிக்கொண்டு சுற்றிப் பார்க்கக் கிளம்பிவிட்டான்.

ரிசப்ஷனில் ஓட்டல் சொந்தக்காரர் ஏகப்பட்ட பூனைகள் வளர்க்கிறார் என்று தெரிந்தது. கறுப்பும் வெளுப்புமாகப் பல சைஸ்களில் டூரிஸ்ட் விளம்பரப் பலகைகள் மேல் முதுகைத் தேய்த்துக்கொண்டு, சிலிர்த்துக்கொண்டு கொட்டாவி விட்டுக்கொண்டிருந்தன. அந்த இளைஞன் ரகுபதியை கிராண்ட் கான்யன்கூட்டிக்கொண்டு செல்ல ரொம்ப வற்புறுத்திப் பார்த்தான். 'சௌகரிய மாக பஸ்ஸில் போகலாம்' என்றான். அதற்கெல்லாம் நேரம் இல்லை என்றான் ரகு. 'அப்படியெனில் சின்னச் சின்ன விமானத்தில் செல்லலாம். கிராண்ட் கான்யனை விமானத்திலிருந்து பார்ப்பது கொள்ளையழகு. நீயும் உன் மனைவியும் இதை ரொம்ப ரசிப்பீர்கள்' என்றான்.

'மனைவியா!' என்று வியந்துகொண்டு மெல்ல வெளிவந்து தார்ச்சாலையில் நடந்தான். காற்று அவனைத் தள்ளியது. எம்.ஜி.எம், அலாவுதீன் விளக்கு என்றெல்லாம் பற்பல கஸினோக்கள் தென்பட்டன. எங்கு பார்த்தாலும் கஸினோ, கஸினோ என்று எழுதியிருந்தது. வேடிக்கை பார்க்கலாமே என்று ஒன்றில் நுழைந்தான். உடனே நூற்றுக்கணக்கான ஸ்லாட் மெஷின்கள் தெரிந்தன. செயற்கை ஒளியில் தாழ்வான மெஸ்ஸனைன் ஹால் அது. கார்ப்பெட் விரிந்து, பணிப்பெண்கள் பஸ் கண்டக்டர்கள்போலச் சுருள் சுருளாகச் சில்லறை வைத்திருந்தார்கள். உள்ளே ஏராளமாக இலவசகாப்பியை

எல்லாருக்கும் ஒருத்தி கொடுத்துக்கொண்டே இருந்தாள். சிகரெட், சுருட்டுப் புகை உலவிக்கொண்டிருந்தது. அந்த இயந்திரங்கள் பளபளப்பாக இருந்தன. அஞ்சு செண்ட், பத்து செண்ட், இருபத்தைந்து செண்ட் என்று வகை வகையாக டாலர் மெஷின்வரை இருந்தது. காசு போடவேண்டும். ஒரு பக்கத்தில் இருக்கும் பிடியைத் தள்ளவேண்டும். உள்ளே மூன்று சக்கரங்கள் சுழன்று நிற்கும்போது அவற்றின் விளம்பில் ஒட்டப்பட்டிருக்கும் பொம்மைகள் ஒன்றுசேர்ந்தால் 'தொர தொர' என்று காசு கொட்டும்.

ரகுபதிக்கு அதிகம் புரியவில்லை என்றாலும் வேடிக்கை பார்த்தான். ஒரு குவளை நிறைய ஒரு டாலர் நாணயங்களாக மாற்றிக்கொண்டு. அந்தக் கிழவி கடமைபோல் ஒன்று ஒன்றாக மெஷினுக்குள் போட்டுவிட்டு, கைப்பிடியை ஏதோ மெட்ராஸில் பம்ப் அடிப்பவள்போல் அவ்வப்போது அசைத்துக் கொண்டிருந்தாள். பத்துப் பதினைந்து தடவைக்கு ஒருமுறை காசு போட்டால், ஒரு டாலருக்கு ஐந்து டாலர், அல்லது பத்து டாலர் கொட்டின. காசுகளை மறுபடி சேகரித்துக்கொண்டு விடாமல் மெஷினுக்கு அர்ப்பணம் செய்துகொண்டிருந்தாள். ரகுபதிக்கு மிக வசீகரமாக இருந்தது. ஆடுபவர்கள் எல்லாரும் பிறந்ததிலிருந்தே பழக்கப்பட்டவர்கள் போலத் தோற்றம் அளித்தார்கள். ரகுபதி ஒரு ஓசி காப்பி சாப்பிட்டான். நடுவே பச்சை மேஜையில் சீட்டுகளைக் கலைத்து பிளாஸ்டிக் தகடுகளைக் குச்சியால் வாரி வாரி என்னவோ செய்து கொண்டிருந்தார்கள். அவ்வப்போது வெற்றி ஆரவாரம் கேட்டுக் கொண்டிருந்தது. வீடியோ போல இருந்த ஒன்றில் பட்டனை அழுத்தினால் ஐந்து சீட்டு காட்டியது. போக்கர் விளையாட்டு. ரகுபதி ஆஸ்டலில் ஆடியிருக்கிறான். ஒருமுறை மெஷினைத் திரும்பக் கலைத்துப் போடச் சொல்லலாம். ஜோடி வந்தால் இரட்டிப்பு. மூணு சீட்டாக வந்தால் அஞ்சு மடங்கு. நான்கு வந்தால், ரன் வந்தால் எல்லாவற்றுக்கும் வசீகரமான காசு. மெஷின் காசைக் கொட்டும்போது என்னவோ அள்ளிக் கொடுப்பதுபோல அவ்வளவு கலகல சப்தம்.

ரகுபதி காப்பி சாப்பிட்டதற்காக ஒரு பத்து செகண்ட் ஸ்லாட் மெஷினில் ஆடிப் பார்த்தான். எடுத்த எடுப்பிலேயே அஞ்சு நாணயங்கள் - அம்பது செண்ட் - கொட்டியது. ரகுபதிக்கு பிரமிப்பாக இருந்தது. அந்த அம்பதையும் ஒவ்வொன்றாகப் போட்டான். மெஷின் அத்தனைக்கும் பதில் சொல்லாமல் சிரித்தது. மற்றொரு நாணயம் போட்டான். கூட ஒன்று சேர்ந்து இரண்டு விழுந்தது. அதை எடுத்துப்போட்டதில் மறுபடி இரண்டு விழுந்தது. அந்த நாலையும் போட்டான். எதுவும் வரவில்லை. பத்து நிமிஷத்துக்குப்பின் ஆரம்பித்த பத்து செண்ட்டுடன் அந்த மெஷினைவிட்டு விலகினான். 'சே! அம்பது கொட்டியபோதோ விலகியிருக்க வேண்டும்' என்று தன்னை நொந்துகொண்டான். அந்த இடத்தை விட்டு விலகத்தான் நினைத்தான். சட்டென்று ஒரு டாலர்வரை ஆடிப்பார்க்கலாம் என்று பத்து செண்ட்களாக மாற்றிக்கொண்டான்.

அழகாகப் பத்து செண்ட் சுருள் ஒன்று ஏதோ வாத்தியார் தட்சிணைக்கு மாதிரி தயாராக வைத்திருந்தார்கள்.

அந்த நாணயங்களை ஒரு டாலர் போனால் போகிறது என்று ஆரம்பத்திலேயே தீர்மானித்து ஒவ்வொன்றாகப் போட்டான். எட்டாவது தடவை பத்து செண்ட் ஒரு டாலர் கொட்டியது. பை நிறைய சில்லறை. அதைத் தனியாக வைத்துக் கொண்டு மற்ற நாணயங்களை ஆடினான்.

அரைமணி நேரத்தில் அவனிடம் ஏகப்பட்ட சில்லறை சேர்ந்து போய் விட்டது. பதினோரு டாலரும் எழுபது செண்ட்டும். ரகுபதிக்கு ரொம்பக் குதூகலமாக இருந்தது. நம்ப முடியவில்லை. கையில் இருக்கும் மொத்தப் பணத்தைப் பார்த்தான். டிராவலர்ஸ் செக்குகளாக முன்னூற்றைம்பது டாலர் இருந்தது. சில்லறையாகச் சம்பாதித்து போக, நோட்டுகளாக பத்துப் பன்னிரண்டு டாலர்கள் இருந்தன.

முதலில் நோட்டுகளை மாற்றிக்கொண்டு ஒரு பேச்சுக்கு டாலர் மெஷினில் ஆடிப்பார்த்தான். இப்போது டாலரையும் வாரிக் கொண்டுவிட்டது. இப்போது போட்ட காசை எடுத்தே ஆகவேண்டும் என்ற வெறி ஏற்பட்டுவிட்டது.

உள்ளே செயற்கை வெளிச்சத்தினால் நேரம், பொழுது சரியாகத் தெரியவில்லை. 'காப்பி காப்பி' என்று காப்பியே குடித்துக் கொண்டு, ஏதோ ஓர் ஆட்டமேட்டிக் மெஷின்போல அவ்வப்போது காசு போட்டுக் காசு போட்டுக் கைப்பிடியைத் தள்ளித் தள்ளி ஒருகணம் தானும் அந்த மெஷினில் ஓர் அங்கமாகி விட்டோம் என்று யோசித்தான். என்னைப்போல பைத்தியக் காரன் யாரும் இருக்க முடியாது. எதற்காக இந்த முட்டாள் மெஷினுடன் உறவாடுகிறேன்? கஸினோக்காரன் என்ன முட்டாளா? போட்ட காசுக்கு ஐந்து மடங்கைத் தருவதற்கு? இருந்தும் அந்த மெஷினின் காந்த சக்தியிலிருந்து அவனால் மீள முடியவில்லை. புறப்பட்டவன், வாசல் ஓரத்தில் இருக்கும் மெஷினில் கொஞ்சம் மிச்சக் காசையும் போட்டு விட்டு, மறுபடி அதன் அருகில் உட்கார்ந்துகொண்டு போட்ட காசை எடுத்துவிடவேண்டும் என்று வெறி வந்து கடைசியில் வெறுப்பு உடம்பு முழுவதும் பரவியிருக்க, வெளியே வந்தபோது ஆச்சரியப்பட்டான். இருட்டியிருந்தது. சரியாக ஆறு மணி நேரம் அந்த மெஷின்களுடன் ஆடியிருக்கிறான். வெளியே தெரிந்த இரவு வெளிச்ச உற்சாகத்தில் அவனால் பங்குகொள்ள முடியவில்லை. நியூ யார்க்கின் டைம்ஸ் ஸ்கொயரை விழுங்கும் அளவுக்குக் கீழ்வானம் பூராவும் வண்ண விளக்குகளிடம் தோற்றுவிட்டு, சூரியன் வீட்டுக்குப் போயிருந்தான். வண்ணச்சரங்கள் வித்தையாக ஓடின. தம்மைத் தாமே துடைத்துக் கொண்டன. மௌனமாக வெடித்துக்கொண்டன. அந்த மாயத் தெருவில் கார்களின் தொடர்ந்த நேர்த்தியான வெளிச்சத்தில் கீற்றுகளைக் கடந்து எதிரே இருக்கும் ஓட்டலுக்குத் திரும்பி வருவதற்கு அரைமணி நேரமாயிற்று.

ரத்னா கையில் கோக் டின்னை உறிஞ்சிக்கொண்டு டிவி பார்த்துக் கொண்டிருந்தாள். 'எங்க போயிட்டீங்க? இன்னும் கொஞ்ச நேரத்தில... போலீசுக்குப் போன் பண்ணியிருப்பேன்...'

ரகுபதி படுக்கையில் விழுந்து தன் ஷூக்களை அயர்வுடன் கழற்றினான். 'இப்படி சுத்திப் பார்க்கலாம்னு போயிருந்தேன்.'

‘எத்தனை தோத்தீங்க?’ என்றாள் டிவியிலிருந்து கண்ணை எடுக்காமல்.

‘எப்படித் தெரியும்?’

‘உங்க மூஞ்சில நியான் ஸைன் மாதிரி தோல்வி எழுதியிருக்கு. எத்தனை தோத்திங்க?’

‘கொண்டுபோயிருந்த காசெல்லாம் அவுட். பாழாப் போற மெஷின் குடுத்துக் குடுத்து உயிரை வாங்கறது.’

‘எத்தனை விட்டிங்க?’

‘சுமார் இருநூறு டாலர் இருக்கும்’ என்று பொய் சொன்னான்.

‘இவ்வளவுதானா? பரவாயில்லை எங்க பாட்டியே இருநூத்தம்பது டாலர் விட்டா! பேசாம ஒரு செண்ட்டா மாத்தி, திரும்பிப் போறவரைக்கும் வெறி பிடிச்சாப்பல ஆடுன்னு உக்காத்தி வெச்சுட்டோம்!’

‘ரொம்ப மோசம் பணம் தரது. அதான் சோகம்!’

‘அங்க போய் மாட்டிக்கிட்டம்னா போச்சு. வெளியே வர முடியாது. பணம் வேணுமா உங்களுக்கு?’

‘கடனா வாங்கிக்கறேன், அப்புறம் திருப்பிக் கொடுத்துர்றேன்.’

‘அப்புறம்னா எப்ப?’

‘நான் லீவு நாள்ல சம்பாதிக்க ஆரம்பிச்சதுக்கப்புறம்.’

‘வேற பதில் வராதே?’ என்றாள். ‘எதாவது ஷோவுக்குப் போகலாமா? ஓயஸிஸ் எம்.ஜி.எம் மாதிரி எடத்தில் எல்லாம் நல்ல ஷோ இருக்கும்.’

‘ஐம் டயர்ட் ரத்னா! பசி வேற.’

‘காலைல இருந்து ஒண்ணுமே சாப்பிடலையா, இந்தாங்க’ என்று ஒரு சாக்லெட் பட்டையை எடுத்துக்கொடுத்தாள்.

‘உன் வேலை என்ன ஆச்சு?’

‘வேலை என்ன வேலை? மூணு மணி நேரம்தான். அப்புறம் அவங்கவங்க கஸினோ பக்கம் போயிட்டாங்க. நான்தான், ‘நீங்க வருவிங்க‘ன்னு காத்துகிட்டு இருந்தேன்.’

‘ஸாரி! நான் இனிமே கஸினோ பக்கம் தலைவெச்சுப் படுக்கப் போறதில்லை.’

‘அதெல்லாம் இங்க முடியாது. இந்த ஊர்ல இருக்கிறவரைக்கும் சூதாடிக்கிட்டுதான் இருக்கணும். பொட்டைக்காடா, பாலைவனமா இருந்த இடத்தை தெய்வலோகம் மாதிரி ஆக்கி வெச்சிருக்காங்க பாருங்க, நெவாடாக்காரங்க.’

‘இல்லை, இங்க ஹூவர் டாம், கிராண்ட் கான்யன்னு எதாவது பார்த்துட்டு வீட்டைப் பார்க்கப் போகவேண்டியதுதான்.’

'நான் ஆட வேண்டாமா?'

'நீ கூட ஆடுவியா என்ன?'

'பணம் நம்முது இல்லைன்னு ஆடுவேன். ஒரு ஸ்டேஜ்ல நிறுத் திண்டுடுவேன்.'

'அதற்கு மனதிடம் வேணும்.'

'முதல்ல காசு வேணும்! இந்தத் தேசத்தில் காசில்லைன்னா ரொம்ப சோகம். இந்தியா மாதிரி இடத்தில் காசில்லாம இருக்கிறதனால ஆதங்கம் குறைச்சல். அதுக்குத்தான் என்னை இந்தியாவுக்குக் கூட்டிட்டுப் போயிருங்கன்னு சொல்றேன்.'

'நீ வரமாட்டேன்னு சொல்றாரு உங்கப்பா.'

'அதெல்லாம் இல்லை. எப்ப வேணா வரத் தயார் நான். என்னால அட்ஜஸ்ட் பண்ணிக்க முடியும். உங்களுக்கு?'

'இங்க அமெரிக்க வந்ததுக்கு ஒண்ணு ரெண்டு வருஷமாவது கொஞ்சம் சம்பாதிச்சுட்டு...'

'அகப்பட்டதைச் சுருட்டிக்கிட்டு கிளம்பிடலாம்னு உத்தேசம் ஏன்? அங்கிருந்து வர்ற எல்லாரும் இதே எண்ணத்தை வெளிப்படுத்தறாங்க!'

'இங்க இவங்களோட இழையறது ரொம்பக் கஷ்டம்னு நீதானே சொன்னே?'

'மதுமிதாவைக் கல்யாணத்துக்கப்புறம் சந்திச்சிங்களே, அவ மாறியிருக் காளா?' என்றாள் திடீரென்று பேச்சை மாற்றி.

அவளைப் பத்தி என்ன இப்ப?'

'ஒரு க்யூரியாஸிட்டிதான். அவ ரொம்ப அழகு இல்லையா? 'உங்களுக்கு ரொம்ப ஏமாற்றமா இருந்திருக்கும். அதுக்குத்தானே நீங்க அமெரிக்காவுக்கு வந்தீங்க?'

'சேச்சே! படிக்க வந்தேன்.'

'அதெல்லாம் ரெண்டாம் பட்சம். உன் புருசன் மட்டும்தானா அமெரிக்கா, நான் மட்டும் அமெரிக்கா இல்லையான்னு காட்டறதுக்குத்தான் வந்திருக்கிங்க. இல்லையா?'

'அப்படி யார் சொன்னது?'

'அவ ஒருவிதத்தில் இன்னும் உங்க எண்ணங்களை டாமினேட் பண்றா, இல்லையா?'

'சேச்சே! அவளைப் பத்தி நினைக்கிறதை எப்பவோ விட்டாச்சு!'

'பின்ன ஏன் எங்களுக்குப் பிடி கொடுத்துப் பேச மாட்டேங்கறீங்க?'

'ரத்னா, நான் கல்யாணம் செய்துக்கறதுக்காக அமெரிக்காவுக்கு வரலை. படிக்கிறதுக்காக!'

'உங்களை யார் படிக்க வேணாம்னு சொன்னா?'

'கல்யாணம் பண்ணிக்கிட்டன்னா அப்புறம் உன்னைத்தான் படிச்சுக்கிட்டு இருப்பேன். கல்யாணம்ங்கறது ரொம்பப் பெரிய டிஸ்ட்ராக்ஷன். பெரிய பொறுப்பு.'

'அதெல்லாம் சும்மா. என்னைப் பத்தி நீங்க இன்னும் தீர்மானிக்கலை. எத்தனையோ பையங்க டாக்டரேட், எம்.எஸ் பண்ணிக்கிட்டு இருக்கறப்பயே ஊருக்கு போய் கல்யாணம் பண்ணிக்கிட்டு வராங்க. உங்களுக்கு இன்னும் என்னைப் பத்தி தீர்மானமா ஏதும் நினைக்கத் தெரியலை. அதனாலதான் தட்டிக் கழிக்கிறீங்க. அதானே?'

அவள் சொல்வது உண்மைதான் என்று தோன்றியது. அதை அவள் சொன்னது ஒருவிதத்தில் எரிச்சலாக இருந்தது. படுக்கை மேல் உட்கார்ந்திருக்கும் அவளை முழுசாகப் பார்த்தான். சப்பணம் கட்டிக்கொண்டு தலையணையைத் தொடையில் அழுத்திக்கொண்டு மெலிதாகச் சட்டை அணிந்துகொண்டு... தனக்காகவே இப்படி ஒரு மாதிரியாக உடையணிந்திருக்கிறாள் என்று தோன்றியது. பெண்களிடம் எத்தனை சக்திகள், எத்தனை ஆயுதங்கள் இருக் கின்றன! இவளுக்கு என்னைப் பிடித்துவிட்டது. எனக்கு இவளை இன்னும் பிடிக்க ஆரம்பிக்கவில்லை. அதற்குப் பற்பல வெளிப்புறக் காரணங்கள் சொல்லிக்கொண்டாலும் உள்ளுக்குள் இன்னும் மதுமிதாவின் நினைவுகள் என்னைவிட்டு அழியவில்லை. மதுமிதா!

'நான் சந்தோஷமா இருக்கிறதில உனக்கு வயிற்றெரிச்சலா? நாங்க ரெண்டு பேரும் சந்தோஷமா இருக்கக்கூடாதா? உன்னைக் கல்யாணம் பண்ணிக்கச் சம்மதிக்கலைங்கறதுக்காக இந்த மாதிரி சைல்டிஷா பழி தீர்த்துக்கப் பாக்கறியா ரகு? எதுக்காக எங்க ரெண்டு பேருக்குள்ள சந்தேகத்தை விதைக்கப் பாக்கறே?'

'ரத்னா, உன்னை நான் கல்யாணம் பண்ணிக்கச் சம்மதிக்கிறேன்.'

ரத்னா ஆச்சரியம் அதிர்ச்சி எதும் காட்டாது, 'என்ன இது திடீர்னு தீர்மானம்? நான் ஏதோ உங்களை அவசரப்படுத்தறதா நினைச்சுக்கிட்டிங்களா?'

'அதில்லை ரத்னா! எனக்கும் மதுமிதாவுக்கும் திருநெல்வேலில என்ன நடந்ததுன்னு உனக்குத் தெரியுமா?'

'மேம்போக்காத் தெரியும். துருவிக் கேக்கற ஆசாமி இல்லை நான்.'

'என்னைக் கல்யாணம் பண்ணிக்கிறதா விருப்பம் இருந்தா, அதை நீ தெரிஞ்சுக்கணும்.'

'திருநெல்வேலில லவ் பண்ணியிருந்திங்கன்னா சும்மா தமிழ்ப்படத்தில மாதிரித்தான் பண்ணியிருப்பிங்க!'

'கலாட்டா பண்ணாத, சீரியஸாச் சொல்றேன்.'

'சரி, சீரியஸ். சொல்லுங்க.'

'நீ இந்த மாதிரி உட்கார்ந்திருக்கிறது எனக்கு டிஸ்ட்ராக்ஷனா இருக்குது.'

‘ஏன்?’ என்று தன் மார்பைப் பார்த்துக்கொண்டாள்.

‘அதான் டிஸ்ட்ராக்‌ஷன்!’

‘இப்ப...’

‘இப்ப பரவாயில்லை. என்ன சொல்ல வந்தேன்’

‘என்ன சொல்றதா இருந்தாலும் இதுக்கப்புறம்தான்’ என்று அவன் அருகில் வந்து அவன் கன்னத்தைத் தொட்டு மெதுவாக முத்தமிட்டாள். ‘இருநூறு டாலர் தோத்துட்டீங்க. காதல்லே தோத்துட்டீங்க. ஏதாவது ஆறுதல் வேண்டாமா?’ என்றாள்.

24

ரகு பிரமிப்புடன், 'இதுக்காகவே நிறையத் தோற்கலாம்போல இருக்கே' என்றான்.

ரத்னாவின் அருகில் வந்தபோது அவளிடம் கொஞ்சம் அமெரிக்க வாசனையும் கொஞ்சம் குழந்தை வாசனையும் இருந்தது. தைரியமாக அவளைத் தொட்டுப் பார்த்தான். நிச்சயமாக இருந்தாள். 'மதுவையும் இந்த மாதிரி தொட்டிருக்கிங்களா?' என்றாள்.

முள் குத்தினதுபோல விலகிக்கொண்டான்.

'கோவிச்சுக்காதிங்க. நான் பொறாமையில கேக்கலை. க்யூரியாஸிடிலதான்...'

'நான் அந்தப் பொண்ணை மறக்கப் பிரயத்தனப்பட்டுக்கிட்டு இருக்கிறது ஏன் உனக்குப் புரியலை?'

'அவளை மறக்கறதுக்கு சுலபமான ஒரு வழி இதுதான்' என்றாள்.

படுக்கையில் சாய்க்கப்பட்டு எதிர்பாராமல் தடுமாறினான். 'நத்திங் சீரியஸ் ரத்னா! ஒரு எல்லைக்கு மேல உணர்ச்சி வசப்படறது ரெண்டு பேருக்குமே நல்லதில்லை' என்ற அவனை முழுவதும் சொல்லவிடாமல் அவள் முகத்தால் மழுப்பினாள்.

'மூச்சு முட்டறது' என்றான்.

'முட்டட்டும், பரவாயில்லை!'

டெலிவிஷனின் வெளிச்ச சலனத்தில் ரத்னாவின் உடல் விளிம்புகள் கோடி காட்டப்பட்டன.

'ரத்னா! வேண்டாம் ரத்னா' என்றான்.

'என்ன வேண்டாம்? ரொம்ப வெக்கப்படறீங்களே...'

'வெக்கம் இல்லை... கவலை.'

'ஒண்ணும் ஆகாது... கவலைப்படாதீங்க.'

'ப்ளீஸ், வேண்டாம், அப்புறம் வெச்சுக்கலாம்.'

ரத்னா சட்டென்று எழுந்து தன் உடைகளைத் திருத்திக்கொண்டு, 'நான் உங்களைக் கெஞ்ச விரும்பலை.'

'அப்படியில்லை ரத்னா! எனக்கு இதில் ஆசையில்லைன்னு நினைச்சுக்காத. என்னமோ ஒரு இந்தியத்தனம். ஒருவிதமான கட்டுப்பெட்டித்தனம்னு வெச்சுக்கயேன். அது எச்சரிக்கை செய்யுது. நேரம் சரியில்லைன்னு.'

'புரியுது, மதுமிதா நிச்சயம் இனிமே கிடைக்கமாட்டாள்னு ஊர்ஜிதமாத் தெரிஞ்சுக்க விரும்புறீங்க...'

'சேச்சே! தப்பா எடுத்துக்கற. மதுமிதா ஒரு முடிஞ்சுபோன கதை. உன் மாதிரி வசதியுள்ள பொண்ணுகூட சுதந்தரம் எடுத்துக்கறதுக்கு எனக்கு இன்னும் அந்தஸ்து வரலை. கல்யாணம் செய்துக்க சம்மதம் மட்டும்தான் எங்கிட்ட இருக்குது. இப்ப அதற்கு உண்டான தகுதி இன்னும் எனக்கு ஏற்படலை. இந்த நிலையில் நாம் ரெண்டு பேரும் உணர்ச்சி வசப்பட்டு ஏதாவது விபரீதம் ஆயிருச்சுன்னா ரெண்டு பேருக்கும் லைஃப் பூரா வருத்தம் ஏற்படும் இல்லையா?'

'விபரீதங்களைச் சமாளிக்கிறது இந்த தேசத்தில் ரொம்பச் சுலபம்.'

'முதல்ல கல்யாணம் ஆகட்டும் ரத்னா.'

ரத்னா அவனை நிதானமாகப் பார்த்து 'அன்பிலீவபள்' என்றாள். 'உங்களை நான் கட்டாயப்படுத்த விரும்பலை.'

'நான் இப்ப தவறவிட்ட சந்தர்ப்பத்துக்காக வருத்தப்படப் போறது என்னவோ நிசம்தான் ரத்னா! இட்ஸ் நத்திங் எகய்ன்ஸ்ட் யூ. நீ ரொம்ப விரும்பக்கூடிய, கவர்ச்சிகரமான பெண்தான். சந்தேகமே இல்லை.'

'மதுவைவிட?'

'மதுவைப்பத்தின பேச்சு இன்னைய தேதில இருந்து தடை!'

'சரி தடை! வாங்க சாப்பிடலாம்.'

'லாஸ் வேகாஸ் போய்த் திரும்பி வந்த தினத்திலேயே ரத்னா தன் தந்தையிடம் சொல்லியிருக்கவேண்டும். அவர் மோகன்ராமை வந்து பார்த்தார். ரகுவிடம், 'கங்ராஜுலேஷன்ஸ், நீ புத்திசாலித்தனமா முடிவெடுத்துட்டே...' என்றார்.

மோகன்ராம் நிமிர்ந்து பார்த்து, 'என்னப்பா முடிவு?'

'உங்களுக்கு தெரியாது? உங்ககிட்ட சொல்லலை?'

'எங்கிட்ட ஏதும் சொல்ல மாட்டானே இந்தப் பையன்.'

ரகுபதி, 'சார். அதுக்கு இன்னும் நிறைய சமயமிருக்கு.'

'ஒரு வருஷம் ஓடியே போயிடதா? என்ன ராம்?'

'எனக்கு நீங்க என்ன பேசிக்கிறிங்கன்னே தெரியலை'

'ரகுவுக்குக் கல்யாணம்பா.'

'வாட்!'

'ஸாரி சார், அவ்வளவு தூரம் மற்றவங்ககிட்ட சொல்லிக் கொள்கிற நிலைமைக்கு இன்னும் இந்த மேட்டர் வரலை. வைத்தியநாதன் சார் டாட்டர் ரத்னா இருக்கா தெரியுமில்லை? அவ விஷயமா கொஞ்சம் பேச்சுவார்த்தை வந்தது. சார் கேட்டார் சம்மதமான்னு. ஸ்டடிஸ் முடியட்டும்னு சொன்னேன். எனக்கு ஆட்சேபணை ஏதும் இல்லைன்னு சொல்லியிருக்கேன்.'

'ஸ்டடிஸ் என்ன ஸ்டடிஸ்! அது பாட்டுக்கு அது, இது பாட்டுக்கு இது.'

'ரகு, உங்கப்பாவுக்கு இது தெரியுமோ?' என்றார் மோகன்ராம்.

'இனிமேதான் சார் எழுதணும். இந்தச் செய்தி ரொம்ப லேட்டஸ்ட். சரின்னு சொல்லி இன்னும் நாற்பது மணி நேரம் கூட ஆகலை.'

'ஏன், உங்கப்பா மாட்டேன்னு சொல்லுவாரா?'

'இல்லை. அவன் கார்டியன்கிற முறையில நான் இதெல்லாம் கொஞ்சம் பார்க்கவேண்டியிருக்கு.'

'அதுக்கெல்லாம் நிறையவே டயம் இருக்கு சார். நீங்க என்னவோ நாளைக்குக் கல்யாணம் மாதிரின்னா பேசிக்கிட்டு இருக்கிங்க...'

'சரி. நீயே சொல்லு, எப்ப ரெடியாயிருவ?'

ரகுபதிக்குக் கொஞ்சம் வைத்தியநாதன்மேல் எரிச்சலாகக்கூட இருந்தது.

'யோசிச்சு சொல்றேன். அவசரப்பட வேண்டாம்னு தோணுது'

'என்ன வயசு உனக்கு?'

'இது வயசுப் பிரச்னை இல்லை.'

'ரகு, கல்யாணம்ங்கிறது ரொம்ப யோசிச்சுச் செய்யவேண்டிய முடிவு. உங்கப்பாக்கிட்ட ஒரு வார்த்தை கேட்டு முடிவு பண்ணு.'

'ஓய், உம்ம கல்யாணத்தை வெச்சுக்கிட்டு ஜட்ஜ் பண்ணாதேயும். வெள்ளைக்காரிய அவசரமாக் கல்யாணம் பண்ணிக்கிட்டு அவ போயிட்டான்னா... எங்க ரத்னா எப்பேர்ப்பட்ட பொண்ணு. சொல்லுய்யா மாப்பிள்ளை, ரத்னா எப்படிப்பட்ட பொண்ணுன்னு.'

'நான் கல்யாணம் செய்துக்க மாட்டேங்கலை சார். கொஞ்சம் கால் ஊனிக்கறேன்னுதான் சொல்ல வரேன்.'

‘ஊனிக்க ஊனிக்க. வில் வெயிட். மோகன்ராம்! இல்லாத்தையும் பொல்லாததையும் சொல்லி மாப்பிள்ளை மனசைக் கெடுத்துராதேயும். வரட்டுமா... பார்ட் டைமா ஒரு ஜாப் உனக்கு அரேஞ்ச் பண்ணி வெச்சிருக்கேன். திங்கக்கிழமை போன் பண்ணு.’

அவர் போனதும் ‘என்னப்பா கழுத்தில கத்தி வெச்சுன்னா கேக்கறார்?’ என்றார்.

‘கொஞ்சம் அவசரப்படுத்துகிறார்.’

‘சரின்னு சொல்லிட்டியா?’

‘அதான் சொன்னேனே’ என்றான்.

‘எதாவது அந்தப் பெண்ணோட விபரீதம் நிகழ்ந்துடுத்தா?’

‘சேச்சே, அதெல்லாம் இல்லை.’

‘அந்தப் பொண்ணு என்னவோ நல்ல பொண்ணுதான். மாமனார்தான் போர்.’

‘எனக்குக் கொஞ்சம் குழப்பமா இருக்கு.’

‘உங்கப்பாவுக்கு நான் எழுதட்டுமா?’

‘இல்லை, நானே எழுதறேன். எப்படியும் நான் அவசரப்படப் போறதில்லை.’

‘அந்தாளு உன்னை விடப்போறதில்லை. மாமனார் வீட்டு மருமகனா ஆயிடாதே! வைத்தியநாதன் ரொம்ப இன்ஃப்ளுயன்ஸ் உள்ளவர். வீட்டோட ஒரு மாப்பிள்ளை தேவைப்படறது அவருக்கு. நீ படிச்சாலும் படிக்கா விட்டாலும் அவருக்குப் பரவாயில்லை. அமெரிக்காவில் சின்னச் சின்ன வேலை கிடைக்கிறது ரொம்பச் சுலபம். உன்னை எப்படியாவது வளைச்சுப் போட்டுருவார். உங்கப்பா மனம் கோணாமல் நடந்துக்க. அதான் முக்கியம்.’

‘அவருக்கு எழுதத்தான் போறேன்.’

திங்கள்கிழமை வைத்தியநாதன் அவனை போனில் துரத்திப் பிடித்து ஒரு விலாசம் கொடுத்து அங்கே போய் அவசியம் பார்க்கச் சொன்னார்.

பொழுது போகாமல் கிளம்பினான். மன்ஹாட்டன் பகுதியில் ஒரு சிறிய அறையில் அமெரிக்கர் ஒரே ஒரு டெர்மினல் வைத்திருந்தார். அதன் அருகில் ஒரு மோடெம் இருந்தது. எங்கேயோ இருக்கும் ஒரு கம்ப்யூட்டருடன் செய்தித் தொடர்பு கொள்வதற்கு. எதோ ஒரு ஹாஸ்பிட்டல் இன்ஸ்ஃபர்மேஷன் சிஸ்டத்துக்கு அப்ளிகேஷன் ப்ரொக்ராம்கள் எழுதும் வேலை. ‘பேஸிக் தெரியுமா?’ என்று கேட்டார்.

ரகு பள்ளியில் பேஸிக் கோர்ஸ் எடுத்திருந்தான். தெரியும் என்றான்.

படக்கென்று ஒரு அப்ளிகேஷன் ப்ரொக்ராமை எடுத்து, ‘இதை எழுதிக்காட்டு’ என பேப்பர் பென்சிலைக் கொடுத்துவிட்டுப் போய் விட்டார். ரகுபதி ஒரு நாற்காலியில் உட்கார்ந்துகொண்டு மெல்ல எழுதிப் பார்த்தான். எந்தவகை பேஸிக் என்பது தெரியவில்லை. மான்யுவல் இருந்தது. அதில் சொல்லியிருந்த

300 ● சுஜாதா

ஆணைகளை வகைப்படுத்திக்கொண்டான். அது கொஞ்சம் வினோதமான பேஸிக். கோபால், பாஸ்கல் வகை ஆணைகளும் இருந்தன. எழுதுவது சுலப மாகவே இருந்தது. ஒரு பெயரைக் குறிப்பிட்டு அந்தப் பெயர் கொண்டவர் போனதடவை வந்தபோது அவருக்கு என்ன உபதேசம் கொடுக்கப்பட்டது, அவர் கொடுக்கவேண்டிய பாக்கி எதாவது இருக்கிறதா என்று ஒரு ஸ்டேட் மெண்ட் தயாரித்து அளிக்கவேண்டிய எளிய ப்ரொக்ராம்.

'என்ன பாதியாவது எழுத முடிகிறதா? சும்மா இருக்கிறாயே?'

'முடித்துவிட்டேன்.'

'முடித்துவிட்டாயா?' என்று அந்த காகிதங்களைப் பார்த்தார் அமெரிக்கன். விசில் அடித்துவிட்டு, 'வேலை செய்யும் போலத்தான் இருக்கிறது. வித்தி சொல்லுவான், தென்னிந்தியர்களுக்கே மூளை அதிகம் என்று.' ஒரு சிகரெட்டைப் பற்ற வைத்துக்கொண்டு டெர்மினல் அருகில் உட்கார்ந்து கொண்டு அவன் எழுதிய ப்ரொக்ராம் ஆணைகளை விசில் அடித்துக் கொண்டே இன்டர்ப்ரெட்டரை வரவழைத்து வரிவரியாக அடிக்க மொத்தம் மூன்று ஸ்டேட்மெண்ட்களில்தான் சின்னத் தப்புகள் இருந்தன. பரவாயில்லை என்று வரிகளைத் திருத்தி 'ரன்' என்று தட்டினார்.

கொஞ்ச நேரம் சும்மா இருந்துவிட்டு திரையில் அழகாகக் கோடிட்டுவிட்டு 'பெயர்' என்று கேட்டது.

ஒரு பெயரை அடிக்க...

உடனே தீர்மானித்தபடி அழகாக, வந்த விவரம், பணம் பாக்கி எல்லாம் எழுதிக் காட்ட, 'சூப்பர்ப்! நாளைக்கு உனக்கு இன்னும் கொஞ்சம் கடினமான ப்ரொக்ராம் தருகிறேன். இந்த மாதம் முழுக்க உன்னை என்னால் உபயோகித்துக்கொள்ள முடியும். வழக்கம் போல வரும் ப்ரொக்ராமர் லீவில் போயிருக்கிறான். அவனும் இந்தியன்தான். எத்தனை பணம் வேணும்?'

'எனக்குக் கேட்கத் தெரியவில்லை' என்றான்.

ஐம்பது டாலர் கொடுத்தார். 'உன் வேலையின் திறத்தைப் பார்த்து மேலும் கொடுக்கிறேன். ஹேவ் எ நைஸ் டைம்!'

ரகுபதி பிரமிப்புடன் வெளியே வந்தான். சொந்தமாக அமெரிக்காவில் தன் திறமையை வைத்துக்கொண்டு சம்பாதித்த முதல் டாலர்கள். ரொம்பச் சந்தோஷமாக இருந்தது. ஒரு மணி நேரம்கூட இல்லை. இத்தனை பணமா! வைத்தியநாதனுக்கு நன்றி சொல்லவேண்டும்போல இருந்தது. போன் செய்தான்.

'நான் ப்ரேடியைக் கேட்டுட்டனே, நல்லா எழுதறன்னு சொன்னான். எத்தனை கொடுத்தான்?'

'அம்பது டாலர் சார்.'

‘ரொம்பக் குறைச்சல். அந்த ப்ரொக்ராமை கஸ்டமருக்கு ஐநூறு டாலருக்கு வித்துருவான்.’

‘எனக்கு இது போதும் சார், ரொம்ப தாங்க்ஸ்.’

‘உங்கப்பாவுக்கு கடிதம் எழுதிட்டியா?’

‘இனிமேதான் சார்’ என்றான். சற்று உற்சாகம் குறைந்தது. விடமாட்டார்! சந்தர்ப்பம் வரும்போதெல்லாம் நினைவு படுத்துகிறார்.

‘ரத்னாகிட்ட பேசு.’

‘எப்படி இருக்கிங்க ரகு? இந்தப் பக்கமே காணமே, ரொம்ப பிஸியா?’

‘இல்லை ரத்னா! ரத்னா, உனக்கு என்ன வேணும் சொல்லு?’

‘கேட்டா குடுக்க மாட்டிங்க.’

‘இல்லை. என் முதல் சம்பாத்தியத்தில உனக்கு எதாவது வாங்கிக் கொடுக்கலாம்னுட்டு...’

‘ஓ அதுவா! இந்த மாதிரிக் கேட்டதே பெரிசு, பணத்தைக் கண்டபடி செலவழிக்காதிங்க. அப்புறம் தேவைப்படும். வேலை பிடிச்சிருக்கா?’

‘சுலபமா இருக்கு. பேஸிக்ல எழுதச் சொன்னாங்க. ரொம்ப சுலபம் எழுதறது.’

‘இதனால என்ன தெரியுது? அமெரிக்காவில் சம்பாதிக்கிறது ஒண்ணும் அவ்வளவு கஷ்டமில்லை.’

‘பார்க்கலாம்.’

‘அதனால அதைக் காரணமா வெச்சுக்கிட்டு போஸ்ட்போன் பண்ணாதங்கறா’ என்று வைத்தியநாதன் குரல் கேட்டது.

‘இது யாரு, அசரீரீ?’

சிரித்து, ‘அப்பாதான் இன்னொரு போன்ல கேட்டுக்கிட்டே இருக்கார்.’

‘என் டாட்டர்கூட எதாவது காதல் வசனம் பேசறியான்னு கட்டுப் படுத்தறதுக்குத்தான்!’

‘லாஸ் வேகாஸில் தோத்த பணத்தை எடுத்து உங்க கடனைத் திருப்பிக் கொடுக்கணும்!’

‘திருப்பிக் கொடுக்கவேண்டியது நிறையவே இருக்கு. வெள்ளிக்கிழமை சாப்பிட வரிங்களா? பயப்படாதீங்க. வீடியோ கிடையாது. சனி ஞாயிறு ரெண்டு நாள் இருந்துட்டு போகலாம், என்ன?’

‘சொல்றேன். மறுபடி போன் பண்றேன்’ என்றான்.

‘கழண்டுக்கறீங்க.’

டெலிபோனை வைத்ததும் மறுபடி அது ஒலித்தது. எடுத்துக் கேட்டதில், 'எத்தனை நாழி போன் பேசிக்கிட்டு இருப்பே ரகு?'

'யாரு?'

'நான்தான் மதுமிதா பேசறேன். விஷயம் கேள்விப்பட்டேன் ரொம்ப சந்தோஷம்.'

'என்ன விஷயம்?'

'என்ன விஷயம்! கேக்கறதைப் பாரு உங்க கல்யாண விஷயம்தான்... ரத்னா சொன்னா.'

'சொல்லியாச்சா? அதுக்கு இன்னும் நிறைய நாள் இருக்கு மது.'

'நிச்சயதார்த்தம் வெச்சுக்கப்போறதா வைத்தி சொன்னார்!'

'நிச்சயதார்த்தமா, இது என்ன?' ரகுவுக்கு ஆச்சரியமாக இருந்தது.

'எனிவே ரகு, உனக்காக நான் ரொம்ப சந்தோஷப்படறேன். நீ என்னதான் என் கணவனைப் பத்தி அவதூறு சொன்னாலும் அதனோட நோக்கம் என்மேல் இருந்த ஒரு விதமான ஆசைங்கிறதனால நானும் ராதாவும் உன்னை மன்னிக்கிறதாத் தீர்மானிச்சுட்டோம். இதையெல்லாம் பெரிசு பண்ண வேண்டாம்னு ராதாவே சொல்லிடுத்து.'

அவள் பேச்சில் லேசாகக் குழறல் இருந்தது.

25

மதுமிதா தொடர்ந்து 'ரகு ரகு! வீ ஆர் ஸ்டில் ஃப்ரெண்ட்ஸ், தெரியுமோ? உனக்கு நல்லதுக்குத்தான் நான் வைத்தி ஃபேமிலியை இண்ட்ரொட்டியூஸ் பண்ணிவிட்டேன். என்னையே நினைச்சுக்கிட்டு இருக்கிறது உனக்கு நல்லதில்லை. ராதாவும் அதைத்தான் சொல்லித்து. அதனால்தான்.'

'மது, ஏன் நீ ஒரு மாதிரி பேசறே?'

'என்ன மாதிரிப் பேசறேன்?'

'என்னமோ குழந்தை மாதிரி குரல்ல ஒருவிதமா குழறல் இருக்கே?'

'ஒண்ணுமில்லை... கொஞ்சம் ஜின் சாப்பிட்டேன்.'

ரகு, யோசித்து, 'மது! நீ தனியா இருக்கியா?'

'ஆமாம் ஏன்?'

'இது நல்லதில்லை மது...'

'போர் அடிக்கிறது. டிவி பார்த்துப் போர் அடிக்கிறது. பொருள்கள் வாங்கி போர் அடிக்கிறது. சாப்ட்டு சாப்ட்டு பெருத்துக்கிட்டே இருக்கேன். ஜின் அதிகம் சாப்பிடமாட்டேன். கொஞ்சம் போர் அடிச்சுதுன்னா, திடீர்னு சுதா, அப்பா, அம்மா ஞாபகம் வந்திருச்சுன்னா சாப்பிடுவேன். தூக்கம் வரலைன்னா அப்றம் வந்து - தெரியுமோ உனக்கு? சுதா ரொம்ப உயரமாயிட்டான். போட்டோ அனுப்பிச்சிருந்தாங்க.'

'மது, நீ இப்படித் தனியா இருக்கறப்ப ட்ரிங்க் பண்றது, அப்புறம் இதுவே பழக்கமாயிடும்...'

'சேச்சே, அதெல்லாம் கண்ட்ரோல்லதான் வெச்சிருக்கேன். ஸ்மோக்கிங்கூட கண்ட்ரோல்லதான் வெச்சிருக்கேன்.'

‘ச்ச்ச்! அமெரிக்கா வந்து ரொம்ப மாத்திரிச்சு மது உன்னை!’

‘அமெரிக்கா இல்லை... ராதாதான் மாத்திச்சு! ராதாதான் எனக்கு சுதந்தரம் தந்திருக்கு. என்ன வேணா பண்ணிக்க, என்ன வேணா வாங்கிக்க...’

‘இது ஒரு சுதந்தரமா மது?’

‘இல்லாம பின்ன? ராதா மாதிரி ஒரு ஹஸ்பண்டு...’ என்று ஆரம்பித்தவளை ரகு சுருக்கி, ‘அப்புறம் பேசலாம் மது, உடம்பைப் பார்த்துக்க’ என்றான்.

‘குட் பை’ என்றாள். டெலிபோனை வைத்தவன், ‘இன்னும் நீ தெரிந்து கொள்ளவில்லையா? பேதையே, முட்டாளே’ என்று எண்ணிக்கொண்டான்.

அன்புள்ள ரகு

உன் கடிதம் கிடைத்தது. என்னைக் கேட்காமல் நீ நிறைய ஏற்பாடுகள் செய்துகொண்டிருப்பது பற்றி ரொம்ப சந்தோஷம். இந்தக் கட்டத்திலாவது தகவல் சொன்னதைப் பற்றியும் சந்தோஷம்தான். என்னை அபிப்பிராயம் கேட்டிருப்பது விந்தையாக இருந்தது. நல்ல வேளை! இங்கு மணிமுத்தாற்றில் உட்கார்ந்துகொண்டு, கத்தை கத்தையாகப் பெண்கள் பற்றி விவரங்கள் சேகரித்துக்கொண்டு உனக்கு போட்டோக்கள் பார்சலில் அனுப்ப ஏற்பாடு பண்ணிக்கொண்டிருக்கிறோம் நானும் ஜெயந்தியும். இப்போது அந்தக் காசு மிச்சம்தான். ரத்னா கலர் போட்டோவைப் பார்த்தேன். அழகாக இருக்கிறாள். ஜெயந்தி, அவள் ஜெயப்ரதாவைப் போல் இருப்பதாகச் சொன்னாள். ஜெயப்ரதாவை எனக்குத் தெரியாததால் அபிப்ராயம் சொல்ல முடியவில்லை. ரத்னா எனக்கு எழுதிய கடிதமும் பார்த்தேன். தமிழில் எழுதியிருக்கலாம் என்று தோன்றியது. குறைப்பட்ட தமிழாக இருப்பினும் வசீகரமாக இருந்திருக்கும்.

உனக்கு இந்தக் கட்டத்தில் கல்யாணம் தேவையா என்பதைப் பற்றி நான் யோசித்தேன். படிப்பு முடிய இன்னும் ஒரு வருஷம் இருக்கும்போது, வேலை ஸ்திரமில்லாமல் இருக்கும்போது எதற்கு கல்யாணம்? ஆனால் உனக்கு இந்தக் கட்டத்தில் கல்யாணம் தேவை என்றுதான் எனக்குப் படுகிறது. வயசுப் பிரச்னை இல்லை இது. உனக்குக் கல்யாண வயசாகி விட்டது. மதுமிதா அங்கே இருப்பதால் உனக்குச் சில சபலங்களும் தைரியங்களும் ஏற்படலாம். அதுவும் நீ கடிதத்தில் எழுதியிருந்தபடி ஏதாவது சிக்கல் ஏற்படலாம். இந்த நிலையில் கல்யாணம் என்று ஒன்று ஏற்பட்டு, பதில் சொல்ல மனைவி என்று ஏற்பட்டு, மாமனார் வீடு என்று, சுற்றிலும் உன்னைக் கேள்வி கேட்க, பார்த்துக்கொள்ள ஜனங்கள் அமெரிக்காவிலேயே அமைவது உனக்கு நல்லதுதான்!

என் அபிப்பிராயத்தைக் கேட்டால் கல்யாணத்தை வருகிற ஜனவரியில் வைத்துக்கொள்ளலாம். என்னால் அங்கெல்லாம் வர முடியாது. இங்கேயே நீங்கள் வர முடிந்தால் சரி. இல்லையேல் என் ஆசிகள் எப்போதும் உனக்கு இருக்கும். போட்டோக்கள் இருக்கவே

இருக்கின்றன. விடுமுறையில் வரும்போது வீடியோ அல்லது திரைப்படம் முதலியவை காட்டி விட்டால் போகிறது.

இப்படிக்கு

உன் அன்புள்ள அப்பா.

ரத்னா அதைப்படித்து முடித்துவிட்டு 'உங்கப்பாவுக்கு கோபம்' என்றாள்

'கோபமில்லாம இருக்குமா?'

'ஒரே பையன்தானே நீங்க? இந்த மாதிரி தன்னிச்சைப்படி...'

'சேச்சே? அதுக்கெல்லாம் கவலைப்பட மாட்டார். வேற எதுக்கோ கோபம்.'

'ஒண்ணு செய்துரலாம். கல்யாணத்தை இந்தியாவிலேயே வெச்சுக்கலாம்.'

'செலவு அதிகமாகும் ரத்னா.'

'செலவைப்பத்திக் கவலைப்படாதிங்க. அப்பாகிட்ட, எங்கிட்ட பணம் இருக்கு! பத்தாயிரம் டாலர்ங்கிறது ஒரு லட்சம் அங்கே. உங்கப்பாவுக்கு நானே கடிதம் எழுதறேன். தமிழ்ல எழுதிப் பார்க்கிறேன். அங்க கல்யாணம் வெச்சுக்கறதாச் சொல்லிட்டா சந்தோஷப்படுவார்.'

'நாட் ஷ்யூர்.'

'ரகு, எனக்கும் அங்கதான் கல்யாணம் பண்ணிக்க விருப்பம். சின்னதா கிராமத்தில ஒரு கோயில்ல அபசுரமில்லாம நாயனம் வாசிச்சு, நிறையப் பேருக்கு சாப்பாடு போட்டு, எங்க பழைய கிராமத்திலேயே வெச்சுக்கலாம். டெண்ட்டில் சினிமா போகலாம். டீ வாங்கிச் சாப்பிடலாம். செருப்பில்லாம நடக்கலாம். நான் சுத்திச் சுத்திப் புடைவையைக் கட்டிக்கிட்டு அப்பா மடியில உட்கார்ந்துட்டு...'

'ஓகே... ஓகே! உங்கப்பாவை கன்சல்ட் பண்ணிக்கிட்டு எழுது, என்ன?'

'மது போன் பண்ணியிருந்தா.'

'எனக்கும் போன் பண்ணியிருந்தா. ரொம்ப சந்தோஷம்னு சொன்னா. ரத்னா, ஒண்ணு கவனிச்சியா?'

'ஒரு மாதிரி பேசினா இல்லையா?'

'ஆமாம், காலைல ஜின்! வாட்ஸ் ஹாப்பனிங் டு ஹர்?'

'கொஞ்சம் சாப்பிட்டா என்ன? பொழுது போகாம இருக்கும்.'

'இருந்தாலும் அவ பேசற தினுசைப் பார்த்தா கொஞ்சம் அதிகமாகவே சாப்பிட்டாப்பலதான் தோணிச்சு. எனக்குக் கொஞ்சம் கவலையாகவே இருந்தது.'

'உம், பாத்திங்களா! இன்னொருத்தன் மனைவியைப் பத்தி நினைக்கிறதுகூடத் தப்பு! உங்களுக்கு கல்யாணம் ஆகப் போறது, ஞாபகம் வெச்சுக்கங்க...'

'இல்லை ரத்னா... நீ வேணா அவளைப் போய் விசாரிச்சுப் பாரு. இட்ஸ் நாட் ரைட்.'

'இதப் பாருங்க. அமெரிக்காவில அவங்கவங்க துர்சொப்பனங்களை அவங்க வங்களுக்கு விட்டுருங்க. மற்றவங்க வாழ்க்கைல குறுக்கிட்டு பன்னீரும் சந்தனமும் தெளிக்கிற தேவையெல்லாம் இந்த தேசத்தில் முடியாது. நீங்க கவலப்பட வேண்டியது என்னைப் பற்றி... நான் ஜின் சாப்பிட்டன்னா அதட்டுங்க. மதுமிதாவுக்கு கணவன் இருக்கான். அவன் பார்த்துக்கறான் என்ன?' என்றாள்.

ரத்னா விளையாட்டாக அதைச் சொல்லவில்லை என்பது அவள் நெற்றிச் சுருக்கத்திலிருந்து தெரிந்தது.

'அதுக்குச் சொல்லலை ரத்னா...'

'லெட்ஸ் லீவ் தி டாப்பிக்.'

'ஆமா, இது என்ன நிச்சயதார்த்தம்?'

'அப்பாவோட ஐடியா. பிட்ஸ்பர்க் கோயில்ல வெச்சுக்கலாம்னு சொன்னார். சும்மா ஒரு பிக்னிக் மாதிரி போய்ட்டு வந்துரலாம். அப்பா எல்லாமே சம்பிரதாயமா பண்ணணும்னு பார்க்கறார்.'

'இல்லை. என்னை எப்படியாவது வளைச்சுப்போடணும்னு பார்க்கறார். எதாவது ஒரு விதத்தில் கமிட் பண்ணி வைக்கப் பார்க்கிறார்.'

'சேச்சே... ரகு! லெட்ஸ் பி ஹானஸ்ட், கல்யாணத்தில் கட்டாயம் ஏதும் இல்லை. உங்களுக்கு இஷ்டமில்லைன்னா பளிச்சுன்னு சொல்லிரலாம்.'

'சொல்லிரட்டுமா?' என்றான்.

'சொல்லுங்க.'

'எனக்கு உன்னைக் கல்யாணம் பண்ணிக்க...' என்று நிறுத்தினான்.

அவள் கண்களில் லேசாகக் கவலை தோன்றுவதைப் பார்த்தான். அப்பா சொன்ன ராமகிருஷ்ணர் கதை ஞாபகம் வந்தது. இல்லற வாழ்க்கையில் ஒருவன் இருந்தபோதிலும் பற்றற்று இருக்க முடியுமா என்பதற்காக அவர் சொன்ன எளிய கதை. அப்படிப்பட்டவன் கேவலம் பெண்டாட்டி தாசனாகத் தான் இருக்க முடியும். பிச்சைக்காரனுக்கு இரண்டணா கொடுக்கக்கூட பெண்டாட்டியிடம் கேட்கவேண்டிய கேவல நிலையில் இருப்பான்.

'சொல்லுங்க' என்றாள்.

'எனக்கு உன்னைக் கல்யாணம் பண்ணிக்கிறதில ஒரே ஒரு தயக்கம்தான்.'

'என்ன?'

'என்னை உங்க வீட்டுத் தொழுவத்தில கட்டிப் போட்டுருவிங்களோன்னு.'

'ஓ! அந்தப் பயமா? மாமியார் வீட்டு மாப்பிள்ளையா ஆயிருவிங்க. பையைக் கொடுத்து டிபார்ட்மெண்ட் ஸ்டோருக்கு அனுப்பிருவோம்னு பயப்படறீங்க. அப்படித்தானே?'

'ஆமாம்.'

'அந்த மாதிரி நான் அனுமதிப்பேன்னு நினைக்கிறீங்களா? என்னையும் நீங்க சரியாப் புரிஞ்சுக்கலை. நீங்க எம்.பி.ஏ படிச்சு முடிக்கிறதுக்கு முன்னாலேயே உங்களுக்கு ப்ளான் எல்லாம் போட்டு வெச்சுட்டேன். என் கணவன் எனக்கு சம்பாதிச்சு போடறதைத்தான் பெருமையா நினைக்கிறவ நான். அந்த விதத்தில, கவலையே படாதிங்க. அப்படியெல்லாம் ஆகாது... மேலும் கல்யாணத்துக்கு இன்னும் அவசரமில்லை.'

'நிச்சயதார்த்தத்துக்குத்தான், இல்லையா?'

'அப்பா உங்ககூட என்னை அனுப்பறதை விரும்பலை. அதுதான் காரணம். நம்ம ரெண்டு பேரும் இளைஞர்கள். சுதந்தரமான பிரதேசம். இது ஏதாவது விபரீதமா ஆயிடக் கூடாதுன்னுட்டுதான், ஒருவிதத்தில் நாம சந்திக்கிறதையும் பழகறதையும் ஸாங்ட்டிஃபை பண்றார்னு வெச்சுக்கங்களேன்.'

'புரியுது. ஆனா இது மாதிரி ஏறக்குறைய நிச்சயதார்த்தம் எனக்கு ஒருமுறை ஆயிருச்சு. அதனால நிச்சயதார்த்தத்தைப் பற்றி எனக்கு ஒரு சூப்பர்ஸ்டிஷன் உண்டு.'

'இதை ஏன் நிச்சயதார்த்தம்னு வெச்சுக்கறீங்க? பிட்ஸ்பர்குக்கு பிக்னிக் போறதா வெச்சுக்குங்களேன். அங்க சில முக்கியமான நண்பர்கள் எல்லாம் வரப்போறாங்க. ஒரு அர்ச்சனை பண்ணிட்டு அந்த இடத்தில் நம்ம இரண்டு பேருக்கும் கல்யாணம் ஆகப்போறதை அறிவிக்கப் போறார். அவ்வளவுதான்! என்ன சொல்றிங்க?'

'சரி' என்றான்.

'சரியாச் சொல்லுங்க.'

'சரி' என்றான் சந்தோஷத்துடன்.

'இப்ப என்னைத் தொடலாம் நீங்க.'

'தொட்டாச்சே!'

'நிசம்மாவே தொடலாம்.'

'ஜனவரி மாசத்துக்கு அப்புறம் வெச்சுக்கலாம்!'

'ஜனவரி மாசம் என்ன?'

'அப்பதானே நாம இண்டியா போய் கல்யாணம் பண்ணிக்க போறோம் குக்கிராமத்தில்?'

'அட' என்றாள் வியப்புடன்.

இருந்தும் பிட்ஸ்பர்க் போவதை எப்படியோ தள்ளிப் போட்டுக் கொண்டே வந்தான். வைத்தி வெளியூர் போயிருந்தார். ஆகஸ்ட் மாசம் போவதாக இருந்தது. உடம்பு சரியில்லை. ஒரு முறை ரத்னாவின் பாட்டிக்கு ஜுரம். செப்டம்பர் பன்னிரண்டாம் தேதி காலேஜ் திறந்துவிட்டது. இரண்டாம் வருஷம். கோடை ஒரு காற்றுப்போல் கடந்துவிட்டது. பேப்பர் முழுவதும் ஃபுட்பாலாக இருந்தது. ஜனங்கள் வீடு மாற்றுகிறார்கள். வீட்டு வாசலில் சாமான்கள் இறங்கிக்கொண்டிருந்தன. அல்லது ஏற்றுமதி செய்யப்பட்டன. பள்ளிக்கூடத்துக்குச் சென்றால் ‘இரண்டாவது வருஷமா? அதைப்போல சுலபமில்லை. ஆடுகூட பாஸ் பண்ணும்’ என்றனர். சிலர் நேர் எதிராக, ‘இரண்டாவது வருஷம்தான் கஷ்டம்’ என்றனர். சில மாணவிகள் பிள்ளை பெற்றுக்கொண்டுவிட்டதாகத் தெரிந்தது. சிலர் கல்யாணம் செய்து கொண்டுவிட்டதாகச் சொன்னார்கள் (மேரி). சிலர் விடுமுறையின்போது மலையேறினார்கள். சிலர் ஹாங் கிளைடிங் என்று காற்றில் பறந்தார்களாம். என்ன என்னவோ வதந்திகள். ‘ப்ரொபஸர் எட்மண்ட்ஸனிடமா பதிவு செய்து கொண்டாய்? கிராதகனல்லவா அவன். ஆணியடித்து மாட்டிவிடுவானே?’

காலேஜுக்குப் போகவேண்டுமே என்று வயிற்றில் கொஞ்சம் பிடிப்பாகத்தான் இருந்தது. ஆல்ட்ரிச் ஹாலில் ரிஜிஸ்ட்ரேஷன் தினத்தின்போது திருவிழா போல் கூட்டமாக இருந்தது. கும்பல் கும்பலாக இருந்த நண்பர்களின் குழுவினர் ‘ஹலோ’ என்று அவனை ஆரவாரமாக வரவேற்றது மனத்துக்கு இதமாக இருந்தாலும், ரகுபதிக்கு ஏதோ ஒருவிதத்தில் குறையாக இருந்தது. இதெல்லாம் எதற்கு? நமக்குத்தான் கல்யாணம் ஆகிவிடப்போகிறதே! எனக்குத்தான் வைத்தி வேலை ஏற்பாடு செய்யப்போகிறாரே!’

ஆனால், தன் கவலை ரத்னாவைக் கல்யாணம் செய்துகொள்ளப் போவது பற்றிய கவலை.

யோசித்துப் பார்த்ததில், கவலை மதுமிதாவைப் பற்றியது என்று தோன்றியது. பிட்ஸ்பர்க்குக்குப் போகுமுன் ஒரு முறை அவளைப் போய்ப் பார்க்கத் தீர்மானித்தான்.

'வா ரகு' என்றாள் மதுமிதா. 'கல்யாணம் பண்ணிக்கப் போற. இன்னும் கொஞ்சம் பளபளப்பா ஆயிட்டியே!'

மதுமிதாவைப் பார்த்து ஏறக்குறைய ஆறு மாதம் ஆகியிருந்தது. அவள் ஏதோ ஒருவிதத்தில் மாறிப்போயிருந்தாள். எந்த விதத்தில் என்று சொல்ல முடிய வில்லை. கொஞ்சம் பெருத்திருந்தாள். அதை முன்பே கவனித்திருக்கிறான். அதில்லை. வேறு எதோ, சிரிக்கிறபோது அவளுக்கு முன்போல் கண் ஒத்துழைப்பதில்லை. குழந்தைத்தனம் முழுவதும் மறைந்து போய்விட்டது. சிரிக்கவேண்டுமே என்று சிரிப்பதுபோல.

'எப்படி இருக்கே மது?'

'பார்க்கறியே, தெரியலை?'

'ராதா சௌக்கியமா இருக்காரா?'

'ராதாவுக்கு என்ன, ஹி இஸ் ஆல்ரைட்.'

'வெக்கேஷனுக்கு எங்கே போயிருந்தே?'

'இண்டியா போகலாம்னு புக்கெல்லாம் பண்ணியிருந்தேன். ராதா கூட வர்றதா இருந்தது. கடைசி நிமிஷத்தில வரமுடியலை. சரி, ரகு கல்யாணத்துக்கு இருந்துரலாம்னு கேன்சல் பண்ணத் தீர்மானிச்சுட்டோம்.'

'கல்யாணம் இப்ப இல்ல மது.'

'கல்யாண நிச்சயதார்த்தம் ரகு. யூல் பி ஹாப்பி வித் ரத்னா. ஷி இஸ் எ நைஸ் கர்ள்.'

'உனக்கு 'நைஸ்' இல்லாத யாராவது இருக்காளா சொல்லு?'

'நான் யாரையும் கெட்டவர்னு சொல்றது இல்லை' என்றாள்.

'நீ ரொம்ப வெகுளியா இருக்கே மது.'

'அப்படி இருக்கக்கூடாதுன்னு தோணுது. என் லைஃப்ல எல்லாமே மத்தவங்க தீர்மானிச்சுத்தான் நடந்திருக்கு. உன்னைக் கல்யாணம் பண்ணிக்கன்னு அப்பா அம்மா சொன்னாங்க, சரின்னேன். இடையில் ராட் வந்த பிறகு ராடைக் கல்யாணம் செய்துக்கோன்னாங்க. சரின்னேன். அமெரிக்கா வந்தப்புறம் ராட் சொல்றதைக் கேட்டுக்கிட்டு இருக்கேன். ஆர்லாண்டோ போன்னா போகணும், இண்டியா போகவேண்டாம்னா வேண்டாம். எனக்கா ஒரு டிஸிஷனும் செய்ய இதுவரை சந்தர்ப்பமே வரலே ரகு' என்று சிரித்தாள்.

'இதுக்காக வருத்தப்படறியா மது?'

'வருத்தப்படறதுகூட யாராவது சொன்னாத்தான் வருத்தப்படுவேன்' என்று சிரித்தாள்.

'அப்ப சிரி, பரவாயில்லை.'

'எனிவே ஐம் ஹாப்பி ஃபார் யூ! எதையாவது நினைச்சுக்கிட்டு எதையாவது சொல்லமாட்டா ரத்னா. உன்னை நல்லாவே கண்ட்ரோல் பண்ணிருவா. வைத்தி மாமா ரொம்ப க்ளெவர். பயப்படாதே. அவங்கள்ளாம் உனக்கு நல்லதே செய்வாங்க.'

மௌனமாக இருந்தான்.

'எப்ப நிச்சயதார்த்தம்?'

'இன்னும் நிச்சயமாகலை. வைத்தியநாதன்தான் ஏற்பாடு செய்துகிட்டு இருக்கார். எனக்கு இந்த ஃபங்ஷனே அனாவசியமாப் படுது.'

'சேச்சே! நிச்சயம் அவசியம். இல்லாட்டா நான் ஏமாத்தினாப்பல நீ ரத்னாவை ஏமாத்திறலாம் இல்லையா?' என்றாள்.

அவளை நிமிர்ந்து பார்த்தான். சிரிப்பு மாறாமல் 'வாட் வில் யூ ஹாவ்' என்றாள்.

'எனக்கு ஒண்ணும் வேண்டாம்.'

'இஃப் யூ டோண்ட் மைண்ட், ஐ'ல் ஹாவ் ஸம் ஜின்!'

'மது, நீ தனியாக் குடிக்க ஆரம்பிச்சுட்ட' என்றான். அலமாரியிலிருந்து அவள் கண்ணாடித் தம்ளரை எடுத்துவந்தாள்.

'என்ன செய்வேன்?'

'ஏதாவது கவலையா மது?'

'சேச்சே! பொழுது போகலை, அவ்வளவுதான். நான் ஜாஸ்தி குடிக்கிறதா நினைச்சுக்காதே. எப்பவாவது கம்பெனி இந்த மாதிரி கிடைச்சாத்தான். உனக்கு என்ன வேணும்?'

‘கோக் எதாவது கொடு.’

கோக் சாப்பிட்டு முடிப்பதற்குள் அவள் முடித்துவிட்டாள்.

‘போதும் மது.’

‘போதும்ங்கறியா? சரி, நீ போனப்புறம் சாப்ட்டாப் போச்சு.’

‘பழக்கமாயிடும் மது.’

‘கவலைப்படாதே’ என்றாள். ‘எதுக்காக குடிக்கிறேன் தெரியுமோ? நான் சந்தோஷமா இருக்கேன். வெரி ஹாப்பி! எனக்கு இங்க என்ன குறைச்சல்? எத்தனை சம்பாத்யம், காரு, எத்தனை சௌகரியங்கள், எத்தனை சாதனங்கள்! வெரி வெரி ஹாப்பி’ என்றாள். அவள் கண்களின் ஓரத்தில் மட்டும் லேசாகக் கண்ணீர் இருந்தது. மற்றொரு டம்ளர் ஊற்றிக்கொள்ள முற்பட்டவளைத் தடுத்து நிறுத்தி கிளாஸைப் பிடுங்கிக் கொண்டான்.

‘ம்ஹூம்... எனக்கு வேணும், எனக்கு வேணும்.’

‘போதும்.’

‘அப்ப நீ சாப்பிடு, வேஸ்ட் ஆறது பாரு!’

‘வேஸ்ட் ஆறதுன்னு சாப்பிட்டுச் சாப்பிட்டுத்தான் நீ பெருத்துக்கிட்டு இருக்கே மது!’

‘நீ போ வீட்டுக்கு.’

‘ராதாவைப் பாத்துட்டுப் போறேன்.’

‘அதுவரைக்கும் எதாவது பாட்டுப்போடு!’

ஸ்டீரியோவைத் தட்டினான்.

ஜோன் பேயஸ்ஸின் ஃபோக் அவளுக்குப் பிடித்திருக்கிறது போலும். ஒரே திசையில் பார்த்துக்கொண்டு கேட்டுக் கொண்டிருக்க, வாசலில் கார் வந்து கராஜ் தானாகத் திறந்து கொள்ள ‘ராதா வந்தாச்சு’ என்று உற்சாகத்துடன் வெளியே ஓடினாள்.

சற்று நேரத்தில் ராதா பேசிக்கொண்டே கடிதங்களைப் பார்வையிட்டுக் கொண்டே வந்தவன் ரகுபதியைப் பார்த்து, ‘ஹாய்! எப்படி இருக்கப்பா? கல்யாணமாமே!’ மேசை மேல் வைத்திருந்த கிளாஸைப் பார்த்து, ‘என்ன கண்ணு, நான் இல்லாம, இருக்கிற ஜின்னையெல்லாம் சாப்ட்டுறதா? இது உனக்கே நல்லாயிருக்கா? எனக்குக் கொஞ்சம் வெச்சு வெக்கக் கூடாதா?’

பின் கழுத்தைக் கட்டிக்கொண்டு அவனைப் பிடிக்க விடாமல் தொந்தரவு பண்ணி, ‘பாரு ராட், இந்த ரகு ரொம்ப பயமுறுத்தறான். பழக்கமாயிடுமாம்.’

‘நீ சாப்ட்டா அவனுக்கென்ன?’

‘அதான...’

'அதிகம் சாப்பிடவேண்டாம்னு சொன்னேன்.'

'பரவாயில்லை சாப்பிடும்மா, உன்னை எப்படி ரெகுலேட் பண்றதுன்னு எனக்குத் தெரியும். உன் இஷ்டம். நீ சாப்பிடறதை யாரும் தடை செய்ய மாட்டாங்க! என்ன ரகு! கல்யாணம் ஆனதுக்கப்புறமாவது அசட்டுப்பிசட்டுன்னு எதாவது பேசறதை நிறுத்தினாச் சரி. ரத்னா உனக்குச் சரியான ஜோடியில்லை தான். ஷி இஸ் டூ இன்டெலிஜெண்ட். வேலைல இருக்கியாமே!'

'எப்படி சார் தெரியும்?'

'நீ லாஸ் வேகாஸ் போனது, பிட்ஸ்பார்க் போகப்போறது எல்லாமே எனக்குத் தெரியும். உன்னுடைய நலன்ல அக்கறை உள்ளவன்கிறரீதியில.'

'பாவி' என்றான் மனத்துக்குள். மதுமிதா அவனையே உபாசனையுடன் பார்த்துக்கொண்டிருக்க, காப்பி கொண்டு தரும்போது, அவன் அதை வாங்கிக்கொள்ளும்போது, கோப்பையைக் கீழே வைக்கும்போதெல்லாம் அவர்கள் முத்தமிட்டுக் கொள்வதும்... நான் எதற்காக இங்கே வந்தேன் என்று வருத்தப்பட்டான். எதோ ஒருவிதத்தில் மதுமிதாவைப் பற்றிய கவலை ஒன்று, அன்று டெலிபோனில் பேசினதிலிருந்து இருந்தது. நான் எதற்காகக் கவலைப்படவேண்டும், ஒரு கணவன் இருக்கும்போது?

'எப்ப பிட்ராத்தல்?'

'தெரியலை.'

'என்னால வர முடியாது. எனக்கு இந்த மாதிரி சின்ன விஷயங்களுக்கெல்லாம் நேரமில்லை. மது வருவா. மது நீ போறியா?'

'முடிஞ்சாப் பார்க்கலாம் ராட்.'

'முதல்ல பிட்ஸ்பர்க் எப்போன்னு தீர்மானம் ஆகட்டும், அதுக்கப்புறம்னா இதெல்லாம்' என்றான்.

'ஏன் கான்சல் ஆயிடுமா?'

'இல்லை சார், தேதியே இன்னும் தீர்மானிக்கலை. அப்படி ஒண்ணும் பெரிய ஃபங்ஷனும் இல்லை. வைத்தியநாதனுக்குத்தான் ஒரு செண்டிமெண்ட்.'

'கல்யாணம் பண்ணிக்கப்பா. கல்யாணம் உடம்புக்கு நல்லது. இவ பாரு, என்னமா என்னை வெச்சுக்கறா பாரு.'

'வரட்டுமா?'

திடீர் என்று தீர்மானித்து விட்டார் வைத்தி. வீக் எண்டில் எல்லாருமாக பிக்னிக் போகிறதுபோல, இரண்டு கார்கள் ஏற்பாடு பண்ணியிருந்தார். காரின்பின் ஏகப்பட்ட கலந்த சாதங்களும் தின்பண்டங்களும், ஏறக்குறைய இருபது பேர் சாப்பிடுவதற்கு எடுத்துக்கொண்டு வந்தார்கள். காருக்கு வெளியே அமெரிக்காவும் உள்ளே மயிலாப்பூராகவும் இருந்தது. ரத்னா பட்டுப் புடைவையை அணிந்திருந்தாள். எழுபது மைல் க்ரூய்ஸில்

போட்டுவிட்டு பம்பரம் போல கார் சென்றுகொண்டிருக்க, ஹைவே கோடை ரத்னாவின் தங்கை படித்துக்கொண்டு வர, வைத்தி சேஷகோபாலனுடன் பாடிக்கொண்டே மிக உற்சாகமாக கார் ஓட்டினார். 'எனக்கு எல்லாமே பிட்ஸ்பர்க் சீனிவாசர்தான்! ஒரு பெரிய காண்ட்ராக்ட் ஆகணும்னா அவருக்கு வேண்டிப்பேன். நிச்சயம் ஆயிடும். அவர்தான் எங்க குலதெய்வம். இண்டியால மாதிரி இல்லாம பக்தி சிரத்தையா எல்லாம் பண்றதால இவருக்கு இன்னும் பவர் ஜாஸ்தி. கோயிலைத்தான் பாரு. அருமையாக் கட்டியிருக்கா! பாத்துட்டுச் சொல்லு. இதுக்கு முந்தி போனது இல்லையா?'

'இல்லை சார்.'

'யூ'ல் என்ஜாய் இட்.'

'ஏன் ஒரு மாதிரி இருக்கே ரகு?'

'மதுமிதா வராளா?'

'ரெண்டு நாளைக்கு முன்னாலே போன் பண்ணேன். ராதாதான் ஆன்ஸர் பண்ணார். ஃப்ரெண்ட்ஸ் வீட்டுக்குப் போயிருக்காளாம். காலைலதான் வருவான்னு சொன்னார். தகவல் சொல்றேன்னு சொன்னார். ராதா வரமாட்டார். அவளும் கொஞ்சம் சந்தேகம்தான். தனியா எப்படி வருவா பிட்ஸ்பர்க்?'

'பிட்ஸ்பர்க்குக்கு ஃப்ளைட் இருக்கே, வரலாமே! ஆமா! மாப்பிள்ளை, என்ன மதுமிதாமேல இத்தனை அக்கறை?'

'இல்லை சார். அவளைச் சமீபத்திலே போய்ப் பார்த்தேன். கொஞ்சம் கவலையா இருந்தது'

'இனிமே நீங்க கவலைப்படவேண்டிய ஆசாமி வேற...'

'சேச்சே! ஏன் விபரீதமா எடுத்துக்கறிங்க!'

'விபரீதமா எடுத்துக்கலைப்பா. மதுமிதா ராதா ஃபேமிலிங்கறது வேற கிளாஸ். அப்பர் கிளாஸ். அவா எல்லாம் நம்மோட சேர்த்தியில்லை. அது வேற உலகம்.'

'இங்ககூட அந்த மாதிரி இருக்கா என்ன?'

'இல்லாம? வருஷத்துக்கு ஹண்ட்ரட் 'கே'க்கு மேல பண்றவங்க எல்லாம் அந்த ஜாதி. இதோ பார்!'

மெயின் ரோடிலிருந்து சற்றே மலைப்பாங்காக இருந்த பாதையில் வண்டி மேற்செல்ல, தூரத்தில் கோயில் தெரிந்தது. வெண்மையாக ஒரு முத்துப்போல் இருந்தது. பின்னால் கரும்பச்சையில் காட்டின் அடர்த்தி கோயிலின் வெண்மையை இன்னும் தூக்கிக் காட்டியது. 'கோயில்ன்னா இதுதான் கோயில். இது ஒரு ஆச்சரியம் இல்லையா! ஆழ்வார் யாராவது இருந்தா ஆயிரம் பாட்டுப் பாடியிருப்பார். பெருமாள்தான் என்ன அழகு! என்ன சுத்தம் தெரியுமா? ஆச்சரியம் இல்லையா, கடல் கடந்து வந்து...'

'இந்த இடத்தில் இவ்வளவு பிரும்மாண்டமா ஒரு இந்துக் கோயில் இருக்கிறது ஆச்சரியம்தான் சார்.'

'அப்பா, இஸ்கான் கட்டியிருக்கிற கோயில் இதைவிடப் பெரிசு' என்றாள் ரத்னாவின் தங்கை.

'சே! அவங்க வேறம்மா. அதெல்லாம் கோயிலோட சேர்த்தியில்லை. இதைப் பாரு! அங்க நடக்கறது எல்லாமே இங்கே விசேஷமா நடக்கும். எல்லா உற்சவமும் நடக்கும். டோலோத்சவம்... ரதம், பங்குனி உத்திரம்.'

கார் கோயிலை நெருங்கிவிட, புற மண்டபத்தைக் கண்ணாடி மூடியிருந்தது. பார்க் செய்யும் இடத்தில் நான்கைந்து கார்கள் இருந்தன. 'ஒவ்வொருத்தர் கலிபோர்னியாவிலிருந்து எல்லாம் கார் ஓட்டிண்டு வரா தெரியுமா? முடியெடுக்கறது, காது குத்தறது எல்லாம் பிரபலமாயிண்டு வரது.'

சுத்தமாக இருந்தது. அர்ச்சனை டிக்கெட் கொடுத்தவர் கேஷ் ரிஜிஸ்டரில் ரசீது எடுத்துக் கொடுத்தார். பக்கத்தில் கோகோ கோலா மிஷின் இருந்தது. மண்டபத்துக்குள் ஏர்கண்டிஷன் செய்யப்பட்டிருந்தது. மௌனக் கதவுகளைத் திறந்துகொண்டு உள்ளே சென்றபோது சால்வை போர்த்திக்கொண்டு அய்யங்காரும் அவர் மனைவியும் தரையில் உட்கார்ந்திருந்தார்கள்.

'நமஸ்காரம் சுவாமி!'

'வாங்கோ, வாங்கோ வைத்தியநாதன் சார்! என்ன ரொம்ப நாளாக் காணோம். உங்க தெய்வம் வேங்கடாசலபதியை மறந்துட்டேளா?'

மண்டபத்தின் நடுவே உத்சவர் தன் நாயகிகளுடன் ஊஞ்சலில் வீற்றிருந்தார். ரகுபதி பிரமித்துப்போய்ப் பார்த்தான். திடீர் என்று ஒரு சில சதுர அடித் தீவுபோல அமெரிக்க சீதோஷ்ணத்துக்கும் முன்னேற்றத்துக்கும் வளைந்து கொடுத்தாலும் உள்ளுணர்வில் மிகவும் தென்னிந்தியத்தனமான கோயில்.

'ஒண்ணுமில்லை. இவர் ரகுபதின்னு, எங்க ரத்னா இல்லை அவளுக்கு மாப்பிள்ளையா வரப்போறவர். ரெண்டு பேர் பேர்லயும் ஒரு அர்ச்சனையை பண்ணிப்பிட்டு, சின்னதா பழம், பாக்கு, வெத்தலை கொடுக்கறமாதிரி ஒரு ஃபங்ஷன் வெச்சுக்கலாம்னு...'

'பேஷா! தாராளமா! கொஞ்சம் அவகாசம் கொடுக்கறேளா? இதோ, ரெண்டு மூணு லட்டர் எழுதிப்புட்டு வந்துர்றேன்.'

'சரி, அதுவரை பெருமாளைச் சேவிச்சுட்டு உட்கார்ந்திருக்கோம்.'

ரகுபதி கண்ணாடி வழியாக வெளியே பார்த்தான். பிட்ஸ்பர்க் நகரம் தெரிய வில்லை. தூரத்தில் கார்கள் விரைந்து கொண்டிருந்தன. கோயில் அடிவாரத்தில் ஒரு கார் வந்து நிற்க, கதவைத் திறந்து மதுமிதா வெளிப்படுவதைக் கவனித்தான். காரைப் பூட்டாமல் சற்று வேகமாகப் படி ஏறி அவர்களை நோக்கி வந்தாள்.

பிரிவோம் சந்திப்போம் ● 315

27

'ரத்னா! மது வரா' என்றான் ரகு.

ரத்னா ஆச்சரியப்பட்டு அவனுடன் வந்து எட்டிப்பார்த்தாள். 'தனியா வந்திருக்கா, அட!'

வைத்தியநாதன், 'வாங்கோ எல்லாரும் சுவாமி தயாராகி விட்டார்.'

'கொஞ்சம் இருப்பா. மது வரா. விசாரிச்சுட்டு வாரோம்' என்றாள் ரத்னா.

'மதுவா! இது என்ன குழப்பம்?'

'என்னப்பா குழப்பம்! திடீர்னு நினைச்சுண்டு நம்ப ஃபங்ஷனுக்கு வரலாம்னு தீர்மானிச்சுருப்பா' என்றாள் ரத்னா. அவள் குரலில் கவலை இருந்ததை ரகு கவனித்தான்.

'ஹலோ எவ்ரிபடி!' என்று உற்சாகத்துடன்தான் உள்ளே நுழைந்தாள். 'இந்தக் கோயிலுக்கு மூணாம் தடவை வரேன். என்ன ரத்னா? டயத்துக்கு வந்துட்டேன் பார்த்தியா... என்ன ரகு! என்னை விட்டுட்டு அவ்வளவு சீக்கிரம் கல்யாணம் பண்ணிக்க முடியுமா?'

'சேச்சே... மது, நீ வந்ததில ரொம்ப சந்தோஷம். உனக்காகத்தான் காத்திருந்தோம்னு வெச்சுக்கயேன்.'

'பொய், பொய்!' என்றாள். சற்று கலைந்திருந்தாள். தூக்கக் குறைவினால் இருக்கலாம். சமீபத்தில் அழுததை மேக்கப்பால் மறைக்கும் முயற்சி தெரிந்தது. அந்த இடத்தில் சற்று நேரம் மௌனம் நிலவியது. 'வா உட்காரு!'

'ரகு. உங்கிட்ட கொஞ்சம் தனியாப் பேசணும்' என்றாள்.

'பேசலாம் பேசலாம், எல்லாம் முடியட்டும்' என்றாள் ரத்னா.

'இல்லை ரத்னா.. இது கொஞ்சம் அவசரம்.'

அவர்கள் இப்போது மதுவை விரோதமாகப் பார்த்துக் கொண்டிருக்க, ரகு என்ன தீர்மானிப்பது என்று கஷ்டப்படுவதை ரத்னா உணர்ந்து, 'போய்ட்டு வாங்க... ரொம்ப நேரம் ஆக்காதிங்க' என்றாள்.

ரகு மதுமிதாவுடன் நடந்தான். படி இறங்கி தன் கார் அருகே அழைத்துச் சென்றாள். 'ஸாரி ரகு... உங்க எல்லாரையும் கொஞ்சம் ரஷ் பண்றேன்! அவா எல்லாம் ஒரு மாதிரி பாக்கறா, இல்லை?'

'பரவாயில்லை, சொல்லு...'

'ரகு, நான் இண்டியா போகணும்.'

'போய்ட்டு வாயேன்' என்றான். அவள் கண்களில் கண்ணீர் கரையிடுவதைக் கவனித்தான்.

'ரகு, நான் வந்து... வந்து... இண்டியா திரும்பிப்போகணும்.'

'திரும்பின்னா?'

மது சட்டென்று காருக்குள் புகுந்து உட்கார்ந்துகொண்டாள். டாஷ்போர்டிலிருந்து காகிதக் கைக்குட்டைகளை எடுத்து பிரவாகமாக வருகிற கண்ணீரைத் துடைத்துக்கொண்டாள். மேலும் அழுதாள்.

'என்ன மது, என்ன ஆச்சு? எதுக்கு அழறே? சேச்சே... நீ தைர்யமுள்ள பெண்ணில்லையா? எதுக்காக அழறே?'

'ரகு, என்னை இண்டியாவுக்கு அழைச்சுட்டுப் போயிரு!'

'எப்ப?'

'இன்னிக்கே! இப்பவே!'

'என்ன ஆச்சு மது? சொல்லு!'

'...'

'சொல்லு மது... சொல்லு!'

'நீ அன்னிக்கு சொன்ன பாரு, ராதாவைப் பத்தி? அது எல்லாம் நிசம்!'

என்ன சொல்வது! அப்பவே சொன்னேன் நீதான் அசடு மாதிரி, அதெல்லாம் பொய், என் பொறாமையால் கட்டின கதை என்றெல்லாம் சொன்னாய்... சேச்சே வெறுப்பேத்துவதற்கு இது நேரமில்லை. மிகவும் அழுகிறாள்.

'என் கண்ணால் பார்த்துட்டேன் ரகு. முதல்லயே சிலதைக் கவனிச்சேன். ஆனா நம்பலை. பர்ஃப்யூம்ல எல்லாம் பார்த்தேன். ஒருதடவை யூரோப் போறப்ப மிஸ்டர் அண்ட் மிஸஸ்னு ரெண்டு டிக்கெட் புக் பண்ணியிருந்ததைக் கவனிச்சேன். ஒரு ப்ராவைக் கவனிச்சேன். சிகரெட்டில் லிப்ஸ்டிக்கெல்லாம் பார்த்தேன். அப்பகூட நான்தான் எப்பவாவது கவனக்குறைவா இருந்திருப்பேன், எல்லாம் என்னோட அடையாளம்தான்னு நினைச்சுக்கிட்டு

சமாதானப்படுத்திக்கிட்டேன். ஊருக்குப் போயிருந்தவ ஒரு நாள் முன்னே வந்துட்டேன். என் கீயை வெச்சுக்கிட்டு திறக்கறேன், உள்ள போறேன், எங்க பெட்ரூம்ல, எங்க படுக்கையில, ரெண்டு பேரும்... சே! கன்னங்கரேல்னு இருந்தா. எழுந்தவ உடம்பைக்கூட மறைச்சுக்காம என்னைப் பார்த்து போட்டிக்காரி மாதிரி சிரிக்கிறா! அந்தச் சிரிப்பு போதும் எனக்கு! ச்சே... நான் போறேன் ரகு. எனக்கு வேண்டாம். எனக்கு அமெரிக்கா வேண்டாம். எனக்கு ஒண்ணும்வேண்டாம்.'

'வெயிட் வெயிட், நீ ராதாகிட்ட இதைப்பத்திக் கேட்டியா!'

'கேட்டேனா... அப்படியே குடலைக் கீறிப்பிடலாம்னு வந்தது. சத்தம் போட்டேன். ராதா என்ன சொல்றது தெரியுமா?' கன்னத்தைத் துடைத்துக் கொண்டு, 'என்ன சொல்றது தெரியுமா? டேக் இட் ஈஸி. இதில என்ன தப்பு? நீ ரகுகூடப் படுத்துக்கலியா, அது மாதிரித்தான்!'

'பாஸ்டர்ட்!'

'அப்படியே அப்படியே கிழிச்சுப் போட்டுரலாம்னு தோணித்து ரகு. எனக்கு ஒண்ணும் வேண்டாம். என்னை மெட்ராஸ் கூட்டிண்டு போயிடு. எங்கப்பா அம்மாகிட்ட கொண்டுபோய் விட்டுரு...'

இப்போது அவள் அழுத கண்ணீர் சீட்டை நனைத்தது.

'இதப் பாரு, அழக்கூடாது. இதை தைரியமா சமாளிக்கலாம்.'

'என்னை இண்டியாவுக்குக் கொண்டு விட்டிரு. நேத்தைக்கே அப்பாவுக்கு கால் போட்டேன். சரியாப் பேச முடியலை. உடனே இங்கே வான்னேன். அப்பாவால இப்ப வர முடியாதாம். நான் போயிடறேன். எனக்கு அமெரிக்கா வேண்டாம். தயவு செஞ்சு என்னைக் கூட்டிண்டு போயிடு!'

ரத்னா வருவதைப் பார்த்து அவசரமாகக் கண்களைத் துடைத்துக் கொண்டாள்.

'என்ன மது, எதுக்கு அழறே?'

'ஒண்ணுமில்லை ரத்னா! இதோ வந்துர்றம்.'

'என்ன ரகு, சொல்லுங்க... என்ன விஷயம்?'

ரகு தர்மசங்கடத்துடன் மதுவைப் பார்க்க, அவள் அவசரப்பட்டு, 'ரத்னா இது கொஞ்சம் பர்ஸனல் விஷயம்...'

ரத்னாவுக்கு இது பிடிக்கவில்லை என்பது தெரிந்தது. சமாளித்துக்கொண்டு, 'ரகு! எல்லாரும் காத்துண்டு இருக்கா...'

'கொஞ்சம் இரு, ரத்னா.'

'ராகுகாலம் வரப்போறது. அப்பாவுக்கு அதில் எல்லாம் நம்பிக்கை உண்டு. கொஞ்சம் வரிங்களா?'

'மது, நீயும் வாயேன்!'

'இல்லை. நான் வந்து எல்லார் மூடையும் ஸ்பாயில் பண்ண விரும்பலை. நீ போ ரகு. ஃபங்ஷன் முடிஞ்சப்புறம் வாயேன். நான் காத்திருக்கேன்.'

தலையைத் திருப்பிக்கொண்டு கையைக் கவ்விக்கொண்டு அழுகையை அடக்கிக்கொள்ள முயன்றாள்

ரத்னா, 'வாங்க, அப்புறம் அதெல்லாம் விசாரிக்கலாம்' என்றாள்.

ரகு அவள் அதட்டியதை விரும்பவில்லை. 'ரத்னா! இவளை இந்த நிலையில் விட்டுட்டு வர எனக்கு இஷ்டமில்லை.'

'சரி, அவளையும் அழைச்சுட்டு வாங்க. நேரமாறதில்லையா?'

'அவ வர மாட்டாங்கறா.'

'நீ போய்ட்டு வா ரகு. நான் காத்திருக்கிறேன்.'

'இல்லை மது...உன்னை இந்த மாதிரி நிலையில் விட்டுட்டுப் போறதில...'

ரத்னா பொறுமையின்றி, 'ஏதாவது டிஸைட் பண்ணுங்க. வரீங்களா, வரலையா?'

'வந்துர்றேன். நான் வந்து சேந்துக்கறேன். அய்யரை மந்திரம் எல்லாம் ஆரம்பிக்கச் சொல்லு ரத்னா, வந்துர்றேன்.'

'உங்க கல்யாணத்தைவிட இது முக்கியமாப் போயிடுத்தா உங்களுக்கு?' என்றாள் கோபத்துடன். 'இப்ப வரப்போறிங்களா இல்லையா? மது என்ன இது? ஒரு நல்ல காரியத்தைக் கெடுக்கவே வந்திருக்கியா?'

'அவளை வீணே பழி சொல்லாதே. நான்தான் அவகூட இருக்க விருப்பப் படறேன்!'

ரத்னாவின் முகம் சிவந்தது. உதடுகள் துடிக்க சட்டென்று கோபம் பீறிட்டவள் போல, 'அப்ப எப்பவுமே அவளை வெச்சுக்கங்க, போதும்!' சட்டென்று விலகி கோயில் படிகளில் ஏறிச் சென்றாள். மறைந்தாள்.

'ஸாரி ரகு' என்றாள் மதுமிதா. சரிவாக உட்கார்ந்திருந்தாள். ஒரே திசையில் பார்த்துக்கொண்டிருந்தாள். பெருமூச்சுடன் மார்பு ஏறி இறங்குவதைக் கவனித்தான். பக்கத்தில் காரின் முன் சீட்டில் உட்கார்ந்துகொண்டான். 'என்ன சொல்லு?'

'டேக் இட் ஈஸி! இதுதான் சொன்னது ரகு. எவ்வளவு பெரிய விஷயம் எல்லாம் டேக் இட் ஈஸிதானாம். கொளுத்தணும். எல்லாரையும் கொளுத்தணும்! ரகு, நீ அன்னிக்கு பாத்தியே, அவ நீக்ரோவா?'

'இல்லை.'

'அப்ப இவ வேறயா! ரகு, என்னைப் பாரு ரகு. எனக்கு என்ன குறை? நான் அழகா இல்லையா? அவகிட்ட இருக்கிறது எங்கிட்ட இல்லையா?'

'அப்படியெல்லாம் பேசாதே மது.'

'எதுக்காக இன்னொரு பொண்ணை... அக்ரமம்! என் வீட்டிலேயே என் படுக்கையிலேயே! என்கிட்ட என்ன குறை? குறையிருந்தா சொல்லலாமே. நான் திருத்திக்கமாட்டேனா ரகு?'

மேலே மண்டபத்திலிருந்து வைத்தியநாதன் குடும்பத்தினர் ஒவ்வொருத்தராக அவர்களை எட்டிப் பார்ப்பதைக் கவனித்தான். மது பயந்த முயல்போல இருந்தாள். ரகுவின் கையைப் பற்றிக்கொண்டாள். 'என்ன செய்வேன் ரகு? எனக்கு உன்னை விட்டா யாரும் இல்லையே!'

என்ன சொல்வான்? விவாகரத்து பண்ணிவிடு என்றா? ரத்து பண்ணி என்ன செய்வாள்? எங்கே போவாள்? அதெல்லாம் அவளுடைய பெற்றோரைக் கேட்கவேண்டாமா?

முதலில் அவள் அப்பா அம்மாவை இங்கே வரவழைக்கவேண்டும்.

'அவசரப்படாத மது. இது கொஞ்சம் நிதானமா யோசிச்சுச் செய்ய வேண்டிய காரியம்.'

'இல்லை ரகு, அன்னிக்கு எங்கிட்ட நீ வந்து சொன்னியே, 'ராதா சரியில்லை, இப்படி கர்ள்ஸ்கூட எல்லாம் வெச்சுக்கிட்டு இருக்கு'ன்னு சொல்ல வந்தியே... அப்ப நான் நம்பியிருந்தன்னா என்ன செஞ்சிருப்ப?'

என்ன செய்திருப்பேன்?

'உங்கப்பாகூட டெலிபோன் பேசினியா?'

'முதல்ல அதான் செஞ்சேன். சரியாக் கேக்கலை. அப்பாவை உடனே வரச் சொன்னேன்.'

'என்ன சொன்னார்?'

'என்ன விஷயம்னார். 'விஷயம் ரொம்பத் தீவிரம்; நீ உடனே வந்தாகணும் என்ன செலவானாலும் சரி'ன்னேன். அவர் மறுபடி போன் பண்றதாச் சொன்னார் ரகு. என்னை எப்படியாவது அங்க கொண்டு விட்டுரு. அது போதும். வேற எதுவும் உங்கிட்டக் கேக்கலை. நான் இந்த க்ஷணம் இண்டியாவுக்குப் போகணும்...'

'இரு. இரு. இது கொஞ்சம் யோசிச்சுப் பண்ணவேண்டிய விஷயம். எனக்குக் கொஞ்சம் அவகாசம் கொடு. நானே உங்கப்பாவுக்கு போன் பண்ணி அவரை வரவழைக்கிறேன். அவர் வரட்டும். ராதாகூடப் பேசட்டும்.'

'ராதாகூடப் பேசினா என்ன சொல்லும்? டேக் இட் ஈஸி. அவளைப் பார்த்தன்னா நீ நம்ப மாட்ட. கன்னங்கரேல்னு ராதாவைவிட ஒண்ணரைப்பங்கு உயரமா இருக்கா! பிட்ச்! அப்றம் பாரு, நானும் நீயும் ஆர்லாண்டோ போயிருந்தோம் இல்லை? ராதாதானே போய்ட்டுவான்னு சொல்லித்து? இப்ப என்ன சொல்றது... நான்தான் உன்கூடத் தனியே போகணும்னு பிடிவாதம்

பிடிச்சு, உன்னை அழைச்சிண்டு போனனாம். நாம ரெண்டு பேரும் சேர்ந்துண்டு ராதாவுக்கு துரோகம் பண்ணினமாம்... என்ன பொய் சொல்றது பார்த்தியா? ரொம்பப் பொய் ரகு! ம்ஹூம், நான் வரலை. நான் அங்க இனிமே போக மாட்டேன் ரகு, நான் உன்கூட இருந்துர்றேன்!'

வைத்தியநாதன் ஜன்னலில் தெரிந்தார். 'என்ன ரகு, எல்லாரும் காத்திண்டிருக்கோம், ஹாய் மது! மது, இஃப் யூ ஹாவ் ஸம் ப்ராப்ளம், எங்கிட்டச் சொல்லு. ரகுவுக்காக நாங்கள்லாம் காத்திண்டிருக்கோம் இல்லையா... தேர் இஸ் எ ஃபங்ஷன்!'

'கொஞ்சம் இருக்கியா மது... நான் அந்த ஃபங்ஷனை முடிச்சுட்டு ஓடியே வந்துர்றேன்.'

'என்னம்மா ப்ராப்ளம் உனக்கு? எங்கிட்டச் சொல்லக் கூடாதா?' என்றார் வைத்தி.

'உங்ககிட்டல்லாம் சொல்லமாட்டேன் மாமா. ரகுதான் என் ஃப்ரெண்ட். அவன்கிட்டத்தான் சொல்வேன்...'

வைத்தி ரகுவை வினோதமாகப் பார்த்தார். 'வாட்ஸ் த மேட்டர் வித் ஹர்?' என்று கேட்டார்.

ரகு அவருக்குப் பதில் சொல்லாமல் 'மது, இருக்கியா, வந்துர்றேன்' என்றான்.

'நீ போன் பண்ணி அப்பாவை வரவழைக்கிறவரைக்கும் நான் உங்கூடத் தங்கலாமா?' என்றாள்.

'அதுக்கெல்லாம் நான் ஏற்பாடு பண்றேன். இரு வந்துர்றேன்' என்றான் ரகு.

காரிலிருந்து வெளிப்பட்டவனை மதுமிதா புஜத்தைப் பிடித்து, 'என்னை விட்டுறாதே ரகு' என்று கெஞ்சினாள்.

'இல்லை மது. கவலைப்படாதே!' என்றான்.

மேலே வந்து சந்நிதிக்குள் நுழையுமுன் வைத்தி அவனுடன் மௌனமாகவே நடந்து வந்துகொண்டிருந்தவர் 'ரகு, ராகுகாலம் ஆரம்பிச்சாச்சு, அதனால் இன்னும் ஒண்ணரை மணி நேரம் காத்துக்கிட்டு இருக்கணும்' என்றார்.

'இதை அப்பவே சொல்லக் கூடாதா சார்?'

'இரு ரகு, ரத்னா இஸ் வெரி மச் அப்ஸெட்!'

'ஏன்?'

'ஏன்னு கேக்கறது ஆச்சரியமா இருக்கப்பா! இதையே ரிவர்ஸா நினைச்சுப் பாரு... உனக்கும் ரத்னாவுக்கும் நிச்சயதார்த்தம் ஆகப்போறது; அதுக்காக இங்க வந்திருக்கே. வந்த கையோட யாரோ ஒருத்தர் ரத்னாவை காரில் வந்து அழைச்சுட்டுப் போய் மணிக்கணக்காப் பேசறார்னா உனக்கு என்னமா இருக்கும்?'

'யாரோ இல்லை மதுமிதா. ரத்னா நோஸ் எபவுட் ஹர்.'

'ரத்னா இங்க வாம்மா!' ஓரத்தில், வெயில் கண்ணாடியால் கண்களில் கோபத்தை மறைத்துக்கொண்டு பிடிவாதமாக நின்று கொண்டிருந்தவளை விளித்தார்.

'என்ன ரத்னா, கோபமா?'

'இல்லை, ரொம்பப் பெருமை! சந்தோஷம்! லுக் ரகு, நமக்கு கல்யாணம் ஆனப்புறம் இந்த மாதிரி நான்சென்ஸ் எதுவும் கூடாது.'

'மதுமிதாவுக்கு பெரிய ப்ராப்ளம் ஒண்ணு ஏற்பட்டிருக்கு ரத்னா.'

'என்ன பெரிய ப்ராப்ளம்?'

'உங்கிட்டல்லாம் சொல்ல வேண்டாம்னு சொல்லியிருக்கா.'

வைத்தி, 'தெரியாதா என்ன... ராதாகிஷன் பரஸ்திரிகளோடு சகவாசம் வெச்சிண்டிருக்கான்? அதானே?' என்றார். 'இது எல்லாருக்கும் தெரிஞ்ச ரகசியம்... இதுல என்ன ப்ராப்ளம்? பேசாம கண்டுக்காம இருக்கச் சொல்லு! இவளுக்குப் பணம் கொடுத்துண்டு இருக்கானில்லியோ?'

'என்ன சார் உளர்றிங்க! அங்க பெண்ணோட கோணத்தில் இருந்து பாருங்க. முதல்ல அதைக் கண்டுபிடிக்கிறபோது எவ்வளவு பெரிய ஷாக்கா இருக்கும்?'

'இதெல்லாம் சகஜம்பா இந்த ஊர்ல!'

ரத்னா ரகுவை நேராகப் பார்த்து, 'ரகு, நீங்க எனக்கு ஒரு வாக்கு கொடுத் தாகணும். நிச்சயதார்த்தம் முடிஞ்சப்புறம் மதுமிதாவோட எந்தவிதமான சகவாசமும் வெச்சுக்கக் கூடாது.'

'இல்லை ரத்னா, இல்லை... நான் அவ பிரச்னையைத் தீர்த்து வெச்சுத்தான் ஆகணும், ஸாரி!'

'அப்ப அதுக்கப்புறம் வெச்சுக்கலாம்பா இந்த நிச்சயதார்த்தத்தை' என்றாள் ரத்னா.

மதுமிதா காரில் உட்கார்ந்திருக்க, வைத்தியநாதன் குடும்பத்தினர் சற்றுத் தள்ளி ஒரு சிறிய கூட்டமாக நின்றுகொண்டிருக்க, ரகுபதி இடையில் தர்ம சங்கடத்தில் தடுமாறினான்.

‘பாருப்பா, இந்தப் பொண்ணு கல்யாணம் ஆன பொண்ணு. எப்படி நீ இவளைத் தனியா வெச்சுக்க முடியும்? யோசிச்சுப் பாரு…’

‘உங்க வீட்டில கொஞ்ச நாள் வெச்சுக்க முடியாதா? என்ன ரத்னா?’

ரத்னா தயக்கத்துடன், ‘எங்க வீட்டிலயா, எப்படி முடியும்? ராதாகிஷன் கோவிச்சுக்க மாட்டாரா? அவ பிரச்னை என்னென்னே சரியாத் தெரியலையே ரகு?’

‘அதை நிதானமாச் சொல்றேன் ரத்னா!’

‘தி யூஷுவல்…’

‘இடிஸ் நாட் யூஷ்வல்’ என்றான் ரகு, சற்றுப் பதற்றத்துடன்.

‘ஏன்யா போட்டுக் குழப்பறே?’

‘அப்பா, இந்த ஃபங்ஷனையே போஸ்ட்போன் பண்ணிடலாம். அதான் சரி!’

‘இரும்மா இரு. இன்னம் கொஞ்ச நேரம் இருக்கு. அதுக்குள்ள இதை ஒண்ணு இல்லை ஒண்ணுண்ணு முடிச்சுட்டு…’

‘ரகு, கொஞ்சம் இங்க வாயேன்!’ என்று மதுமிதா அழைத்தாள். வைத்தியநாதன் உடன்வர, ‘நீ மட்டும் வாயேன்’ என்றாள்.

ரகு, ‘ஒரு நிமிஷம்’ என்று அவள்பால் சென்றான். ‘நல்ல வேளையில் சனியன் மாதிரி வந்து கழுத்தறுக்கிறது பாரு, இந்தப் பொண்ணு’ என்று வைத்தியநாதன் அலுத்துக்கொண்டது கேட்டது.

ரகுபதி அதை மதிக்காமல் அவளருகில் போய், 'என்ன, மது?' என்றான்.

'எனக்கு ஒரு ஐடியா தோணுது.'

'என்ன?'

'கார்ல ஏறிக்க ரகு. நாம ரெண்டு பேருமே ஓடிப்போயிரலாம். ரகு, என்கூட யாருக்கும் சொல்லாம மெட்ராஸ் வந்துருவியா?'

'மெட்ராஸ்?'

'ஆமா, இப்பவே கிளம்பிடலாம். அங்கே போய் நானும் நீயும் கல்யாணம் பண்ணிக்கிடலாம்!'

ரகுபதிக்கு மின்சார அதிர்ச்சிபோல அந்த வாக்கியங்கள் பட்டன. சரித்திரம் திரும்புகிறது. அதே கேள்வியைப் பாவநாசத்தில் ரகுபதி மதுமிதாவைக் கேட்டிருக்கிறான்.

'ராதா வேற பொண்ணுங்ககூட சகவாசம் வெச்சுக்கறப்ப, நான் மட்டும் வேற ஆள் கூட சிநேகிதம் வெச்சுக்கக்கூடாதுன்னு சாஸ்திரமா, எதாவது?'

ரகு மௌனமாக இருந்தான்.

'சொல்லு ரகு, நாங்க மட்டும் ஏமாந்த ஜனங்களா? நீக்ரோ பொண்ணு, வெள்ளைக்காரப் பொண்ணுன்னு தினத்துக்குத் தினம் நீ மாத்திக்கலாம், நான் பார்த்துக்கிட்டே இருக்கணுமா? ரகு, நீ என்னைக் காதலிச்சே. என்னைக் கல்யாணம் பண்ணிக்க விரும்பினே. வா ரகு, நாம ரெண்டு பேரும் கல்யாணம் பண்ணிக்கலாம். பாவநாசத்தில பிரிஞ்சதிலே இருந்து இன்னிக்கு வரைக்கும் நடந்ததை ஒரு சொப்பனமா நினைச்சுக்கிட்டு ரெண்டு பேருமே இன்னொஸன்ட்டா இருந்த அந்த நாள்களுக்குத் திரும்பிப் போகலாம். ரத்னா வேண்டாம். நான்தானே அவளை அறிமுகப்படுத்தி வெச்சேன். நானே சொல்றேன், வேண்டாம்! வா ரகு, ராதா மூஞ்சில கரியைப் பூசிட்டு ரெண்டு பேரும் இண்டியா போயிரலாம்!'

'மது, அது அவ்வளவு சுலபமில்லை!'

'ஏன்! ராதா அப்படித் துரோகம் பண்ணிட்டப்புறம் நாம நம்ம சிநேகிதத்தை தொடர்றதிலேயோ கல்யாணம் பண்ணிக்கிறதிலயோ ஏதும் தப்பு கிடையாது, ஒப்புத்துக்கறியா?'

'தப்பில்லைதான் மது. ஆனா சட்டப்படி நீ ராதாவுடைய மனைவி!'

'ராதாவைப் பத்திப் பேசாதே. அது ஒரு புழு...'

'ராதாவைப் பழிவாங்கணும்கிற ஒரே ஒரு எண்ணத்தோட இந்த மாதிரி செய்யணும்னு ஒரு விதமான கட் ரியாக்ஷன் மாதிரி வெறுப்பால, கோபத்தால பேசறே. இது கொஞ்சம் யோசிச்சுச் செய்யவேண்டியது.'

'போ ரகு! உனக்குத் தைரியமில்லை!'

‘தைரியத்துக்குக் குறைச்சல் இல்லை மது! ஒரு காலத்தில் உனக்காகத் தற்கொலை பண்ணிக்கக்கூடத் தயாரா இருந்தேன்!’

‘இப்ப என்மேல இஷ்டம் இல்லை. அப்படித்தானே?’

‘நீ இன்னொருத்தன் மனைவி மது!’

மதுமிதா சட்டென்று தீர்மானித்தவள்போல ‘நான் போறேன்’ என்றாள்.

‘எங்க?’

‘எங்க போவேன்? என் ஹஸ்பண்டு கிட்டத்தான்...வேற விதி?’

‘இரு மது...’

‘இருந்தா என்ன பிரயோசனம்? என்னை இண்டியா கூட்டிக்கிட்டுப் போய்க் கல்யாணம் பண்ணிப்பியா? அந்த ராட்சசன்கிட்டேயிருந்து விடுதலை வாங்கித் தருவியா, சொல்லு. இருக்கேன்!’ என்றாள்.

‘நீயே யோசிச்சுப் பாரு, இவ்வளவு ஏற்பாடு பண்ணிட்டு...’

‘கேன்சல் பண்ணிடச் சொல்லு.’

‘சேச்சே! அவங்க மனசு எவ்வளவு புண்படும்?’

‘எதுக்கு மறைக்கிறே? இஷ்டம் இல்லை. அப்படித்தானே?’

‘அப்படி இல்லை மது, தீர யோசிக்காம செய்யறதிலதான் இஷ்டமில்லை. லைஃப்ல சிக்கல்கள் எல்லாம் அத்தனை எளிதில் தீர்ந்துபோறதில்ல மது...’

‘ஓகே... ஓகே.. இட்ஸ் ஓகே! நான் வரேன்’ என்று காரில் சாவியைப் பொருத்தினாள்.

‘என் நிலைமையை யோசிச்சுப் பாரு. எல்லா ஏற்பாடுகளையும் கலைச்சா அவங்க எவ்வளவு வருத்தப்படுவாங்க! எனக்கு இந்த மாதிரி ஒரு முறை ஆயிருக்கு. சொந்தமா அனுபவிச்சவன்! அதனாலதான் சொல்றேன். ரத்னா ரொம்ப வருத்தப்படுவா. ரத்னாகிட்ட எல்லாத்தையும் விவரமாச் சொல்லி விளக்க வேண்டியதுதான் நாகரிகம். அப்படிச் செய்யாம எல்லாத்தையும் கேன்சல்ன்னு சொல்லிட்டு உங்கூடக் கிளம்பிர்றது ரொம்பத் தப்பு. இல்லையா? நீ உன் கணவன்கிட்ட திரும்பிப் போ. ரெண்டு நாள் கண்டுக்காமலே இரு. நான் வந்து எல்லாத்தையும் தீர்த்து வைக்கிறேன்.’

‘சரி, இட்ஸ் ஓகே’ என்று காரைக் கிளப்பினாள்.

‘கோவிச்சுக்காதே. மது. இந்தச் சூழ்நிலையில...’

‘இட்ஸ் ஓகேன்னு சொல்லிட்டேனே! உன்னை நான் அந்த மாதிரி கேட்டிருக்கவே கூடாது. அதுக்கு எனக்கு உரிமை கிடையாதுதான். இருந்தாலும், ரகு என்னை நீ ஏமாத்திட்டே!’

‘நீ கூட என்னை ஏமாத்தின மது. ஞாபகம் வெச்சுக்க!’

'இட்ஸ் ஓகே!' என்று அகலமான காரை முரட்டுத்தனமாகச் சுழற்றி ஒரு சீறு சீறி ஏறக்குறைய பக்கவாட்டுச் சுவரில் இடிப்பது போலப் புறப்பட்டு, முதல் திருப்பத்தில் ஹாலிவுட் ஸ்டண்ட் படம் போலப் பக்கவாட்டில் தேய்த்துக்கொண்டே வேகம் பிடித்து சடுதியில் மறைந்தாள்.

ரகு புன்னகை பூத்தான். 'கோபம்!'

'ஒழிஞ்சா' என்று வைத்தி அருகே வந்தார்.

ரத்னா கொஞ்சம் சிந்தனையுடன் அவள் போன புழுதியைப் பார்த்துக் கொண்டிருந்தாள்

'ஸாரி சார், உங்களுக்கெல்லாம் கொஞ்சம் கவலை ஏற்பட்டிருக்கும்!'

'ஆமாம்பா, ஃபங்ஷனுக்கு இல்லாம உன்னைக் கூட்டிட்டுப் போயிரு வாளோன்னு நினைச்சேன்..'

'நான் அப்படிச் செய்ய மாட்டேன். என்னை நீங்க தப்பா எடை போட்டிருக்கிங்க...'

'என்ன செய்ய? அவள் ப்ராப்ளம் என்ன? ஹஸ்பண்டு ட்ரபிள்தானே?'

'ஆமாம்!'

'இது பாவம் பூச்சி! கல்யாணம் ஆறதுக்கு முந்தியே ராதாகிஷனுடைய பழக்கம் எங்களுக்கெல்லாம் தெரியும்... எந்தப் பொம்பளையும் விட்டுவைக்க மாட்டான்! என் டாட்டர்ஸ் மேல எல்லாம் கண்ணு. வயசு, ரேஸ் எதுவும் அவனுக்கு முக்கியமில்லை. அது ஒரு மாதிரி ஹாபிட்! ஒரு மதுமிதாவால அவனைத் திருப்திப்படுத்த முடியுமா?'

'அதைப்பத்தி அப்புறம் பேசிக்கலாம். ஃபங்ஷனைக் கவனிக்கலாம்' என்றான்.

'ராகுகாலம் முடியறதுக்கு இன்னும் அரைமணி இருக்கு. லெட்ஸ் வெயிட். ரத்னா பேசிண்டு இரு. நான் பாக்கிக் காரியத்தைப் பார்த்துட்டு வரேன்.'

இருவரும் தனியாக இருந்தார்கள்.

'அடிச்சாப்பல வந்துட்டுப் போயிட்டா' என்றாள்.

'ம்...'

'என்னவாம்?'

'ராதா அவளை ஏமாத்தறதைக் கண்டுபிடிச்சுட்டா. ரொம்பக் குழப்பத்தில் இருக்கா.'

'உங்களை என்ன கேட்டா?'

'இண்டியாவுக்கு அழைச்சுண்டு போயிடு. எங்க அப்பா அம்மாகிட்ட அழைச்சுண்டு போயிடு...'

'நீங்க என்ன சொன்னீங்க?'

ரகு யோசித்தான். தீர்மானித்தான். 'ரத்னா, நீயும் நானும் கல்யாணம் பண்ணிக்க நிச்சயம் ஆற இந்தச் சமயத்தில இரண்டு பேருக்குள் அபிப்ராயபேதமோ, சந்தேகமோ இருக்கக் கூடாது, இல்லையா?'

'சொல்லுங்க...'

'உனக்கு தெரியுமில்லை, மதுவும் நானும் பாவநாசத்தில் கல்யாணம் பண்ணிக்க இருந்தது. நிச்சயதார்த்தம்வரைக்கும் வந்தது...'

'தெரியும்.'

'ராதாவை அவளுடைய பெற்றோர்கள் தேர்ந்தெடுத்தார்கள். மதுமிதா வெகுளியான பொண்ணு. ரொம்ப இன்னொஸன்ட். அப்பா அம்மா அழுத்தமா வற்புறுத்த, ராதாவைக் கல்யாணம் பண்ணிக்க சம்மதிச்சுட்டா... அமெரிக்கா ஆசை, பணம் எல்லாம் அவளுடைய சொந்த ஜட்ஜ்மெண்ட்டை மறைச்சுருச்சுன்னு சொல்லலாம். அவளை நான் காதலிச்சேன். நிராகரிக்கப் பட்டது தெரிஞ்சதும் என்னை ரொம்ப பாதிச்சுருச்சு. அதனால தற்கொலை பண்ணிக்க முயற்சி செய்தேன்.'

'இஸ் இட்!' என்றாள் ஆச்சரியத்துடன்.

'அப்பாதான் ஒரு வழியா என்னை ஸ்திரப்படுத்தி எனக்கு லைப்ல ஓர் பர்ப்பஸைக் கொடுக்க பிடிவாதமா அமெரிக்காவுக்கு அப்ளை பண்ணச் சொல்லி... அதுக்கப்புறம்தான் உனக்குத் தெரியும்... இங்க வந்ததும் நானும் மதுவும் ஒரு தடவை ஆர்லாண்டோ போயிருந்தோம். மது, தன் கணவன்மேல உயிரா இருந்ததைப் பார்த்து அவகிட்ட எனக்கு எந்தவிதமான துரோக எண்ணமும் எழலை. ஒரு தடவை ராதா மற்ற பெண்களோடு சிநேகம் வச்சிருக் கிறதை நான் கண்ணால பார்த்தேன். அவகிட்ட சொன்னேன். சொல்லிக்கூட அவ நம்பலை. அத்தனை நம்பிக்கை! இப்ப அவளா கணவன் செய்யற துரோகத்தைக் கண்டுபிடிச்சிருக்கா. இவளை ஊருக்கு அனுப்பிச்சுட்டு பெட் ரூம்ல ஒரு கறுப்புப் பெண்ணோட இருக்கிறதைப் பார்த்துட்டா... மனசு நொந்துபோய் என்கிட்ட அட்வைஸ் கேக்கறதுக்கு வந்தா. இந்த துரோகம் அவளை ரொம்ப பாதிச்சுருச்சு. 'அத்தனை விசுவாசமா இருந்தோம், கணவன் இப்படி ஏமாத்தறான், 'டேக் இட் ஈஸி, இதெல்லாம் சகஜம்ங்'கிறான். என்ன தான் அமெரிக்க நாகரிகமா இருந்தாலும் மது இன்னும் ஒரு தமிழ்நாட்டுப் பெண்ணுதான். இன்னும் ஒரு மனைவிதான். எல்லாத்தையும் தூக்கி எறிஞ்சுட்டுத் திரும்பிப் போயிரணும்'னு முதல் ரியாக்ஷன். அடுத்த ரியாக்ஷன் என்னை ஆச்சரியப்படுத்திருச்சு.'

'சொல்லுங்க.'

''என்னைக் காதலிச்சியே... இப்ப நாம் ரெண்டு பேரும் கல்யாணம் பண்ணிக்கலாம். வா, இண்டியா போயிரலாம்'னா இதை நான் உன்கிட்ட சொல்லித்தான் ஆகணும்!'

'அதுக்கு நீங்க என்ன சொன்னீங்க?'

‘இட்ஸ் நாட் பாஸிபிள்! அவ இன்னொருத்தன் மனைவி. சட்டப்படி தப்பு. அது மட்டும் இல்லாம...’

‘மழுப்பாதீங்க. உங்களை நேரா ஒரு கேள்வி கேக்கறேன். சட்டம் எல்லாம் ரெண்டாம் பட்சம்! மதுவைக் கல்யாணம் பண்ணிக்க உங்களுக்கு தைரியம் இருக்கா?’

‘தைரியம்னு இல்லை... இது...’

‘தைரியம் இல்லை! ஏன்? உங்களுக்கு அவ இளம் பெண்ணா, கன்னியா வேணும்! மற்றொருத்தன் மனைவியா, தொட்ட மனைவியா வேண்டாம்! அதானே காரணம்?’

‘என்ன ரத்னா சொல்றே?’

‘இதப் பாருங்க, ஆண்பிள்ளைங்க எல்லாருமே ஒரே மாதிரிதான்.’

‘எப்படி ரத்னா? உங்களுக்கெல்லாம் வாக்கு கொடுத்துட்டு...’

‘இதெல்லாம் சால்ஜாப்பு. நீங்க எனக்கு வாக்கு கொடுத்ததைக் காரணமா வெச்சுக்காட்டி உங்களுடைய புரட்சிகரமான காரியத்தை ரத்து செய்ய வேண்டாம். இப்ப நம்ம ரெண்டு பேருக்குள்ள என்ன ஆயிடுத்து? நிச்சய தார்த்தம் இன்னும் நடந்தபாடில்லை. அப்பா ஏதோ சென்டிமெண்டுக்காகப் பண்ற வெறும் சடங்கு இது! இதனால உங்களை சங்கிலி போட்டு எங்க குடும்பத்தில கட்டிப் போட்டுட்டதா நினைச்சுக்க வேண்டாம்.

‘ரகு நான் உங்களைப் போல இல்லை. நிச்சயதார்த்தத்தில் ஏமாந்தா தற்கொலை பண்ணிக்கிற அளவுக்கு நான் பைத்தியம் இல்லை. எத்தனையோ சத்தியம் பண்றோம்... எத்தனையோ மீறறோம். உங்களை நான் கல்யாணம் பண்ணிக்கறதால நீங்க அந்தப் பெண்ணை இழந்த சந்தர்ப்பத்தை மறுபடி மறுபடி நினைச்சு ஏங்க மாட்டிங்கன்னு என்ன நிச்சயம்? வாழ்க்கை பூரா மதுமிதாவின் நிழலைக் கூட வெச்சுக்க விரும்பலை. இதப் பாருங்க... இந்தக் கணம் உங்களது. உங்களுக்கு எங்க ஃபேமிலியைப் பத்தியோ, இந்தத் தாற்காலிக தர்மசங்கடத்தைப் பத்தியோ, எதுவும் குற்ற உணர்ச்சி வேண்டாம். இது உங்க தீர்மானம். உங்களுக்கு அந்தப் பெண்ணைக் காப்பாத்த இஷ்டம் இருந்தா தாராளமாச் செய்யுங்க! அப்படிக் காப்பாத்தறதால மதுமிதாவும் நீங்களும் நடந்ததை எல்லாம் மறந்து சந்தோஷமா இருப்பிங்கன்னு உங்களுக்குத் தீர்மானமாத் தெரிஞ்சா, கோ அஹெட்! என்னைக் காரணமா வெச்சுக்கிட்டு உங்க தயக்கத்துக்கு சப்பைகட்டு கட்டாதிங்க. நீங்க நிசமாவே அவகிட்ட பிரியமுள்ளவரா இருந்தா அவளை முழுசா, வார்ட்ஸ் அண்ட் ஆல், ஏத்துப்பிங்க. உடனே எங்கிட்ட வந்து, ‘ரத்னா, ஸாரி. இட்ஸ் ஆஃப்! நான் புரட்சி ஒண்ணு பண்ணணும். அதனால உன்னைக் கல்யாணம் பண்ணிக்க முடியாத நிலையில் இருக்கேன்’னு சொல்லியிருப்பீங்க. அதை விட்டுட்டு, நிச்சயம் ஆயிடுத்து, உங்களை எல்லாம் ஏமாத்த விரும்பலைன்னு சால்ஜாப்பு சொல்லாதிங்க. எதையாவது ஒண்ணைத் தீர்மானிச்சுருங்க’ என்றாள்.

ரகு சற்று நேரம் பிரமித்துப்போய் நின்றான். அமெரிக்கச் சூழ்நிலையில் வளர்ந்த இந்தப் பெண் நிச்சயம் வேறு ஜாதி! வலிக்க வலிக்க உண்மை பேசுகிறாள்! இவள் சொல்வதுபோல தைரியம் இல்லை ரகுவுக்கு! அப்பா என்ன சொல்லுவார்? அப்பாவை எதற்குக் கேட்கவேண்டும்... இல்லை இல்லை...

அப்பா அங்கே திருநெல்வேலி புரட்சி செய்தார்! ஜெயந்தியை அவள் கணவன் கொடுமைப்படுத்துகிறான் என்று தான் ஏற்றுக்கொண்டார். அவர் திருநெல்வேலியில் செய்வதைத்தான் நான் அமெரிக்காவில் செய்யப் போகிறேன். இது ஒன்றும் புதிதல்ல!

நான் வருகிறேன் மது! நாம் காதலிப்போம். விதியால் நாம் பிரிந்தோம். இடைப்பட்ட நாள்களில் இரண்டு பேரும் வேறு வேஷம் போட்டுக் கொண்டே வேறு பாத்திரங்களில் இருந்தோம். இப்போது மறுபடி சந்திப்போம்.

சந்தித்து, இடைப்பட்ட நாள்களை ஒரே இரவில் இருட்டாக மறந்து...

சே! அவள் கேட்டபோதே 'நான் தயார் மது!' என்று சொல்லியிருக்க வேண்டும். அப்பாவாக இருந்தால் சொல்லியிருப்பார். அப்பா இதை நிச்சயம் அங்கீகரிப்பார்!

'ரத்னா, இஃப் யூ டோன்ட் மைண்ட், நான் அவளைப் போய்...'

'போங்க' என்றாள் ரத்னா.

பிரிவோம் சந்திப்போம்

29

ரகுபதி ரத்னாவைச் சற்று நேரம் ஆச்சரியத்துடன் பார்த்தான். 'ரத்னா, ஐம் ஸாரி, எல்லாரையும் ரொம்பக் குழப்பத்தில்...'

'ஸாரியெல்லாம் அப்புறம் வெச்சுக்கலாம் ரகு! போங்க' என்றாள். அவள் கண்களில் நீர் தென்பட்டது.

'உங்க அப்பாகிட்டச் சொல்லி...'

'அதெல்லாம் நான் பார்த்துக்கறேன். நீங்க முதல்ல கிளம்பிப் போங்க. அப்புறம் வந்து சொல்லுங்க என்ன ஆச்சுன்னு. ஆனா மறுபடி மனசை மாத்திக் காதிங்க.'

'இந்த நிலையில் விட்டுட்டுப் போறது எனக்கு ரொம்ப கில்ட்டியா இருக்கு.'

'பரவால்லை... சரியாப் போயிடும். எந்தக் காரியத்திலும் யாரையாவது மனம் புண்படுத்தித்தான் ஆகணும். கொஞ்சமேனும் யாராவது நொந்து போய்த்தான் ஆகணும். எல்லாருக்கும் எல்லாவிதத்திலும் சந்தோஷம் கொடுக்கிற செய்கைன்னு உலகத்தில ஒண்ணுமே கிடையாது. நீங்க கிளம்புங்க... நான் அப்பாகிட்டச் சொல்லிக்கிறேன்.'

ரகுபதிக்கு வைத்தியநாதனிடம் சொல்லாமல் கிளம்புவதில் இஷ்டமில்லை. அவரே வந்துகொண்டிருந்தார்.

'என்ன, எல்லாம் பேசியாச்சா? ரெடியா?'

'அப்பா, நிச்சயதார்த்தம் வேண்டாம்ப்பா.'

'என்னது?' என்றார் பதறிப்போய்.

'ரகுபதிக்கு மனசு சரியில்லை. அவரை இப்பத் தொந்தரவு செய்து, கட்டாயமா நிச்சயதார்த்ததுக்குச் சம்மதிக்க வைக்கிறது நல்லதில்லை.'

‘ஏன்? என்ன ஆச்சு திடீர்னு...’

‘மதுமிதாவை அவர் காப்பாத்த விரும்பறார்!’

‘காப்பாத்தன்னா?’

‘அவ கணவன்கிட்டருந்து காப்பாத்த விரும்பறார். அந்த விவகாரத்தைத் தீர்த்து வைக்காம இவரால வேற எதிலயும் முழுமனசா ஈடுபட முடியாது. அந்தப் பொண்ணு காப்பாற்றப்படவேண்டியவள்தான்!’

‘காப்பாத்தறதுன்னா... என்னம்மா சொல்றே?’

‘அவளைக் கல்யாணம் செய்துக்கறது!’

‘மை காட்! வாட்ஸ் இட் ரகு?’

‘ஏம்பா? இது அமெரிக்கா! தவிர, இதெல்லாம் இங்க சகஜம் இல்லையா?’

‘தேசம்தான் அமெரிக்காவே தவிர, ஜனங்க அமெரிக்கன் இல்லையே! என்ன ரகு?’

‘சார்! நான் ஒருவித குழப்ப நிலையில இருக்கேன். அந்தப் பொண்ணு ரொம்ப அறியாத பொண்ணு. கணவன் அநியாயமா அவளுக்கு துரோகம் பண்றான். அவ என்னைப் பளிச்சின்னு ஒரு கேள்வி கேட்டா. ‘என் கணவனை விட்டுட்டு வர்றேன். என்னைக் கல்யாணம் பண்ணிப்பியா?’ன்னு...’

‘சரின்னுட்டியா?’

‘அப்பா இதில என்ன தப்பு! ராதா அவனை ஏமாத்தலாம். அவ கண் முன்னாலேயே பரஸ்திரீகளோட சிநேகம் வெச்சுக்கலாம். மதுவுக்கு அந்த மாதிரி அசிங்கமான கணவனை நிராகரிக்க உரிமை இல்லையா? இதில் ரகு தயாரா இருக்கிறப்ப, கல்யாணம் ஆன பொண்ணா இருந்தாலும் மறுவாழ்வு தர இவர் தயாரா இருக்கும்போது அந்த மாதிரி ஒரு நல்ல காரியத்தில் நாம ஏன் குறுக்க நிக்கணும்? வேண்டாம்ப்பா... இவரை நான் கல்யாணம் பண்ணிக்கிட்டா ரெண்டு பேரும் மிஸரபிளா இருப்போம். இவர் மதுமிதாவைக் காதலிச்சு தற்கொலைவரைக்கும் வந்தவர். நான் உன் கணவனுக்குத் தாழ்ந்தவன் இல்லைன்னு நிரூபிக்கறதுக்குன்னே அமெரிக்கா வந்தவர். என்னதான் அவ பேர்ல இப்பப் பாசம் இல்லைன்னு சொன்னாலும் என்னால சந்தேகப்படாம இருக்க முடியாது. இவரை விட்டுரலாம்பா! எனக்கு ஒண்ணும் கல்யாணத்துக்கு அவசரம் இல்லை.’

‘என்னய்யா இது. இதை முன்னமே சொல்லியிருக்கக்கூடாதோ?’

‘அவரைக் குறை சொல்லாதிங்கப்பா! நமக்கு ஒரு மாதிரி எல்லாம் தெரிஞ்ச விஷயம்தான்.’

‘ச்சே, இப்ப எல்லாரையும் கூட்டி வெச்சுக்கிட்டு...’

‘என்ன போச்சு? சாமி கும்பிட்டுட்டுக் கிளம்பிட்டாப் போச்சு. அமெரிக்காவில இதையெல்லாம் மழுப்பறது ரொம்பச் சுலபம். அவசரமா ப்ரெஸிடண்ட்

கூப்ட்டு அனுப்பிச்சிருக்கான்னு சொல்லிடுங்களேன்! ரகு, உங்களை நாங்க எந்த விதத்திலும் கட்டாயப்படுத்த விரும்பலை. நீங்க போகலாம்.'

'ரத்னா, உனக்கு எந்த விதத்தில நன்றியா என்ன சொல்றதுன்னு தெரியலை. ரத்னா யூ ஆர் கிரேட்!'

'இதனால அந்தப் பொண்ணுக்கு எதாவது நிம்மதி கிடைச்சா சரி! ஐ கன் சிம்பத்தைஸ் வித் ஹெர்.'

'ரத்னா, நான் வரேன். சார், நான் வரேன். உங்க மனம் புண்பட நடந்ததற்கும் பிராயசித்தம் மாதிரி எதாவது செய்துட்டுத்தான் நான் அமெரிக்காவை விட்டுப் போகணும்.'

வைத்தியநாதன் பேசாமல் பார்த்துக்கொண்டிருக்க ரகுபதி மெல்ல இறங்கி பாதையில் சரிந்து அந்தக் கோயிலை விட்டு விலகினான். கரடு முரடாக இருந்த பாதையில் சற்று அவசரமாக இறங்கினான். எப்படி மறுபடி நியூ யார்க் திரும்பப் போகிறோம் என்று மலைப்பாக இருந்தது. காரில் வந்தபோது எல்லாமே சுலபம்தான். இப்போது ஹைவேயில் நடக்கக்கூட முடியாது. பிட்ஸ்பர்க் விமான நிலையத்துக்கு எப்படியாவது போய்ச் சேர வேண்டும். விமான நிலையம் எந்தத் திசையில் இருக்கிறது என்று கூடத் தெரியாது. பேசாமல் அவர்களிடம் திரும்பிப் போய், நியூ யார்க் போகும்போது என்னையும் அழைத்துக்கொண்டு போங்கள் என்று கேட்கலாம். பிரயாணம் முழுவதும் விரோத மௌனத்துடன் வரவேண்டும். வேண்டாம். யாராவது கைதட்டினால் நிறுத்துகிறார்களா பார்க்கலாம்...

விஷ் விஷ் என்று கார்கள் தத்தமது ஏர்கண்டிஷன் சுகத்தில் பறந்து கொண்டிருக்க, ஒருவரும் நிறுத்தவில்லை. நியூ யார்க் போய் என்ன செய்யப் போகிறான்? அதுவும் தெளிவாகத் தெரியவில்லை. மதுமிதா போய்ச் சேரு வதற்கு முன்னாலேயே போய்விடலாம். அவள் வீட்டுக்குப் போய் காத்திருந்து, இல்லை, தெரு முனையில் காத்திருந்து...

ஒரு குட்டி கார் சற்று தூரம் போய் பிரேக் போட்டு நின்றது. ரகுபதிக்கு மனசுக்குள் ஆனந்தம் பிரவகித்தது. காரை நோக்கி ஓடினான். கதவு திறந்து ஒரு இந்திய முகம், 'ஹாய்! வேர் டு?' என்றது.

'கன் யூ டிராப் மி அட் தி ஏர்போர்ட்?'

'ஐம் கோயிங் டவுன்டவுன்! ஐ'ல் டிராப் யூ ஸம் ப்ளேஸ் வேர் யூ கன் கெட் எ பஸ்.'

'தாங்க்ஸ்!' என்றான். உள்ளே ஏறிக்கொண்டான். பின் சீட்டில் ஒரு நாய் உட்கார்ந்திருந்தது. சின்ன கார் அது.

'மை நேம் இஸ் தேசாய். ஐம் இன் பிஸினஸ்.'

'ரகுபதி, ஸ்டூடண்ட், நியூ யார்க்' என்றான்.

'இந்தியர்களுக்குத்தான் நிறுத்துவது என் வழக்கம். மற்றவர்களை நம்ப முடியாது. நான் என் மாணவ தினங்களில் ரொம்ப இந்த மாதிரி ஹிட்ச்ஹைக் பண்ணியிருக்கிறேன். இந்தியர்களுக்கு மாத்திரம் நிறுத்துவேன். கல்யாணம் ஆகிவிட்டதா?'

'இல்லை.'

'ஊருக்குப் போய் கல்யாணம் செய்துகொள். இந்தியப் பெண்ணைக் கல்யாணம் செய்துகொள். அமெரிக்கப் பெண் வேண்டாம்' என்றான். பஸ் ஸ்டாண்டு போவதற்குள் தன் சரித்திரத்தையே விரித்துவிட்டான். வெள்ளைக் காரியைக் கல்யாணம் பண்ணிக்கொண்டு மூணு வருஷத்துக்குமேல் தாக்குப்பிடிக்க முடியவில்லையாம். அவர்கள் மனப்பாங்கே வேறு, குணம் வேறு, மதம் வேறு... ஏன் அவர்கள் வாசனையே வேறு! டிவோர்ஸ் என்பது அமெரிக்காவில் ரொம்பச் செலவாகும் காரியம். வீட்டை விற்று ஒற்றை ரூம் அப்பார்ட்மெண்ட்டுக்கு மாறி, காரை விற்று சின்ன காரை வாங்கிக்கொண்டு, 'சில்வெஸ்டரும் நானும்தான் பாக்கி.'

'சில்வெஸ்டர்!' என்று பெயர் சொன்னதும் நாய் ஒரு முறை சந்தோஷமாகக் குரைத்தது.

கார் மூட்டைப் பூச்சிபோல் இருந்ததால் சந்துக்குச் சந்து மாறி மாறிக் கொண்டே சென்றான். மற்ற கார்க்காரர்கள் அவனை ஹாரனால் திட்டினார்கள். 'இவர்களுக்கெல்லாம் விவஸ்தை கிடையாது. எப்போது பார்த்தாலும் பணம் பணம் பணம்தான்! பணத்தைத் தவிர மற்ற எதுவும் முக்கியமில்லை. பிரதர்! அமெரிக்காவில் பணம் நிறையப் பண்ணு. ஆனால் இங்கே கல்யாணம் பண்ணிக்காதே. வீடு வாங்காதே. பிள்ளை பெற்றுக் கொள்ளாதே! உன் ஊர் எது?'

'என் அப்பா இருக்கும் ஊர் மணிமுத்தாறு.'

'மணிமுத்தாறுக்குப் போய்விடு. நம் இந்தியாவைப்போல இல்லை இந்த தேசம். பெற்ற தாயை விற்கும் தேசம்.' சில்வெஸ்டர் ஆமோதித்தது.

'உன்னை எனக்குப் பிடித்துப் போய்விட்டது ஏர்ப்போர்ட்டிலேயே கொண்டு விட்டுடுறேன். ஜின் இருக்கு. சாப்பிடு!'

ஜின் என்றதும் மதுமிதாவின் ஞாபகம் வந்தது.

பாவநாசத்தில் அவள் சொன்னது வார்த்தை வார்த்தையாக ஞாபகத்தில் ததும்பியது. 'எனக்கு உன்னைப் பார்த்தா பாவமா இருக்கு, நீ நேத்திக்கு அழுதியாமே? ஏன் அழுதே? நான் கிடைக்கலைன்னா? ஹெள ஸ்வீட் ரகு! எனக்குப் புரியலை. செக்ஸ் பத்தி நிறைய நாவல்கள் படிச்சாச்சு. ஆனா, இன்னும் அது என்னன்னு சரியாத் தெரியாது. லவ்ன்னாலும் என்னன்னு சரியாத் தெரியாது. உனக்கு லெட்டர் எல்லாம் அம்மாதான் எழுதச் சொன்னாங்க. உன்னைத் தொட்டது, கிஸ் பண்ணது எல்லாம் தப்பா? இருக்கலாம். எனக்கு அது தப்பாத் தெரியலை. பூனைக் குட்டியைக் கிஸ்

பண்றது இல்லையா? எனக்கு எல்லாமே கன்ஃப்யூஸ்டாத்தான் இருக்கு. அமெரிக்கா பார்க்கணும்போல இருக்கு. ஆனா பத்தொம்பது வயசில கல்யாணம் செய்துக்கறது கொஞ்சம் எர்ளி இல்லை?'

'உனக்கு யாரைக் கல்யாணம் பண்ணிக்க இஷ்டம்? அவனையா, என்னையா?'

'சரியாத் தெரியலையே ரகு!'

'என்ன யோசனை? உன்னுடைய கர்ள் ஃப்ரெண்டைப் பற்றியா?'

'ரகு சற்றுத் தயங்கி 'ஆம்!' என்றான்.

'அமெரிக்கன்...'

'இல்லை, இண்டியன்.'

'பிழைத்தாய், புத்திசாலி! ஊரில் இருக்கிறாளா?'

'இல்லை, இங்கே நியூ யார்க்கில்!'

'சபாஷ்! கல்யாணம் செய்துகொண்டு ரெண்டு பேரும் சேர்ந்து இந்த தேசத்தைச் சூறையாடுங்கள்! வாழ்த்துகள்! பணம் படைத்த முட்டாள்களின் ரத்தத்தை உறிஞ்சுவதுதான் இந்த யுகத்துக்கு ஏற்றது. இதோ ஏர்போர்ட்! இதோ என் கார்டு! கல்யாணத்துக்கு என்னைக் கூப்பிடு. நிச்சயம் வருகிறேன்.'

'நிச்சயம் கூப்பிடுகிறேன்! பை' என்று கையாட்டினான். 'என் கர்ள் ஃப்ரெண்டு ஏற்கெனவே கல்யாணம் ஆனவள். அதுதான் ஒரே ஒரு சிக்கல்!' என்று சொல்ல விரும்பினான். அதற்குள் தேசாய் கிளம்பிவிட்டான். வீக் எண்டாக இருந்ததால் நியூ யார்க் ஃப்ளைட் கொஞ்சம் கூட்டமாகத்தான் இருந்தது. காத்திருந்ததில் கொட்டுவாயில் டிக்கெட் கிடைத்தது. டிராவலர்ஸ் செக் கொடுத்துவிட்டு ஏறி உட்கார்ந்துகொண்டான். அவனருகில் உட்கார்ந்திருந்த வெள்ளைக்காரர் பாஸ்டன் பிராமணர்போல இருந்தார். கையில் வால் ஸ்ட்ரீட் ஜர்னல் வைத்திருந்து, ரகுபதியை வெறுப்புடன் பார்த்தார். இவர்கள் எல்லாருமே பாசாங்குக்காரர்கள். தேசாய் சொல்வது சரிதான். இவர்களுடைய ஹாய் ஹ்வ்ய் எல்லாம் உதட்டளவில்தான். பேசாமல் மதுமிதாவை அழைத்துக்கொண்டு அடுத்த ஃப்ளைட்டில் ஊருக்குப் போய்...

கோபிநாத் என்ன சொல்வார்? அப்பா என்ன சொல்வார்? ரகுபதிக்கு திகீர் என்றது.

'அப்பா நீங்கள் புரட்சி பண்ணவில்லையா?'

'ஜெயந்தி ஆதரவற்ற பெண். இந்தப் பெண்ணின் அப்பா அம்மாவைக் கலந்தாலோசிக்காமல் நீ எப்படி இவளை அழைத்துக்கொண்டு வருவாய்? நீ செய்வது தப்பு.'

முதல் காரியமாக டெலிபோனில் கோபிநாத்துடன் பேச வேண்டும். அழைத்து வா என்றுதான் சொல்வார். அழைத்துச் சென்று மெல்ல... மெல்ல...

334 ● சுஜாதா

இந்தியாவில் யாரும் இதை ஒப்புக்கொள்ள மாட்டார்கள். கல்லானாலும் கணவர்களின் ஊர் அது. பதிவிரதா தர்மத்தின் ஆதிக்கத்தில் நெருப்பில் எரிவார்களே! கணவர்களைப் பரத்தையர்பால் தாங்கிச் செல்வார்கள். அடித்தால் வாங்கிக்கொண்டு விதியை நொந்துகொள்வார்கள். இல்லை, இல்லை... இந்தியா மாறிவிட்டது. அங்கங்கே எதிர்ப்புக் குரல்கள் தெரிவிக்கத் தொடங்கிவிட்டார்கள்.

பார்லிமெண்டில் பெண்ணுரிமைகளைப் பேசுகிறார்கள். ஊர்வலங்கள் எடுக்கிறார்கள்.

ஹிந்துவில் ஒரு கடிதம் எழுதலாம். 'டியர் சார், நான் செய்த்து சரியா?' என்று கடைசி வாக்கியம்! ரகுபதி தன் டிக்கெட் நம்பரைக் கூட்டி ஒன்பது வந்தால் தான் செய்யப்போவது சரி என்று எண்ணிக்கொண்டான்.

ஏ 6336107. ஏ என்றால் என்ன? ஒன்றுதானே... அதையும் கூட்டிக் கொண்டால் ஒன்பது. விதிகளைத் தேவைக்கு ஏற்ப மாற்றி அமைத்துக்கொள்ளும் சமயம் வந்துவிட்டது.

நியூ யார்க்கில் இறங்கினபோது மாலை மங்கத் தொடங்கி விட்டது. இன்னும் வந்துசேர்ந்திருக்க மாட்டாள். முதல் காரியமாக அவள் வீட்டுக்குப் போகலாம். வீட்டில் ராதா இருந்தால்? இருக்கமாட்டான். பெண்டாட்டி இல்லாத சந்தர்ப்பத்தை நழுவவிடுபவனா? டேக் இட் ஈஸி!

நியூ யார்க்கின் வீதிகளில் வெளிச்சப்புழுக்கள் போல கார்கள் நெளிந்து கொண்டிருக்க, போலீஸ் கார் ஒன்று ஆம்புலன்ஸ் தொடர ஊளையிட்டுக் கொண்டே செல்ல, மற்ற கார்கள் பிரமித்துப்போய் வழிவிட பட்ரோல் கார்கள் வெளிச்ச விர்ராக அவன் பஸ்ஸைக் கடந்து சென்றன. நதியைத் தாண்டி, சிம்னிகள் கரும்புகையை உமிழ்ந்துகொண்டிருக்க, நதியில் சோம்பேறித் தனமாக ஒரு குட்டிக் கப்பல் பெரிய கப்பலை இழுத்துக்கொண்டு நகர்ந்து கொண்டிருந்தது. சுதந்தர தேவியின் முக வெளிச்சமும் தெரிந்தது. இடப்பக்கம் முகம் பூரா வைர ஊசிகளுடன் மன்ஹாட்டன்.

சப் வே பிடித்து, பஸ் பிடித்து அவர்கள் வீட்டுக்குப் போகலாம். ராதா நிச்சயம் இருக்கமாட்டான். காத்திருக்கலாம். எங்கே காத்திருப்பது? வீட்டு வாசலிலா? இல்லை தெருமுனையிலா? எதாவது சினிமா பார்த்துவிட்டு மூன்று மணி நேரம் கழித்துப் போகலாமா? வேண்டாம். இப்போதே போய்க் காத்திருக் கலாம். மதுமிதா காரில் வரும்போது அந்தக் கணத்தைத் தவறவிட விரும்ப வில்லை.

'ஹலோ... மது!'

'ரகு, என்னது? அதுக்குள்ள எப்படித் திரும்பி வந்துட்ட?'

'வந்துட்டன் பாரு உனக்கு முந்தி! மது, நீ சொன்னதை யோசிச்சுப் பார்த்தேன். உன்னை ஏத்துக்க எனக்குச் சம்மதம்தான். அதைச் சொல்லத்தான் ஓடோடி வந்திருக்கேன் மது. மது, எனக்கு எதுவும் முக்கியமில்லை. உனக்கு

எப்படியாவது சந்தோஷமும் மறுவாழ்வும் அளிக்கிறதுதான் முக்கியம். அதுக்காகத்தான் ப்ளேன் புடிச்சு ஓடி வந்துட்டேன் பாரு.'

மதுமிதாவின் வீட்டுக்குச் சென்றபோது உள்ளே விளக்கு எரிந்து கொண்டிருந்தது. டெலிவிஷன் சலனம் தெரிந்தது. யாரோ இருக்கிறார்கள். மது கிளம்பி வந்துவிட்டாளா? மணிப் பொத்தானை அழுத்தினான். சற்று நேரம் கழித்து, 'ஹூ இஸ் இட்?' என்று குரல் கதவின் பிளவில் கேட்டது.

'ஐம் ரகு, மதுஸ் ஃப்ரெண்ட்!'

'தே ஆர் நாட் ஹோம்.'

'ஐ நோ! ஐ மெட் ஹர் இன் பிட்ஸ்பர்க். ஐ'ம் மதுஸ் ஃப்ரெண்ட். கன் ஐ வெய்ட் டில் ஷி கம்ஸ் ஹோம்?'

கதவு திறந்து ஒரு பயந்த முகம் எட்டிப் பார்த்தது. 'ஓ! ஐ'வ் ஸீன் யூ' என்றாள் அந்த யூகோஸ்லாவியப் பெண். சில தினங்கள் வந்து வீட்டு வேலை செய்பவள்.

'வேர்ஸ் ராதா?'

'ஹி ஸெட் ஹி வோண்ட் பி ஹோம் டில் லேட் இன் தி நைட்.'

சௌகரியம்தான் என்று மேஜையிலிருந்து பத்திரிகையை எடுத்து வைத்துக்கொண்டான்.

'லைக் ஸம் காஃபி?'

'ஒய் நாட்?'

டெலிவிஷனிலிருந்து கண் மாறாமல் விலகி அவள் காப்பி போடச் சென்றாள். ரகு சுதாரித்துக்கொண்டான்.

அலமாரியில் அழகான வண்ணத்தில் ராதாவும் மதுவும் ஒருவரை ஒருவர் அணைத்துக்கொண்டு புகைப்படத்தில் சிரித்துக் கொண்டிருந்தனர். ஒரு கணம் ராதா இடம் பெயர்ந்தான்.

மது திரும்பி வருகிற நேரம்தான்...

டெலிபோன் ஒலித்தது.

30

டெலிபோன் அமெரிக்கத்தனமாக கிணுகிணு என்று தொடர்ந்து ஒலிக்க ரகுபதி அதைத் தயக்கத்துடன் எடுத்துக்கேட்டான்.

'இஸ் தட் தி ரெஸிடன்ஸ் ஆஃப் ராட்கிஷன்?' என்றது ஓர் அதிகாரக் குரல்.

'யா!'

'இஸ் இட் மிஸ்டர் ராட்கிஷன்?'

'நோ... ஹி இஸ் நாட் ஹோம்? ஹூ இஸ் காலிங்?'

'லுட்டனண்ட் மக்லாஸ்கி. நியூ யார்க் ஸ்டேட் போலீஸ்!'

'போலீஸ்! இஸ் எனிதிங் ராங்?'

'லுக்! யூ காட் ட கெட் டவுன் ஹியர்!'

'வேர்?'

'மிட்டவுன் ப்ரிஸிங்க்ட் இன் வெஸ்ட் தர்ட்டி பிஃப்த் ஸ்ட்ரீட்.'

'இஸ் எனிதிங் ராங் லுட்டனண்ட்?'

'கம்! ஐ'ல் டேக் யூ டு தி சீஃப் மெடிக்கல் எக்ஸாமினர்!'

ரகுபதிக்குப் பதற்றமாக இருந்தது. புரியவில்லை. போலீஸ்... ப்ரிஸிங்க்ட் மெடிக்கல் எக்ஸாமினர்... இதெல்லாம் என்ன? ஒருவேளை... 'லுட்டனண்ட், இஸ் எ கர்ள்...'

'யா, மது மடு, மடு..'

'மதுமிதா..'

'யா?'

'இஸ் ஷி ஆல்ரைட்?'

'நோ! கம் டவுன் ஹியர், ஐ'ல் ஷோ யா!'

டெலிபோன் சட்டென்று வைக்கப்பட்டது. என்ன செய்வது என்று தெளிவாகத் தெரியவில்லை.

எங்கே இந்த ராதா? அவனுக்குத் தகவல் சொல்லவேண்டாமா?' பணிப் பெண்ணைக் கேட்டதில் அவளுக்குத் தெரியவில்லை. ராதாவின் ஆபீஸ் நம்பரைத் தேடி அதைச் சுழற்றியதில் 'திஸ் இஸ் எ ரெகார்டட் சர்வீஸ்! பீப் கேட்டதும் ராதாகிஷனுக்கு உங்கள் செய்தியைத் தெரிவிக்கவும்...' என்றது ஓர் இயந்திரக்குரல்.

ராதா! எங்கிருந்தாலும் உடனே போலீஸ் மிட்டவுன் ப்ரிஸிங்க்ட் அல்லது சீஃப் மெடிக்கல் எக்ஸாமினருடன் தொடர்பு கொள்ளவும். அவசரம்...' என்று சொல்லிவிட்டு வெளியே வந்து தெருமுனையில் டாக்ஸி தெரிய அதை நிறுத்தி உள்ளே பாய்ந்தான்.

அந்த அதிகாரி பேப்பர் கப்பில் காப்பி உறிஞ்சிக் கொண்டிருந்தார். எதிரே கொலாண்டரில் ஒரு சிறிய அடுப்பில் கண்ணாடி கப்புக்குள் மேலும் காப்பி தவித்துக்கொண்டிருந்தது. ஜன்னல்களில் பெகோனியா அஸாலியா மலர்கள் சின்னச் சின்ன தொட்டிகளில் நீருக்கு ஏங்கிக்கொண்டிருந்தன. ஆபீஸ் முழுவதும் களேபரமாக இருந்தது. மேசைமேல் ஏகப்பட்ட டிஸ்யூ ஸ்லைடுகள், ஃபார்மலினில் மிதந்துகொண்டிருக்கும் மூளை! ரகுபதிக்கு சுற்றி நிகழ்ந்தது எதுவுமே புரியவில்லை.

போலீஸ் நிலையம் சென்றது மக்லாஸ்கி என்பவரைச் சந்தித்து, 'ஆர் யூ தி ஹஸ்பண்ட்?' என்று கேட்டு, அவர் அவனை பட்ரோல் காரில் உடனே வேறு இடத்துக்கு அழைத்துச் சென்றது. இதெல்லாம் எதற்காக? ஆஸ்பத்திரியா இது? மதுவுக்கு உடம்பு சரியில்லையா? எதாவது விபத்தா? எது கேட்டாலும் 'யூல் ஸீ!'

'அப் ஆன் தி த்ரு வே! எ மைல் ஸௌத் ஆஃப் தி எக்ஸிட், இன் புஷஸ்! எபவுட் தர்ட்டி ஃபீட் ஃப்ரம் தி ரோட்! வாட் வாஸ் ஷி டூயிங் தேர்!'

'பார்டன்!'

'திஸ் கர்ள் மது மது...'

'மதுமிதா! அவளுக்கு என்ன ஆயிற்று? சொல்லுங்களேன்... ஏன் எல்லாரும் சொல்ல மாட்டேன் என்கிறீர்கள்?'

'யூல் ஸீ!'

போலீஸ் அதிகாரி அவன்பால் ஒரு காப்பிக் கோப்பையை நீட்ட, 'நோ தாங்க்ஸ்' என்றான்.

மருத்துவ அதிகாரி தன் சுருட்டுச் சாம்பலை உதிர்த்துவிட்டு, 'வா' என்றார்.

ரகுபதியின் இதயம் மார்பெலும்பில் முட்டியது. இது என்ன இடம்? ஆஸ்பத்திரியாகத்தான் இருக்கவேண்டும். மதுவுக்கு ஏதோ விபத்து நடந்திருக்கிறது. ஆஸ்பத்திரியில் இருக்கிறாள். அவளுடைய விலாசத்தைக் கண்டுபிடித்து போன் செய்திருக்கிறார்கள். 'மது பார்! உன் கணவனுக்கு முன்பே வந்துவிட்டேன். உன்னை அழைத்துப்போக வந்துவிட்டேன்! மது...' மெதுவாக அவர்கள் அந்த அறையை விட்டு விலகி ஒருவிதமாக வரவேற்புப் பகுதியைக் கடந்து அந்தக் கட்டடத்தை அடுத்து, பின் பக்கத்தில் இருந்த சிறிய கட்டடத்தை அணுகினார்கள். இது என்ன? அதன் வாயிலைக் கடந்ததும் நீண்ட வலுவான கண்ணாடி ஜன்னல் தெரிந்தது. கண்ணாடிக்குள் ஒருவித மான ஷாப்ட் போல ஏதோ தெரிந்தது. என்ன இது, ஆஸ்பத்திரி போலவே இல்லையே? டாக்டர் கண்ணாடிக்கு அருகில் உள்ள ஒரு பட்டனைத் தேர்ந்தெடுத்து அதை அழுத்தினார். உடனே ஒரு மோட்டார் இயங்கும் சப்தம் கேட்டது. கண்ணாடிக்குப்பின் தெரிந்த இரும்பு கேபிள்கள் இயங்கத் தொடங்கின. அவர்களுக்குக் கீழே எங்கேயோ இருந்த ப்ளாட்பாரம் போல ஒன்று நாசூக்காக மேலே வந்தது. அதன் மேல் சற்றே மஞ்சளாக மெழுகு தடவினாற் போல ஓர் உடல் தெரிந்தது.

'மை காட்! மது!' என்று அலறினான்.

'இஸ் ஷி தி ஒன்?'

'இறந்துவிட்டாளா?'

'அப்போதே! அந்தக் கணத்திலேயே! கார் இரண்டாக உடைந்துவிட்டது. எங்களுக்கு ஹெலிகாப்டர் வைத்துத் தூக்குவது சிரமமாக இருந்தது. த்ரு வே அரை மணிக்குத் தடைபட்டுப்போய் ஒரே குழப்பம்.'

'டாக்டர்! யூ ஹாவ் தி ரிப்போர்ட்?'

'யா! யா! குடித்துவிட்டு ஓட்டியிருக்கிறாள்! ரத்தத்தில் ஆல்கஹால் மிக அதிகமாக இருந்தது...'

'இட்ஸ் எ பிட்டி! வெரி ப்ரட்டி கர்ள்' என்று கண்ணாடிக்குள் பார்த்துக் கொண்டே சொன்னார்.

'இல்லை! அது பொய்! அது மெழுகு பொம்மை. மதுமிதா செத்துப்போக வில்லை! இது பொய் மாயம்! இது மதுமிதா இல்லை!'

மதுமிதாவின் கண்கள் மூடியிருந்தன. மெல்ல மெல்ல அந்த டாக்டர் விலகிப்போய் வாசலில் நின்றுகொண்டு 'எதற்காக அவளைத் தனியாக கார் ஓட்ட அனுமதித்தீர்கள்? எதற்காக அவளுக்கு ஜின் கொடுத்தீர்கள்!' என்றார்.

'இல்லை, அவள் செத்துப் போகவில்லை. இது பொய்' என்று தரையில் உட்கார்ந்தான் ரகுபதி. மதுமிதாவைப் போய் அணைத்துக்கொண்டு கதறி அழவேண்டும்போல் இருந்தது. கண்ணாடி கெட்டியாக இருந்தது. அந்த வெளிச்சம், அந்தப் போர்வை எல்லாமே செயற்கையாக இருந்தது. இது ஏதோ

ஒரு நாடகம். இதோ திரை போட்டு விடுவார்கள்! மற்றொரு பட்டனைத் தொட, அந்த பிளாட்பாரம் கீழே போய் ஒளிந்து கொண்டது.

'கம்! வி வில் டாக்' என்றார் போலீஸ் அதிகாரி.

'இது என்ன இடம்?'

'சீஃப் மெடிக்கல் எக்ஸாமினரின் அலுவலகம். ஆட்டாப்ஸிக்கு இங்குதான் அனுப்புவோம். யூ ஆர் ராதாகிஷன்?'

'இல்லை, நான் டெலிபோனில் உங்களுக்குப் பதிலளித்தவன்!'

'அந்தப் பெண், உறவா...'

'ஆம்!' என்றான்.

'குடிப்பாளா?'

'புதிதாகக் கற்றுக்கொண்டிருந்தாள்!'

'குடிக்கவா, கார் ஓட்டவா? ஸ்பீட் லிமிட்டையெல்லாம் கடந்து அதிவேக மாகச் சென்றுகொண்டிருந்தாள். ரேடாரில் கண்டு பிடித்துத் தொடர்ந்தார்கள். இன்னும் வேகம்! ஏன் அந்த அவசரம்? ஏதாவது ஃப்ளைட்டைப் பிடிக்க வேண்டும் என்றிருந்ததா?'

'இல்லை!'

'கோபமா? மனவருத்தமா?'

'ஆம்.'

'பரிதாபம்! சாலையிலிருந்து முப்பதடி தூக்கி எறியப்பட்டு விழுந்திருந்தாள். எடுத்தபோதே உயிர் போய்விட்டது. அதிகம் துன்பப்படாமல் இறந்து போயிருக்கவேண்டும்! கணவனுக்குத் தகவல் சொல்லியிருக்கிறீர்களா?'

'ம்.'

'உட்காருங்கள், லைக் டு ஹேவ் ஸம் காஃபி?'

'தாங்க்ஸ்!'

ரகுபதி பொம்மைபோல உட்கார்ந்தான். அவன் கன்னங்களில் கண்ணீர் உலர்ந்திருந்தது. உதட்டோரத்தில் உப்பு கரித்தது. 'மது, அவசரப்பட்டு விட்டாய்! மது நான் வந்து உன்னை...' அவள் அவசரப்படவில்லை.. நான்தான் தாமதித்துவிட்டேன்.

மது செத்துப் போயிட்டாளா! சிரிப்பாக வந்தது. எப்படிச் செத்துப் போக முடியும்! அவள் பேச்சு ஒவ்வொன்றும் என் மூச்சில் கலந்திருக்கும்போது எப்படிச் செத்துப் போய்விட்டாள்... அபத்தம்?

'ஸாரி சார், விழுந்திட்டிங்களா?'

340 ● சுஜாதா

'என்னைப் பார்த்தா விழுந்தமாதிரி தெரியலியா?'

'சிரிச்சா கோவிச்சுக்குவிங்களோன்னு பயமா இருக்கு.'

'முதல்ல நேரா என் கண்ணைப் பார்த்துப் பேசுங்க.'

'எங்கே! எங்கே அவள்' என்று இரைச்சல் கேட்க நிமிர்ந்தான் ராதாகிஷன்!
'டேய், நீ இங்கயும் வந்துட்டியா, என்னடா ஆச்சு படுபாவிப் பசங்களா! எங்கே அவ?'

'போய்ப் பாருடா!' என்றான்.

ஆஃபீஸர்! வேர் இஸ் ஷி? இவனை முதலில் துரத்துங்கள். இவன்தான் எல்லாவற்றுக்கும் காரணம்! மது, மது!' என்று கைக்குட்டையால் முகத்தைத் துடைத்துக்கொண்டான். ராதாகிஷனை அழைத்துக்கொண்டு அவர்கள் அந்தக் கண்ணாடிக் கதவை நோக்கிச் செல்வதை ரகுபதி சுவாரஸ்யமில்லாமல் பார்த்தான். 'மது, மது, என் கண்ணே' என்று காரிடர் ஒலித்தது.

'ரகு! நீ என்னைக் காதலிச்சே... கல்யாணம் பண்ணிக்க விரும்பினே. வா ரகு. நாம ரெண்டு பேரும் கல்யாணம் பண்ணிக்கலாம். பாவநாசத்தில பிரிஞ்சதில இருந்து இன்னிக்கு வரைக்கும் நடந்ததை ஒரு சொப்பனமா நினைச்சுக்கிட்டு ரெண்டு பேருமே இன்னொஸெண்ட்டா இருந்த அந்த நாள்களுக்குத் திரும்பிப் போகலாம்.'

'மது, அது அவ்வளவு சுலபமில்லை!'

'போ ரகு, உனக்குத் தைரியமில்லை.'

'ஓகே ஓகே, இட்ஸ் ஓகே! நான் வரேன்!'

மறுபடி காரிடாரில் இரைச்சல் கேட்க, ராதாகிஷன் புலம்பிக்கொண்டே வந்தான். 'பாஸ்டர்ட்! பாஸ்டர்ட்! இவன்தான் எல்லாவற்றுக்கும் காரணம். பிட்ஸ்பர்க்கிலிருந்து வந்திருக்கிறான் பாருங்கள், படுபாவி! உன்னால்தான் அவள் மனம் மாறினாள். தெய்வமே! நான் எப்படி உயிர் வாழ்வேன்? மது இல்லாமல் நான் எப்படி ஜீவித்திருப்பேன்? நான் என்ன செய்வேன்! என் இனிய மனைவியே போய்விட்டாள். நான் எதற்காக இன்னும் உயிர் வாழ வேண்டும்? எதற்காக?'

'மிஸ்டர் ராதாகிஷன் காம் யுர்ஸெல்ஃப்... ஹாப்பன்ஸ் டு ஆல் ஆஃப் அஸ்!'

'நோ நோ!' என்று தலையை ஆட்டி ஆகாத்தியம் செய்தான்.

போலீஸ் அதிகாரி ராதாகிஷனைச் செல்லமாக அணைத்துக் கொண்டு, 'மிஸ்டர் கிஷன்! உங்களுக்கு எத்தனை வருத்தமாக இருக்கும் என்பதை என்னால் உணர முடிகிறது. நானும்தான் மனைவியை இழந்திருக்கிறேன்... கேன்சர்' என்றார்.

'ஐயா! உங்களுக்குத் தெரியாது. ஒரு இந்தியக் கல்யாணம் என்பது மிகவும் பவித்திரமானது. அந்த பந்தம் ஜென்ம ஜென்மமாக வருவதாகப் பெரியவர்கள் எண்ணுகிறார்கள். மதுமிதா! அவளைப் போன்ற மனைவி எங்கே

பிரிவோம் சந்திப்போம் ● 341

கிடைப்பாள்? இருவரும் ஒருவரை ஒருவர் அப்படி உள்ளன்புடன் நேசித்தோம். ஒருவருக்காகவே ஒருவர் உயிர் வாழ்ந்தோம். ஒருவரை ஒருவர் பரிபூரணமாகப் புரிந்துகொண்டோம். எங்கள் இல்வாழ்க்கை ஓர் அழகான இனிமையான கனவுபோல இருந்தது. மற்ற பேர் பொறாமை கொண்டார்கள். ஓ ஓ! மது, உன்னை விட்டு எப்படி வாழ்வேன்?' என்று தலையை ஆபீசரின் தோளில் புதைத்துக்கொண்டான். அவர், 'மிஸ்டர் கிஷன்! மனத்தைத் தேற்றிக்கொள்ளுங்கள். வயது வந்தவர் நீங்கள். கண் கலங்கலாமா? குழந்தைகளை யார் கவனித்துக்கொள்வார்கள்.'

'குழந்தைகள் இல்லை' என்று தலையசைத்தான்.

'வேறு நல்ல பெண்ணைக் கல்யாணம் செய்துகொண்டு விடுங்கள் துக்கத்தை மறக்க.'

'வேறு பெண்ணா?' என்றான் விரக்தியுடன்... 'மதுவின் இடத்திலா?'

'மிஸ்டர் கிஷன்! உங்கள் அன்பான மனைவி அமெரிக்க வேக நாகரிகத்துக்கு பலியானதற்கு நாங்கள் மிகவும் வருத்தப்படுகிறோம். எங்கள் விதிமுறை களுக்கென சில கட்டாயங்கள், சம்பிரதாயங்கள் உள்ளன. அவற்றைச் சீக்கிரமே நிறைவேற்றிவிட்டு உங்களுக்கு உங்கள் அருமை மனைவியின் உடலைத் திரும்பக் கொடுத்துவிடுகிறோம். இந்தக் காகிதங்களில் கையெழுத்திட்டுவிட்டு ஒரு சில கேள்விகளுக்குப் பதிலளித்தால் போதும்.'

'அவள் ஞாபகார்த்தமாக எதையாவது செய்ய விரும்புகிறேன்! எதாவது ஓர் அறக்கட்டளை போல, ஒரு பள்ளி அல்லது சாலை விபத்துக்களைத் தவிர்க்கிற முறையில் எதாவது ஒரு நிறுவனத்துக்குப் பண உதவி!'

ரகுபதி மெல்ல எழுந்து ராதாகிஷனை அணுகினான். யாரும் சற்றும் எதிர்பாராத விதத்தில் ராதாவின் தலைமுடியைக் கொத்தாக அள்ளிப் பிடித்துக்கொண்டு அவனைப் பின்புறம் தள்ளி மேசை மேல் மோதி, தன் பத்து விரல்களையும் அவன் கழுத்தில் அழுத்தினான்.

31

இன்னும் ஒரு நிமிஷம் அவகாசம் இருந்திருந்தால் கழுத்துப் பிடியின் அழுத்தலில் ராதா செத்துப் போயிருப்பாள். மூச்சுக்குத் திணறி, இருமி, கை கால்களைப் பதற்றத்துடன் உதைத்துக் கொண்டிருந்த ராதாவை போலீஸ் அதிகாரி விடுவித்தார். ரகுபதியை வலுவான அமெரிக்கக் கரங்கள் பிடித்து இழுத்து, ஏறக்குறையத் தூக்கி சுவரின்பால் அழுத்தி, 'உங்கள் சண்டை எல்லாம் உங்கள் தேசத்தில் போய்ப் போட்டுக்கொள்ளுங்கள். நான் இருக்கும்போது பலாத்காரம் கூடாது.'

ரகுபதி உணர்ச்சிவசப்பட்டு, 'இவன்தான் இவன்தான் அவளைக் கொன்றவன்! ஒன்றும் அறியாது புஷ்பம்போல இருந்தவளை உங்கள் நாகரிகத்தை வைத்து ஆசை காட்டி புயல் போல வந்து கல்யாணம் செய்துகொண்டு, அழைத்து வந்து, குடிக்கக் கற்றுக் கொடுத்து, தங்கக் கூண்டில் சிறை வைத்து, கொஞ்ச நாளில் அலுத்துப்போய் இவள் கண்ணெதிரே மற்ற பெண்களுடன் உறவு கொண்டு, இவள் மெல்லிய உணர்ச்சிகள் அத்தனையும் கிழித்துப்போட்டு நெஞ்சத்தைப் பற்றவைத்து, காரைக் கொடுத்து, வேகம் கொடுத்து, பலியாக்கின கிராதகன், பாதகன்! லுட்டனண்ட், இவனைக் கைது செய்யுங்கள். ஏன் தாமதிக்கிறீர்கள்? அரெஸ்ட் ஹிம்... அரெஸ்ட் ஹிம்' என்றான்.

'வில் டூ தட்... வில் டூ தட். டேக் இட் ஈஸி!'

'டேக் இட் ஈஸி! உங்கள் தேசத்தையே நாச வாசலில் செலுத்தும் டேக் இட் ஈஸி!'

'ஈஸி ஐ செட்! ஐ டோட்ன் வாண்ட் எனி டாண்ட்ரம்ஸ் ஹியர். சீஃப், எனிதிங் எல்ஸ் டு பி டன்?'

'மிஸ்டர் கிஷன், நீங்கள் காலை வந்து உடலை எடுத்துப் போகலாம். வில் யூ ப்ளீஸ் ஸைன் ஹியர்?'

ராதாகிஷன், 'நான் வீடுசெல்லும் வரை போலீஸ் பாதுகாப்பு வேண்டும்' என்றான்.

'பட்ரோல் காரில் அழைத்துச் செல்கிறேன். கவலைப்படாதீர்கள். யார் இந்தக் கோபக்கார இளைஞன்?'

'என் அன்பு மனைவியின்மேல் இச்சை வைத்திருந்தவன்.'

'ஓ... பழைய கதை! கணவன், காதலன்! இந்தியர்களில்கூட இப்படியெல்லாம் உண்டா? லைக் யூர் மூவிஸ்!'

'ராதா, நீ புழுபோலத் துடித்து ஒருநாள் செத்துப் போகப்போறே' என்றான்.

'வாட்ஸ் ஹி ஸேயிங்?'

'ஹி ஸேஸ், ஹி வில் கில் மி.'

'யா' என்றான். 'ஒன் டே ஃபர் ஷ்யூர்!'

'மிஸ்டர்! லெட் மி ஸி யுர் பாஸ்போர்ட்.'

'பாஸ்போர்ட் இருக்காது' என்றான் ராதா.

'ய்யூ!' என்று மறுபடி அவன்மேல் பாய, மக்லாஸ்கி ரகுபதியைப் பற்றிப் பிடித்து 'இனஃப்!' என்று சிறு குழந்தையைப் போல அவனை அள்ளி எடுத்துத் தரதரவென்று போலீஸ் காரில் கொண்டுசென்று திணித்தார். 'உன் வீடு எங்கே இருக்கிறது சொல்லு? அங்கே பத்திரமாக கொண்டுசேர்க்கிறோம்.'

மோகன்ராம் குறுக்கிடாமல் கேட்டுக்கொண்டிருந்தார். 'என்ன ஒரு கிராதகன் பாருங்க சார். அவளுக்கு நினைவுச் சின்னம் அமைப்பானாம்! அறக்கட்டளையாம். இவன் எப்படி உயிரோட இருக்கலாம்? அவனைத் துண்டமா வெட்ட வேண்டாமா! என்ன சார், கடவுள்னு ஒருத்தர் இருந்தா அவனை அந்த இடத்திலேயே கொளுத்தியிருக்க மாட்டாரா?'

'மாட்டார்ப்பா.'

'அப்ப கடவுளே கிடையாது.' ரகு தன் கோப்பையை மறுபடி நிரப்பிக்கொண்டான்.

'ரகு! இந்த மாதிரி விஷயங்களை நாம எத்தனை சீரியஸா எடுத்துக்கறோம்! ராதாகிஷன் இங்கேயே வருஷக்கணக்கில் செட்டில் ஆகி இருக்கிறவன். அவன் இந்தியனே இல்லை. அமெரிக்கக் குடிமகன்! இவங்களுக்கு அடல்ட்டரிங்கிறது ரொம்பச் சாதாரணம். ஒண்ணும் தலைபோற சமாசாரமில்லை. கல்யாணம்ங்கிறதுக்குப் புனிதம் எல்லாம் கிடையாது. ஒருவிதமான ஒப்பந்தம். 'நீயும் நானும் கொஞ்ச நாள் சேர்ந்தாற் போல இருந்து பார்க்கலாம். சரியாயிருந்தா நல்லது. இல்லை, இரண்டு பேரும் வெவ்வேறு வழியில் போக வேண்டியதுதான்.' டிவோர்ஸ்ங்கிறது கொஞ்சம் விலை உயர்ந்த, ஆனால், சுலபமாக் கிடைக்கக்கூடிய பண்டம். முன்னேற்றங்கல்லாம் கொண்டு வந்துட்டாங்க. எவ்வளவோ பணம் சம்பாதிக்கிறாங்க. எல்லாத்தையும்

வெச்சுக்கிட்டு என்ன செய்யறதுன்னு திணர்றபோது, மாறுதல் மாறுதல்னு நிமிஷத்துக்கு நிமிஷம் பதர்றபோது, இந்த மாதிரி கணவன், மனைவி, கல்யாணம், விசுவாசம் எல்லாம் அடிபட்டுப்போயிருக்கு. குருட்டுச் சொர்க்கத்தைத் தேடிட்டு கிடைக்கிற கொஞ்ச நஞ்சம் நிம்மதியையும் இழக்கத் தயாரா இருக்கிற சமூகத்தில உன்னை மாதிரியோ மதுமிதாவை மாதிரியோ இவன்கள் எல்லாம் தாக்குப் பிடிக்க முடியாது. இதே மதுமிதா பத்து வருஷம் அமெரிக்காவில பழகினவளா இருந்திருந்தா என்ன செய்திருப்பா தெரியுமா? ஒரு மோட்டலுக்கோ ஓட்டலுக்கோ போன் பண்ணிட்டு குஜராத்தி லாயர் யாரையாவது பார்த்து, உடனே விவாகரத்து ஏற்பாடு பண்ணியிருப்பா. அவளுக்குக் கணவன் இல்லாத தனிப்பட்ட வாழ்க்கை இங்க தாராளமா உண்டு. அவங்களுக்கு ஒரு இகனாமிக் இன்டிபெண்டன்ஸ் உண்டு. அவ அதைத்தான் செய்திருக்கணும். மாசம் ஆயிரம் டாலர் சம்பாதிக்கிறது அத்தனை ஒண்ணும் பெரிசில்லை. அவளால தனக்குன்னு தனிப்பட்ட வாழ்க்கை அமைச்சிண்டிருக்க முடியும். ஏன், உன்னையே கல்யாணம் செய்து கொண்டிருக்கவும் முடியும்.'

'கேட்டா சார், கேட்டா. நான்தான் தயங்கிட்டேன். சரின்னு அவகூடப் புறப் பட்டிருந்தா...'

'ரெண்டு பேரும் த்ரூவேல ஆக்ஸிடெண்ட் ஆகிச் செத்திருப்பீங்க.'

'அது பரவாயில்லையே! தனியா விட்டுட்டேனே!'

'இந்த ஆக்ஸிடெண்ட்டைப் பாரு. மற்றொரு அமெரிக்க பலி! எக்ஸ்ப்ரஸ் வே, த்ரு வே, பார்க்வேன்னு எங்க பார்த்தாலும் வேகம் வேகம். சில ரோடுகளில் இவ்வளவு மைலுக்குக் குறைஞ்சு போனா ஆக்ஸிடெண்ட் ஆயிரும். எல்லாருக்கும் வேகம். ஒரு சூன்யத்தைச் சந்திக்கிற வேகம்! வேகம்! அப்புறம் தாகம்! குடி.... நம்ம மாதிரி ரெண்டுங்கெட்டான் இந்திய ஜீவன்களுக்கு நாசூக்காக் குடிக்கவும் தெரியாது.'

'அவளுக்கு ஜின் பழகிக்கொடுத்து, கார் தனியா ஓட்டக் கொடுத்து...'

'இல்லைப்பா, அமெரிக்காவ எல்லா மாமிங்களும் கார் ஓட்டறா! ராதாகிஷன் செய்தது ஒருவிதமான மாரல் வால்யூஸ்படி பாதகம், மகாபாவம்! அதையே அமெரிக்கக் கோணத்தில் பார்த்தா எத்தனை அமெரிக்க மனைவிங்க குடிக்கிறாங்க, எத்தனை பேர் எத்தனை வேகமா கார் ஓட்டறாங்க, தெரியுமா? எத்தனை கணவன்கள் ஏமாத்தறாங்க? எத்தனை பேர் ஏமாத்தப்படறாங்க... மதுவைப் பொருத்தவரையிலும் அவ இன்னும் திருநெல்வேலிப் பெண். அமெரிக்காவுக்கு அவ இன்னும் தயாராகலை. அமெரிக்கா அவளைச் சாப்பிட்டுடுச்சு. அவ்ளவ்தான் சொல்லலாம்.'

'ராதாகிஷன் மாதிரி ஆசாமிங்க தப்பிச்சுக்கறாங்க.'

'தப்பிக்க மட்டுமில்லை, பார்த்துக்கிட்டே இரு! ஒரு வருஷத்துக்குள்ள இன்னொரு தடவை இந்தியா போயி இன்னொரு பெண்ணைக் கல்யாணம் பண்ணிக்கிட்டு வந்தாலும் ஆச்சரியப்படக்கூடாது.'

‘எப்படி சார்? அமெரிக்காவுக்கும் இந்தியாவுக்கும் ஆதாரமாக ஒரு தர்ம நியாயம் கிடையவே கிடையாதா?’

‘இருக்கிறதாத் தெரியலை! ஆனா ராதாகிஷன் மாதிரி ஆளுங்களை இதே அமெரிக்கா வேறவிதத்தில என்னிக்காவது பழிவாங்கி விடும்! கவலைப் படாதே, எத்தனையோ இருக்கு. ஹார்ட் அட்டாக் இல்லையா? கேன்சர் இல்லையா? ஒவ்வொரு தடவையும் இன்னொரு பெண்ணை வீழ்த்தற போதும், ஒவ்வொரு தடவை அடைஞ்சுது போதாதுன்னு இன்னும் கொஞ்சம் விஸ்தாரமாக அடைய முயலும்போதும் அந்த ஹார்ட் பழுதடைகிற தில்லையா? அவன் விதியை அவன் நிச்சயம் சந்திக்கவே செய்வான்.’

‘எனக்கு அமெரிக்கா வேண்டாம் சார். நான் திரும்பிப் போயிர்றேன்.’

‘அது தோல்வி மனப்பான்மை.’

‘வேற நான் என்னதான் செய்ய முடியும்?’

‘வந்த காரியத்தை முடிக்கிறது...’

‘இந்த ராட்சச ராஜ்ஜியத்தில் டிகிரி வாங்கிண்டுபோய் என்ன எழவைச்சாதிக்கப் போகிறேன்? மோகன்ராம் சார், எனக்கு ஒண்ணுமே பிடிக்கலை, எதிலயும் பர்ப்பஸ் இருக்கிறதாகவே தெரியலை. மது மாதிரி ஒரு பாவமும் அறியாத பொண்ணு செத்து வைக்கிறா. ராதா மாதிரி ஆளு இன்னும் பணம் பண்ணிக்கிட்டு சுகமா இருக்கான். நான்தான் பைத்தியம்! காதல் குறிக்கோள் அது இதுன்னு என்னை உசுப்பிவிட்டுட்டு வெட்டிக்கு அனுப்பிச்சார். பேசாம மெட்ராஸ்லயே இருந்து யாரையாவது பார்த்துக் கல்யாணம் பண்ணிக்கிட்டு குழந்தைகளைப் பெற்றுக்கிட்டு செத்துக்கிட்டு இருக்கலாம். இதுக்கெல்லாம் அர்த்தமே புரியலை.’

‘அர்த்தம் கேக்காதே... வாழ்க்கையில காரண காரியங்கள் எல்லாமே ஆதாரமா அபத்தமானவை. போதும்பா, குடிச்சது போதும்!’

‘இல்லை சார், ராத்திரியை நினைச்சா பயமா இருக்குது. ஒண்ணு செய்யறேனே, இங்கிருந்து ஹைவே, த்ரூவே எதாவது பக்கத்தில இருக்குதா?’

‘எதுக்கு?’

‘நியரஸ்ட் ஹெட்லைட்டைப் பார்த்து நேரே நடந்துர்றேனே?’

‘இரண்டாவது தற்கொலை முயற்சியா? பேஷ்? நல்ல யோசனை.’

‘வாங்க. போகலாம்.’

‘யோசிச்சுப் பாரு... நீ சம்மதம்னு சொல்லி மதுமிதாவைக் கூட்டி வந்திர்றே. இரண்டாவது கல்யாணம் எங்க நடந்திருக்கும்? அமெரிக்காவிலா? இண்டியாவிலா? இங்கதான் நடந்திருக்கணும். அதுவும் ரொம்பக் கஷ்டம். அவங்கிட்ட இருந்து ரிலீஸ் வராம கல்யாணம் நடந்திருக்க முடியாது.

கோர்ட்டில் போட்டா ரெண்டு பேரையுமே துரத்திவிட்டு, உங்க ஊர்ல போய்த் தீர்மானம் பண்ணிருங்கன்னு சொல்லிடுவான்! சாத்தியம்னுதான் வெச்சுக்க. மதுமிதாவைக் கல்யாணம் பண்ணிக்கிட்டு புரட்சி தியாகம் எத்தனை நாளைக்குத் தாங்கும். ஒவ்வொரு தடவை அவளைக் கட்டி அணைக்கிற போதும் இன்னொருத்தன் தொட்டவள்தானேன்னு நினைவு உனக்கு உறுத்தாம இருக்கும்ங்கறியா? அதுக்கு உண்டான மனப்பக்குவம் இருக்கா உனக்கு? சந்தேகம்தான்! அவளாலயும் பரிபூர்ணமா உனக்கு மனைவியா வாழ்ந்திருக்க முடியுமா?'

'எங்கப்பா இருந்திருக்கார் சார்.'

'அவர் கேஸ் வேற. அவர் கல்யாணம் செய்துகொண்டது இளமையில் இல்லை. பெண் தேவைக்கு இல்லை. ஒரு பெண்ணுக்கு சமூகத்தில அந்தஸ்து கொடுக்கிறதுக்காகச் செய்து கொண்ட காரியக் கல்யாணம் அது. இது வேற.'

'அதெல்லாம் இப்ப வெட்டிப் பேச்சு. மது போயிட்டா சார்.'

'வேறு ஒருத்தி இருக்கா. இல்லையா?' வாசல் மணி ஒலிக்க சென்று பார்த்தார். ரத்னாவும் வைத்தியநாதனும் அவசரமாக உள்ளே நுழைந்தார்கள்.

'ரகு, எப்படி இருக்கிங்க, பிட்ஸ்பார்க்கில இருந்து வந்ததும் கேள்விப்பட்டு உடனே பார்க்க வந்தோம். ரகு, ரகு! ஆர் யூ ஆல்ரைட்!'

'எனக்கென்ன ரத்னா?'

'ஸாரி, டெர்ரிபிள்! எப்படி ஆச்சாம்?'

'ஜின், வேகம், மன வருத்தம்.'

'ரகு, நீங்க எப்படி ஃபீல் பண்றிங்கன்னு என்னால உணர முடியறது. இப்ப உங்க மனசில தோணறது எதையும் மதிக்காதிங்க. தோணறது தோணட்டும். ஆனா எதுக்கும் முக்கியத்துவம் கொடுக்காதிங்க. என்ன முடிவெடுத்தாலும் ஒரு வாரம் கழிச்சு முடிவெடுங்க! அதான் என் வேண்டுகோள்.'

மோகன்ராம், 'தட்ஸ் வெரி குட்! ரத்னா சொல்றதில் நிறைய விஷயம் இருக்குது ரகு. ஒப்புத்துக்க.'

'ஒரு வாரத்தில என்ன நடக்கும்?'

'எவ்வளவோ நடக்கலாம். உங்களுக்கு இந்தச் சம்பவத்தைப் பற்றி வேறு விதமான பர்ஸ்பக்டிவ் கிடைக்கலாம். எப்படியும் ஒரு வாரம், ஒரே ஒரு வாரம் எனக்காகக் காத்திருங்க.'

'அப்பாவை வரவழைப்பீங்களா?'

'அதெல்லாம் உங்க தீர்மானம். ஒரு வாரம் காலேஜ் போகவேண்டாம். எங்ககூட இருங்க. தனியா இருக்காதீங்க.'

'இல்லை ரத்னா, தற்கொலை பண்ணிக்க மாட்டேன். அதில ஏதும் அர்த்தம் இருக்கிறதா தெரியலை.'

‘தற்கொலையைப் பத்தி யாரும் பேசலை.’

‘நீங்க வரதுக்கு முன்னால பேசிக்கிட்டு இருந்தான்.’

‘பேசாதீங்க! பேச வேண்டாம்.’ ரத்னா அதட்டலாக சொன்னாள். ‘ரகு, யூ ஆர் கமிங் வித் மி. இப்ப இந்தக் கணத்தில எங்ககூட வந்துர்றிங்க! மோகன்ராம் சார், நாங்க ஒரு வாரம் கழிச்சு இவரைக் கொண்டுவிடறோம்? என்ன?’

‘செய்யுங்க.’

‘ரத்னா! ராதாகிஷன் பிரமாதமா மதுவுக்கு ஃப்யூனரல் எல்லாம் ஏற்பாடு பண்ணப்போறான் தெரியுமா?’

‘சரி.’

‘அதுக்கு நாம போக வேண்டாமா? கறுப்பு ஸூட் எல்லாம் போட்டுக்கிட்டு? இவளைப் புதைக்கப் போறான்னு நினைக்கிறேன். அந்த இடத்தில ஒரு நினைவுச்சின்னம், கோயில்! பாஸ்டர்ட்!’ என்று தன் கண்ணாடிக் கோப்பையை உடைத்தான். கையில் ரத்தம் வழிந்தது.

‘மோகன்ராம் சார், கொஞ்சம் டிங்ச்சர் இருக்கா?’ என்றாள் ரத்னா.

‘வாங்க ரகு! மெதுவாப் பார்த்து வாங்க.’

‘ரத்னா, என்னை அந்த ஃப்யூனரலுக்கு அழைச்சுட்டுப் போகணும்.’

‘சரி ரகு, நிச்சயம் அழைச்சுட்டுப் போறேன்.’

‘அமெரிக்கால எவ்வளவு சுத்தமா வெச்சிருக்காங்க பாரு. பட்டனைத் தட்டறான், ஒரு ப்ளாட்பாரம் வருது. சுத்தமா, தூங்கறாப்பல மதுமிதா! நான் நிச்சயம் போயே ஆகணும். என்னுடைய கடைசி அஞ்சலியை அவளுக்குச் செலுத்தவேண்டாமா?’

‘சரி ரகு, வாங்க, இப்ப வீட்டுக்குப் போகலாம்’ என்றாள் ரத்னா.

அவளுடன் செல்லும்போது ரகுபதி, ‘அமெரிக்காவில் துப்பாக்கி வாங்குவது ரொம்பச்சுலபம், ஒன்று வாங்கிக் கொள்ள வேண்டும்’ என்று தீர்மானித்தான்.

32

ராத்திரி ரத்னாவின் வீட்டுக்குச் சென்று அங்கேயே தங்கினான். எங்கு தங்கினான், என்ன சாப்பிட்டான் என்பதெல்லாம் ரகுபதிக்கு ஒரு பொருட்டாக இல்லை. மிதந்து மிதந்து மதுமிதாவின் நினைவுகள் மனத்தில் மோதின. நடுராத்திரியில் எழுப்பப்பட்டான். 'ரத்னா என்ன?'

'உங்கப்பாகூடப் பேசுங்க ரகு' என்று படுக்கைக்கு அருகில் டெலிபோனை வைத்தாள்.

'அப்பாவுக்கு யார் டெலிபோன் செய்தா?'

'நான்தான்!'

'இந்த ராத்திரியிலா?' என்று கடிகாரத்தைப் பார்த்தான்.

'இண்டியாவில இப்ப ராத்திரியில்லை. கொஞ்சம் இருங்க சார்.'

'ரகு!' எங்கேயோ மேல் லோகத்தில் போல ஒலித்தது குரல்.

'என்னப்பா?'

'ரகு, எல்லாம் கேள்விப்பட்டேன், ரத்னா சொன்னா..' சாட்டிலைட் மூலமாகக் கேட்ட குரலின் தாமதம் சற்றுப் பழக வேண்டியிருந்தது.

'ரகு, நடந்ததில் உன் குற்றம், என் குற்றம்னு ஏதும் இல்லை. விதின்னு சொல்லிக்கலாம். தற்செயல்னு சொல்லிக்கலாம். ஆனா போனவங்களுக்காக இருக்கிறவங்க தன் வாழ்க்கையை மிஸரபிளாப் பண்ணிக்கிறதில அர்த்த மில்லை ரகு. உன்னைப் பார்க்கணும் போல இருக்கு. உடனே புறப்பட்டு வரட்டுமா? காசு போனாலும் போறது, கடன் வாங்கிக்கறேன்!'

'எதுக்கப்பா? நீங்க வரவேண்டாம். நான் பார்த்துக்கறேன்.'

'ரகு, எதும் தீவிரமா செய்துராதே.'

'தீவிரமான்னா?'

'எனக்கு சொல்லத் தெரியலைப்பா. ஆனா எனக்கு அடிவயித்தில பயமா இருக்குது. கோபிநாத்தும் அவர் மனைவியும் தகவல் தெரிஞ்ச உடனே புறப் பட்டுட்டாங்க. அவங்ககிட்ட ஒரு லெட்டர் கொடுத்து அனுப்பியிருக்கிறேன். அதையும் பாரு.'

'அவங்களை நீங்க எப்பப்பா பாத்திங்க? பாவநாசம் போயிருந்திங்களா?'

'இல்லை அவர் எனக்குத் தகவல் சொல்லி வரவழைச்சார்.'

'என்னவாம்?'

'தி மேன் இஸ் ஷேக்கன் அப்! ஹி ஃபீல்ஸ் கில்ட்டி. மது எல்லா விவரத்தை யும் அவருக்கு லெட்டர்ல எழுதியிருந்தா. அவருக்கு ஆறுதல் சொல்ல வேண்டியது உன் பொறுப்பு.'

'சரி, சொல்றேன்.'

'அவர் வந்தா ராதாகிஷன்கூட இருக்கமாட்டார். ரத்னா வீட்டு அட்ரஸ்தான் கொடுத்திருக்கேன்.'

'சரி.'

'ரகு, நான் அங்க வரட்டுமா?'

'வேண்டாம்ப்பா.'

'நீ சரி சரின்னு இப்படிச் சொல்ற தொனியே எனக்கு வயித்தைக் கலக்குது.'

'கவலைப்படாதிங்கப்பா. சமத்தா படிச்சு பாஸ் பண்ணிட்டுத் திரும்பி வந்துர்றேன்.'

'இப்படி எல்லாம் பேசமாட்டியே ரகு! இதப் பாரு, ரத்னாகூடப் பேசிக்கிட்டு இருந்தபோது அவ சொன்ன யோசனைதான் சரி. ஒரு வாரத்துக்கு எந்தத் தீர்மானத்தையும் ஒத்திப்போடு. ஒரு வாரம் சும்மா இரு. கொஞ்சம் எல்லாமே தெளிவாகும்!'

'ஓகே!'

'எனக்கு பாஸிட்டிவா பதில் சொல்லு.'

'என்ன சொல்லணும்?'

'ரகு! நான் அமெரிக்கா வரத்தான் போறேன். எனக்கு உன்னைப் பத்திக் கவலையா இருக்கு.'

'தற்கொலை பண்ணிப்பேனோன்னு கவலையா இருந்தா மறந்துருங்க. அதுக்காக நீங்க பணம் செலவழிச்சுக்கிட்டு வரவேண்டாம். ஏற்கெனவே எனக்கு நிறையப் பணம் செலவழிச்சிருக்கிங்க. தற்கொலை எண்ணம் ஏதும் எனக்குக் கிடையாது... அதில அர்த்தமில்லை... அதனுடைய மதிப்பை

உணர்ந்துக்கிறதுக்கு மதுமிதா உயிரோட இல்லை!'

'நான் மறுபடி நாளைக்கு உன்கூடப் பேசறேன்! ரத்னாகிட்டே கொடு.'

'ரத்னா! உங்கூட எங்கப்பா பேசணுமாம்!'

இத்தனை நேரமும் ரகுவைக் கண்கொட்டாமல் பார்த்துக் கொண்டிருந்த ரத்னா, 'ரகு, நீங்க அவரோட பேசினது நல்லா இருந்ததா?' என்றாள்.

'காண்ட் ஹெல்ப் இட்!'

'சார், சொல்லுங்க. ரத்னா பேசறேன்.'

ரகுபதி அவர்கள் பேச்சில் கவனமின்றி மெல்ல நடந்து ஜன்னல் கண்ணாடி வழியாக வெளியே பார்த்தான். இந்த ராத்திரியில்கூட கார்களின் எண்ணிக்கை குறையவில்லை. நியூ ஜெர்ஸி போன்ற அமைதியான பிரதேசத்தில்கூட இப்படி எல்லாரும் எங்கே இத்தனை ராத்திரியில் பறக்கிறார்கள்?'

'அப் ஆன் தி த்ருவே எ மைல் சவுத் ஆப் தி எக்ஸிட்!

எல்லாரும் அங்கேதான் போகிறார்கள். தத்தமது மரணங்களைச் சந்திக்க. துப்பாக்கி எங்கே கிடைக்கும்? கடையில் வாங்க வேண்டும் என்றால் ஐடெண்டிட்டி கார்டு கேட்பார்கள். இந்தியன் என்று தெரிந்ததும் கொடுக்க மறுப்பார்களோ? கல்லூரியில் நண்பர்கள் யாரையாவது கேட்கலாம். என்ன பொய் சொல்லவேண்டும்? எதற்குப் பொய் சொல்லவேண்டும்? 'இதோ பார், ஒரு ஆளைக் கொல்லவேண்டும். துப்பாக்கி தருகிறாயா?' என்று கேட்டால்கூடச் சிலர், 'அப்படியா?' என்று கொடுத்து விடுவார்கள். கவலைப் படாத தேசம் இது. இல்லை, கொடுக்க மாட்டார்கள்! பொய் சொல்லித்தான் ஆகவேண்டும். தற்காப்புக்கு என்று சொல்லலாம். 'ராதாகிஷன் என்னைக் கொன்றுவிடுவதாகப் பயமுறுத்தியிருக்கிறான்' என்று நுட்பமாகக் கதை கட்டி விடலாம். துப்பாக்கி கிடைப்பதில் சிரமம் இருக்காது. மதுவின் பெற்றோர்கள் வருகிறார்களா, வரட்டும் வரட்டும். நன்றாகக் கேட்கலாம். 'ஏன் சார், அன்னிக்கு உங்க முன்னாடி கண்ல தண்ணி விட்டு அழுது கெஞ்சினேனே, நினைவு இருக்கா? அப்ப என்ன சொன்னீங்க? ஞாபகம் இருக்குது. 'என் பெண்ணுடைய சந்தோஷத்தையும் நல்வாழ்வையும் மட்டும் குறிக்கோளா வெச்சுக்கிட்டுப் பார்த்தேன். இந்த மாதிரி வயசில அமெரிக்கா போயி அங்க சுகமா வாழற ஒரு பெரிய சந்தர்ப்பத்தை அவளுக்கு இப்ப டினை பண்ணிட்டம்னா... என்ன ஆகும்...யோசிச்சுப் பாரு, ஷி வில் பி மிஸரபிள்!'

'இஸ் ஷி ஹாப்பி நௌ? யூ பாஸ்டர்ட்! எங்கே அவ? எங்கேய்யா அவ?'

'யாரைக் கேக்கறிங்க, என்னையா?' என்றாள் ரத்னா.

'மதுமிதாவோட அப்பா கோபிநாத் வரப்போறார். நான் கேக்கத்தான் போறேன், ரத்னா.'

'என்னன்னு?'

‘என்னை நிராகரிச்சிங்களே, என்ன ஆச்சு பாத்திங்களான்னு…’

‘ரகு, வாட்ஸ் ஹாப்பனிங் டு யூ! இந்த மாதிரி கேக்கறது அநாகரிகம். அசந்தர்ப்பம்! கேட்டதினால என்ன சாதிக்கப் போறிங்க?’

‘அந்த ஆளுக்கு உறுத்தணும், குத்தணும், வருத்தப்பட்டுக் கதறணும்!’

‘பொண்ணைப் பறி கொடுத்தது போதாதா ரகு?’

ரகுவுக்குப் பதில் சொல்ல முடியவில்லை.

‘யோசிச்சுப் பாருங்க எல்லாத்தையும்! வாங்க, படுத்துக்கங்க, ஸெக்கோனால் ஒண்ணு தரட்டுமா?’

‘கொடு ரத்னா!’

‘விளக்கை அணைக்கப் போகும்முன் ‘ரத்னா!’ என்றான்.

‘என்ன?’

‘அப்பா என்ன சொன்னார் அப்புறம்?’

‘உங்களைப் பத்தி ரொம்பக் கவலை இருக்கிறதாகவும் உடனே வரட்டுமா என்றும் கேட்டார். ‘தேவையில்லை, ரகுவுக்கு ஒண்ணுமில்லை. நான் பார்த்துக்கறேன்’னேன். குட்நைட்.’

இருட்டில் யோசித்தான். குறி பார்க்கப் பழகவேண்டாமா? கையால் அவன் திருப்பி அடித்து, வேறு யார் மேலேயாவது பட்டு விட்டால்? இப்போது மது எங்கே இருப்பாள்? இன்னும் அந்த ஆபீஸ்லதான் இருப்பாள். இயந்திரம் மூலம் இயங்கும் குளிர் பரவின பிளாட்பாரத்தில் துயில் செய்துகொண்டு… நீ நிசமாகவே செத்துவிட்டாயா?’

ஸெக்கொனாலின் அணைப்பில் பாதித் தூக்கத்தில் திரும்பத் திரும்ப அந்த பட்டனை இயக்குவது மாதிரி கனவு கண்டான். ஒரு முறை மதுவே எழுந்து அப்படி அமுக்கக்கூடாது. இப்படி என்று காட்ட, ‘அட! நீ எப்படி?’ என்று கேட்க…

‘என் கண்ணை நேராப் பார்த்துச் சொல்லு, என்னை மறக்க மாட்டியே…வேற பெண்களை சைட் அடிக்க மாட்டியே?’

இப்போது அவள் மாறுதலாக ரயிலில் உட்கார்ந்திருக்க, அது புறப்பட, அதன் கூடவே அதன் வேகத்திலேயே ஓடினான். அந்தக் களைப்பில் தூங்கிப் போனான்.

காலை எழுந்ததும் சுறுசுறுப்பாகக் குளித்துவிட்டு, கல்லூரிக்குப் கிளம்பிப் போவதாகச் சொல்ல ரத்னா சற்று வினோதமாகப் பார்த்தாள்.

‘நேத்தைக்குப் பார்த்தா, ஒரு மாசம் காலேஜ் போகிற ஜாதியாத் தெரியலை.’

‘என்ன செய்யறது ரத்னா? மறக்கறதுக்கு எதாவது மார்க்கம் வேண்டாமா?’

‘வாஸ்தவம்தான். காலேஜ் போறது நல்லதுதான். அங்க உங்களை எந்த நம்பர்ல கான்டாக்ட் பண்ண முடியும்?’

‘வேற எங்கயாவது போயிருவேன்னு பயப்படறியா? அதெல்லாம் செய்ய மாட்டேன்.’

‘நம்பர் சொல்லுங்களேன்?’

‘தெரியாது. ஆல்ட்ரிச் ஹால்னு கேளு. என்னைக் கூப்பிட்டாலும் கூப்பிடுவாங்க.’

வெளியே வந்ததும் யாரைக் கேட்பது என்று யோசித்தான். துப்பாக்கி கேட்கும் அளவுக்கு அத்தனை அந்நியோன்யமாக யாரும் இல்லையே...

ஐந்தாவது அவென்யூவில் கடைகளின் கண்ணாடி ஜன்னல்களின் வழியே வேடிக்கை பார்த்தான். ‘கன்ஸ்’ என்று ஒரு கடையில் பகலிலும் நியான் ஒளிர, அதனுள் செல்ல விரும்பினான். யாராவது பார்த்தால்? பார்த்தால் என்ன? அதன்பின் நடப்பதைப் பற்றிக் கவலைப்படப் போவதில்லையே. ஒரு துப்பாக்கி எத்தனை விலை இருக்கும்? பணம் கொண்டுவரவில்லையே. முதலில் கல்லூரியில் விசாரித்துப் பார்க்கலாம்.

கல்லூரிக்குச் சென்றபோது மேரியை ரொம்பநாள் கழித்துப் பார்த்தான். இன்னும் கொஞ்சம் அகலமாகி, இன்னும் கொஞ்சம் பெரிய பெண்பிள்ளை போலக் காணப்பட்டாள்.

‘மேரி, என்ன உடம்புக்கு?’

‘ஒண்ணுமில்லை. கர்ப்பமா இருக்கிறேன். எதைக் கண்டாலும் நாஸியா இன்னும் ஓயவில்லை. அவன் பிறந்தால் இடது கைக்காரனாக இருப்பான். அவன் அப்பா இடது கைக்காரர். இடது கைக்காரர்களுக்காகத் தனிப்பட்ட கடை இருக்கிறது. தெரியுமோ?’

‘என்ன சொல்கிறாய் மேரி? உனக்குக் கல்யாணம் ஆகிவிட்டதாகச் சொன்னார்களே?’

‘ஏறக்குறைய ஆனதுபோலத்தான். படிப்பு முடியட்டும் என்று காத்திருக் கிறேன். குழந்தையைக் கலைக்கவேண்டாம் என்று நான்தான் விரும்பினேன்.’

‘மேரி உன்னிடம் ஒரு துப்பாக்கி இருக்குமா?’

‘இருக்கிறதே! வேண்டுமா?’

‘ஆம், எதற்கென்றால்?’

‘நாளைக் காலை எடுத்து வருகிறேன். சாயங்காலம் ஞாபகப்படுத்து. இன்னும் இரண்டு மாதம்தான் காலேஜுக்கு வரமுடியும்.’

மேரி புறப்பட்டுச் செல்ல... எத்தனை சுலபம்! தயாரித்து வைத்த பொய்களுக் கெல்லாம் அவசியமே இல்லாமல், பேனா கேட்டது போலக் கொடுக்கிறேன் என்றாளே!

ராதா! விதிதான் விளையாடுகிறது. உன் விதி!'

வேளைக்கு நல்ல பிள்ளை போல வீட்டுக்குத் திரும்பியபோது ரத்னா விசாரித்தாள்.

'என்ன ரகு, கொஞ்சம் சுறுசுறுப்பா இருக்கிங்க?'

'என்ன பண்றது ரத்னா, செத்துப்போறவங்க செத்துப் போயிர்றாங்க. இருக்கிறவங்க அவங்க அவங்க காரியத்தைப் பார்த்துக்க வேண்டாமா?'

'பரவாயில்லையே! ஏதாவது சாப்பிடறிங்களா? காப்பி?'

'ஓ யெஸ். ரத்னா கொடுத்தா காப்பி நல்லாவே இருக்கும்!'

'ரகு! இஸ் ஸம்திங் ராங்?'

'ஏன்!'

'நீங்க பேசற தொனி ஒரு மாதிரியா இருக்குது. இந்த உற்சாகம் கொஞ்சம் அசம்பாவிதமா இருக்கு.'

'சே! அப்படியெல்லாம் ஒண்ணும் இல்லே. நீ சொன்னதை யோசித்துப் பார்த்தேன். சும்மா ஒரு மூலைல உட்கார்ந்துக்கிட்டு ஸல்க் பண்றதில அர்த்தமே இல்லை.'

'சரி ரகு, நீங்க கோபிநாத்தைச் சந்திக்கிற மூடுல இருக்கிங்களா?'

'வந்தாச்சா?'

'இப்பத்தான் வந்தார். நான்தான் கென்னடிக்குப் போய் பிக்கப் பண்ணிக்கிட்டு வந்தேன்.'

'ரெண்டு பேரும் வந்திருக்காங்களா?'

'ஆமாம், அந்தம்மா ரொம்ப அழறாங்க.'

'போய்ப் பார்த்துட்டாங்களா?'

'பார்த்தாச்சு. பாடியை இண்டியா எடுத்துக்கிட்டு போகப் போறாங்களாம்.'

'அப்படியா! ராதா என்ன சொன்னானாம்?'

'சரின்னுட்டானாம்.'

'பாவி! என்னவோ ஃப்யூனரல் பிரமாதமா வைக்கப்போறேன்னு சொன்னானே! எல்லாம் பொய்யா? நான் ராதாவை மறுபடி சந்திக்க முடியாதா?'

'ஏன்?'

'மறுபடி சந்திக்கணும்! இப்ப அவங்களை முதல்ல பார்க்கறேன். எங்க மாடியில் இருக்காரா?'

'ஆமாம்'

ரகுபதி கோபிநாத்தைப் பார்க்கச் சென்றான்.

33

கோபிநாத் தலைமேல் கையை அழுத்திப் பிடித்துக்கொண்டு திகைத்துப் போய் உட்கார்ந்திருந்தார். பக்கத்தில் அவர் மனைவி கட்டிலில் குப்புறப் படுத்துக்கொண்டிருக்க, அவள் உடல் குலுங்குவது தெரிந்தது. ரகுபதி வாயிற்படியில் கொஞ்சம் தயங்கினான். கோபிநாத் அவனைப் பார்த்ததும் 'வாப்பா' என்றார். மனைவி எழுந்து கட்டிலில் பின் ஓரத்துக்குச் சென்று சுவர்ப்பக்கம் முழுந்தாளிட்டு உட்கார்ந்துகொண்டு தன் துயரத்தைத் தொடர்ந்தாள். சற்றுநேரம் யாரும் பேசவில்லை.

கோபிநாத் அவனைப் பளபளக்கும் கண்களால் நிமிர்ந்து பார்த்தார்.

'அவகூடப் பேசினியா ரகு?'

'ஆமாசார், பிட்ஸ்பர்க்கைவிட்டுக் கிளம்பறப்ப.'

'என்ன சொன்னா?'

'சொன்னா வருத்தப்படுவீங்க.'

'கிட்ட வா' என்றார். தயக்கத்துடன் அருகில் சென்றான். அவனைப் பற்றி இழுத்துச் சட்டைமேல் தேம்பி அழுதார்.

'சார்! என்ன இது? தைரியமா இருக்கணும்' என்று அசம்பவமாகச் சொன்னான். 'மது மது! என் கண்ணே' என்று அம்மா, வேறு எதுவும் சொல்லாமல் ரகுவை நிமிர்ந்து பார்த்துப் பிரமித்தாள். அவள் தலைமுடி அவிழ்ந்திருந்தது.

'எதுக்கப்பா அவ செத்துப் போகணும்? என்ன குற்றம் செய்தா? இல்லை, நான் பண்ணது தப்பா? சந்தோஷமா இருப்பான்னு எதிர்பார்த்துக் கல்யாணம் பண்ணி அனுப்பிச்சது தப்பா? சொல்லுப்பா! நான் செய்தது தப்பா?'

'ஆம்' என்று சொல்லவில்லை.

'நல்லது நினைச்சுத்தானே எல்லாம் செய்தோம்? ராதாகிஷன் உயிரோட முழுசா இருக்கான் பாரு! என்ன அநியாயம் ரகு? உங்கிட்ட என்னல்லாம் சொன்னா? என்ன கஷ்டப்பட்டா என் பெண், சொல்லு?'

'அதெல்லாம் இப்ப காலங்கடந்து போச்சு சார்!' என்றான்.

கோபிநாத் கீழே உட்கார்ந்து அவன் காலைத் தொடுவதற்குமுன் துணுக்குற்று விலகிக்கொண்டான். 'என்ன சார் இது! சேச்சே...'

'உன் மனத்தை நோகடிச்சதுக்கு எனக்கு இத்தனை தண்டனையா?'

'சே! விபரீதமா எதாவது சொல்லாதிங்க!'

'எங்கிட்ட வந்து கெஞ்சிக் கேட்டியே, பேசாம உனக்கு கல்யாணம் பண்ணிக்கொடுத்திருக்கலாம் இல்லை? உன்னை நிராகரிச்சதுக்கு இத்தனை பெரிய தண்டனையா?'

ரத்னா இப்போது அவர்களுடன் மௌனமாகச் சேர்ந்துகொண்டாள்.

'சார், உலகத்தில காரண காரியங்கள்ளாம் இதனால இதுன்னு ஏற்படறதில்லை. ஒண்ணுக்கு ஒண்ணு சம்பந்தமில்லாத நிகழ்ச்சிகள் எல்லாம்! எல்லாமே அபத்தம்தான். உங்க மாப்பிள்ளை ராதாகிஷன் இத்தனை செய்திருக்கான். அதுக்காகக் கடவுள் தண்டனை கொடுப்பாரா? மாட்டார். அதெல்லாம் அப்படியே கிடையாது. யாராவது ஒரு மனுசன் அவனுக்கு தண்டனை கொடுத்தாத்தான் சரி' என்றான் ரகு.

'அந்த தண்டனையைச் சட்டம் அனுமதிக்காது' என்றாள் ரத்னா.

'ராதா மாதிரி ஆள்கள் உயிரோட இருக்கணுங்கறியா ரத்னா?'

'அது நம்ம கையில இல்லைங்கறேன். சார், மது போனது பெரிய இழப்பு. அதுக்கு ஆறுதல் ஏதும் கிடையாது. ஆனா மேற்கொண்டு நடக்கவேண்டியதைப் பார்க்கிற ஒரு பொறுப்பு நமக்கெல்லாம் இருக்கு இல்லையா? அம்மா! ஏன் ஒரு மாதிரி இருக்கிங்க? ரகு கொஞ்சம் வாட்டர்!' மயக்கம்போல் சாய்ந்த அவளை ரத்னா பிடித்துக்கொண்டாள்.

தண்ணீருக்கு ஓடும்போது ரகுபதிக்குத் துப்பாக்கி ஞாபகம் வந்தது. நெஞ்சில் உறுத்தியது. திரும்ப மாடிக்குச் சென்றபோது கோபிநாத் மனைவியை ஆசுவாசப்படுத்திக்கொண்டிருந்தார். 'நீங்க போங்க, நான் பார்த்துக்கறேன்' என்றாள் ரத்னா. ரகுவை அழைத்துக்கொண்டு அறைக்கு வெளியே வந்து அவனிடம் சிகரெட் பாக்கெட்டை நீட்டினார். ரகுபதி ஒன்று உருவிக் கொண்டான். 'உங்கப்பா வரப்ப என்னைச் சந்தித்தார்! நல்லா அட்வைஸ் பண்ணார். உனக்கு ஒரு லெட்டர் கொடுத்திருக்கார். இந்தா.'

அதை மேலாகப் பிரித்து, 'அட்வைஸுக்குக் குறைவே இல்லை! உலகத்தில் எல்லாரும் பண்றாங்க.'

'ரகு! நான் மதுவுக்கு மட்டும் இல்லை, உனக்கும் பெரிய தவறு செஞ்சுட்டேன். மாயைதான் கண்ணை மறைச்சுருச்சு! நீ சந்தோஷமா வாழணும் ரகு. அது தெரிஞ்சா எனக்கு ஒரு சமாதானமாகும்.'

'ராதா என்ன சொன்னான்?'

'எனக்கு எதுவுமே தெரியாதமாதிரி, 'மதுவைப் போல பெண் இல்லை. தெய்வம் மாதிரி, ரெண்டு பேரும் சந்தோஷமா இருந்தோம்'னான், பாதகன்!'

'அவனை என்ன செய்யலாம்?' என்றான்.

'என்ன செய்ய முடியும்? முடியைப் பிடிச்சு உலுக்கலாம். நகத்தால கீறலாம். என்ன பிரயோசனம்? மது திரும்பிக் கிடைப்பாளா? கொஞ்ச நேரமாவது சிரிச்சாளா ரகு?'

'நிறையவே சிரிச்சா சார்!'

'எனக்குப் புரியவே இல்லை.'

'போலீஸ் ஆபீசர் சொன்னான், 'அமெரிக்க வேக நாகரிகத்துக்கு அநாவசிய பலி! ஸாரி!''

'ரகு அவ உன்னை என்ன கேட்டான்னு எனக்குத் தெரியும்.'

மௌனமாக இருந்தான்.

'எல்லாமே லெட்டர்ல எழுதியிருந்தா. பாக்கறியா?'

'வேண்டாம்.'

'உனக்குத் தயக்கமில்லாம இருந்தா அவளை உனக்கு மறு கல்யாணம் செய்து வைக்கறதுக்குச் சம்மதிச்சிருப்பேன் ரகு.'

ரகு சிரித்து, 'ஹூம்! கொஞ்சம் லேட் சார்! எல்லாமே லேட்டாதான் ஞானோதயங்கள் உண்டாறது. பிட்ஸ்பர்க்ல அவ வந்து என்னைக் கேட்டப்ப சம்மதம் சொல்லியிருக்கணும். நானும் லேட்.'

'உங்கப்பா, நீ எதாவது விபரீதமா செய்துருவியோன்னு ரொம்ப கவலைப்பட்டுக்கிட்டு இருக்கார்.'

'அப்படி எதும் விபரீதமாச் செய்யறதா இல்லை சார், எல்லாத்தையும் திட்டம் போட்டுத்தான் செய்யப்போறேன். ராதாகிஷனை நீங்க நாளைக்கு எப்ப பார்க்கப் போறீங்க? நானும் வரேன்' என்றான்.

'சரி.'

'அவளை எடுத்துட்டுப் போறிங்களா?'

'ஆமா?'

'ரொம்பச் செலவு.'

'பரவால்லை. இந்தப் பாழாப்போற தேசத்தில் அவளைப் புதைக்க விரும்பலை. தாமிரபரணி ஆற்றுக்குப் பக்கத்தில் அவளுக்குப் பிடிச்ச இடம் ஒண்ணு இருக்கு. பாறைல பேர் வெட்டி வெச்சிருக்கா. அங்கே போய் நிம்மதியா எம் பொண்ணு தூங்கட்டும்...'

'கார் சப்தம் இல்லாம' என்றான் ரகு.

ரத்னா தோன்றி, 'வாங்க ரகு. நீங்களும் சாப்ட்டுட்டுப் படுத்துருங்க. பேசிப் பேசி இன்னும் துக்கம் அதிகமாகும். காலைல எல்லாம் பார்த்துக்கலாம்.'

'ரத்னா, ஏர்லைன்ஸ் புக்கிங் என்ன ஆச்சுன்னு பார்க்கணும்.'

'எல்லாம் நான் பார்த்துக்கறேன். அமெரிக்கால அதெல்லாம் சுலபம். எம்பாம் பண்றதுக்கு சர்வீஸ் இருக்கு. எல்லாம் இருபத்து நாலு மணிநேரம் திறந்திருக்கும்.'

சாப்பிடும்போது அப்பாவின் கடிதத்தை மேலாகப் பார்த்தான்.

'என்ன வேண்டுமானாலும் தீர்மானி. திரும்பி வா, தனியாக வா. ரத்னாவைக் கல்யாணம் செய்துகொண்டு வா அல்லது அங்கேயே இரு. எப்படி வேண்டுமானாலும் செய். ஆனால், ஒன்று மட்டும் எனக்கு வேண்டும். ரகு, நீ எனக்கு வேண்டும். எங்கேயாவது வாழவேண்டும் அவ்வளவுதான்...'

ராத்திரி விளக்கை அணைத்துப் படுத்துக்கொண்டபின் பிம்பங்கள் மௌனத்தில் நடமாட, விழித்துக்கொண்டே இருந்தான். சட்டென்று விளக்கு எரிய, ரத்னா!

'இன்னம் தூங்கலியா ரகு? மாத்திரை தரட்டுமா?'

'சாப்டாச்சு!'

ரத்னா விளிம்பில் உட்கார்ந்தாள்.

'உங்கிட்ட பேச தனியா சந்தர்ப்பம் கிடைச்சிருக்கு. டிஸ்டர்ப் பண்றனா?'

'இல்லை, என் மனம் ரொம்பத் தெளிவா இருக்கு.'

'ரகு, உங்க காதலை நான் காதலிக்கிறேன்?'

'புரியலை...'

'இவ்வளவு தூரம் ஒரு பெண்ணையே அவளையே நினைச்சு, கல்யாணம் வரைக்கும் வந்து, கல்யாணம் இல்லைன்னு தெரிஞ்சதும் வருத்தப்பட்டு தற்கொலை பண்ணிக்க முயற்சி செஞ்சு, வைராக்கியம் வந்து, அமெரிக்கா வந்து அவளைச் சந்திச்சு, அவளை மறக்க முடியாம, அவளால ஆகர்ஷிக்கப்பட்டு அதே சமயம் அவகிட்ட தப்பா நடந்துக்காம, அவளுடைய அறியாமையையும் நெருக்கத்தையும் பயன்படுத்திக்காம, அவ செத்தப்போ அதுக்காக உள்ளத்தில இருந்து கண்ணீர் விட்டு... ரகு, யூ ஆர் க்ரேட்! இவ்வளவு தூரம் மனசில தூய்மையான அன்பு உள்ள ஒருத்தரைக் காதலிக்கிறதில நான் பெருமைப்படறேன். உங்களை இந்த க்ரைஸிஸ்ல இருந்து காப்பாத்தறது என் கடமை மாதிரி. அது என்னால முடியும்னு தன்னம்பிக்கை இருக்கு எனக்கு.'

'குட்' என்றான். 'நாளைக்குப் பேசலாமா?'

'ரகு, மனசில என்ன இருந்தாலும் எங்கிட்டச் சொல்லுங்க. உங்கப்பாவுக்கு வாக்கு கொடுத்திருக்கேன், 'மகனைப் பற்றி எதுவும் கவலைப்படாதீங்க. நான் பாத்துக்கறேன்'னு.'

'சந்தோஷம் ரத்னா. நாம கல்யாணம் செய்துக்கலாம். தேனிலவுக்கு எங்க போகலாம்? நயாகரா? இல்லை, இல்லை, பிட்ஸ்பர்க்?'

ரத்னா அவனைப் பெரிய விழிகளால் கடிந்துகொண்டாள். 'படுத்துக்கங்க, குட்நைட்!' விளக்கை அணைத்துவிட்டுச் சென்றாள்.

மேரியைக் காலையிலேயே சந்தித்து அதைக் கொண்டுவந்துவிட வேண்டும் என்று தீர்மானித்துக்கொண்டான். அவளிடம் தவறாமல் துப்பாக்கியை எப்படி உபயோகப்படுத்துவது என்று கேட்டுக்கொண்டுவிடவேண்டும். ராதா விமான நிலையத்துக்கு வராவிட்டால் அவன் அலுவலகத்துக்குப் போகலாம். அல்லது வீட்டுக்குப் போகலாம். காத்திருக்கலாம். அவசரமில்லை. நேராக அவன் மார்பைக் குறி வைத்து டுமில்!

ராதாவின் நெஞ்சில் நாய்க்குடைபோல ரத்தம் பொங்குவதைப் பார்த்ததும் ரகுபதிக்கு நிம்மதியாகத் தூக்கம் வந்தது.

கென்னடி விமான நிலையத்தில் ரத்னா, கார் பார்க்கில் ஐந்தாவது தளத்தில் நிறுத்தினாள். ரகு மார்பு பெல்ட்டைக் கழற்றிக்கொண்டு பையைத் தொட்டுப் பார்த்துக்கொண்டான். பத்திரமாக இருந்தது. ஒரு முறை பைக்குள் கைவிட்டு அதன் குதிரையை அன்புடன் வருடிப் பார்த்துக்கொண்டான். 'ராதா வருவான்' என்றான்.

'வந்தா வரட்டும். அவன்கிட்ட எதுவும் பேசவேண்டாம் ரகு.'

'பேசப் போறதில்லை' என்றான். பார்க்கிங் டிக்கெட் வாங்கிக்கொண்டு ரத்னாவுடன் உல்லாசமாக நடந்தான். டெர்மினலுக்கு பஸ்கள் விரைந்து கொண்டிருந்தன. சாயங்கால வெளிச்சத்தில் அநாவசிய சோடியம் மஞ்சளில் அவசர மனிதர்கள் வண்ண வண்ண கார்களில் ஆளுக்கொரு மதுமிதாவுக்காக விரைந்துகொண்டிருந்தனர்.

இடுப்பில் சின்ன ரேடியோக்களை அவ்வப்போது எடுத்து, அதனுடன் ரகசியம் பேசியவாறே நீலச்சட்டைக் காவலர்கள் சுறுசுறுப்பாக நடந்து சென்று கொண்டிருந்தனர். ஷட்டில் பஸ் பிடித்து கார்கோ பகுதிக்கு ஒரு மைல் தூரம் தள்ளிச் செல்ல வேண்டியிருந்தது. விதவிதமான அட்டைப் பெட்டிகள் அயல் நாட்டு வியாபாரத்தை நோக்கி கன்வேயரில் மெல்ல ஊர்ந்து கொண்டிருந்தன. கோபிநாத்தும் அவர் மனைவியும் ஓரத்தில் ப்ளாஸ்டிக் நாற்காலியில் உட்கார்ந்துகொண்டிருக்க, ராதாகிஷன் கவுண்டரில் பேசிக்கொண்டிருந்தான். ரகுபதியின் உள்ளம் துள்ளியது.

'ரத்னா, அதோ பார் வந்திருக்கான்' என்றான்.

'இங்க பாருங்க' என்றாள்.

‘என்ன?’

‘மதுமிதா!’ என்றாள். முன்னே செல்ல நினைத்தவனைப் புஜத்தைப் பிடித்துத் தடுத்தாள். அழகான பளபளப்பான பெட்டி ஒன்று கன்வேயரில் பத்திரமாக அவசரமில்லாமல் நகர்ந்து கொண்டிருக்க, ரகுபதி அதை வசீகரமாகப் பார்த்தான். மஹகனியோ, தேக்கோ நல்ல பளபளப்பான பெட்டி. அதன் பாலிஷில் ஜனங்கள் தலைகீழாக நடந்தார்கள். மேல் மூடியில் ஜொலிக்கும் பித்தளை மலர்.

மெல்ல மெல்ல அவசரப்படாமல் அந்தப் பெட்டி நீக்ரோ ஒருவரை அணுகிய போது அவர் அதன் அடையாளச் சீட்டைப் பார்த்துப் பொத்தானைத் தேர்ந்தெடுக்க, பெட்டி கன்வேயரிலிருந்து திசை மாறி தானாகவே மற்றொரு கன்வேயருக்கு மாற்றிக்கொண்டு, கண்ணாடிக்கு வெளியே காத்திருக்கும் விமானத்தின் பிரும்மாண்டமான வயிற்றை நோக்கி ஊர்ந்தது. ‘வாட்ஸிட் மாக்? எ ஸ்டிஃப்?’

ராதா, கோபிநாத்திடம் வந்து, ‘ஹியர் யூ ஆர் கோபி. ஆல் தி பேப்பர்ஸ், எல்லா கிளியரன்ஸும் வாங்கியாச்சு. பாம்பேல ஹெல்த் அத்தாரிட்டிஸ்கிட்ட காட்டிருங்க. நோ ப்ராப்ளம்!’

அவனையே உற்றுப் பார்த்துக்கொண்டு காகிதங்களை வாங்கிக் கொண்டே கோபிநாத், ‘உயிரோட என் டாட்டரை உன் கையில கொடுத்தேன். எப்படித் திருப்பிக் கொடுக்கறே பாரு.’

ராதா தன் கண்ணாடியைக் கழற்றித் துடைத்துக்கொண்டே ‘ஐம் ஸாரி கோபி, ஐ ஃபீல் ஹர். மதுவும் நானும்...’

‘இதப் பார், மது எல்லாத்தையும் எழுதிட்டா. உனக்கும் தெருவில திரியற நாய்க்கும் வித்தியாசம் கிடையாது. போடா, என் கண் முன்னால நிற்காதே!’

‘ஸ்டார்ங் வேர்ட்ஸ் கோபி! நான் என்ன செய்வேன்? அவ்வளவு வேகமா ஓட்டி...’

‘போடான்னா!’ என்று மார்பைப் பிடித்து உந்தித் தள்ளினார் கோபி. ரகுபதி அவர்களுக்கு இடையே வந்து, ‘ராதா, நீங்க எங்கூட வந்துருங்க. அவர் ரொம்ப டிஸ்டர்ப்டா இருக்கார்.’

ராதா தன் முகத்தைக் கைக்குட்டையால் துடைத்துக்கொண்டு ‘வாட் பீப்பிள்! ஆக்ஸிடெண்டுக்கு நான் பொறுப்பா? ரகு சொல்லு, வேகமா ஓட்டினதுக்கு நான் பொறுப்பா? எவ்வளவு பேர் கார் ஓட்டறா?’

‘நீங்க வாங்களேன், தனியாப் போகலாம்!’

பேசிக்கொண்டே நடந்தான். ‘ஒரு சின்ன சமாசாரத்துக்கு ஓவர் ரியாக்ட் பண்ணிட்டா. ஆல்ரைட்! என்னை மற்றொரு பொண்ணுகூடப் பார்த்துட்டா. ஸோ வாட்? என்ன ஆச்சுன்னு இப்படி ரியாக்ட் பண்ணணும்? நான் மன்னிப்பு கேக்கலையா? ஸாரி சொல்லலியா? இனிமே அந்த மாதிரி செய்ய

மாட்டேன்னு சொல்லலியா? சரி, என்னைப் பிடிக்கலை, என்னோட கூட இருக்க விருப்பமில்லைன்னா, டிவோர்ஸ் கேட்டிருக்கலாமே. கொடுக்கத் தயங்கியிருப்பேனா?'

'வாஸ்தவம் ராதா.' ரகுபதி பைக்குள் கை செலுத்தினான்.

'டிவோர்ஸ் மி பை ஆல் மீன்ஸ்! அதுக்காக இப்படியா ரியாக்ட் பண்ணுறது? குடிச்சுட்டு வேகமா கார் ஓட்டி, ரகளை பண்ணி...'

துப்பாக்கியை ஜாக்கிரதையாக எடுத்தான்.

'நான் சொல்றதை யோசிச்சுப் பாரு. நியாயமா இல்லையா? என்ன தப்பு நடந்து போச்சு?' ரகுபதி வலக்கைக்கு இடக்கையால் முட்டுக் கொடுத்து நீட்டி அவன்மேல் குறி வைத்தான். 'ஓ மை காட்! என்னய்யாது! என்ன பண்றே? தட்ஸ் எ கன்! டோண்ட் டோண்ட்!'

ராதாகிஷன் இரண்டு கைகளையும் முன்னுக்கு நீட்டி அவனைத் தடுப்பதற்கு முன் ரகுபதி ஆள்காட்டி விரலை கொக்கிக்குள் செலுத்தி துப்பாக்கியின் விசையை அழுத்தினான்.

பிரிவோம் சந்திப்போம் ● 361

ஒரு கணத்தின் பிரிவில் ராதாகிஷனுக்கு உடம்பு பூராவும் வியர்த்து, எதிர் நோக்கிய துப்பாக்கி முனையின் அவசரத்திலும், அபாயத்திலும் முகம் ரத்தமிழந்து, இரண்டு கைகளும் ஒரு கடைசி முயற்சியாக ரகுபதியை நோக்கிப் பரிதாபத்துடன், 'வேண்டாம்பா... வேண்டாம்' என்று ஏதோ சொல்வதற்குள் ரகுபதி துப்பாக்கியின் விசையைத் தட்டி விட்டாலும்-

துப்பாக்கி வெடிக்கவில்லை!

அதன் ரத்தத் துளைப்புக்குத் தயாராக இருந்த ராதாகிஷன் ஒரு கணம் இருக்கிறோமா, இல்லையா என்று புரியாமல் தன் மார்பைப் பார்த்துக்கொண்டு நிமிர்ந்து ரகுவைப் பார்க்க, ரகுபதி மறுபடி துப்பாக்கியின் விசையை 'கிளிக் கிளிக்' என்று முயற்சி செய்துகொண்டிருக்க, ராதாகிஷன் நேராக வந்து ரகுபதியின் கால்களைப் பற்றிக்கொண்டு நடுக்கத்துடன், 'வேண்டாம்! என்னை விட்டுரு! சுடாதே, சுடாதே!' என்று சொல்ல, ரகுபதி தன் துப்பாக்கி ஏன் வெடிக்கவில்லை என்று ஆச்சரியத்துடன் அந்த வினோத ஆயுதத்தைப் பார்த்துக்கொண்டிருக்க, ராதாகிஷன் அபாயம் இப்போது விலகிவிட்டது என்று புரிந்துகொண்டு சட்டென்று எழுந்து வாயிலை நோக்கி ஓடத்தொடங்கினான். அவனை நோக்கி அபத்தமாகத் துப்பாக்கியைக் காட்டிக் கொண்டே ரகுபதியும் ஓட, 'ஏய்! இந்தத் தடவை வெடிக்கலை. அடுத்த தடவை பாரு, நிச்சயம்! என்னவோ வேலை செய்யலை இது. அடுத்த தடவை பாரு! பாரு!' என்று அவன் பின் சப்தம் போட்டுக்கொண்டே ஓட, ராதாகிஷன் எதிர்ப்பட்ட காவல் அதிகாரியிடம் ஏறக்குறைய முட்டிக்கொண்டு அவரிடம், 'ஆபீசர்! ஆபீசர்! அவன் என்னைக் கொல்ல வருகிறான். காப்பாற்றுங்கள்' என்றான்.

அந்த அதிகாரி இந்த விஷயம் எல்லாம் ரொம்ப சகஜம்போல ஓடிவந்த ரகுபதியைத் தடுத்து நிறுத்தி- ராதாகிஷன் முதுகுக்குப் பின் மறைந்து கொள்ள... 'வாட்ஸ் த மாட்டர்? லெட் மி ஸீ யுர் கன்' என்று அவன் துப்பாக்கியைப் பறித்துக்கொண்டு, அதன் அறையைத் திறந்து, 'காலி! எதற்கு

பயப்படுகிறாய்? அவன் சும்மா பாசாங்குக்குத்தான் பயமுறுத்தியிருக்கிறான், இல்லையா!' என்று ரகுபதியைப் பார்த்துச் சிரித்து, 'ரன் ஆன், ரன் ஆன்! நோ ஃபயர்வொர்க்ஸ் ஹியர்' என்றார்.

ராதாகிஷன் வெலவெலப்பு அடங்கிப்போய் தன் கண்ணீரையும் வியர்வை வெள்ளத்தையும் கைக்குட்டையால் துடைத்துக்கொண்டு, இங்கிருந்து விலகி தலையைக் கவிழ்த்துக் கொண்டு நடக்க, ரத்னா இப்போது ரகுபதியுடன் சேர்ந்துகொண்டாள்.

'என்ன ரகு?'

'வேலை செய்யலை!' என்று தன் துப்பாக்கியைப் பார்த்து பிரமித்தபடி, 'குண்டு இல்லை. காலைல மேரி லோட் பண்ணி ஸேஃப்டி கேட்ச் எல்லாம் சொல்லித்தான் கொடுத்தா! யாரோ குண்டை எல்லாம் எடுத்துக் காலி பண்ணியிருக்கா.'

'அப்படியா? யாராயிருக்கும்?'

'தெரியலையே? ஒரு நிமிஷம்! ரத்னா, என்னை நேராப் பாரு!'

'ஏன், என்ன ரகு?'

'நீதானே?'

ரத்னா சிரிப்பை அடக்கிக் கொள்வது எரிச்சலாக வந்தது. கைப்பையைத் திறந்து காட்டினாள். குண்டுகள் அத்தனையும் பத்திரமாக இருந்தன.

'பாவி' என்று அவளை அடிக்கக் கையை ஓங்க, போலீஸ் அதிகாரி, ''ஈஸி! ஈஸி! நோ ஒய்ஃப் பீட்டிங் எய்தர்! ரன் ஆன்! டோன்ட் ப்ளே வித் யுர் கன்' என்று ரகுபதியை முதுகில் பிடித்துத் தள்ளிவிட்டு, தன் வழியே நடந்து போனார். ரகுபதி சோர்ந்துபோய், 'ரத்னா! நீ இப்படி துரோகம் பண்ணுவேன்னு நான் எதிர்பார்க்கலை.'

'இல்லை ரகு, கொஞ்சம் நிதானமா யோசித்துப் பார்த்திங்கன்னா யாருக்கும் நஷ்டமோ சேதமோ ரத்தமோ இல்லாம எல்லாக் காரியமும் முடிஞ்சு போயிடுத்துங்கறது தெரியவரும்.'

'என்ன முடிஞ்சு போச்சு?'

'நீங்க ராதாவைப் பழிவாங்க நினைச்சிங்க. அந்தக் கணத்தில் பழி வாங்கிட்டிங்க!'

'எந்தக் கணத்தில?'

'மதுமிதாவுக்காக உங்களுடைய எதிர்காலத்தைப் பத்தி கொஞ்சம்கூடக் கவலைப்படாம அவனுக்கு முன்னால துப்பாக்கியை நீட்டி அதன் ட்ரிக்கரைத் தட்டி விட்டிங்க பாருங்க, அந்தக் கணத்தில நீங்க உங்களை நிரூபிச்சுட்டிங்க! உங்க சின்ஸியாரிட்டியை, உணர்ச்சிகளை, எல்லாத்தையும் அந்த ஒரு கணத்தில நிரூபிச்சுட்டிங்க. என் வாழ்க்கையைப் பத்திக் கவலை இல்லைன்னு

காட்டிட்டிங்க. அது போதும். துப்பாக்கி வெடிச்சா என்ன, வெடிக்காட்டா என்ன?'

'வெடிச்சா அவன் செத்துப்போவான் ரத்னா. அந்த விளைவைத்தான் எதிர்பார்த்துக் குறி வெச்சேன்! அது நிறைவேறலியே?'

'ராதா செத்துப் போகலைங்கறிங்களா? அவனும் அந்தக் கணத்திலே ஒரு முறை செத்துப்போயிட்டான். நான் பார்த்துக்கிட்டுதானே இருந்தேன். வியர்த்து, விறுவிறுத்து, உங்க கால்ல விழுந்து, மூஞ்சி எல்லாம் வெளிறிப் போய், அந்த ஒரு கணத்தில நிச்சயம் செத்துப் போயிட்டான்! சுட்டாச்சு, செத்தும் போயாச்சு! வாங்க போகலாம்!'

'இன்னொரு தடவை, இன்னொரு தடவை!'

'நோ! வாழ்க்கைல 'இன்னொரு தடவை'யே கிடையாது. யோசிச்சுப் பாருங்க. நீங்க, கோபிநாத் எல்லாரும்தான் 'இன்னொரு தடவை' கேக்கறிங்க, இல்லையா? வாங்க போகலாம்.'

'என்னப்பா ஆச்சு?' என்றார் கோபிநாத். 'அங்க புக்கிங்ல பிஸியா இருந்துட்டேன்.'

'ரகுபதி, ராதாகிஷனைச் சுட்டுத் தள்ளிரலாம்னு பார்த்தார். துப்பாக்கி வேலை செய்யலை.'

'அய்யோ! அவ்வளவு தூரத்துக்குப் போயிட்டியா? ரகு, அதனால என்ன பிரயோசனம்? யோசிச்சுப் பாரு. பிரயோசனமிருந்தா நானே அவனைத் தீர்த்துக் கட்டியிருக்க மாட்டேனா? பழி வாங்கறதால எந்தவிதமான பலனும் ஏற்படறதில்லை. அவன் வழியில அவனுக்குப் பழிங்கறது வேற ஏதாவது நிச்சயம் இருக்கும்!'

'பொயட்டிக் ஜஸ்டிஸ்!'

'அப்படி நடக்கலைன்னாலும் அதுக்காக நம்ம வாழ்க்கையைச் சிக்கலாக்கிக் கிட்டு, ஜெயில்லயும் கோர்ட்டிலயும் செலவழிக்கிறது எந்த விதத்தில பழிவாங்கறதுன்னு புரியலை! ஒருவேளை இத்தாலியிலோ அல்லது கிங் ஆர்தர் காலத்திலயோ ரகுபதி நிஜமாவே சுட்டிருந்தா கைது பண்ணாம மாலை போட்டு நேஷனல் ஹீரோவா ஆயிருக்கலாம்' என்றாள் ரத்னா.

'ரகு, நாங்க வர்றோம். மதுமிதா செத்துப் போகலை. தாமிரபரணிக் கரையில தூங்கப்போறா. அவ்வளவுதான்! அவ செத்துட்டாளா என்ன? உன் ஞாபகத்தை விட்டு விலகுவாளா? எங்க கனாவில எல்லாம் வராம இருப்பாளா? அவள் எழுதின லெட்டர் இல்லையா? அவ வரைஞ்ச குழந்தைப் படம் எல்லாம் இல்லையா? ஏராளமா துணிகள், போட்டோல இன்னும் உயிர் இல்லையா? மூவிஸ் எடுத்தமே? டேப் ரெகார்டரில் அவ குரல் இல்லையா?'

கோபிநாத் தன் கண்களை அவசரமாகத் துடைத்துக்கொண்டார்.

மாயாஜால கம்ப்யூட்டர் எழுத்துக்கள் பிரமாண்டமான போர்டில் மாறின.

‘சார், இட்ஸ் டைம்’ என்றாள் ரத்னா சன்னமாக.

புறப்பட்டு டெர்மினலுக்கு வந்து கோபிநாத் தன் மனைவியுடன் செக்யூரிட்டி ஆர்ச்சைக் கடந்து மறைகிறவரை பார்த்துக்கொண்டிருந்தான். ரத்னாவுடன் கார் பார்க்குக்கு நடக்கிறபோது மௌனமாகவே வந்தான். ரத்னாவும் பேச வில்லை.

அமெரிக்கா! அமெரிக்கா! நியூ யார்க்! நியூ யார்க்! சுற்றுலாக்காரர்களின் சொர்க்கம்! நகரத்தை மேலேயிருந்து பார்க்கலாம். டைம்ஸ் ஸ்கொயர், ப்ரூக்லின் பிரிட்ஜ், ராக்கஃபெல்லர் பிளாஸாவில் எழுபதாவது மாடியில் ஏறி டைம்ஸ் ஸ்கொயரைத் தரிசிக்கலாம்.

சுதந்தர தேவியின் சிலையிலிருந்து உள்ளே ஏறி அவள் முடியிலிருந்து வெர்ரஸோனா பாலத்தையும் மன்ஹாட்டனையும் ரசிக்கலாம்.

எத்தனை தியேட்டர்கள் உள்ளன! எத்தனை நாடகங்கள்! எத்தனை இரவுக் கேளிக்கைகள்! வண்ண நடனங்கள்! நியான் பின்னல்கள் எத்தனை! விழாக்கள் எத்தனை! புத்தகங்கள் எத்தனை! கலைக் கண்காட்சிகள், சரித்திர நியூ யார்க், ப்ராங்க்ஸ், ப்ரூக்லின், மன்ஹாட்டன், க்வீன்ஸ், ஸ்டாட்டன் ஐலண்ட், பார்க்குகள், தோட்டங்கள், சென்ட்ரல் பார்க் ஆயிரம் ஏக்கர் பரப்பு! இரண்டரை மைல் நீளம்! விம்மித் தணியும் பசும்புல் வெளிகள், வெள்ளி தெரியும் ஏரிகள், குளங்கள், பறவைகள் சரணாலயம், ஒற்றையடிப் பாதை, மட்டக் குதிரை சவாரி, ஐஸ் க்ரீம்! தூக்கமில்லாத டிவி. எவ்வளவோ இல்லையா மதுமிதாவை மறக்க முயற்சி பண்ணிப் பார்ப்பதற்கு!

கார் வெளியே வந்தபோது வானத்தில் கர்ப்பப் பறவைபோல சிரமப்பட்டு அந்த போயிங் மேலே ஏறிக்கொண்டிருப்பது தெரிந்தது.

‘மதுமிதா போறா!’ என்றான் ரகு.

விமானம் மேகத்துக்குள் மறைந்துவிட, ரகுபதி கார் ஓட்டிக் கொண்டிருந்த ரத்னாவின் புஜத்தைப் பிடித்து ஒரு முறை அழுத்தினான். அவள் சட்டென்று ஆச்சரியத்துடன் திரும்பிப் பார்த்துச் சிரித்தாள்.

பின்னுரை

அன்பான வாசகர்களுக்கு,

'எதற்காக அந்த அறியாத பெண்ணைக் கொல்ல வேண்டும்?' என்று அதட்டலும் கண்ணீரும் கலந்த அந்த இளம் பெண்ணின் குரல் டெலிபோனில் ஒலித்தபோது, சற்று நேரம் ஒரு காகிதப் பெண்ணான மதுமிதாவுக்கு ஒரு நிஜமான பெண் விசும்பி அழுவதைக் கேட்டபோது எனக்குத் திகைப்பாகி விட்டது.

இந்தக் கதையால் எனக்கு நிறையக் கடிதங்களும் டெலிபோன்களும் வந்த வண்ணம் இருந்தன. ஒரு அக்கவுண்டண்ட் 'எப்படியாவது அடுத்த வாரம் மதுவைப் பிழைக்க வைத்துவிடுங்கள்' என்றார். 'டூ ஸம்திங்!' திருவண்ணா மலை பிரகாஷும் பாண்டியனும், 'மதுமிதாவின் இந்த முடிவை நாங்கள் எதிர் பார்க்கவில்லை. மிகவும் துயரமடைந்த எங்களுக்கு இனியாவது நடந்த வற்றை ரகுபதியின் கனவாக்க வேண்டுகிறோம்' என்று யோசனையும் கூறியிருந்தார்கள்.

இந்த முடிவுரையின் நோக்கம், இந்த மாதிரி வந்த கடிதங்களை விவாதிப்பது அல்ல, வேறு!

ராதாகிஷனின் துரோகம் வெளிப்பட்ட அந்த அத்தியாயம் வெளிவந்தபோது கல்ஃபிலிருந்து அந்தக் கடிதம் எனக்கு வந்தது. எழுதியவர் ஓர் அன்புச் சகோதரி. அந்தக் கடிதம் என்னையும் என் மனைவியையும் மிகவும் கலக்கிவிட்டது.

சில பகுதிகள்:-

> என் ஹப்பி உங்களுடைய க்ரேட் ஃபேன். அதனாலதான் உங்களுடைய ஹெல்ப்பை நாடி இந்த லெட்டரை எழுதுகிறேன்...
>
> இவர் என்னை லவ் பண்ணி, நாங்கள் மேரி பண்ணிக் கொண்டோம். ரொம்பவும் ஹாப்பியாக இருந்தோம் 80 வரை. 80-ல் எனக்குப் பிடித்தது சனியன்.
>
> இவர் கம்பெனியிலிருந்து ஒரு ஸ்டெனோவுடன் சிநேகிதம். பரிசுகள், அவள் வீட்டில் சாப்பாடு. அவள் ஃபாதர், பிரதர் எல்லாரும் ஸ்டெனோதான். அவர்களுக்கு நன்றாகத் தெரியும் இவர் கல்யாணம் ஆனவர் என்று. நான் முதலில் சந்தேகிக்கவில்லை.
>
> 81 மேயில் அவள் இவரைக் கல்யாணம் பண்ணிக்கொள்ள ஸ்ட்ரெஸ் பண்ண ஆரம்பித்தாள். இவர் முதலில் மாட்டேன் என்று சொல்லிவிட்டார்

போல இருக்கு. பின்பு அவள் 'என்னை விட்டுவிடு' என்று சொல்லிவிட்டாள் போலிருக்கிறது. ட்ரிங்க் பண்ணிவிட்டு விரக்தியாகப் பேசினார். ஒன்றும் புரியவில்லை. பின்புதான் எல்லாம் சொன்னார்.

டிடெக்டிவ் ஏஜன்ஸி மூலமாக அவளை வாட்ச் பண்ணச் சொல்லி, அவளுக்கு ஒரு பாய் ஃப்ரெண்ட் இருப்பதாகக் கண்டுபிடித்த பின்புதான் அவளை விட்டார். மனது ரொம்ப உடைந்துபோய்விட்டதாம். ஸோ, அவருக்கு உள்ள சினிமா கும்பல் ஃப்ரெண்ட்ஸிடம் சொல்லி, ஒரு எக்ஸ்ட்ராவுடன் உறவு வைத்துக்கொண்டிருக்கிறார் 81 அக்டோபரிலிருந்து! இது எனக்கு 82 மேயில் தெரியவந்ததும் ரொம்ப அதிர்ச்சிக்கு உள்ளானேன். இதற்கெல்லாம் அவர் சகோதரர் உடந்தை! அதிர்ச்சியில் பைத்தியம் பிடித்துவிட்ட நிலையில்தான் ஒரு லேடி டாக்டரிடம் போய் எட்டு மாதம் தினப்படி (மாத்திரை விவரம் தந்திருக்கிறார்) சாப்பிட்டுக்கொண்டிருந்தேன். ஜூனில் ஒரு டிப்ளமோ கோர்ஸில் சேர்ந்துகொண்டேன். (இந்தியா வந்து விட்டதாகத் தெரிகிறது) அப்பாவுக்கு பி.பி. அதிகமாகி விட்டது. கிளியராகச் சொன்னார். 'நீ என் பையன் என்றே நினைத்துக்கொள்கிறேன். இவ்வளவு கொடுமை செய்தவனுடன் நீ போக வேண்டாம். தன்னை அவன் முழுவதும் திருத்திக் கொண்டாலன்றி' என்று.

ஆகஸ்டில் வந்து 'என் பெயர் ஆபீசில் பாழாகி விடும். தயவுசெய்து திரும்பி வா' என்று அழைத்து வந்தார். மாறிவிட்டார் என்றுதான் நினைத்தேன். என் அப்பாவுக்கு விருப்பம் இல்லாவிடினும் வந்தேன். லெட் மி ஹேவ் எ ட்ரை! நல்ல நிலையில் இருக்கிறோம். இருந்தும், இருபதாயிரம் சம்பளம் வாங்கியும் நிம்மதி இல்லாத நிலை. நான் இந்தப் பணத்தைக் கேட்கவில்லை. இரண்டு புடைவையும், எண்ணூறு ரூபாய் சம்பளமும் என்னை மகிழ்விக்கும், அவர் உண்மையாக இருந்தால். நான் பண்ணின பாவம் என்ன? ஒரு மனைவி ஒரு தேர்ந்த ஆசைநாயகியைப்போல் இருக்க முடியுமா? இப்போதும் ஏதாவது காரணம் வைத்து அங்கே போகிறார். இன்னும் விடவில்லை. கேட்டால், இப்படி நேக் பண்ணினா எங்காவது ஓடிவிடுவேன் என்கிறார். எல்லாவற்றையும் விட்டுவிட்டுப் போகட்டும் என்று போய் விடலாம்போல் உள்ளது. என்ன செய்வது என்றே புரியவில்லை. எந்த மனைவி, கண்ணுக்கு லட்சணமாக உள்ள நல்ல குடும்பத்துப் பெண் அதைத் தாங்கிக் கொள்ள முடியும்? என்னை ஏன் காதலித்துக் கல்யாணம் பண்ணிக் கொண்டார்? என் மாதிரி ஒரு நிலைமை யாருக்கும் வர வேண்டாம். கடவுள் என்னைச் சீக்கிரம் அழைத்துக்கொண்டால் நல்லது. தற்கொலை செய்து கொள்ள ஆயிரம் யோசனை! என் கர்மா- நான் படும் கஷ்டம், தற்கொலை செய்துகொண்டால் அடுத்த பிறவியிலும் தொடரும். போதும் கடவுளே! இந்த ஜென்மம் ஒன்று போதும். எனக்கு ஏன் இந்தக் கஷ்டம்?

இவருக்கு உங்கள் எழுத்தில் அபார மதிப்பு. தயவுசெய்து ஒரு கதை அல்லது குறுநாவல், எனக்காக, இது எவ்வளவு பெரிய தப்பு என உணரும் விதத்தில்

எழுத முடியுமா? இந்த உபகாரம் செய்தால் ஜென்மம் முழுவதும் நன்றியுடையதாக இருப்பேன்.

‘என்னை யாரும் கேள்வி கேட்க முடியாது’ என்கிறார். கடவுளே! என்னை என்ன பண்ணச் சொல்கிறீர்கள்?

கடிதத்தின் சில அந்தரங்கமான பகுதிகளை நீக்கிவிட்டுத்தான் கொடுத்திருக்கிறேன். கதைகளைப் படித்துவிட்டு உடனே, ‘இன்றைய தேதியிலிருந்து திருந்தினேன்’ என்று யாரும் மாறியதாகச் சரித்திரம் இருக்கிறதா என்ன? என்னுடைய டைப்ரைட்டரில் ஒரு ராதாகிஷனையும் மதுமிதாவையும் சித்திரிக்க முடியும். நிஜ வாழ்வில் ஒரு கிஷனைச் சந்திக்கும்போது ‘கடவுளே! என்னை என்ன பண்ணச் சொல்கிறீர்கள்?’ என்று ஊமைத்தனமான கோபம்தான் கொள்ள முடிகிறது. இருந்தும், இந்தக் கடிதத்தின் பகுதிகளை உங்கள் முன் வைத்த காரணம், நாம் எல்லோரும் சேர்ந்து செய்யும் ஒட்டு மொத்தமான பிரார்த்தனை இந்தச் சகோதரிக்கு ஒரு விடிவு காலத்தைக் காட்டும் என்றும், அவர் மனத்திலிருந்து தற்கொலை போன்ற விபரீத எண்ணங்களைத் துரத்தும் என்றும், காலம் கடந்து மனமும் உடலும் தளரும்போது உறவுகளின், பாசங்களின் உண்மையான அர்த்தங்கள் புலப்படும்போது, இந்தச் சகோதரிக்கு விடிவு காலம் வரும் என்ற நம்பிக்கையுடன் இம்மாதிரி கணவர்களின் வக்கிரங்களைச் சகித்துக்கொண்டு வாழும் நூற்றுக்கணக்கான சகோதரிகளுக்கு அஞ்சலி செய்து இந்தக் கதையை முடிக்கிறேன்.

சுஜாதா